பசித்த மானிடம்

கரிச்சான் குஞ்சு

பசித்த மானிடம்

காலச்சுவடு பதிப்பகம்

அன்பார்ந்த வாசகருக்கு,

வணக்கம்.

காலச்சுவடு நூலை வாங்கியமைக்கு நன்றி.

நூலின் உள்ளடக்கம், உருவாக்கம், அட்டைப்படம் இன்ன பிற அம்சங்கள் பற்றிய உங்கள் கருத்துகளையும் ஆலோசனைகளையும் காலச்சுவடு வரவேற்கிறது. தகவல், எழுத்து, வாக்கியப் பிழைகள் தென்பட்டால் அவசியம் தெரிவித்து உதவுங்கள். நூல் தயாரிப்பில் கடும் குறைபாடு இருப்பின் மாற்றுப் பிரதி உங்களுக்குக் கிடைக்கக் காலச்சுவடு ஏற்பாடு செய்யும்.

மின்னஞ்சல்: **publisher@kalachuvadu.com**

காலச்சுவடு நாகர்கோவில் அலுவலகத்திற்குக் கடிதம் அனுப்பலாம்.

தங்கள்
எஸ்.ஆர். சுந்தரம் (கண்ணன்)
பதிப்பாளர் – நிர்வாக இயக்குநர்

பசித்த மானிடம் ♦ நாவல் ♦ கரிச்சான் குஞ்சு ♦ © நா. விஜயாள் ♦ முதல் பதிப்பு: ஆகஸ்ட் 1978, காலச்சுவடு முதல் பதிப்பு: ஜூன் 2005, திருத்தப்பட்ட ஒன்பதாம் பதிப்பு: ஜூலை 2020, பதினெட்டாம் பதிப்பு: செப்டம்பர் 2024 ♦ வெளியீடு: காலச்சுவடு பப்ளிகேஷன்ஸ் (பி) லிட்., 669 கே.பி. சாலை, நாகர்கோவில் 629001

pacitta maaniTam ♦ Novel ♦ KarichanKunju ♦ © N. Vijayal ♦ Language: Tamil ♦ First Edition: August 1978, Kalachuvadu First Edition: June 2005, Revised Ninth Edition: July 2020, Eighteenth Edition: September 2024 ♦ Size: Demy 1 x 8 ♦ Paper: 18.6 kg maplitho ♦ Pages: 272

Published by Kalachuvadu Publications Pvt. Ltd., 669 K.P. Road, Nagercoil 629001, India♦ Phone: 91-4652-278525♦ e-mail:publications@kalachuvadu.com ♦ Printed at Mani Offset, Chennai 600077

ISBN: 978-81-89359-10-2

09/2024/S.No. 198, kcp 5314, 18.6 (18) 9ss

இந்த நாவலும் இனி
நான் ஏதாவது எழுதினால்
அவையும்
தமது பண்பட்ட
மனவிரிவால் என்னை
ஆட்கொண்ட
டோரதி கிருஷ்ணமூர்த்தி தம்பதி
L.K. ராமானுஜம்
ஆகிய மூவருடைய
அன்பிற்குக்
காணிக்கை

கரிச்சான் குஞ்சு

'பசித்த மானிடம்'

ஒரு முன் குறிப்பு

ஓரிரு பாத்திரங்கள், ஓரிரு குடும்பங்கள் – இவற்றை மையமாகக் கொண்டு, இவர்களது வாழ்க்கையைச் சுற்றிப் பின்னப் பட்ட நாவல்களே தமிழில் அதிகம். சமூக, அரசியல் கூறுகளும் மாற்றங்களும் தீவிரமாகக் கையாளப்பட்டாலும் அவை மையமான பாத்திரங்கள் / குடும்பங்களின் பின்னணியில்தான் கையாளப்படு கின்றன. முக்கியமான விதிவிலக்குகள் சில இருந்தாலும் தமிழ் நாவல்களின் பொதுவான போக்கு இதுதான். கரிச்சான் குஞ்சுவின் *பசித்த மானிடம்* நாவலும் இந்தப் பொதுப் போக்கை அடியொற்றி அமைந்தாலும் அது வேறுபடும் இடங்கள் முக்கியமானவை.

கணேசன், கிட்டா ஆகிய இரு நபர்களின் வாழ்க்கை அவர்களது சிறு வயது முதல் நடுத்தர வயது வரையிலும் சொல்லப்படுகிறது. நேர்க்கோட்டில் அமையும் பயணமாக அல்லாமல் முன்னும் பின்னும் நகரும் இயக்கமாக விவரிக்கப்படுகிறது இவர்களது வாழ்வின் போக்கு. முரண்பட்ட இயல்புள்ள இருவரது வாழ்வின் பயணங்களும் வெவ்வேறு திசைகளில் கிளை பிரிந்து வளர்கின்றன. அக்ரஹாரத்து வாழ்க்கை, தஞ்சாவூர், கும்பகோணத்தில் ஏற்படும் சமூக, பொருளாதார மாற்றங்கள், மனித ஆசாபாசங்கள், உன்னதங்கள் ஆகியவை இவர்களது பயணத்தினூடே பதிவுபெறுகின்றன.

இதே போன்ற இயல்பு கொண்ட பல நாவல்கள் தமிழில் வந்துள்ளன என்றாலும் *பசித்த மானிடத்தில்* அலாதியான சில அம்சங்கள் உள்ளன. வாழ்க்கை யதார்த்தங்களைக் கரிச்சான் குஞ்சுவின் கலைப் பார்வை அணுகும் விதமே இந்நாவலை வேறுபடுத்திக் காட்டுகிறது. யதார்த்தத்தை ஒப்பனைகளற்ற அடை யாளங்களுடன் முன்வைப்பதே அவருக்கு உவப்பானதாக இருக் கிறது. தழுதழுப்பு, லட்சியவாதம், தத்துவம், அரசியல் ரீதியான திட்டங்கள் ஆகியவற்றின் குறுக்கீடின்றிக் கூடியவரையிலும் எதையும் நேரடியாக, நிர்வாணமாகக் காட்டிவிடுவதே இவரது இயல்பாக இருக்கிறது. நாவலில் இவர் காட்டும் யதார்த்தம் புறவுலகைச் சார்ந்ததாக அல்லாமல் புறவுலகைப் பின்னணியாகக் கொண்டதாக இருக்கிறது. மனித மனத்தின் இயல்பை, தன்னிச்சையான அதன் வெளிப்பாடுகளைப் புறவுலகப் பின்னணியில் கூறுகிறார் கரிச்சான்

குஞ்சு. மனித நடத்தையின் விசித்திரப் பரிமாணங்களை, அவை வேர் கொண்ட ஆழ்மன இயக்கத்துடன் காட்டுவதற்கான பின்னணி யாக மட்டுமே இவருக்குக் கும்பகோணத்துச் சத்திரங்களும் தெருக் களும் அக்கிரஹாரங்களும் தேவைப்படுகின்றன. இவரது கவனம் முழுவதும் இந்தத் தோற்றங்களைத் தாண்டியதாக, மனித இயல்பின் வகைப்படுத்த முடியாத கூறுகளைப் பற்றியதாக இருக்கிறது.

இந்தக் கவனத்தில் இவர் காட்டும் அக்கறையும் அழுத்தமும் மனித இயல்பு சார்ந்த சில உண்மைகளைக் கூறுகின்றன. குறிப் பாகக் காமம், பணம், அந்தஸ்து ஆகியவை தொடர்பான மனித இச்சைகள். தண்ணீரில் சொட்டச் சொட்ட நனைந்தபடி நிற்கும் ஒரு பெண்ணை ஓர் ஆணின் கண்கள் எப்படிப் பார்க்கும் என்பதிலிருந்து, வாளிப்பான உடல் கொண்ட சிறுவனைத் தமது காம இச்சைக்குப் பயன்படுத்திக்கொள்ளும் பெரிய மனிதர்கள் வரை, உடல் சார்ந்த இச்சைகள் அப்பட்டமாகவே முன்வைக்கப் படுகின்றன. பணம், அந்தஸ்து, காமம், தன்முனைப்பு, அச்சம் ஆகிய உணர்வுகள் – மானுட வாழ்வின் ஆதாரமான பசிகள் – அழகியல் பூச்சுகள், 'நாகரிகம்' சார்ந்த நாசூக்குகள், அரசியல் ரீதியான திட்டங்கள், சுய படிமங்களைக் காப்பாற்றிக்கொள்ளும் தந்திரங்கள் ஆகிய திரைகள் இல்லாமல் காட்டப்படுகின்றன. கரிச்சான் குஞ்சுவைப் பல தமிழ் எழுத்தாளர்களிடமிருந்து பிரித்துக் காட்டும் அம்சங்களில் ஒன்று இது.

இந்தத் தன்மையால்தான், தன்னிடம் பல பெரியவர்கள் அன்பாக நடந்துகொள்வதற்கான காரணம் நன்கு தெரிந்தும் அதனால் கிடைக்கும் லாபங்களுக்காக அதை ஏற்றுக்கொள்ளும் வாலிபனின் நடத்தை, அக்கிரஹாரத்துப் போலித்தனங்கள் போன்றவற்றைக் கரிச்சான் குஞ்சுவால் அலட்டிக்கொள்ளாமலும் அப்பட்டமாகவும் கூற முடிகிறது. முப்பது – நாற்பது ஆண்டுகளுக்கு முன்புவரையிலும் அருவருப்புடன் வெறுத்து ஒதுக்கப்பட்ட, விளிம்புநிலை வாழ்வில் அவதியுற்ற தொழுநோயாளி ஒருவரை மையக் கதாபாத்திரமாக்க முடிகிறது.

வயிற்றுப் பசி, அதிகாரப் பசி, காமப் பசி எனப் பல விதமான பசிகளின் உந்துதலால் செலுத்தப்படும் மானிட வாழ்வு கடைசியில் எதில் நிறைவு அடைகிறது என்ற கேள்வியை நோக்கிச் செல்வது இந்த நாவலின் சிறப்புகளில் ஒன்று. பரபரப்பான ஓட்டத்தின் உள்ளீடற்ற தன்மையை மனம் உணரத் தலைப்படும்போது காலம் கடந்துவிடுகிறது. சாப்பிட்டுச் சாப்பிட்டு வயிறும் மனமும் நிறைவதற்குப் பதில் ஜீரண உறுப்புகள் பழுதாகி, பசி மங்கிவிடு கிறது. அடைய வேண்டியது என ஒன்று இல்லை என்றாகிவிடுகிறது. எதையும் அடைந்து எதையும் சாதிக்க வேண்டியதில்லை எனத் தோன்றிவிடுகிறது. இத்தகைய பக்குவம் எய்திய பிறகு வாழ்க் கையைத் திரும்ப வாழ இயலவில்லை. நேற்றை அசைபோட்டபடி

முடிவை எதிர்நோக்கிக் காத்திருப்பது தவிர வேறு வழியில்லை. வாழ்வின் அர்த்தமின்மையைத் தத்துவத்தின் வெளிச்சத்தில் அல்லாது வாழ்வனுபவங்களினூடேயான பயணத்தின் மூலம் ஸ்பரிசிக்க முயல்கிறது பசித்த மானிடம். தனது சுய அனுபவம் சார்ந்த விசாரணையில் வாசகரை ஈடுபடுத்தும் சாத்தியக்கூறைக் கொண்டிருப்பது இந்நாவலை முக்கியமான நாவல்களில் ஒன்றாக ஆக்குகிறது.

ஒப்பனைகள் துறந்த அனுபவங்கள், திரை விலகிய உண்மைகள் ஆகியவை ஒருபுறமிருக்க, கரிச்சான் குஞ்சு காட்டும் அக்கிர ஹாரமும் கும்பகோணமும் தம்மளவிலேயே முக்கியத்துவம் வாய்ந்தவை. எள்ளலும் துல்லியமும் கொண்ட இந்தச் சித்தரிப்புகள் கால மாற்றத்தின் அடையாளங்களை நமக்கு உணர்த்தக்கூடியவை. பார்வையில் மாற்றம் பெறாமல் புறச் சூழலில் ஏற்பட்ட மாற்றங் களால் நவீனமயமாகிவரும் ஒரு சமூகத்தின் தடுமாற்றங்களைத் தாட்சண்யமின்றிப் பதிவுசெய்யும் பிரதிகளில் ஒன்றாகவும் இந்நாவலைக் காணலாம். முன்முடிவுகள், திட்டங்கள் இன்றி யதார்த்தத்தைக் கறாராக அணுகும் கரிச்சான் குஞ்சு, போலித் தனத்தைப் பரிகசித்தாலும் மெய்யான புலமையையும் அர்ப்பணிப்பு உணர்வையும் பாராட்டுணர்வுடனேயே அணுகுகிறார். மனித நேயம், ஆன்மீக நாட்டம், ஒழுக்கம் ஆகிய சொற்களின் நடைமுறை அர்த்தங்களை இரக்கமின்றிக் கேள்விக்குட்படுத்தும் இவர் அரிதாகத் தென்படும் சத்தியத்தின் அடையாளங்களையும் இயல்பாகப் பதிவு செய்கிறார்.

நாவலின் ஓட்டத்திலுள்ள சமச்சீரற்ற போக்கு ஒரு குறையாகப் படுகிறது. தேவைப்படாத சில இடங்களில் அதிகமாகவும், தேவைப் படும் சில இடங்களில் குறைவாகவும் தொழிற்படும் நிதானம் வாசக அனுபவத்தைச் சோதிக்கிறது. கூர்மையான விசாரணை யுடன் கூடிய யதார்த்தச் சித்தரிப்பும் வாழ்க்கைப் பயணமும் இக்குறையை ஈடுகட்டுகின்றன.

தமிழின் முக்கியமான நாவல்களில் ஒன்று எனப் பலரால் பல சந்தர்ப்பங்களில் சொல்லப்பட்டாலும் இன்றைய தலைமுறை யினருக்குப் படிக்கக் கிடைக்காமல் தமிழ் வாசக மனத்தின் நினைவுக் குறிப்பாக மாறிவிடும் நிலையிலிருந்த இந்நாவல் பல ஆண்டுகளுக்குப் பிறகு இப்போது மறுபதிப்புக் காண்கிறது. முன்னோடிகளின் முக்கியமான ஆக்கங்களைப் படித்துச் சமகாலப் பின்னணியில் அவற்றை மறுவாசிப்புச் செய்யவும் மதிப்பிடவும் இது போன்ற முயற்சிகள் உதவும் என்ற நம்பிக்கையுடன் காலச்சுவடு இந்நாவலை மறுபிரசுரம் செய்கிறது.

அரவிந்தன்

1

கணேசன், கும்பகோணம் மஹாமகக் குளத்தின் தென் கரை மூன்றாவது மண்டபத்தில் உட்கார்ந்திருந்தான். மேற்கே பார்த்து உட்கார்ந்திருந்தான். அந்தத் தென்கரையில் உள்ள வீடுகளும் சத்திரங் களும் அவனுக்கு மிகவும் பழக்கமானவையே. நாற்பது வருஷங் களுக்கு முன் அவன் அந்தத் தெருவின் கப்பி மண் புழுதியில் விளையாடியிருக்கிறான். அப்பொழுதெல்லாம் வீதி இவ்வளவு சுத்தமாய்த் தார் போட்ட ரோடாக இருந்ததில்லை. அநேகமாகத் திறந்தே கிடக்கும் எல்லாத் திண்ணைகளும். சத்திரங்களில் இருப்பது போலவே எல்லா வீட்டுத் திண்ணைகளிலும் சுவரை ஒட்டித் தலைக்குயரமான அமைப்புண்டு. 'மாப்பிள்ளைத் தலையணை' என்ற விநோதமான பெயர். வழிப்போக்கர்களும் யாத்திரை வந்தவர் களும் பகலில் இளைப்பாறவும் இரவில் நிம்மதியாய்த் தூங்கவும் வசதியான ஏற்பாடு அது. தென்கரைச் சத்திரத்திலும் மேல்கரை அரண்மனைச் சத்திரத்திலும் ஏழைகளுக்கு அன்னதானமும் உண்டு. கீழ்க்கரைச் சிவன் கோவிலில் துவாதசிகளில் பலருக்குச் சாப்பாடு போடுவார்கள். வெற்றிலைச் சீவலும் காலணா தக்ஷிணையும் கொடுப்பார்கள்.

"சத்திரா போஜனா மடா நித்திரா" என்றொரு வசனம் உண்டு. கணேசன் அந்த நாளில் அந்த வசனத்தை நிறையக் கேட்டிருக் கிறான். கேட்டிருப்பது மட்டுமல்ல; அவனே அதை நடைமுறை யாகவும் கொண்டிருந்ததுண்டு.

அவனுக்குத் துணையாக அவனுடைய தாயாரும் வேறு பையன் கள் சிலரும் வருவார்கள். ஊரில் எங்கு கல்யாணம், கருமாதி நடந்தாலும் தானும் அம்மாவும் போய்க் காசு வாங்கிக்கொண்டும் கடுமையான வசவுகள் வாங்கிக்கொண்டும் சாப்பிட்டு விட்டும் வந்ததெல்லாம் உண்டு. அத்தனைக்கும் வேறு பையன்கள் சிலரும் பெரியவர்களும் சில பாட்டிகளும்கூட உண்டு. அப்பொழுது

தனக்கு ஐந்தாறு வயதிருக்குமா என்று கணேசன் நினைத்துப் பார்த்தபோது, அப்பொழுதும் அதற்கு முந்தியும் தனக்கு அப்பா என்று ஒருவர் இருந்த ஒரு நினைவு தேசலும் மாசலுமாய் வந்தது.

"ஆமாம். உண்டே. எனக்கும் அப்பா இருந்தார்" என்று அவன் வாய்விட்டே சொல்லிக்கொண்டே மெல்லச் சிரித்தான். "இதென்ன, இப்படிச் சொல்லிக்கொள்கிறேனே, எனக்கும் அப்பா இருந்தார். இந்த வாக்கியத்துக்கே அர்த்தம் கிடையாது. அப்பா இல்லாமல் யார் பிறப்பார். பின்னே ஏன் இப்படி வந்தது வாக்கியம்? அதுதான் ஆச்சர்யம். எனக்கு இந்த ஞாபகம், நாற்பது வருஷங் களுக்குப் பிறகு, இப்போது புதிதாய் வருகிறது. இந்த க்ஷணம் வரை நான் அதைப் பற்றி நினைத்ததே இல்லை. அதாவது அதை நினைத்துப் பார்க்க நேரவே இல்லை. அதுதான் ஆச்சரியம். அப்பா, ஞாபகம் வருகிறது. மெல்ல . . . ஒல்லியா, ஒட்டிப் போயி, உடம்பெல்லாம் ஒரு வெளுப்பு . . . குழி விழுந்த கண்கள் . . . கண்களுக்குக் கீழே மேடாக எலும்புகள் தெரியும் . . . எப்பொழுதும் இருமல் . . . இருமி இருமிக் காறித் துப்பிக்கொண்டிருப்பாரே . . . ஆமாம். கையில் ஜாலரா வைத்துக்கொண்டு பஜனை பண்ணிக் கொண்டே தெருத்தெருவாய்ப் போவாரே, அரிசி கொண்டு வந்து . . . வேஷ்டித் தலைப்பிலிருந்து தரையில் கொட்டுவாரே . . . வந்துவிட்டது நினைவு – பஜனை சீனு, சீனிவாஸ பாகவதர் என்று பெயர் . . . கடைசிக் காலத்தில் எங்கேயோ பஜனைக்குப் போன இடத்தில் திருடிவிட்டாராம். ஜெயிலுக்குப் போய் இருந்து விட்டுத் திரும்பி வரும்போது வியாதியாகவே வந்தாராம். ரொம்பக் கிடந்து செத்துப்போய் விட்டாராம். அம்மா சொல்லியிருக்கிறாள் . . . அம்மா கிளப்பில் இட்லிக்கு மாவரைத்துக்கொண்டிருந்தாள். அடிக்கடி அவளுக்கு யானைக்கால் காய்ச்சல் வரும். வேலை செய்ய முடியாமலேயே போய்விட்டது. இந்தத் தென்கரையில் கீழ்க்கோடியில் ஆபாசங்கள் நிறைந்த ஒரு சந்தில் இருந்த ஒரு வீட்டுத் திண்ணையில் அம்மாவும் தானும் குடியிருந்தபோது அம்மா செத்துப்போனதும் முனிஸிபாலிட்டிக்காரர்கள் வந்து பிணத்தை வண்டியில் ஏற்றப் போனபோது யாரோ இந்தத் தென்கரையிலும் மேல்கரையிலும் இருந்தவர்கள், எங்கப்பாவும் அம்மாவும் நன்றாய்க் குடியும் குடித் தனமுமாக வாழ்ந்தபோது பழகியவர்கள் வந்து முறைப்படி செய்வது மாதிரி என்னவெல்லாமோ செய்து அடக்கம் செய்வதற்காக அக்கரைக்கு . . .

காவேரியின் அக்கரைக்கு, பெருமாண்டிக் கரைக்குக் கொண்டு போனார்கள். அதற்குப் பிறகு, தென்கரைச் சத்திரத்தில் இருந்த ஒரு குடும்பத்துடன் தான் இருந்ததும் நினைவுக்கு வந்தது. அந்தச் சத்திரத்தில் தினந்தோறும் பத்துப் பதினைந்து பேர் சாப்பிடுவார்கள். அந்தக் குடும்பத்தில் ஆண்கள் யாருமே இருந்த ஞாபகமில்லை. ஒரு அம்மாமி, அவளுக்கு அப்போது முப்பத்தைந்து வயதிருக்குமோ

என்னவோ, முட்டாக்குத்தான். சிவப்பாய், வாட்டசாட்டமாய், கணீரென்று பேசும் குரலுடன் அந்த அம்மாமி அதிகாரம் செய் வாள். ஒரு வயதான பாட்டி இருந்தாள். சமைக்கவும் வேறு வேலைகள் செய்யவும் சத்திரத்து அம்மாமிக்கு அந்தப் பாட்டிதான் உதவி, ஒத்தாசையெல்லாம் செய்வாள். என் அம்மாவுக்குச் சத்திரத்து மாமி தோழியாம்; என்னைத் தன்னுடனே வைத்துக்கொண்டாள். அந்த அம்மாமிக்கு மூன்று பெண்களும் இரண்டு பிள்ளைகளும் இருந்தார்கள்.

அவர்கள் எல்லாருமே என்னைவிடப் பெரியவர்கள். காலையில் பழையது சாப்பிட்டுவிட்டு எல்லாருமே பள்ளிக்கூடம் போய் விடுவார்கள். அவர்கள் பள்ளிக்கூடம் போனதும் நான் அவர்கள் வீட்டு எருமையையும் பசுமாட்டையும் அரசலாற்றுக்கு ஓட்டிக் கொண்டுபோய்க் குளிப்பாட்டிக்கொண்டுவந்து கட்டுவேன். ஆற்றில் தண்ணீர் ஓடாத மாதங்களில், அக்கரையில் இருந்த ஒரு குளத்திற்குப் போக வேண்டும். மாடுகளோடு போய்த் தண்ணீரில் துளைவது எனக்கு மிகவும் சந்தோஷமாகவே இருக்கும் அந்த நாள்களில். ஆனால் கொல்லையில் ஓடும் பெரிய சாக்கடை வாய்க்கால் வழியாகப் போவதும் வருவதும்தான் மிகவும் கஷ்ட மாயிருக்கும். அசிங்கமாகவும் இருக்கும். மாடுகளைக் கொண்டுவந்து கொட்டிலில் கட்டிவிட்டு மறுபடியும் கிணற்றிலோ மஹாமகக் குளத்திலோ குளிப்பேன். பிறகு சாப்பாட்டுக் கூடத்தைப் பெருக்கித் துடைத்து, வரிசையாகப் பலகைகளைப் போட்டு, டம்ளர்கள் வைத்துத் தண்ணீர் நிரப்பிவிட்டுச் சந்தனக் கல்லில் நிறையச் சந்தனம் அரைத்துவைப்பேன். இதற்குள் சத்திரத்து வாசலில் கூட்டம் கூடிவிடும்.

தென்கரைக் கோடியில் இருந்த சத்திரத்து முதலாளி வீட்டிற்குப் போய், அங்கே கொடுக்கும் சீட்டுக்களை வாங்கிக்கொண்டு, அவர்கள் வீட்டு ஆளையோ அல்லது வேறு யாரையோ அழைத்துக் கொண்டு வருவேன். சத்திரத்தில் வந்து கூடியிருப்பவர்களை எண்ணிக்கொண்டு பன்னிரண்டுக்குக் குறையாமல், பதினைந்துக்கு மேலே போகாமல் சீட்டைக் கொடுப்பேன். சின்னக் குழந்தைகள் இருந்தால் இருவரைச் சேர்த்து ஒரு சீட்டாகக் கொடுக்க வேண்டும். முதலாளி வீட்டு ஆளோ, பையனோ எண்ணிக்கையைப் பார்த்துக் கொண்டு போய்விடுவார்கள். உடனே எல்லாரையும் உள்ளே அழைத்துக்கொண்டுபோய்க் கால் அலம்ப ஜலம் எடுத்துக் கொடுப் பேன். அவர்கள் போய் உட்காருவதற்கும் சத்திரத்து மாமியின் குழந்தைகள் பள்ளிக்கூடத்திலிருந்து வருவதற்கும் சரியாயிருக்கும். அவர்கள் உள்ளேபோய் உட்கார்வார்கள். அவர்களுக்கெல்லாம் தட்டுகள் உண்டு. அந்தத் தட்டுகளை அலம்பி அவர்களுக்கு வைத்துவிட்டுச் சாப்பிட வந்திருப்பவர்களுக்கு இலை போட வேண்டும்.

சில சமயம் வாழைச் சருகுகளை அலம்பித் துடைத்துக் கிழியாமல் போடவேண்டியிருக்கும். கிழிந்தால் மாமி மிகவும் கோபிப்பாள்; அதை விட அந்தப் பாட்டி மோசம். தலையில் நறுக்கென்று குட்டிவிடுவாள். எல்லாரும் உட்கார்ந்த பிறகு ஓரத்தில் சின்ன இலை போட்டுக்கொண்டு நானும் உட்கார வேண்டும். எல்லாரும் சாப்பிடுவதற்கு முன்பாகவே சாப்பிட்டுவிட்டு எழுந்து கை அலம்பிக்கொண்டு, அவர்கள் கையலம்பத் தண்ணீர் கொண்டு வந்து கொடுக்க வேண்டும். எல்லோரும் சாப்பிட்டுவிட்டுத் திண் ணையில் படுத்துக்கொள்வார்கள். பேசிக்கொண்டும் தூங்கிக் கொண்டும் இருப்பார்கள். நான் எல்லோரும் சாப்பிட்ட இலைகளை எடுத்துக் குளத்து மதிலோரத்தில் எறிந்துவிட்டுக் குளத்தில் கை அலம்பிக்கொண்டு உள்ளே போய்க் கோமியத்தால் எச்சில் இடங்களைச் சுத்தப்படுத்திவிட்டு மறுபடியும் குளத்தில் கையலம்பிக் கொண்டு வருவேன். மாமியாத்துக் குழந்தைகள் பள்ளிக்கூடம் போய்விடுவார்கள். பள்ளிக்கூடம் இல்லாத சனிக்கிழமை, ஞாயிற்றுக்கிழமைகளில்கூட அவர்கள் என்னோடு பேசுவது கிடையாது. கடைக்குப் போய் அதை வாங்கி வா, இதை வாங்கி வா என்று அதட்டிச் சொல்வார்கள். அவர்கள் படிப்பதை எழுதுவதை யெல்லாம் நெருங்கிப் பார்க்கக்கூட அனுமதிக்க மாட்டார்கள். எனக்குப் பொழுதுபோக்கு, சத்திரத்தில் சாப்பிட்டுவிட்டுத் திண் ணையில் கிடக்கும் அவர்களுடன் பேசிக்கொண்டிருப்பதுதான். அவர்களில் உச்சிமேட்டு ராயர் ஒருவர்; கிழவர். கன்னங்கரேல் என்றிருப்பார். கோபிச் சந்தனம் இட்டுக்கொண்டிருப்பார் உடம்பு முழுதும். சாப்பிடுவதற்கு முன்னால் இடது கையில் கோபிச் சந்தனம் குழைத்து வைத்துக்கொண்டு, வலது கையால் ஏதோ அச்சு மாதிரி இரண்டு மூன்று எடுத்து, அவற்றைக் கோபிச் சந்தனத்தில் ஒற்றி ஒற்றி நெற்றியில் இருபுறத்திலும் வைத்துக்கொள்வார். சங்கு மாதிரியும் சக்கரம் மாதிரியும் முத்திரை விழும். பிறகு சாந்துப் பொட்டு வைத்துக்கொண்டு கரிக்கோடு ஒன்றையும் நடு நெற்றியில் தீற்றிக்கொள்வார்.

அவர் வாய் எப்போதும் ஏதோ முணுமுணுத்துக்கொண்டே இருக்கும். இன்னதென்றும் விளங்காது. இரவில் சாப்பாடு கிடையாது சத்திரத்தில். ஆகவே, எல்லாருமே சற்றே அதிகமாகத்தான் சாப்பிடு வார்கள். அவர்கள் குழம்பு சாதமும் ரசஞ்சாதமும் பெரிய பெரிய முட்டுகளை உடைத்துவிட்டுக்கொண்டு சாப்பிடுவதைப் பார்த்தால் எனக்குப் பயமாகவே இருக்கும். அதனால்தான் சாப்பிட்டவர்கள் உடனே திண்ணையில் மல்லாந்து கிடப்பார்கள். அடிக்கடி தண் ணீரும் கேட்டு வாங்கிச் சாப்பிடுவார்கள். ரேழியில், பானையில் நான் நிறைய தண்ணீர் நிரப்பி வைத்திருப்பேன். தகரக் குவளைகளும் இருக்கும். அந்தத் தகரக் குவளைகள் கறுத்துத் துருவேறுவதே இல்லை அந்த நாள்களில். உச்சிமேட்டு ராயர் இடுப்பு வேஷ்டியைத் தளர்த்தி அவிழ்த்தே விட்டுக்கொண்டு சாய்ந்து உட்கார்ந்திருப்பார்.

நான் அவருக்குப் பக்கத்தில் போய் உட்கார்ந்துகொள்வேன். மெதுவாய் என்னைத் தடவிக்கொடுப்பார். என் அப்பாவைப் பற்றி ஏதாவது சொல்வார். பிறகு அனுதாபத்துடன் காலணா அரையணா காசும் கொடுப்பார். என்னைத் தொட்டுக்கொண்டும் சில நேரங்களில் அணைத்துக்கொண்டும் அப்படியே தூங்கிப்போய் விடுவார். நானும் உள்ளே போய் வேலைகளைச் செய்ய வேண்டிய நிர்பந்தங்களை நினைத்துக்கொண்டு அவர் பிடியிலிருந்து விடுவித்துக்கொண்டு கிளம்புவேன்.

மாட்டுக்குப் பருத்திக்கொட்டை அரைக்க வேண்டும். தவிடு சலிக்க வேண்டும். பால் பாத்திரம், வேறு பாத்திரங்கள் இருந்தால் தேய்க்க வேண்டும். சாயந்திரமாய் ஜகந்நாத பிள்ளையார் கோயிலுக்குப் பக்கத்தில் இருக்கும் காபி கிளப்பில் மசால் வடை வாங்கித் தின்ன வேண்டும். ராயர் கொடுத்த அரையணாவுக்கு இரண்டு வடைகள் கிடைக்கும். சுடச்சுட வெங்காயம் மணக்க மணக்க அரையும் குறையுமாய் அரைக்கப்பட்டுப் பொரிந்து கடிபடும் கரகரவென்ற கடலைப் பருப்பு இனிக்க இனிக்க அந்த மசால் வடை தின்னும் அனுபவம் மிகவும் ஆனந்தமாயிருக்குமே. இப்போதெல்லாம் அதைப்போல எட்டு மடங்கு காசு கொடுத்தாலும் அந்த ருசியும் மணமும் இல்லையே எதிலும். ராயர் மிகவும் நல்லவர். எவ்வளவு அன்புடன் தடவிக்கொடுக்கிறார், அணைத்துக் கொள்கிறார். அவரே ஏழையாகத்தானே இருப்பார். சில்லரைக் காசாக மிகவும் கொஞ்சம்தான் வைத்திருப்பார். மிகவும் பத்திரமாய்த் துணியில் முடிந்து மூட்டைக்கு அடியில் வைத்து, மூட்டையைத் தலைக்கடியில் வைத்துக்கொண்டு ஒரு கையால் அதைப் பிடித்துக்கொண்டுதான் தூங்குவார்.

அவ்வளவு பத்திரமாய் மிகவும் குறைந்த அந்தச் சில்லரைக் காசுகளைப் பாதுகாக்கும் அவருக்கு, அந்த அரையணாவே பெரிய காசாகத்தான் இருந்திருக்க வேண்டும். சிரமப்பட்டு முடிச்சை அவிழ்த்து எடுத்து, தடவிப் பார்த்துக் கொடுப்பார். இரவில் ராயர் அங்கு படுப்பதில்லை. மேலும் ஒரு நாள் சாப்பிட்டவர்கள் மறுநாள் வரக்கூடாதென்பது சத்திரத்தின் சட்டம். ராயர் மறுநாள்கூட வரமாட்டார். இரண்டு மூன்று நாள் கழித்துத்தான் வருவார். நான் அவர் வரும் நாளை எதிர்பார்த்து ஏங்குவேன். அவர் தரும் காசுக்காக மட்டுமில்லை அந்த ஏக்கம்; அவர் என்னை ஸ்பர்சிப்பதும் தழுவிக்கொள்வதும் என் அப்பாவைப் பற்றி ஏதாவது சொல்வதும் தான் அவர் வரவுக்காக என்னை ஏங்க வைக்கும். காலையில் பழையது, கெட்டித் தயிர், ஊறுகாய், பழைய குழம்பு; பிறகு மாடுகளுடன் ஆற்றில் குளத்தில் துளைவது.

மத்தியானம் நல்ல ருசியான சாப்பாடு. சத்திரத்து மாமி கறியோ கூட்டோ, குழம்போ, ரஸமோ, நெய்யோ, பருப்போ ஒன்றுமே குறைக்கமாட்டாள். வீட்டில் உள்ளவர்களுக்கும் சரி, சாப்பிட

வருகின்ற ஏழைகளுக்கும் சரி, ஒரே சாப்பாடுதான். அடேயப்பா என்ன சாப்பாடு போடுவாள்! இவ்வளவுக்கும் சத்திரத்து முதலாளி வீட்டில் கொடுக்கும் பணம் அப்படியொன்றும் அதிகமில்லை. நானே பலதடவை பணம் வாங்கிக்கொண்டுவந்து மாமியிடம் கொடுத்திருக்கிறேன். ஒரு நாளைக்கு இரண்டு ரூபாய் வீதம், மாதக் கடைசியில் அறுபது ரூபாய்; சில மாதம் அறுபத்திரெண்டு ரூபாய் தருவார்கள். மாதம் நாலு கலம் நெல் தருவார்கள். சத்திரத்தின் பெரிய கூடத்தில் இரண்டு மிகப் பெரிய பத்தாயங்கள் இருக்கும். அதிலிருந்து நெல் எடுத்துக் கொடுப்பார்கள். சத்திரத்தில் ஆள் வந்து வாசலில் பெரிய பவர்லைட் ஏற்றிவிடுவான். அவன் வரும்போது இவர்கள் வீட்டு இரண்டு அரிக்கேன்களிலும் ஒரு சிம்னியிலும் ஒரு பெட்ரூம் விளக்கிலும் நான் அந்த ஆளிடமிருந்து மண்ணெண்ணெய் வாங்கி ஊற்றித் துடைத்து வைத்துவிடுவேன். இரவில் கம்மென்று மோர் சாதமும் ஊறுகாயும். தினம் அம்மாமிக்கும் பாட்டிக்கும் பலகாரத்திற்காகச் செய்த இட்லி, தோசை, உப்புமா, பிடிக் கொழுக்கட்டை, எப்போதாவது அடை என்று ஏதாவது போடுவார்கள். வயிறு நிரம்பியது. வேறு கவலைகளும் தெரியவில்லை.

வேலைகள் அதிகமென்று நான் நினைத்ததே இல்லை. ஆனால் என் வயதிற்கு வேலை அதிகமென்று யாராவது சொல்வார்கள் என்னிடம். ராயரும் இதைச் சொல்வார் அடிக்கடி. மற்றவர்கள் யார் யாரோ சொன்னது ஒன்றும் எனக்கு உறைக்கவில்லை. ராயர் சொன்னபோது மிகவும் உருகினேன். எங்கம்மா இருந்தபோது, கீழ்க்கரைக்கோடியில் இருந்த அரச மரத்தடி ஆரம்பப் பள்ளிக்குப் போய்க்கொண்டிருந்த நினைவு வருகிறது. அது ஒரு கிறிஸ்தவப் பாதிரியார் நடத்திய பள்ளிக்கூடம் என்பதும் ஞாபகம் இருக்கிறது. அங்கே ஒண்ணாங் கிளாஸோ, இரண்டாங் கிளாஸோ படித்தேன். பன்னீர் வாத்தியார்னு ஒரு மீசைக்காரர்; என்னிடம் மிகவும் அன்பாயிருப்பார். எனக்குச் சட்டை, துண்டு, ஸ்லேட், குச்சி, புத்தகமெல்லாம்கூட அவர் கொடுத்தார் என்று மிகவும் ஆழமான நினைவு இருக்கிறது. வாய்ப்பாடு, இங்கிலீஷ் பாட்டு, பைபிள் பிரேயர் எல்லாம் நான்தான் இரைந்து சொல்வேன். மற்ற பையன்கள் முறை வைத்துத் திருப்பிச் சொல்வார்கள் . . .

கணேசன் கிழக்கு முகமாகத் திரும்பி அந்தப் பள்ளிக்கூடத்தைப் பார்த்தான். காலையில் ரயில்வே ஸ்டேஷனிலிருந்து வரும்போது அது வழியாகத்தான் வந்தான். அப்போது நினைவு வரவில்லை. இப்போது அந்தப் பள்ளிக்கூடத்தைப் பார்த்தான். அது அப்படியே அன்றிருந்ததுபோலவே இப்போதும் இருந்தது. முன்பிருந்தது போலவே மங்கிய பலகை போர்டும் தொங்கிற்று. பள்ளிக்கூடம் இப்போதும் இருக்கும். அங்கு சென்று உள்ளே போய்ப் பார்க்க வேண்டுமென்று நினைத்துக்கொண்டான். “பன்னீர் வாத்தியார்

இருப்பாரோ? இருக்க முடியாது. இப்போது அவருக்கு எழுபத்தைந்து எண்பது வயதாவது இருக்குமே. அந்தப் பாதிரியார் ...! அவருக்கு இன்னும் அதிக வயது ஆகியிருக்குமே ...” அந்தப் பள்ளிக்கூடத்தில் படித்த நாளில் தனக்கு இருந்த செல்வாக்கை நினைத்துப் பார்த்தான் கணேசன். இவன்தான் வகுப்பில் சட்டாம்பிள்ளை. எதிலும் நூற்றுக்கு நூறு மார்க்கு; அட்டையில் வவ்வால் படம்போட்ட இங்கிலீஷ் புத்தகம் முழுவதும் தலைகீழ்ப் பாடம் இவனுக்கு. நான்கு வகை இங்கிலீஷ் எழுத்துகளும் மிக அழகாக எழுதுவான். மூணாங் கிளாஸ் நாலாங் கிளாஸ் பையன்கள் கூட இவனிடம் மிகவும் மரியாதையாய் இருப்பார்கள். இவன் ஏழைதான். எல்லாருக்கும் தெரியும். இருந்தாலும் இவன் மதிப்பு குறைந்ததில்லை. மூணாங் கிளாசுக்குப் போய்ச் சில மாதங்களுக்குள் இவன் அம்மா இறந்து போய்விட்டாள். இங்கே சத்திரத்து மாமியுடன் வந்ததிலிருந்து படிப்பு நின்றுவிட்டது. பாதிரியாரும் பன்னீர் வாத்தியாரும் பார்த்துவிடப்போகிறார்களே என்று இவன் எவ்வளவு நாள் பதுங்கியிருக்கிறான். அதற்குப் பிறகு தெருவில் மற்ற குழந்தை களுடன் விளையாடுவதைக்கூடக் குறைத்துக்கொண்டான்.

பள்ளிக்கூடத்தையே பார்த்துக்கொண்டிருந்தான் கணேசன். மெல்லத் திரும்பி மறுபடியும் அந்தச் சத்திரத்து வாசலைப் பார்த்தான். முன்பிருந்ததுபோல் இப்போது திண்ணை திறந்த வெளியாய் இல்லை; மரச்சட்டம் போட்டு மறைத்திருந்தது. திண்ணையில் யாரும் இல்லை. ராயர் படுத்துக்கொண்டு தன்னிடம் அன்பு காட்டும் நினைவு மறுபடியும் வந்தது கணேசனுக்கு. ஒரு நாள் அவர் சொன்னார். “கணேசா, உன் அப்பன் ரொம்ப நல்லவன், உன் தாயாரும் உத்தமி, என்னவோ தலை எழுத்து, உன் அப்பன் புத்தி தடுமாறி ... என்னென்னவோ ஆயிப்போச்சு; ஆனால் உன் பரம்பரை ரொம்ப நல்ல பரம்பரை. நீ ரொம்ப நல்லாவே இருக்கப் போறே, இல்லாட்டி இப்படி ராஜா மாதிரி பொறப்பியா? என்ன லக்ஷணம், என்ன உடம்புவாகு இது. இன்னிக்கெல்லாம் இருந்தா ஒனக்கு எட்டு வயசிருந்தா ஜாஸ்தி ... ஆனா, ஆளைப் பார்த்தா பதினைஞ்சு வயசு மதிப்புத் தெரியுதே. பாவம், சத்திரத்தம்மாளும் உனக்கு நல்லா சோறு போடறா ... சும்மாச் சொல்லலாமா ... ஆனா ... இப்படியே போனா எப்படி ... நீ நல்லா படிச்சு கிடிச்சு முன்னுக்கு வர வேணாமா ...? நான் சொல்றபடி செய்யறையா? அதுவும் இன்னிக்கு நல்ல நாளு, நல்ல மனுஷன் ஒருத்தர் இன்னிக்குச் சாப்பிட வந்திருக்றாரு ... அவரு அடிக்கடி வர்றதில்லை. இன் னிக்கு வந்திருக்றாரு ... அவரு கொடவாசல் கிட்ட ஒரு குக்கிராமத் திலே வாத்தியாரு ... ரொம்ப நல்லவரு ... கொளந்தை குட்டி கிடையாது. நானு அவரண்டை சொல்லி உனக்கு ஏற்பாடெல்லாம் செய்யறேன்; நீ போயி, அவர் சொல்றபடி கேட்டுப் படிச்சுகிடிச்சு முன்னுக்கு வர்றையா? ஒனக்கு இஷ்டம்தானா இது ...? நல்லா யோசித்துப் பார்த்துச் சொல்லு.”

17 கரிச்சான் குஞ்சு

“யார் அவர்? அவரை நான் பார்த்துப் பேசிட்டு அப்புறம் சொல்றேனே” என்றேன் நான்.

“நிஜத்துக்கே நீ எல்லாத்திலியுமே பெரியவன்தான்டா கணேசா . . . சரி, அவரையே கேட்போமே” என்று சற்றுத் தள்ளி உட்கார்ந்துகொண்டு, மடித்து வைத்துக்கொண்டிருந்த சட்டையைப் பிரித்துப் போட்டுக்கொண்டு புறப்படுவதற்குத் தயார்செய்து கொண்டிருந்த ஒருவரை, “வாத்தியாரே, இங்கே வாங்க, ஒரு சங்கதி” என்றழைத்தார் ராயர். அந்த வாத்தியாருடைய முகமும் பேச்சும் எனக்குப் பிடித்துப்போய்விட்டன. அவரும் என்னை அப்படியே அள்ளி விழுங்கிவிடுவதுபோலப் பார்த்தார். இதற்குமுன் பல தடவைகள் அவர் சாப்பிட வந்திருக்கிறார். அப்பொழுதெல்லாம் அவர் இவனைக் கவனித்துப் பார்த்ததுண்டு. ஆனால் இப்பொழுது பார்த்தது வேறு விதமாகவே இருந்தது. ராயர் விவரம் கூறுவதற்குள் ளாக அவரே எல்லாவற்றையும் ஒப்புக்கொண்டு என்னை அழைத்துக்கொண்டு போய் முன்னேற்றிவிடுவதைத் தவிரத் தனக்கு வேறு லக்ஷ்யமே இல்லை என்பது போலப் பேசினார். ஆனால் இருவருமே ஒரு கட்டத்தில் வந்து தடைப்பட்டு நின்றனர். அம்மாமி விடுவாளா? அவளிடம் யார் கேட்பது? எப்படிக் கேட்பது?

எனக்கு எங்கிருந்தோ ஒரு தைரியம் வந்தது. உடனே உள்ளே போனேன். அம்மாமிக்கு நமஸ்காரம் பண்ணினேன். நான் வெளியே சென்று படிக்கப்போவதாகவும் தடை சொல்லாமல் வாழ்த்தி வழி அனுப்ப வேண்டும் என்றும் கேட்டுக்கொண்டேன். அம்மாமி சற்றே தயங்கினாள். “யார் இருக்கிறார்கள்? எந்த ஊரில்? எப்படிப் படிக்கப் போகிறாய்? படிப்பை நிறுத்தி ரொம்ப நாள் ஆயிடுத்தே. மறுபடியும் படிப்பு வருமா? கணேசா, எனக்குப் புத்தி ஏன் இப்படிக் கட்டையா மாறித்து? உங்கம்மா போனப்புறம் அனாதையா உன்னை விட்டுடப்படாதுன்னு தோணித்தானே என்னோடு அழைச்சு வெச்சுண்டேன். உன் படிப்பைப் பற்றிக் கவலைப்படாம இருந்தது என் தப்புத்தான், புத்திக் குறைவு மட்டுமில்லை, ரொம்பத் தப்புத்தான் இது. நீ படிச்சு முன்னுக்கு வந்தா எனக்கு ரொம்பச் சந்தோஷமாயிருக்கும். போயிட்டுவா. ஏதாவது கஷ்டம்ன்னா ஒரு வரி எனக்கு எழுது . . . நீ போயி, எங்கே இருக்கப் போறே எப்படிங்கிறதையெல்லாம் விவரமா எனக்கு எழுது, எப்ப வேணும் னாலும் நீ இங்கே வரலாம் . . . இரு வந்துட்டேன்”னு உள்ளே போய்ப் பத்து ரூபா பணமும், புதுசா ரண்டு வேஷ்டியும், சட்டைத் துணியும் கொண்டுவந்து கொடுத்து, நெற்றியில் விபூதியும் இட்டுவிட்டாள். மறுபடியும் நமஸ்காரம் செய்துவிட்டு மீதியிருந்த என் பழைய துணிகளையும் மூட்டை கட்டிக்கொண்டு வாசலுக்கு வந்தேன். ராயரிடம் சொன்னேன். பணத்தையும் காட்டினேன். ராயர் அதை வாத்தியாரிடம் கொடுக்கச் சொன்னார். அம்மாமி மாதிரி ராயரும் கண்ணைத் துடைத்துக்கொண்டு விடை கொடுத்தார்.

அன்றைக்கு இந்தச் சத்திரத்தைவிட்டுப் புறப்பட்டவன், மறுபடி கும்பகோணத்துக்கே வரவில்லை. இப்போது... நாற்பது வருஷங்களுக்குப் பிறகு வந்திருக்கிறேன். இந்தத் தெருவில் தெரிந்தவர்கள் யாராவது இருப்பார்கள். அப்போது குழந்தையாய் இருந்தவர்கள் இப்போது பெரியவர்களாயிருப்பார்கள். யாரையாவது கேட்டு விசாரித்துச் சத்திரத்து அம்மாமியையும் அவள் குழந்தைகளைப் பற்றியும் தெரிந்துகொள்ளலாம். சத்திரத்தில் யாரும் இருப்பதாகத் தெரியவில்லை; கதவு பூட்டியிருக்கிறது. சென்னைப் பக்கத்திலிருந்து விடியற்காலை நான்கு மணிக்கு வந்த போட் மெயிலில் வந்து இறங்கிப் பெட்டியுடனும் பையுடனும் வந்து மண்டபத்தில் உட்கார்ந்தவன் தெருவைப் பார்த்துப் பார்த்துப் பழைய நினைவுகளில் நேரம் சென்றதே தெரியாமல் உட்கார்ந்திருந்துவிட்டேனே! மணி என்ன இருக்கும்...? என்று சுற்றும்முற்றும் பார்த்தான்.

அறவே எல்லாவற்றையும் மறந்து ஆழ்ந்த நினைவில் இருந்திருக்கிறான். தூங்கி விழித்ததைப் போல் இருந்தது. நிலா வீசுவது போல் குளத்தின் நான்கு கரைகளிலும் பெரிய நீளமான மின் விளக்குகள் ஒளி வீசிக்கொண்டிருந்தபோது மண்டபத்தில் ஏறி உட்கார்ந்தது நினைவுக்கு வந்தது. இப்பொழுது விடிந்து வெகுநேரம் ஆகிவிட்டிருந்தது. குளத்தில் நடுவில் இருந்த நீராழி மண்டபத்திலிருந்து ரேடியோ பாடிக்கொண்டிருந்தது. அந்த மண்டபம் புதிது. வியப்புடன் பார்த்தான். பாசியோ நாற்றமோ இல்லாமல் குளமும் படிகளும் பளிச்சென்றிருந்தன. படித்துறைகளும் சுத்தமாய் இருந்தன. அவன் நாற்பது வருஷங்களுக்குமுன் பார்த்த குளம் இல்லை அது. பச்சைப்பசேலென்று பாசி பிடித்துக் கிடக்கும் முன்பெல்லாம். படிகளெல்லாம் வழுக்கும். காற்றில் பாசியும் அழுக்கும் ஒரு புறமாய் ஒதுங்கி அந்த மூலையிலிருந்து குடலைக் குழப்பும் நாற்றம் வீசும். படித்துறைகளில் எல்லாம் சாயம் தோய்த்த நூல் கத்தைகளைக் கயிறுகள் கட்டிக் காயவைத்திருப்பார்கள். அந்த நாற்றமும் வீசும். குளக்கரைகளை ஒட்டிப் பாவுகளைப் பெரிய பெரிய கடப்பாரைகளை நட்டு இழுத்துக் கட்டி நூல்களாய் இழையைப் பிரித்துவிட்டுக் கொண்டிருப்பார்கள். அந்தத் தொழிலாளர்களில் யானைக்கால் இல்லாத ஒருவரைக்கூடப் பார்க்க முடியாது. அந்தப் பாவுகளையும் காணவில்லை. தெருவும் சுத்தமாயிருந்தது. மெல்ல எழுந்து, மரத்துப் போயிருந்த கால்களையும் கைகளையும் உதறித் தடவிக்கொண்டு எழுந்து நின்றான் கணேசன்.

பெட்டியையும் பையையும் எடுத்துக்கொண்டு மண்டபத்திலிருந்து இறங்கி, மதிலைத் தாண்டிக்கொண்டு வீதிக்கு வந்தான். பத்தடி கிழக்கே போய் அந்த வீடுகளில் யாராவது தனக்குத் தெரிந்தவர்கள் தென்படுவார்களா என்று கவனித்தான். ஒரு வீட்டுத் திண்ணையில் ஒருவர் பேப்பர் படித்துக்கொண்டிருந்தார். தன்னுடன் படித்து

விளையாடிய முத்துதான் அது. கணேசனுக்குப் புரிந்துவிட்டது. ஆனால் அவர் இவனை ஏறிட்டுப் பார்க்கவில்லை. காலை வேளையில் ஒரு பெருவியாதிக்காரனைப் பார்க்கக் கூடாதென்று நினைத்தவர் மாதிரி, அவர் முகத்தைச் சுளித்துக்கொண்டு உள்ளே போய்விட்டார். கணேசனும் மேற்கே நடந்தான். அடுத்தடுத்த வீடுகளில் தென்பட்டவர்களை இவன் அடையாளம் கண்டு கொண்டான். அவர்களுக்கு இவனைத் தெரியவில்லை. சத்திரத்தில் ஒருவரும் தென்படவில்லை. பூட்டிக் கிடந்தது. அடுத்த வீட்டில் இரண்டொரு இளைஞர்கள் இருந்தார்கள். கணேசனுக்கே அவர்களைத் தெரியவில்லை. இனிமேல் யாரையும் விசாரிக்கவோ தெரிந்து கொள்ளவோ முயற்சி செய்வதில் பயனில்லை என்று தோன்றி விட்டது. சரி, அரசலாற்றுக்குப் போய்க் குளித்துவிட்டு வரலாமென்று நடந்தான். தென்கரையின் மேலக்கோடியில் சத்திரத்து முதலாளிகள் வீடு இருந்த நினைவு வந்தது. ஊன்றிக் கவனித்தான். பெரிய மாடிவீடாக மாறியிருந்த ஒரு வீட்டையும் அதற்குப் பக்கத்தில், சுற்றுச்சுவர்களுடன் ஏதோ ஒரு தொழிற்சாலை இருந்ததையும் கண்டான். எல்லாமே மாறிவிட்டது. நம்மை யாரும் தெரிந்து கொள்ளமாட்டார்கள். நமக்கும் யாரையும் தெரியாது. அனாவசிய மாக அலட்டிக்கொள்ள வேண்டாமென்று முடிவு செய்துகொண்டு அரசலாற்றுக்குப் போகும் பாதையில் திரும்பினான்.

ஜகந்நாதப் பிள்ளையார் கோயிலுக்குப் பக்கத்தில் இருந்த காபி கிளப் கட்டிடம் அப்படியே ஒருவித மாறுதலும் இல்லாமல் இருந்தது. காபி கிளப்பும் இருந்தது. ஒருகணம் கணேசனுக்குப் பிரமைபோல் இருந்தது. மீண்டும் நாற்பது வருஷங்களுக்கு முன் சென்றுவிட்டது போல் இருந்தது. கடைக்குள் சென்றான். பெரு வியாதிக்காரர்கள் உள்ளே வரக்கூடாதென்ற அறிவிப்பைப் பார்த்துக் கூசிக்கொண்டே நின்றான். உடனே பெட்டியைக் கீழே வைத்து, அதைத் திறந்து உள்ளிருந்து ஒரு கிளாஸ் டம்ளரை எடுத்துக் கொண்டு, ஒரு காபி கேட்டான். தொழுநோயுடன் பிச்சைக்காரனை யும் சேர்த்தே பார்த்தும் கேட்டும் அறிந்திருந்த அந்தக் காபிக் கடைக்காரருக்குத் தோல்பெட்டியும் நாகரிகமான பையும் வைத்துக் கொண்டு கௌரவமான சட்டை வேஷ்டிகளும் போட்டுக்கொண்டிருந்த கணேசனைப் பார்த்ததும் ஆச்சரியமாய்ப் பட்டிருக்க வேண்டும். "பரவாயில்லை அந்தப் பெஞ்சியில் உட்காருங்கள். ஏதாவது சாப்பிடுகிறீர்களா, காபி மட்டும் போதுமா...?" என்று உபசாரம் செய்தார். கணேசனுக்கு ஆறுதலாயிருந்தது.

"கொஞ்சம் தண்ணி வேணுமே, வாயைக் கழுவிக்கொள்கிறேன். பிறகு இட்லி சாப்பிடுகிறேன்" என்றான். ஒரு வாளியில் தண்ணீர் வந்தது. பல்லைக் குழப்பிக்கொண்டான். முகம், கை, கால் கழுவிக் கொண்டான். உட்கார்ந்து இலையில் வைக்கப்பட்ட ஆகாரங்களைச் சாப்பிட்டான். தன் கிளாஸிலேயே காபியை வாங்கிச் சாப்பிட்டான்.

அதைக் கழுவிப் பெட்டியில் வைத்துப் பூட்டினான். நன்றியுணர்ச்சியுடன் கடைக்காரரைப் பார்த்தான்; அவரும் இவனைப் பார்த்துக் கொண்டிருந்தார். கணேசனுக்கு அவரைத் தெரிந்துவிட்டது; "நீங்கள் சிவன் கோவில் பரிசாரகர் நடேசய்யர் பிள்ளைதானே? உங்கள் பெயர் வைத்திதானே" என்று கேட்டான்.

"ஆமாம், ரொம்பக் கரைக்டாச் சொல்றேளே! எங்கப்பா செத்துப்போய் இருபத்தைஞ்சு வருஷம் ஆகிறது; நீங்கள் யார்? உங்களைப் பார்த்திருக்காப் போலவும் தெரியறது. அடையாளமும் புரியலை . . . ஆனால் தெரிஞ்சவா மாதிரியும் . . ." என்றார் வைத்தி.

"சத்திரத்து கணேசனை ஞாபகம் இருக்கா?"

"நன்னா ஞாபகம் இருக்கே. நாங்கள் இருவரும் ஆற்றிலும் தெருவிலும் பள்ளிக்கூடத்திலும் விளையாடினதெல்லாம்கூட ஞாபகம் இருக்கே. நீங்க கணேசனுக்கு என்ன வேணும்? கணேசன் எங்கே இருக்கான் இப்போ? என்ன பண்ணுகிறான்?" என்று பொரிந்தார் வைத்தி.

கண்ணைத் துடைக்க வலது கையைத் தூக்கின கணேசன் தன் கையையே தான் கண்டு அருவருப்படைந்தவன் போலக் கண்ணை மூடிக்கொண்டு, "கணேசன் பெருவியாதி வந்து செத்துப் போய்விட்டான். நான் வருகிறேன்; ஆற்றுக்குப் போய்க் குளித்து விட்டு வருகிறேன். மத்தியானம் உங்க கடையிலேயே சாப்பிடப் போகிறேன். இந்தப் பெட்டியும் பையும் பத்திரமாய் இருக்கட்டும். இந்தாங்கோ இந்தப் பணத்தை வெச்சுக்குங்கோ, மத்தியானம் சாப்பிட்டுவிட்டுப் பாக்கியை வாங்கிக் கொள்கிறேன்" என்று ஐந்து ரூபாய் நோட்டை வைத்துவிட்டுப் புறப்பட்டான் கணேசன்.

"உங்களிடமே இருக்கட்டும். நான் பிறகு வாங்கிக்கொள் கிறேன்" என்று வைத்தி அதைத் திருப்பிக் கொடுத்துவிட்டார்.

"மறுபடியும் பெட்டியைத் திறப்பதும் பூட்டுவதும் எனக்கு ரொம்பச் சிரமம். தயவுசெய்து வெச்சுக்கோங்களேன்" என்று சொல்லிவிட்டுப் போனான் கணேசன்.

போகும் வழியில் எல்லாமே வீடுகள், குச்சுகள், சாக்கடை, குப்பை, மலஜலங்கள் எல்லாமே முன்பிருந்தது போலவே இருந்தன. முன்பு நந்தவனமும் சிறிய கட்டிடமும் இருந்த இடங்கூட இடிந்து மலம் கழிக்கும் இடமாய் மாறியிருந்தது. நாற்றம் தாங்க முடிய வில்லை. இவ்வளவையும் தாண்டிச் சென்றான். மேல்புறத்திலும் கீழ்ப்புறத்திலும் பெண்கள் காலேஜும் ஹாஸ்டலும் கட்டியிருப் பதைப் பார்த்தான். இதற்காகவாவது இந்த வழியும் ரோடும் சுத்தம் செய்யப்பட்டிருக்கலாமே என்று நினைத்துக்கொண்டான். அங்கே அரசலாற்றுக்குப் பாலம் கட்டியிருந்தது கணேசனுக்கு ஆச்சரியமாயிருந்தது. பாலத்தைக் கடந்து போய் மாடு குளிப்

பாட்டிய குளம்வரை நடந்து திரும்பினான். ஆற்றில் குளித்தான். துணிகளையும் காயவைத்துக்கொண்டு கிளப்புக்குப் போனான். சாப்பிட்டான். கடைவாசலில் இடம் நிறைய இருந்தது. திண்ணையும் குறடுமாய் வியாபாரம் உள்ளேதான். ஆகவே, கூச்சப்படாமல் வெளியே உட்கார்ந்து சாப்பிட்டான். வைத்தியும் உபசாரத்துடன் சாப்பாடு போட்டார். கூட்டம் சற்றே குறைந்திருந்த வேளையில், வைத்தியிடம் கேட்டுச் சத்திரத்து அம்மாமியின் குடும்பச் சமாச்சார மெல்லாம் தெரிந்துகொண்டான். அம்மாமி பட்டணத்தில் தன் பிள்ளைகளோடு இருக்கிறாளாம். பிள்ளைகள் இருவரும் நல்ல உத்யோகமாம். பெண்களையும் கல்யாணம் செய்து கொடுத்தாகி விட்டதாம். கணேசனுக்கு மிகவும் சந்தோஷமாய் இருந்தது இதை யெல்லாம் கேட்க. கணேசன் கும்பகோணத்திற்கு வந்த காரணம், இங்குள்ள புகழ்பெற்ற தொழுநோய் ஆஸ்பத்திரியில் சிகிச்சை செய்துகொள்ளத்தான். வைத்தி அதைப் பற்றிய விவரமெல்லாம் சொன்னார். திருநாகேஸ்வரம் ரோடில் முத்துப்பிள்ளை மண்டபத்தில் ஆஸ்பத்திரி இருப்பதாகச் சொன்னார். கணேசனுக்கு அந்த இடத்திற்குப் போகும் வழி தெரியாது. ஆகவே ஒரு வண்டி பேசி விட்டார் வைத்தி. கணேசனும் புறப்பட்டான்.

□

2

கணேசன் அந்த ஆஸ்பத்திரிக்குப் போனபோது அவனுடைய நோய் தீர்ந்துவிடும் என்ற நம்பிக்கையுடன் போகவில்லை. தன்னிடம் இருக்கும் பணத்தை அங்கே கொடுத்துவிட்டு, முடிந்தால் உயிருள்ளவரைக்கும் அங்கேயே தங்கிவிடலாம் என்ற யோசனையுடன்தான் போனான்.

அவன் தொழுநோய்க்காரனாக மாறி, யாருமே இல்லாத அனாதையாய் மீண்டும் உலகில் தனிப்பட்டவனாய் விடப்பட்ட போது அவனிடம் ஏழெட்டாயிரம் ரூபாய் ரொக்கமும், சங்கிலி, மோதிரம் போன்ற நகைகளும் இருந்தன. பல இடங்களில் பணம் கொடுத்து வைத்தியம் செய்துகொண்டான். நிரந்தரமாக எங்கும் தங்கி இருக்கும் நிலையில் இல்லை அவன். தன்னிடம் நிறையப் பணம் வாங்கிக்கொண்டும்கூட, டாக்டர்கள் அருவருப்புடனும் மிகுந்த அலக்ஷ்யத்துடனும்தான் பழகுகிறார்கள், தன்னை அவர்கள் விலங்கையும்விட இழிவாகத்தான் நடத்துகிறார்கள் என்பதை உணரும்போதெல்லாம் அவன் பட்ட வேதனை அவனை ஓரிடத்திலும் ஒரு டாக்டரிடமும் தொடர்ந்து வைத்தியம் செய்துகொள்ள விடவில்லை. ஹோட்டல்களிலும் மரியாதை கிடைக்கவில்லை. ஒன்றுக்கு இரு மடங்காய்ப் பணம் கொடுத்தாலும் கௌரவமாக நடத்திப் பரிமாறி உணவு இடுவாரும் இல்லை. தங்கி இருப்பதற்கு இடம் தருவாரும் இல்லை. நோய் நாளுக்கு நாள் அதிவேகமாக முதிர்ந்தும் வந்தது. தனிமையில், இரவும் பகலும் உட்கார்ந்தும் நடந்தும், யோசித்து யோசித்துப் பார்த்தான்.

அவன் அதிகம் படித்தவனில்லை; ஆனாலும் கேள்வியால் ஏதேதோ அறிந்திருந்தான். தற்கொலை செய்துகொள்ளும் எண்ணம் அவனுக்கு எந்த நிலையிலும் லேசாகக்கூடத் தோன்றவில்லை. கையில் பணம் காசு இருந்ததால், கஷ்டப்பட்டாவது சாப்பிட முடிந்தது. முன்பின் அறியாத ஊர்களுக்குச் செல்லவோ புண்ணியத்

தலங்களுக்கு யாத்திரை செய்யவோ தோன்றவில்லை அவனுக்கு. அவனுடைய இளமைப் பருவத்திலும் வாலிபப் பருவத்திலும் அவன், கோவில், பக்தி, பூஜை முதலியவற்றின் போலித்தனத்தையும் அவற்றில் ஈடுபாடுகொண்ட பலருடைய போக்கிரித்தனங்களையும் ஊழல்களையும் அழுக்கு அசிங்கங்களையும் அனுபவபூர்வமாக அறியப் பல வாய்ப்புகள் நேர்ந்திருந்தன. அவன் எதையும் யாரையும் வாய்விட்டு ஏசிப்பேசியது கிடையாது. ஆனால், அவற்றையும் அவர்களையும் அவன் மனமார வெறுத்து, ஒதுங்கி வாழ்ந்திருக்கிறான். இந்த நோய் வருவதற்கு முன்பெல்லாம் அவன் ஒரு வேலையும் இல்லாமலும் நல்ல சுகபோகங்களுடனும் பகல் முழுவதும் கிடைத்த தனிமையிலும் ரஹஸ்ய வாழ்விலும் தூங்கியதுபோக விழித்திருந்த நேரங்களில் நிறையச் சிந்தித்துச் சிந்தித்துப் பார்த்திருக்கிறான். அவன் தனியாக அயலூர்களுக்குப் போனதே இல்லை. அவனுக்கு வேறு எந்த ஊருமே தெரியாது. அவன் வாழ்வின் பெரும்பகுதி, குறிப்பாக வாலிபம் முழுவதும், மன்னார்குடியிலேயே கழிந்திருந்தது. மாளிகை, மெத்தை, பஞ்சணை, ஸோபா, பங்களா, மின்விசிறி, கார் பிரயாணம், புஷ்டியான ஆகாரங்கள், கழுத்தில் மைனர் சங்கிலி, கையில் தங்கச் சங்கிலியில் கோத்த உயர்ந்த கடியாரம், தங்க மோதிரங்கள், வைர மோதிரம், விலை அதிகமுள்ள சட்டை, வேஷ்டி, பட்டு, பவுடர், சோப்பு, செண்டுகள் இவற்றுடனேயே வாழ்ந்து, வளர்ந்து உடம்பையும் வளர்த்துக்கொண்டு திடீரென்று நோய்க்கு ஆளானதும், எல்லாம் விலகி ஓடிவிட்டன. நல்லவேளை நகைகள், பணம் சில உடைகள் இவற்றுடன் உலகில் அனாதையாய் விடப்பட்டான் கணேசன். ஆமாம், மீண்டும் அனாதையானான். இது இவனுக்கு வாழ்வில் இரண்டாவது தடவையாக வந்த அனாதைத்தனம்.

நோயினால் இவன் உடம்பே அடியோடு மாறிவிட்டிருந்தது. இவனுக்கே இவன் முகம் அடையாளம் தெரியவில்லை. தான் உணர்ந்து கொண்டிருக்கும்போதே, தன் பழைய உடல் மெல்லச் செத்துச் செத்துப் புதிய உடலாக மாறிவருவதை அவன் உற்றுக் கவனித்து ஆழ்ந்து சிந்தித்து உறுதிசெய்துகொண்டான். ஏன், எதற்கு இந்தப் புதிய பிறவி? எத்தனை வருஷங்களுக்கு இந்தப் புதிய பிறவி நீடிக்கும்? கிட்டத்தட்ட முப்பது வருஷங்கள் நான் அனுபவித்ததை ஸ்வர்க்க போகம் என்றால், அதில் இருந்த பாவக் கலப்பினால் நேர்ந்த நரகவேதனையா இது? சுகம் ஒரு அனுபவம் என்றால் துக்கமும் ஒரு அனுபவம் தானே? வாழ்வு என்பதே அனுபவம் தானே, அனுபவித்துக் கடப்பதுதானே? நேர்வதெல்லாம் நேரட்டும். அனுபவிப்பதையெல்லாம் அனுபவிப்போமே. இந்த அனுபவங்கள் மூலம் என்னையே நான் கடக்கும் – கடந்து புதிய நிலை பெறும் வாய்ப்பும் நேரலாமோ? என் பழைய உடல் செத்துப்போய்ப் புதிய உடல் தோன்றியதை, அணு அணுவாகக் கணம் கணமாக

உணர்ந்துகொண்டே இருந்திருக்கிறேன். பழைய மனம்தான் புதிய உடலையும் காட்டுகிறது. ஆட்டுகிறது. அலைக்கழித்து ஓட்டுகிறது. கண்ணாடியில் பார்க்கிறேன். என் முகமே எனக்கு அடையாளம் தெரியவில்லை. குனிந்தும் கூர்ந்தும் என் கண்களால் காணக்கூடிய என் கை கால்களே எனக்குப் புதியவை ஆகியிருக்கின்றன. ஆனால் பழைய மனமும் நினைவும் இருப்பதால்தான், இந்த விகாரப்பட்டு விட்ட முகமும் உறுப்புகளும் என்னுடையவைதான் என்று அறிய முடிகிறது. என் பழைய நினைவுகளும் மறைந்துவிடவில்லையே. இந்தப் பழைய மனத்தையும் கடந்து அப்பால் செல்ல வாய்ப்பு நேரலாமோ; பார்ப்போமே. இனி வைத்தியமே வேண்டாம். கையில் இருக்கும் பணத்தைக்கூட ஏதாவது ஒரு தர்ம ஸ்தாபனத்திடம் கொடுத்துவிட்டுக் கிளம்பிவிட வேண்டும். ஊர் ஊராய்ச் சென்று கிடைத்தால் உண்பது, எதுவும் கிடைக்காவிட்டால் பட்டினி கிடப்பது; அதையும் ஓர் அனுபவமாகவே கொண்டு மேலும் என்னைக் கடக்க முயல்வது. இந்த முயற்சிகளில் நான் அடையும் வெற்றியோ தோல்வியோ எனக்குத் தவமாகட்டுமே. தனிமையும் சிந்தனையும் சகஜமாகிவரும் எனக்கு அவையே யோகமாய் அமையட்டுமே.

இனி யாரிடமும் வைத்தியத்திற்குப் போகக் கூடாதென்ற முடிவுடன் கால்நடையாகவே புறப்பட்டான் அன்றொரு நாள். அப்பொழுது அவன் தஞ்சாவூரில் ஒரு டாக்டரிடம் சிகிச்சை பெற்றுக்கொண்டிருந்தான்; அவர், அவன் பார்த்த ஐந்தாவதோ ஆறாவதோ டாக்டர். மிகவும் கசப்பான அனுபவங்கள் நேர்ந்த பிறகுதான், இனி வைத்தியமே வேண்டாமென்ற முடிவுக்கு வந்து கால்நடையாகப் புறப்பட்டு ஊர் ஊராய்ப் போய்க்கொண்டிருந்தான். தஞ்சாவூரே அவனுக்குப் புதிய ஊர்தான். அவன் மன்னார்குடியை விட்டு வெளியே சென்று அறியாதவன். சில தடவை குடவாசலுக்கு அருகில் உள்ள தன் பழைய வாத்தியார் ஊரான தோப்பூர் என்ற கிராமத்திற்குப்போய்த் திரும்பியது தவிர அவன் வேறு ஊர்களைப் பார்த்ததே இல்லை. ஓரிரவு நடுவீதியில் தஞ்சாவூரில் கொண்டுவந்து விடப்பட்டான். முன்பின் பார்த்தறி யாத ஊர். பெட்டியையும் பையையும் சுமந்துகொண்டு அலைந்தான் இரவு முழுவதும். நல்ல வேஷ்டி, சட்டைகள், காலில் உயர்ந்த கான்பூர் செருப்பு, நகைகள் வேறு; கழுத்தில் மைனர் சங்கிலி, கைவிரல்களில் மோதிரங்கள், தங்கச் செயினில் கோத்த ரிஸ்ட் வாட்சு. சிறிது தூரம் சென்று திரும்பினான். பயமாகவும் இருந்தது. ரயில்வே ஸ்டேஷனுக்கே சென்று விடியும்வரை உட்கார்ந்திருந்தான். சற்றே கண்ணும் அயர்ந்துவிட்டான். சட்டென்று விழித்துக்கொண்டு பார்த்தபோது வெயில் ஏறிக்கொண்டிருந்தது. அவனுடைய கைக் கடிகாரம் நின்றிருந்தது. மறுபடியும் பெட்டி பையுடன் கிளம்பித் திசை தெரியாமலேயே நடந்தான்; எப்படியோ சுற்றிக்கொண்டு

இரட்டைப் பிள்ளையார் கோவில் தெருவுக்கு வந்து சேர்ந்தான். அங்கே ஒரு சிறிய வீட்டின் வாசலில் 'ரூம் வாடகைக்கு விடப்படும்' என்ற அட்டை தொங்கிற்று. அந்த வீட்டின் மிகச் சிறிய திண்ணை களுக்கு மரச் சட்டத்தால் அடைப்பும் கதவும் போடப்பட்டிருந்தது. பெரிய திண்ணையில் ஒருவர் படுத்துத் தூங்கிக்கொண்டிருந்தார், அந்த நேரத்திலும். சிறிய திண்ணையில் ஒரு பையன் உட்கார்ந்து படித்துக்கொண்டிருந்தான். கணேசன் வாசற்படியேறி உள்ளே போய், அந்தப் பையனிடம் ரூமைப் பற்றி விசாரித்தான்.

"ஆமாம், வாடகைக்கு இதோ முன்புறத்து ரூம விடப்போகிறோம். அதோ எங்கப்பா படுத்திருக்கிறாரே, அந்தத் திண்ணையில் இருக்கும் நிலையும் கதவும்தான் ரூமுக்கு வழி. வீட்டிற்குள்போகும் கதவு ரூமுக்குள் இருக்கிறது. அதை நாங்கள் உள்ளே பூட்டிக் கொண்டு விட்டோம். எங்கப்பா இதோ எழுந்திடுவாரு . . . ரூமைப் பாருங்க; சின்ன ரூம்தான். ஒருத்தர் தாராளமாகப் பழகலாம். எலெக்டிரிக் லைட் இருக்குது. நீங்க உள் வழியாகவே கிணற்றடிக்கும் கொல்லைக் கும் போய் வரலாம் – எங்கப்பா ராத்திரியிலே படுக்கத்தான் வருவாரு. பகலில்கூட கருமத்துக்குச் சாப்பிட வந்துட்டுப் போயிடு வாரு. எங்கம்மா கருக்கலில் பூக்கடைச் சந்தைக்குப் போயிட்டு வியாபாரமெல்லாம் முடிச்சுட்டுக் காலையிலேயே பத்து மணிக்கு வரும். சில நாள் சாயங்காலம் கொஞ்சம் சந்தைக்குப் போய் வரும். நீங்க இங்கேயே ரூம் எடுங்க . . ." என்று அந்தப் பையன் கணேசனிடம் பிரியமாகவும் ஆவலாகவும் சொல்லிக் கொண்டிருந் தான். கணேசனுடைய பணக்காரத் தோற்றம் பையனை மிகவும் கவர்ந்துவிட்டிருந்தது.

எழுந்து, பாயைக்கூடச் சுருட்டாமல் தலையணைக்கு அடியி லிருந்து பீடியும் நெருப்புப் பெட்டியும் எடுத்துப் பற்ற வைத்த வீட்டுக்காரன், நெருப்புக் குச்சியை அணைத்து எறிந்து கொண்டே, "யார்ரா அவரு, ரொம்பத் தெரிஞ்சவன் கணக்கா கதையெல்லாம் சொல்லிக்கிட்டிருக்கே" என்று எரிந்து விழுந்தான்.

"நீங்க பாட்டுக்கு உங்க வேலையைப் பாருங்களேன்; அவரு நம்மவூட்டு ரூமுக்குக் குடிவரப் போறாரு. அவருகிட்டே நான் சொல்றேன்; அம்மாதான் விவரமாச் சொல்லணும்னு சொல்லிச்சு" என்றான் பையன்.

"அது சரி, டீ குடிக்கக் காசு கொடுத்துட்டுப் போனாளா ஓங்க ஆயி? எங்கே கொண்டா" என்று அதிகாரம் செய்தான் அப்பா.

பையன் கால் ரூபாயை அப்பன் கையில் எறிந்தான்.

"என்னடா இது, விளையாட்றீங்களா? எப்படிடா இது போறும்? டீ குடிக்கணும். வெத்தலை பாக்கு வாங்கணும்; பீடி தீப்பெட்டி . . . எடுடா, இன்னும் அரை ரூபா எடு"

"சத்தியமா எங்கிட்ட இல்லை; அம்மா இதுதான் கொடுத்துட்டுப் போச்சு . . ."

"நெசம்மா உங்கிட்டே இல்லை . . .? எங்கே என்னைப் பார்த்துச் சொல்லுடா, காலங்காத்தாலே வம்பளக்காதே . . . ஆமாம்."

"மணி எட்டு ஆவுது. காத்தாலே இல்லேப்பா இது. நீங்கதான் எங்கிட்டே வம்பளக்கிறீங்க; இவ்வளவுதான் அம்மா கொடுத்துச்சு."

படுக்கையைக்கூட உள்ளே கொண்டுபோய் வைக்காமல் மகனையும் மனைவியையும் ஏதோ திட்டிக்கொண்டே பல் விளக்கி விட்டு அப்பன் வெளியே போய்விட்டான்.

தம்பி சாமிநாதன், அதுதான் பையனின் பெயர், சாவி கொண்டு வந்து ரூமைத் திறந்து காட்டினான். சுவரும் தரையும் சுத்தமாக இருந்தன. ரயிலோட்டுக்குக்கீழ் தட்டோடு போட்ட வீடு அது. திண்ணை வழியாக இறங்கி வீட்டிற்கு உள்ளே போய் வாசல் அறைக்கு வழியான உட்பக்கத்து நிலையையும் கதவையும் பார்த்தான் கணேசன். கனமான நாதாங்கியும் கொண்டியும் போட்டுப் பெரிய திண்டுக்கல் பூட்டுப் பூட்டி இருந்தது. தான் தங்கப்போகும் அறையிலும் உட்புறத்திலிருந்து கதவைத் திறக்க முடியாமல் அழுத்தமான பட்டைத் தாழ்ப்பாளும் சங்கிலியும் கொண்டியும் சேர்த்துப் போட்ட தாழ்ப்பாளும் இருந்தன. ரூம் பிடித்துவிட்டது கணேசனுக்கு. இதற்குள் பையன் தானே போட்டுகொண்டு பழையது சாப்பிட்டுவிட்டுப் பள்ளிக் கூடத்திற்குக் கிளம்பினான். "ஐயா நீங்க இங்கேயே இருக்கிங்களா, நான் வீட்டுக் கதவை, சும்மாத் தாப்பாள் போட்டுக்கிட்டுப் போகிறேன்; எப்பவும் அப்படித்தான். இங்கே ஒண்ணும் பயமே இல்லை. தெருப்பூரா, ராத்திரி மணி பனிரண்டானாலும் கலகலன்னு இருக்கும் ஜனநடமாட்டம். நீங்க உங்க ரூமுலேயே இருங்க. இதோ எங்கம்மா பத்து மணிக்கு வந்துடும்" என்று சொல்லிவிட்டுப் போனான் சாமிநாதன்.

கணேசன் திண்ணையின் சட்டக் கதவையும் சாத்திக்கொண்டு சாய்ந்தான். கண்ணயர்ந்து தூங்கிவிட்டான்.

"ஐயா . . . ஐயா, நீங்க யாருங்க . . ." என்ற குரல் கேட்டுக் கண் விழித்தான்.

"நான் அசலூருங்க; ரூம் வாடகைக்கு எடுக்கணும்னு வந்தேன். தம்பி சாமிநாதன்தான் எல்லாம் காமிச்சு, நீங்க வருவீங்க எல்லாம் பேசிக்குங்கன்னு சொல்லிட்டுப் பள்ளிக்கூடம் போனான்."

"ரொம்ப நல்லதுங்க. சும்மாக் குந்துங்க. இவரு, இங்கே ஒருத்தர் படுத்துக் கிடந்தாரே . . ."

"அவரும் நான் வந்த பிறகுதான் எழுந்து பல் விளக்கிவிட்டு வெளியே போனார்."

"நீங்க ரூமுக்கு வரீங்களா, எப்ப வருவீங்க?"

"இப்பவே நான் வந்துட்ட மாதிரிதான்."

"அப்படியா, வாடகையெல்லாம் . . ."

"நீங்க கேக்கற வாடகையைக் குடுக்கறேங்க. இடம் எனக்கு ரொம்பப் பிடிச்சுப்போச்சு."

"ரொம்பச் சந்தோஷமுங்க. எனக்கும் உங்களைப் பிடிச்சுப்போச்சு."

"தம்பி சாமிநாதனும் இதையேதான் சொன்னான்."

"நான் ஏதோ காய்கறி வியாபாரம் பண்ணிச் சம்பாதிக்கிறது தாங்க எங்களுக்கு வருமானம்; இந்த வீடு சொந்தம். இதைத் தவிர வேற சொத்துச் சொதந்திரம் கிடையாதுங்க. இவரு என் வீட்டுக் காரரு. ஒண்ணும் சரியில்லை. காலணாக்கூடக் கொண்டு வந்து இந்தான்னு தரமாட்டாரு. நான்தாங்க அவருக்குக் குடுக்கணும். இந்தப் பையன் எங்க ஒரே மகன், படிச்சு கிடிச்சு முன்னுக்கு வந்துதாங்க எங்களுக்கு விடியணும். வாடகை கொஞ்சம் கூடன்னு நினைக்காம இருக்கணுங்க நீங்க."

"சும்மா சொல்லுங்கம்மா . . ."

"நாப்பது ரூபா குடுங்க, லைட்டுக்கு ஒண்ணும் தர வேணாம்; இந்த முனிசிபாலிட்டிக்காரங்க வந்து கேட்டா, குடியிருக்கேன்னு சொல்லிடாதீங்க. எங்க உறவுக்காரங்கன்னு இருக்கட்டும்."

"ரொம்பச் சரிங்க . . . நான் கொஞ்சம் வெளியிலே போயிட்டு வரணும், கிட்டத்தான், ரயிலடி வரையில் போயிட்டு வரேன்" என்று சொல்லிவிட்டுச் சிறிது பணத்துடன் புறப்பட்டுப் போன கணேசன், ஆகாரம் செய்துகொண்டு இரண்டு பூட்டுக்களும் வாங்கிக்கொண்டு வந்தான். பிறகு கிணற்றில் சென்று நிறையத் தண்ணீர் இழுத்துக் குளித்துவிட்டு மீண்டும் வெளியில் சென்று சாப்பிட்டுவிட்டு வந்தான். ஓய்வெடுத்துக்கொண்டான். வீட்டின் பக்கத்திலேயே இருந்த டீக்கடை ஒன்றில் காபி வாங்கிக் குடித்தான். இந்தப் புதிய முறை வாழ்க்கை அவனுக்கு மிக விரைவில் பழக்க மாகிப் பிடித்துவிடும்போல் இருந்தது.

சாயங்காலம் சாமிநாதன் பள்ளிக்கூடத்திலிருந்து வந்ததும் தாயாரின் அனுமதியுடன் அவனையும் அழைத்துக்கொண்டு வெளியே கிளம்பினான் கணேசன். சாமிநாதனுக்குப் பதினைந்து வயது. பத்தாவது படிக்கிறான். தஞ்சாவூர் பூராவும் எந்தச் சந்து பொந்தானாலும் தனக்குத் தெரியுமென்றான். அவனையும் அவனு டைய பெற்றோர்களையும் பார்க்கிறபோது கணேசனுக்கு மிகவும் ஆச்சரியமாகவே இருந்தது. தகப்பன் ஒரு போக்கிரி போல் இருந்தான். ஆனால் அவனுடைய தோற்றமும் முகமும் நல்ல பரம்பரையைக் காட்டின. தாயோ கறிகாய் வியாபாரம் பண்ணப் பிறந்தவளாகத் தோன்றவில்லை அவனுக்கு. உயர்ந்த குடும்பத்து முகமும் உடம்பும் அமைந்திருந்தன. நடையுடைகளும் நெற்றிக்

குங்குமமும் மஞ்சள் பூச்சும் உடம்பை மறைத்த புடவையும் முழங்கைவரை நீண்ட ரவிக்கையும் இழுத்துப் போர்த்தியிருந்த புடவைத் தலைப்பும் அவள் சந்தைக்குப் பொருத்தமானவள் இல்லையென்பதையே வலியுறுத்தின. நோய் நொடியோ, மாசு மருவோ இல்லாத அவளுடைய மாநிறமான உடம்பும் உறுப்புகளும் பாராசாரியான அவளுடைய உயரமும் பருமனும் சந்தைக் கூட்டத் திலும் அவளுக்குத் தற்காப்பாகவும் அனைவரையும் பணியச் செய்த மரியாதைக்குரிய பெருமையாகவும் இருந்தன என்பதை அவன் பின்னால்தான் விவரமாகத் தெரிந்துகொண்டான்; ஆயினும் ஆரம்பத்திலேயே புரிந்துகொண்டான். தான் அவளிடம் மிகவும் ஜாக்கிரதையுடன் நடந்துகொள்ள வேண்டுமென்று தீர்மானித்துக் கொண்டான்.

சாமிநாதனும் கணேசனும் நல்ல ஹோட்டலில் டிபன் காபி சாப்பிட்டனர். சாமிநாதன் பிடிவாதமாக இருந்தான். தன் அம்மா வுக்குத் தெரிந்தால் மிகவும் கோபிப்பாள் என்றும் சொன்னான். கணேசன் வற்புறுத்தி வாங்கிக்கொடுத்தான். இருவரும் பல விஷயங்களையும் பேசிக்கொண்டே பஸ் ஸ்டாண்டிற்கு வடக்கே சென்று தெற்கு வீதியிலும் மாமா சாகேட் மூலையிலும், ஜமக்காளம், தலையணை, சாக்குக் கித்தான் முதலியவை வாங்கிக் கொண்டு திரும்பினர். அவர்கள் பரம்பரையாகவே தஞ்சாவூரில் வாழ்பவர்கள் என்றும், பக்கத்திலும் எதிரிலும் பல வீடுகள் அவர்களுக்குச் சொந்தமாயிருந்த காலம் ஒன்றுண்டு என்றும், சாமிநாதன் தாத்தா காலத்திலேயே சொத்துக்கள் குறைய ஆரம்பித்து, வீடுகளை விற்கத் தொடங்கிவிட்டார் என்றும், அவன் அப்பா ரேக்ளா வண்டிக் குதிரை வாங்குவதும் விற்பதும், ரேக்ளா வண்டி ஓட்டிப் பந்தயத்தில் தோற்பதுமாகவே வாலிபத்தைக் கடந்து போக்கிரியாக மாறிச் சாராயம் குடிப்பதும் அடியாள் தொழில் செய்வதுமாய் இருக்கிறார் என்றும், தாத்தா காலத்தில் கறிகாய் வியாபாரிகளுக்கும் குடமிளகாய் வியாபாரிகளுக்கும் தவணைக் கடன் கொடுத்து வந்த பழக்கத்தில் சந்தை விவரங்கள் தெரிந்துகொண்டு தாத்தாவின் உதவிபெற்று இன்று பெரிய மொத்த வியாபாரிகளாயிருக்கும் சிலருடைய உதவியால் தன் தாயார் மிகவும் கௌரவமாக வியாபாரம் செய்து வருமானம் கொண்டு வருவதாகவும் சாமிநாதன் மூலம் தெரிந்து கொண்டான் கணேசன். அவர்கள் ஆர்சுத்தியார் பட்டம் படைத்த கள்ளர்களாம். அம்மாவின் தம்பி தமையன்மார்கள் மண்கொண் டார்களாம். பட்டுக்கோட்டைப் பக்கத்தில் மிராசுதாரர்களாகச் செல்வாக்குடன் இருக்கிறார்களாம். அப்பாவின் கௌரவக் குறைவால் தன் தாய் மாமன்களுடன் தொடர்பே இல்லாமல் இருப்பதாகவும் சொன்னான் சாமிநாதன்.

கணேசன் மிகவும் வசதியுடனும் மகிழ்ச்சியுடனும் அங்கே தங்கியிருந்தான்; ஆனால் சுவாமிநாதன் தந்தை ஆர்சுத்தியார் மட்டும் கணேசனை விரும்பவில்லை. அவரிடம் அதிகம் பேச்சு

வைத்துக்கொள்ள வேண்டாமென்றும் சாமிநாதனும் அவன் அம்மாவும் பல தடவை வற்புறுத்திச் சொல்லியிருந்தார்கள்.

தன் வீட்டில் தாராளமாகச் செலவழித்துக்கொண்டு வெள்ளையும் சள்ளையுமாய் ஒருவன், பணக்காரக் கோலத்தில் வாழ்வது ஆர்சுத்தியாருக்குக் கடுமையான கடுப்பை விளைவித்தது. ஒருநாள் இரவு சாராயம் குடித்துவிட்டு வந்து ஏதோ கத்தினான் கன்னா பின்னாவென்று. அந்த நேரத்தில் அவன் மனைவி நடந்து கொண்ட விதமும் பேசிய பேச்சுகளும் அவளை மிகமிக உயரத்தில் ஏற்றிவிட்டன. கணேசன் மலைத்துப்போனான்.

ஆர்சுத்தியும் மானமுள்ள பிறப்புத்தானே. குலத்துச் சுரணை இருந்ததால், முணுமுணுக்கும் குரலில் கணேசனையும் தன் மனைவியையும் இணைத்து ஏதோ பேத்தினான். சாமிநாதன் "ஐயோ, அம்மா . . . எனக்கு ரத்தம் கொதிக்குதேம்மா. இவரு புத்தி கெட்டுத் தன் மேலேயே துப்பிக்கிறாரே அம்மா . . ." என்று வெறி கொண்டவன் போல் துடிதுடித்தான். அவன் தாயார் ஓடி வந்து திண்ணையில் உட்கார்ந்திருந்த ஆர்சுத்தியின் காலில் விழுந்து வணங்கிவிட்டுக் கையைப் பிடித்துத் தரதரவென்று உள்ளே இழுத்துக்கொண்டு போனாள். அவன் இடையில் திமிறினான்; அவனை அப்படியே தூக்கிக்கொண்டு போய் உள்ளே உட்காரவைத்தாள்.

"ஆமாம் உங்க புத்தி எப்ப இப்படிக் கட்டையாச்சு? இந்த ஆர்சுத்திக் கொலமும் மண்கொண்டாங் கொலமும் என்ன நாடு மாறிக் கொலமுன்னு நெனைச்சிட்டியளா? சந்தைக்குப் போய் வரேனே, ஆயிரம் பேர் வாராங்களே, யாவாரங்களும், வாங்கிற கிராக்கியளும் ஒத்தனாவது இந்த முகத்தை ஏறிட்டுப் பார்த்திருப்பானா, வெக்கமில்லெ ஒங்களுக்கு? மலையாட்டம் இதோ சிங்கக் குட்டி ஒங்க மவன் நிக்கிறான். இந்தப் பேச்சைப் பேசிபிட்டையளே, தொம்பன் தொம்பச்சிங்ககூட இப்பல்லாம் எப்படி ஆயிட்டாங்க; சொத்தும் வீடுகளும் போனாலும் இந்தத் தெருவுலே ரண்டு சறுகு வீடுகளும் என்னையும் உங்களையும் இன்னிக்கு மொதலாளி, மொதலாளியம்மான்னு கூப்பிட்டுச் சலாம் போடறாங்களே. அவங்கள்ளாம் இப்ப நீங்க பேசுனதைக் கேட்டா அப்புறம் சல்லிக் காசுக்கு மதிப்பாங்களா நம்மை! நம்ம பவிசு செல்லாக் காசு ஆயிடுமே. நம்ம உடம்புலே ஓடற ரத்தம் ஒசந்த ரத்தம். சாக்கடை ஆக்கிடாதீங்க. ஒங்களை நான் என்ன கேக்கிறேன், இல்லே ஒங்களுக்கு என்னதான் குறை வைச்சிருக்கேன்? நீங்க ராசா மாதிரி வூட்டுலே குந்திக்கிட்டிருந்தாக்கூடப் போதுமே எனக்கு. ஒங்க சகவாசம் ஒங்களை வுடாது . . . போனாப் போவட்டும்னு அதையுந்தான் நான் கண்டுக்கிறதில்லை. கண்டபடி பேசிட்டீங்களே, நெருப்பிலே ஈ, கொசு மொக்கிமா? ஒங்க புத்திக்கு இது படலையே . . ."

அவள் முடிப்பதற்குள் ஆர்சுத்தி எழுந்தான். சாமி கும்பிடற இடத்துக்குப்போய் நின்றான். படபடவென்று கன்னத்தில் போட்டுக்

கொண்டான். "இனிமே இப்படிப் புத்தியை விட மாட்டேன், இது சத்தியம்" என்று மீசை துடிக்கச் சொன்னான். பொலபொல வென்று கண்ணீரும் விட்டான். அவன் மனைவி, அந்தப் பரதேவதையும் அவனை அணைத்து ஆதரவு பேசினாள். சாமிநாதன் வெறி தணிந்து நின்றான். அன்றிரவு கழிந்து விடிந்தபோது ஆர்சுத்தி புதிய ஆளாகிவிட்டான். கருக்கலில் எழுந்து தன் மனைவியுடன் சந்தைக்குப் போனான். கூடமாட நின்று வியாபாரமும் செய்தான். சில நாள்களில் தன் மனைவி சந்தைக்கே வர வேண்டிய அவசியம் இல்லாமல் செய்துவிட்டுத் தானே எல்லாம் செய்தான். அந்த அம்மாள் அப்படியே பூரித்துப்போனாள். சந்தையில் அவளுக்கிருந்த கௌரவமும் செல்வாக்கும் ஆர்சுத்திக்கும் கிடைத்தன. கல்லாமலே பாகம் பட்ட குலத்தொழில்தானே அது. அவள் கணவன் ஆர்சுத்தி யாராகவே ஆகிவிட்டார் நாளடைவில். கணேசனுடனும் நல்ல முறையில் பழகினார். சாமிநாதன் அப்பாவிடம் மரியாதையும் மட்டும் கொண்டு, தூர இருந்து பழக ஆரம்பித்தான். அந்த வீட்டில் அந்த உயர்ந்த கள்ளர் மரபுப் பெருமை மீண்டும் குடிபுகுந்தது!

மாதங்கள் ஓடின. கணவன், மனைவி, மக்கள் மூவரும் அன்பில் தோய்ந்தனர். சாமிநாதன் பதினோராம் வகுப்புப் படிக்கிறான். மார்க்குகள் போதாதென்றும் பிரைவேட் டியூஷன் படிக்க வேண்டுமென்றும் கேட்டான் சாமிநாதன். மாதம் இருபது ரூபாய் கொடுக்க வேண்டுமாம் குறைந்தபக்ஷம். ஆர்சுத்தியார் சரியென்று சொல்லி விட்டார். அம்மா தயங்கினாள். வியாபாரத்தில்கூட ஏதோ நஷ்டம் நேர்ந்துவிட்டதாம். பணம் புரட்டுவது கஷ்டமாயிருக்குமே என்றாள் அவள்.

"அதற்காகச் சாமிநாதன் படிப்புக்குத் தடை நேரக் கூடாது. நான் தருகிறேன். வேண்டுமானால் உங்களிடம் பின்னால் வாங்கிக் கொள்வேன்" என்றான் கணேசன். அவனிடம் அவர்களுக்கு அன்பும் பாசமும் வளர்ந்தன. அத்துடன் போட்டி போட்டுக்கொண்டு கணேசனுடைய வியாதியும் மும்முரமாய் வளர்ந்தது. சிறியதாயிருந்த கட்டிகள் சற்றே பெரியதாய்ப் பரவின. கை விரல்களிலும் கால் விரல்களிலும் முழங்கை முட்டுகளிலும் உணர்ச்சி குறைந்து மரத்து விட்டிருந்தது. அங்கெல்லாம் ஏற்பட்ட சிறு புண்களையும் காயங்களையும் இவனால் உணர முடியவில்லை. ஆகவே, அவை ஆறாத புண்களாயின. இந்த உறுப்புகளையாவது துணிகளைக் கொண்டு மூடி மறைத்துவிட முடிந்தது. காலுக்குக் காலுறைகளும் ரப்பர் கேன்வாஸ் ஷூக்களையும் வாங்கிக்கொண்டான். முகத்தை எப்படி மூட முடியும்! நாளுக்கு நாள் முகம் முழுவதும், முக்கியமாகக் காது மடல்கள், விகாரப்பட்டுவந்தன. பல டாக்டர்களிடம் வைத்தியம் செய்துகொண்டும் பயனில்லை.

இரண்டு வருஷங்களுக்கு மேல் ஓடிவிட்டன. சாமிநாதனை மிகவும் வற்புறுத்தித் தன் செலவில் பி.யு.சி வகுப்பில் சேர்த்தான்.

ஆர்சுத்தியார் தம்பதிகளுக்குத் திருப்திதான்; இருந்தாலும் ஒரு தொழுநோய்க்காரனை அதிலும் அவன் உடம்பிலிருந்து நீர் ஊறிச் சொட்டும் நிலையில் வீட்டில் வைத்துக்கொள்ளக் கஷ்டப்பட்டார்கள். அவர்களுக்கு நன்றியுணர்வு குறையவில்லை. இருந்தாலும் அக்கம் பக்கம் அண்டை அயலும் தூற்றுவதைப் பொறுக்க முடியவில்லை. சொல்லவும் முடியாமல் சொல்லாமல் இருக்கவும் முடியாமல் தவித்தனர்; தம்பி சாமிநாதனும் கண்ணீர் வடித்தான். நாள்கள் மிக்க துயரத்துடன் ஊர்ந்தன. இதற்குள் கணேசனிடம் இருந்த பணத்தில் மூவாயிரத்திற்குமேல் செலவழிந்துவிட்டது. சிக்கனமாகத் தான் வாழ்ந்தான். ஆயினும் கிட்டத்தட்ட முப்பது மாதங்கள் கழிந்திருந்தனவே. அவன் சாப்பிடும் இடங்களிலும் டாக்டர்களி டமும் அடைந்த அவமானங்களும் அலக்ஷ்யங்களும் வேறு சேர்ந்து, அவனை மிகவும் தாழ்த்திவிட்டிருந்தன. மொத்தத்தில் எல்லாமே கசந்துவிட்டது. எங்கேயாவது போய்விட வேண்டுமென்று தோன்றியது. கால்நடையாகவே புறப்பட்டுவிட்டான். கையில் விலை உயர்ந்த தோல் பெட்டி, அதற்குள் ஏராளமான பணம்; தன் நகைகளை யெல்லாம் விற்று ரொக்கமாக மாற்றி வைத்துக்கொண்டிருந்தான். தன் தங்கக் கடியாரத்தைச் சாமிநாதனுக்குக் கொடுத்துவிட்டிருந் தான் முன்பேயே. கையில் ஒரு அழகான தோல் பை. அதில் துணிகள், தட்டு, டம்ளர், ஸ்பூன். பெரிய சுமை. அயர்ந்து தூங்க முடியவில்லை. மறுபடியும் எங்காவது போய் வாடகைக்கு ரூம் எடுக்கும் எண்ணமே தோன்றவில்லை.

இரண்டரை வருஷம் தாயாய்ப் பிள்ளையாய்க் கலந்து பழகிய ஆர்சுத்தியார் குடும்பமே தன்னை வைத்துக்கொள்ள முடியாமல் போன பிறகு, வேறு இடம் சென்று அவமானப்பட விரும்பவில்லை அவன். இந்த இழவு பணம் இல்லாவிட்டால் சத்திரம் சாவடிகளில், ஏன் ஒரு மரத்தடியில்கூட நிம்மதியாய்ப் படுத்துத் தூங்கலாம் . . . இதென்ன கஷ்டம்; எப்படி நாள்களை ஓட்டுவது; எங்கே போவது; அவனுக்கு ஒன்றுமே புரியவில்லை. இரவுகளைத் தூக்கமின்றியே கழித்துவிட்டுப் பகல்களில் நடந்து நடந்து களைத்தான். கிராமத்துக் காபிக் கடைகளில் அவ்வளவாக அவமானத்திற்கு ஆளாகாமல் ஆகாரம் செய்துகொண்டான். தன்னிடம் இருந்த தட்டில், கப்பில், கிளாஸ் டம்ளரில் தின்பதையும் குடிப்பதையும் வாங்கிக்கொண்டு போய்த் தனியே எங்கேனும் ஓரிடத்தில் உட்கார்ந்து சாப்பிடுவான். இதனால் பிறருடைய அலக்ஷ்யங்களுக்கும் அவமானங்களுக்கும் ஆளாகாமல் ஓரளவு காத்துக்கொள்ள முடிந்தது. சாலையை ஒட்டினாற்போலவும் மிக அருகில் இருந்த ரயில்வே ஸ்டேஷன்களி லும் இரவு சாய்ந்து இளைப்பாறுவான். மிகவும் தாங்க முடியாமல், இமைகள் தாமாகவே மூடி அயற்றும்போது, பெட்டியையும் பையையும் அணைத்துக்கொண்டு சற்றே கண்ணயர்வான்; அரைகுறைத் தூக்கம்தான். கனவுகள் வரும். கையால் அணைத்திருந்த பெட்டி சில கனவுகளில் ஆணாகவும், வேறு சிலவற்றில் பெண்

களாகவும் மாறி இவனை இனிய வகையில் பாதிக்கும். சில சமயங்களில் அரை வேஷ்டியில் ஈரத்திட்டு ஏற்பட்ட அனுபவங்களும் நேர்ந்தன.

விழித்துக்கொள்வான். விழித்த மறுகணத்தில் அவனை வெட்கம் கவ்வும்; உடனே வேதனையாய்க் கடிக்கும்; காயம் பட்டுக் குதறியது போலான மனத்தடத்தில் என்னென்னவோ எண்ணங்கள் ஓடும். தனது தற்போதைய நிலைக்கும் இந்தக் கனவுகளுக்கும் பொருத்தமே இல்லையே. இருந்தாலும் இந்தக் கனவுகள், பழைய நினைவுகளின் நனவில் நடந்த ஆழமான அழுத்தமான செயல்களின் சாயை படிந்தவைதானே. பொய்கள், முழுப் பொய்கள் கனவில் வருவதில்லையே. சில அபத்தங்கள் கலந்த பழைய அனுபவங்கள் தானே, உள்மனத்தில் விரிந்து புறவுடலையும் பாதிக்கின்றன. நான் கனவில் என் பழைய ஆண் நாயகனுடனும் பழைய பெண் நாயகிகளிடமும் தான் பேசினேன்; நாவசையாமல். அவர்களுடைய உடல்களை, பரவசப்படுத்தும் உறுப்புகளைக் கண்டேன்; கண் திறவாமல். உறவாடிக் கலந்து ஸ்பர்ச ஸுகமும் கொண்டேன்; தரையில் கிடந்தபடியே கைகால்களை அசைக்காமல். இவை முழுப் பொய்யா, இல்லை மெய்யா, இப்பொழுது விழித்துக்கொண்டு காண்பதும் உணர்வதும் வேஷ்டியின் ஈரமும் பொய் அல்லவே. எது பொய், எது மெய், இரண்டும் பொய்தான். இரண்டுமே மெய்யும்தான். அது குறுகியது. இது சற்றே நீளம், அவ்வளவுதான் வித்தியாசமோ? ஒன்றுமே புரியவில்லையே. கனவை நினைவாகக் காண்கிறேன். இந்த நினைவும் கனவாகிவிடும் ஒருநாள். கனவைப் பொய்யாக்கிப் பொய்யாய் உணரும் அறிவு. இந்த நினைவையும் விட்டால்... அபத்தங்கள் கனவில் மட்டும் இல்லை; நினைவிலும் எத்தனையோ அபத்தங்கள். நனவின் அபத்தங்கள் இன்னும் வினோதமானவை. இப்போது விழித்துக்கொண்டுதான் இருக்கிறேன். எங்கே என் பழைய வாழ்வு; என் பழைய உடம்பு எங்கே. இப்போது இந்த அறிவுக்குப் பழைய நினைவே கனவாகத்தான் தெரிகிறது. தூக்கத்தில் கனவைத் தவறாக நனவாகக் காண்பது போலவே, விழித்திருக்கும் போதும் இந்த நனவையும் தவறாகத்தான் பார்த்துக்கொண்டிருக்கிறேனோ. ஒன்றுமே புரியவில்லையே; பிறகு என்றாவது புரியப்போகிறதோ...

◼

3

கணேசன் நடந்து நடந்து, தாராசுரம் ஸ்டேஷன் வரை வந்து விட்டான். பல நாள்களும் கடந்தன. இனியும் புதிய இடங்களுக்குப் போகும் துணிவு வரவில்லை அவனுக்கு. மறுபடியும் தெற்கே திரும்பித் தஞ்சாவூர்வரை நடந்தும் இடையில் தங்கியும் நாள்களைப் போக்கலாமே. சாலை, கடைகள், ரயில்வே ஸ்டேஷன்கள், குளிக்கும் இடங்கள், மறைவான தோப்புத் துரவுகள், பசுபதி கோயில் மணல்மேடு எல்லாமே அவனுக்குப் புதியவைதான். இப்போது பழக்கமான இடங்கள்போல் ஆகியிருந்தன அந்தச் சில நாள்களில். சில காபிக் கடைகளும் அங்கு வேலை செய்பவர்களும் முதலாளிகளும் அரைகுறையாகத்தான் என்றாலும் இவனுக்குத் தெரிந்தவர்கள்போல ஆகியிருந்தனர். இது போதுமே, புதிய இடங்களுக்குப் போவானேன். இந்த முடிவு அவனுக்கு மிகவும் பிடித்தது. ஆனால் கூடவே வந்த பெட்டியின் ஞாபகம் அவனைத் தூக்கிவாரிப்போட்டது. இந்தப் பெட்டியும் பணமும் கால் கட்டாய், விலங்காய்த் தடுத்துவிடுகின்றனவே என் சுயேச்சையை; நிம்மதியாய்த் தூங்கக்கூட முடியவில்லையே, இதென்ன கஷ்டம்.

தெற்கே நடந்தான். நடப்பது, இளைப்பாறுவது, மீண்டும் நடப்பது, இரவில் ரயிலடிகளில் கண்விழித்துக்கொண்டு கிடப்பது; இப்படியே நாள்கள் கழிந்தன.

ஒருநாள் மாலையில் ஐயம்பேட்டைக் கடைத் தெருவில் போய்க்கொண்டிருந்தபோது, அவன் பார்த்த ஒருவர் முகம் தெரிந்தமுகம் போலிருந்தது. அவரும் இவனைக் கூர்ந்து பார்த்தார். இவன் கூனிக் குறுகிக் கூசி நெளிந்து வேகமாக நடந்தான். அவரும் அவனைத் தொடர்ந்து வந்தார். சாலையிலிருந்து பிரிந்துபோகும் சிறியதோர் சாலையில் இருவரும் மீண்டும் சந்தித்துவிட்டனர். கணேசனால் ஓட முடியவில்லை. "ஐயா, என்ன இப்படி ஓடுகிறீர்; தயவுசெய்து நில்லும் அய்யா. சங்கோஜப்படாதீர், தயவுசெய்து நீர்..."

அவர் குரலும் அழைப்பும் தன்னை ஒதுக்காமல் தொடர்ந்து வந்து, மரியாதையாக அழைத்துப் பேசியதும் அவனுக்கு நிச்சயமாக ஆறுதலாகத்தான் இருந்தது. ஆனால் அவன் மிகவும் சுருங்கி நின்றான். மெல்ல நிமிர்ந்து அவரைப் பார்த்தான். அவர் கேட்டார்.

"ஐயா, நீர் தோப்பூரில் இருந்ததுண்டோ?"

"ஆமாம் அது பல வருஷங்களுக்குமுன் என் பால்ய காலத்தில்... நீங்கள் தோப்பூரா?"

"அது எனக்கு மாமனார் ஊர். நான் பல தடவை அங்கு வந்திருக்கிறேன்; கோடி வீட்டு மூர்த்தி புனாவில் இருந்தாரே, அவர்தான் எனக்கு மாமனார்."

"நீங்கள் இந்த ஊரில்..."

"பள்ளிக்கூட வாத்தியார். நீர்...?"

"அதெல்லாம் வேண்டாம் சார். என்னை நீ என்றே பேசுங்கள் போதும். உங்களைவிடச் சின்னவன் நான். எல்லாவற்றிலுமே சின்னவன். ரொம்பப் பாவி. என் பாவங்களுக்குக் கிடைத்த தண்டனை, தெய்வ சாபம் இந்த வியாதி. யார் முகத்திலுமே விழிக்காமல் இருந்தால் தேவலாமென்றுதான் நினைக்கிறேன்; முடியவில்லை. அதிலும் அறிந்தவர் தெரிந்தவர்கள் முகத்தில் விழித்துவிட்டால், நான் மிகவும் வேதனைப்படுகிறேன். பலர் என்னை இன்னாரென்று புரிந்துகொள்ளாமல் இருப்பதுகூட நல்லதுதானென்று நினைக்கிறேன். எல்லாரும் என்னை வெறுப்பதும் அருவருப்பதும் சரிதானே. எனக்கே என்னிடம் மிகுந்த அருவருப்பு தோன்றுகிறதே. நான் உயிர் வாழ்வதே பெரிய ஸாஹஸமாய் இருக்கிறது."

"ரொம்பச் சரி, நீர் கடைசியில் சொன்னது ஓர் அற்புதமான ஸத்தியம். மனித வாழ்வு பெரிய ஸாஹஸம்தான். வீரச்செயல்தான். வாழ்வது நம் பொறுப்பு; முடிவதும் முடிப்பதும் அவன் பொறுப்பு. இந்த 'அவனை' உணர முயன்றுகொண்டே இருப்பதுதான் நம் வாழ்க்கையென்ற வீரச்செயலின் நற்பயன். இந்த 'அவன்' என்பது ஓர் ஒப்பற்ற சொல்; ஓர் எண்ணம் – எண்ணங்களின் சாரம்; அது ஓர் ஒருமை; முழுமையும்கூட. அதில் நாமும் நம் உலகமும் அடக்கம். அதனால் நீர் வாழத்தான் வேண்டும். கோழையாக அல்ல, வீர தீரமாகவும் வாழ வேண்டும். அதற்கு அடிப்படையாக ஒன்று சொல்கிறேன். கேளும். கேட்டு உறுதிப்படுத்திக்கொள்ளும். நீர் நினைப்பது போலவும், வேறு பலரும் நினைப்பது போலவும் இந்த வியாதி கொடியதன்று; தொத்திவிடுமே என்ற பயத்தால் விலக்க வேண்டிய ஒன்று அன்று. இதில் தெய்வ சாபம் ஒன்றும் கிடையாது. மற்ற வியாதிகளைப் போலவே இதுவும் ஒரு வியாதி, அவ்வளவுதான். இது எளிதில் பிறருக்குத் தொத்துவதும் இல்லை. பார்க்கச் சற்று அருவருப்பாக இருப்பதுதான் இதைப் பற்றிய தவறான பயங்களுக்குக் காரணம். இப்போதெல்லாம் இந்த வியாதிக்கு நல்ல

வைத்தியமும் மருந்தும் இருக்கின்றன. தயவுசெய்து நான் சொல்லும் இடத்திற்குச் செல்லுங்கள். காஞ்சீபுரத்திற்கருகில் மழவன்தாங்கல் என்ற ஊரில் இருக்கும் குஷ்டரோகநிவாரண சங்கத்திற்குக் கடிதம் தருகிறேன். ரயில் சார்ஜுக்கும் நானே பணமும் தருகிறேன். வியாதியை மறைத்து மூடுவதிலோ, தன்னைத்தானே வெறுத்துக் கொள்வதிலோ பயனில்லை. என்ன போகிறீரா அந்த ஊருக்கு?"

"கட்டாயம் போகிறேன். உங்கள் உதவிக்கு மிகவும் நன்றி. என்னிடம் பணம் நிறைய இருக்கிறது. எனக்கு நிரந்தரமாகத் தங்கியிருக்க இடம் கொடுப்பார் இல்லை. உபசரித்து உணவு இடுவாரும் இல்லை. பரதேசிபோல் கிளம்பினேன். ஆனால் இதோ இந்தப் பெட்டி இருப்பதால் நான் நல்ல தூக்கம் தூங்கிப் பல நாள்கள் ஆகின்றன. தயவுசெய்து இதை நீங்கள் பத்திரமாக வைத்திருந்து நாளை என்னிடம் தாருங்கள். இன்றிரவு எங்கேயாவது நன்கு தூங்கிவிட்டு நாளை வருகிறேன் உங்களிடம்."

"இப்பொழுதே என்னுடன் என் வீட்டிற்கு வாருங்கள். நான் அதைத் தூக்கிக்கொண்டு வருகிறேன். இரண்டு நாளோ மூன்று நாளோ என்னோடு சாப்பிட்டு, என் வீட்டிலேயே தங்கி இளப்பாறி தூங்கி, உடம்பைத் தேற்றிக்கொண்டு போகலாம். இன்னமும் நீங்கள் எதற்கும் சங்கோஜப்படக் கூடாது. முடிந்தால் உங்களைப் போன்ற நோயுற்றவர்களையும் பயப்படும் மற்றவர்களையும் திருத்தப் பாருங்கள்" என்று அவர் அன்பைக் கொட்டினார்.

இப்படியுமா மனிதர்கள் இருக்கிறார்கள் என்று ஆச்சரியப் பட்டான் கணேசன். அவருடன் போனான். அவர் பலமுறை கேட்டும் பெட்டியைக் கொடுக்காமல் தானே தூக்கிச் சென்றான். அவருக்கு என்ன வயது இருக்குமென்று யோசித்துக்கொண்டே போனான். அவருடைய நடை ஒரு வாலிபனுடைய நடையைப் போல் மிடுக்கும் நிமிர்வும் கொண்டிருந்தது. கால்களில் போட்டுக் கொண்டிருந்த செருப்புகள்கூடச் சுத்தமாயிருந்தன. கிராப்பும் இல்லை. குடுமியும் இல்லை. மொட்டை அடித்த தலையில் கன்னங்கரேலென்று உரோமம் துளிர்த்திருந்தது. மாநிறம்தான். சாதாரணமான உயரம்தான். கண்களில் நல்ல ஒளி இருந்தது. அவருக்கு என்ன வயதிருக்கும். தான் தோப்பூரிலிருந்து கிளம்பி முப்பத்தைந்து வருஷங்கள் ஆகின்றன. தான் அங்கு இருந்தபோது தான் கோடியாத்து மூர்த்தி மாமா தன் பெண்ணுக்குக் கல்யாணம் பண்ணினார். மாப்பிள்ளை எம். ஏ., எல். டி., என்று சொன்னார்கள். பெரிய கல்யாணம். அந்தப் பெண், எப்போதாவதுதான் தோப்பூருக்கு வருவாள் ... அவள் பெயர் ... ஆமாம். பத்மா. ஒல்லியா வெடவெடன்னு இருப்பாளே ... நீள மூஞ்சி, சுருட்டை மயிர் ... அவ்வளவு சேப்பு இல்லை ... கண் ரொம்ப அழகாயிருக்கும் ... நன்றாகப் பாடுவாள் ... அவப்பா மூர்த்தி மாமாகூடப் பாடுவாரே ... ஆமாம், அவாள்ளாம் பாகவதர் பரம்பரை, பாட்டுக்காரர்

பசித்த மானிடம் 36

கூட்டம்னு சொல்லுவா ஊரில் ... பத்மா ஒரு தடவை தோப்பூருக்கு வந்திருந்தபோது சிவராத்திரி வந்தது ... நாங்கள்ளாம் கண் முழிக்கணும்னு எண்ணெய் தண்டிச் சேர்த்தோம். பத்மாவின் அம்மா அவாத்திலேயே கண் முழிச்சு வெளையாடுங்கோன்னு சொன்னா. டிராமா போட்டோம் சின்னச் சின்னதா. மார்க்கண் டேயர், துருவன், பிரஹலாதன் மூணு நாடகம் போட்டோம். பத்மா – சுநீதி, மாச்சிதான் சுருசி. நான் உத்தானபாதன். பெரியவாள்ளாம்கூடப் பாத்தா; சிரிச்சா. கொண்டாடினா.

அப்போவும் அதுக்கப்புறமும் மாச்சியும் நானும் சேர்ந்து சேர்ந்து இடிச்சுண்டு உட்கார்ந்து துணிகளையெல்லாம் மடிச்சிண்டி ருந்தோம். அப்போ இந்தப் பத்மா வந்து எங்களுக்கு எதிரே உக்காந்துட்டா. அரிக்கன் லைட்டை யாரோ எடுத்துண்டு போயிட்டா. எண்ணெய் இல்லாமல் பெரிய குத்துவிளக்கும் அணைஞ்சு போயிடுத்து. ஒரே இருட்டு; அப்போ பத்மா என்னைப் பிடிச்சு உலுக்கி கட்டிண்டு ... நான் அந்த இருட்டிலும் அவள் கண்ணைக் கண்டுபிடிச்சு முத்தமிட்டேன் ... சத்தெ நாழி அப்படியே மெய்மறந்து இருந்தோம். பிறகு விளக்கு வந்துவிட்டது. எல்லோரும் இங்கேயே சத்தெ நாழி படுத்துண்டிருங்கோ. விடிய நாலு நாழிக்கு ஆத்துக்குப் போகலாம் அவாவா என்று சொல்லிவிட்டுப் பெரிய மாமி நாலு பேர் தாயக் கட்டம் ஆடிண்டிருந்தா. மாச்சி அப்பவே ஆத்துக்குப் போயிட்டா அவம்மாவோடே. ஒரே குளிரு. நான் அங்கேயே ரேழியில் கிடந்த விசிப்பலகையிலே படுத்துண்டேன். அங்கேயும் வந்தா பத்மா ... தூக்கம் வல்லே கணேசா, கொஞ்ச நாழி பேசிண்டிருப்போமே, ஏதாவது கதை சொல்லேன் என்று கேட்டாள். என்னை விட்டுப் போகவே மனசில்லை அவளுக்கு. விசிப்பலகையிலேயே உட்கார்ராளேன்னு பார்த்தேன். மெதுவா என்னை ஒருக்களிக்கச் சொல்லி விட்டுத் தானும் படுத்துக்கொண்டு விட்டாள். அப்பவே அவ என்னைவிடப் பெரியவளாச்சே ... உடனே இரண்டு மூன்று மாசத்துக்கெல்லாம் கல்யாணம் வந்துடுத்தே அவளுக்கு ... ஐயோ, அவள் எதிரில் போய் எப்படி நிற்பது ... யோசித்துக்கொண்டே நடந்தான் கணேசன்.

வீடு வந்துவிட்டது. சிறிய வீடுதான். வாடகைக்குத்தான் குடியிருக்கிறாராம். வீட்டு வாசலில் “ஹோமியோபதி வைத்தியம் இலவசம்” என்று போர்டு தொங்கிற்று. வாசல் திண்ணையைத் தாண்டியதும் வீட்டின் உட்புறம். உள்ளே இரட்டைத் தாவாரமான கட்டிடம்தான். ஒரு புறத்துத் தாவாரத்தின் கோடியில் ஒரு சிறிய அறை. அங்கே யாரோ என்னவோ செய்துகொண்டிருந்தார்கள். பாத்திரச் சத்தம் கேட்டது. மறு தாவாரத்தின் கோடியில் கொல்லைக் கதவு, இடையில் சிறிய முற்றம். இரு தாவாரங்களுக்கும் மேலே ஓட்டுக்கூரை. தாவாரங்களின் இரு சுவர்களிலும் மகாத்மா காந்தி, நேரு, படேல், பிரஸாத், ஆஸாத், ராஜாஜி, காமராஜர், சுபாஷ் போன்ற பெரிய தேசத் தலைவர்களின் பெரிய பெரிய படங்கள்

இருந்தன. துடைத்துச் சுத்தமாய் இருந்தன படங்களும் கூரையும். அதே அளவில் ஆள் உயரத்திற்குப் பத்மாவின் போட்டோவும் இருந்தது. சாதாரணமான நகைகளுடன் மலர்ந்த முகத்துடன், மடிசார்ப் புடவையுடன் நின்றிருந்தாள் பத்மா. அவளுடைய கண்களில் அந்தச் சொக்கவைக்கும் அழகு தேங்கியிருக்க, உயிருடன் சிரித்துப் பார்ப்பதுபோல நின்றிருந்தாள். கணேசன் இந்தப் படத்தை வெறித்துப் பார்த்துக்கொண்டிருந்தான் சற்று நேரம். சிரமப்பட்டுப் பார்வையை இழுத்தான். அவர் சிறிய அறையின் உள்ளே போவதற்கு முன் கால் கழுவிக்கொண்டு போய்க் கையில் டபரா டம்ளரில் ஏதோ கொண்டுவந்தார். பெட்டியையும் பையையும் கீழே வைத்து விட்டு முற்றத்தில் காலைத் தொங்கவிட்டுக்கொண்டு உட்கார்ந்திருந் தான் கணேசன். மறுபடியும் தாவாரத்தைப் பார்த்தான். சுவர் ஓரமாக ஓர் அம்பர் சர்க்கா வைக்கப்பட்டிருந்தது. ஒரே ஒரு நாற்காலியும் மேஜையும்தான் இருந்தன. ஒரு ஈஸிசேர் மடக்கிச் சுவரில் சாத்தப்பட்டிருந்தது. மிகவும் அமைதியாகவும் சுத்தமாகவும் இருந்தது வீடு.

"இந்தாருங்கள் பால் சாப்பிடுங்கள்" என்று, தான் கொண்டு வந்ததைக் கீழே வைத்தார். கணேசன் பத்மாவின் படத்தை வெறித்துப் பார்த்துக்கொண்டிருந்தான். அரை நிமிட மௌனம். "சார், கொஞ்சம் பால் சாப்பிடுங்கள்." கணேசன் திரும்பினான். பாலை எடுத்துக்கொண்டவன் மீண்டும் படத்தின் பக்கம் திரும்பி னான். என்ன தோன்றிற்றோ நேரில் அழைப்பது போல், "பத்மா, பத்மா" என்று அழைத்தான். குரல் உருகிற்று.

"உங்கள் பெயர் கணேசனா...?" என்று ஆச்சரியத்துடனும் படபடப்புடனும் கேட்டார் அவர்.

"ஆமாம் உங்களுக்கு எப்படித் தெரியும்? பத்மா எங்கே இப்போது?"

"இங்கும் எங்கும் இருக்கிறாள்..." என்று தன் ஹிருதயத்தைத் தொட்டுக் காண்பித்து, தலைக்கு மேல் கையைச் சுற்றியும் காட்டி னார் அவர். அவருடைய அந்த சாந்தமான முகத்திலும் சற்றே ஒரு சோக நிழல் மண்டியதைக் கண்டான் கணேசன். பத்மா இறந்துவிட்டாள் என்று அவனால் நம்ப முடியவில்லை. சற்றுமுன் அவருடன் நடந்து வரும்போது தன் மனத் தடத்தில் பரந்து மலர்ந்த இளம் பெண் பத்மா. இன்னமும் அங்கேயே இருக்கிறாள். எதிரே படத்தில் கண்ட மடந்தைப் பருவத்துப் பத்மாவும் அங்கே இடம் பிடித்து நெருக்கியடித்து அமர்வதைத் தெளிவாக உணர்கிறான். அவள் கணவரோ அவள் வெளியுலகு முழுவதிலும் தன் ஹிருதயத் திலும் இருப்பதாகக் கூறுகிறார். கண்ணை மூடி உள்ளே காண்பதும் கண்ணைத் திறந்து படத்தைப் பார்ப்பதுமாயிருந்தான் கணேசன்.

பசித்த மானிடம்

“இரவில் நீங்கள் என்ன சாப்பிடுவீர்கள், பலகாரமா சாப்பாடா?” என்று கணேசனைக் கேட்டுக்கொண்டே “நந்தா நந்தா . . .” என்று கூப்பிட்டார்.

உள்ளிருந்து நல்ல கறுப்பு நிறமாயிருந்த ஒருவர், நாற்பது வயதுக்கு மேல் ஆகியிருக்க வேண்டும், வெளியே வந்தார்.

“சாப்பாடே தயார்செய்யச் சொல்கிறேன்” என்று கணேச னுக்குச் சொல்லிவிட்டு, “நந்தா, இவர் இங்கே இரண்டொரு நாள் தங்கியிருப்பார். அவருக்கு வேண்டியதைக் கேட்டுச் செய்து போடு. நான் வெளியே சென்று திரும்ப நேரமானாலும் அவர் காத்திருக்க வேண்டாம்” என்று சொன்னார். மேலும் கணேசனிடம்,

“இவன் என்னுடன் கிராமத் தொண்டும் சேரித் தொண்டும் செய்யும் என் நண்பன். சேரி வாழ் மக்களின் உள்ளூர ஓடும் குறைகளையும் நிறைகளையும் அறிந்துகொண்டு செய்வதற்காக இவன் என்னுடன் இருக்கிறான். இந்த வீட்டுச் சமையலறை நிர்வாகமும் அவன்தான் செய்கிறான். நிறைய நூற்பான். அது தரும் வருமானமே அவனுக்காகும் செலவைச் சரிக்கட்டிவிடும். நான் இலவசமாக வைத்தியமும் செய்துவருகிறேன். பத்து மைல் வட்டாரத்தில் உள்ள கிராமங்களில் தொண்டு செய்துவருகிறோம்” என்று என்னென்னவோ விவரங்கள் சொல்லிக்கொண்டிருந்தாரே தவிர, பத்மாவைப் பற்றி ஒன்றும் சொல்லவில்லை. அவரை எப்படிக் கேட்பது. கேட்டுத் தெரிந்துகொள்ளாமலும் இருக்க முடியவில்லையே. “ஏன் சார், என் பெயர் கணேசன் என்பது எப்படி உங்களுக்குத் தெரியும்? பத்மாவைப் பற்றிச் சொல்லக் கூடாதா சற்று?” என்று நேரடியாகவே கேட்டான் கணேசன்.

“நீங்கள் அவள் படத்தைப் பார்த்துவிட்டு அடைந்த உணர்ச்சிக் கொந்தளிப்பிலும் ‘பத்மா’, ‘பத்மா’ என்று அழைத்த உங்கள் குரலின் உருக்கத்திலும் உங்கள் பெயர் தெரிந்தது. உங்கள் உணர்ச்சியும் என் உணர்ச்சியும் ஆறி அடங்கிய பிறகு சொல்லலாம் என்று இருந்தேன். உங்களிடம் சொல்லாமல் இருக்க முடியுமா? நாங்கள் கிட்டத்தட்ட முப்பது வருஷங்கள் குடும்பம் நடத்தினோம். எங்கள் இல்லறம் எப்போதும் தென்றலும் மணமும் நிழலும் நீருமாய் எங்களுக்கு மகிழ்ச்சியளித்தது. எங்களுக்கு இரண்டு பெண் குழந்தைகள். மூத்தவள் பம்பாயில் இருக்கிறாள். குழந்தை குட்டிகளுடன் அவர்கள் சந்தோஷமாகவே இருக்கிறார்கள். நான் எப்போதுமே பிரம்மச்சரியத்தில் நம்பிக்கையுள்ளவன். பத்மாவுக்கு நிறையக் குழந்தைகள் வேண்டுமென்று ஆசை. இந்த அடிப்படை வேறுபாடு எங்களிடையே அதிகப் பகைமையை உண்டாக்கிவிட வில்லை; ஆனாலும் சிறுகச் சிறுகச் சிணுக்கங்களும் சிறு பிணக்கு களும் தோன்றித் தொல்லை அளித்துவந்தன. நம் நாடு சுதந்திரம் பெற்ற பிறகும், தாம் நினைத்த லக்ஷ்யங்களும் சீர்திருத்தங்களும்

சிறிதும் நிறைவேறாமல் இருந்ததையும் அரசியல் சுதந்திரம் வந்த சில மாதங்களுக்குள் நாட்டில் காணப்பட்ட போக்கு, தம் லக்ஷ்யங்கள் நிறைவேறும் திசையில் இம்மியளவும் அடி எடுத்து வைக்காத நிலையும் கண்கூடாகக் கண்டு தமது தவத்தில், நோன்பில், யோகத் தில் பிழை இருக்கிறதோ என்று சிந்தித்துச் சிந்தித்து மனம் நொந்த நிலையில் மகாத்மா காந்தியடிகள் மனித வெறிகளில் ஒன்றுக்கு இரையாகி மறைந்த பிறகு, நான் சுத்தமாகவே பிரம்மச்சரியத்தைக் கடைப்பிடிக்கும் உறுதிகொண்டேன். நடைமுறைக்கும் கொண்டு வந்தேன். வெளிவேலைகளை அதிகமாக்கிக் கொண்டு வீட்டில் தங்கும் நேரத்தைக் குறைத்துக்கொண்டேன். இரவிலும் நீண்ட நேரம் கழித்துத்தான் வீட்டுக்கு வருவேன். அப்போது நாங்கள் ஒரு பெரிய வீட்டில் குடியிருந்தோம். இரவு ஆகாரத்தைக் குறைத்தேன். இதெல்லாம் பத்மாவுக்குச் சற்றும் பிடிக்கவில்லை. மெல்லப் படுக்கையையும் திண்ணைக்குக் கொண்டுவந்தேன்.

"ஒரு வருஷம் ஆயிற்று. பத்மாவின் உணர்ச்சிப் போக்குகள் மாறின. சிடுசிடுப்பு ஆரம்பமாயிற்று. கடுமையான கடுப்பாக மாறிற்று. அவள் அடிக்கடி வெறி கண்டவள் போலக் கத்துவாள். அவள் குரலையே கேட்டறியாத அக்கம்பக்கத்துக்காரர்கள் இதைப் பயந்த கோளாறு என்றார்கள். கறுப்பு வெளுப்பென்றெல்லாம் கதை பண்ணினார்கள். நான் பத்மாவுக்கு ரொம்ப எடுத்துச் சொன்னேன்; ஏழை நாடு. மக்கள் தொகை பெருகுவது நல்லது அன்று. 'முப்பது கோடி ஜனங்களின் சங்கம் ...' என்று பாரதியார் பாடினார். பாக்கிஸ்தான் பிரிந்த பிறகும் ஐம்பது கோடிக்கும்மேல் ஆகிவிட் டோம். தவிரவும் நம் ஆன்மீக வளர்ச்சிக்கும் இது முட்டுக்கட்டை யாகும் என்றெல்லாம் எடுத்துச்சொன்னேன். அவள் கேட்கவில்லை. மிகவும் அலட்டிக்கொண்டாள். ரொம்பப் பிடிவாதம் பிடித்தாள். நான் மிகவும் கண்டிப்பாய் இருந்தேன். இது இப்படி விபரீதமாகு மென்று என் சின்னப் புத்திக்கு எட்டவில்லை அப்போது. பின்னால் வருந்தினேன்; இப்போதும் வருந்துகின்றேன். அவளுடைய அறியா மையை அகற்றி ஞானம் தரும் தவமும் நோன்பும் எனக்கிருக்க வில்லை. நானும் முரட்டுப் பிடிவாதம் பிடித்து என் வாழ்வின் துணையை இழந்துவிட்டேன்; அவள் ஜன்னி கண்டு பிதற்றினாள். இறுதிப் பிதற்றல்களில் உங்கள் பெயர் வந்தது. எங்கள் முப்பது வருஷ வாழ்க்கையில் அதுவரை அவள் அந்தப் பெயரைச் சொன் னதே இல்லை. எந்தத் தொடர்பிலும் அதை நினைவுபடுத்தியதுகூடக் கிடையாது. 'சிவராத்திரி, சுகிர்தம் கணேசன் ... கணேசா தூக்கம் வரவில்லையே; ஏதாவது கதை சொல்லேன் ... எனக்கும் கொஞ்சம் இடம் விடேன் ... சத்தே நகந்துக்கோ ... இன்னும் சத்தே ... கணேசா' என்று இரண்டு தடவை பிதற்றினாள். கொஞ்ச நேரம் பிதற்றலும் ஓய்ந்துவிட்டது கற்பூரக் கட்டி எரிந்து அடங்குவதைப் போல் அடங்கிவிட்டாள், உடனேயே."

அவள் கற்பூர ஜோதிதான். கட்டிக் கற்பூரத்தின் மணமுள்ள ஜோதிதான் அவள். கறுப்பு கரிப்புகை, கசடு ஒன்றுமே தெரியாமல் எரிந்து அடங்கும் கற்பூர ஜோதி அவள். கணேசன் கல்லாய்ச் சமைந்து உட்கார்ந்திருந்தான். அவர் சொல்லி முடித்துச் சில நொடிகள் அவன் எதையுமே உணரும் நிலையில் இல்லை. பிரக்ஞை வந்தபோது அவனுடைய உதடுகள் துடித்துக்கொண்டிருந்தன. "ஸார் . . . ஸார் . . . நாங்க . . . தோப்பூர்க் குழந்தைகள் . . ." என்று தழுதழுத்தான்.

"வேண்டாம், ஒன்றும் சொல்ல வேண்டாம். இதோ இந்த க்ஷணத்திலிருந்து எல்லாவற்றையும் மறந்து விடுவோம் நாமிருவரும். சற்று ஓய்வு எடுத்துக்கொள்ளுங்கள். விளக்கு ஏற்றுவதற்குள் நாம் சாப்பிட்டுவிடுவோம். எனக்குப் பலகாரம்தான். கோதுமை ரொட்டி சுட்டுவைத்திருப்பான் நந்தன்" என்று சொல்லிவிட்டு "நந்தா நந்தா!" என்றழைத்தார்.

நந்தன் வந்தான். "அவருக்குச் சோறாக்கி ரசம் வைத்திருக்கிறேன். அப்பளம் பொரித்து வைத்திருக்கிறேன். நல்ல தயிர் இருக்கிறது. உங்களுக்கும் ரொட்டி ரெடி, எப்போது வேண்டுமானாலும் சாப்பிடலாம்."

"மணி ஐந்துதான் ஆகிறது. இன்னும் சிறிது நேரம் கழித்து சாப்பிடுவோமே."

கணேசனால் அடக்க முடியவில்லை உணர்ச்சிகளை. அழுது கொண்டிருந்தான். அவர் ஆறுதல் சொன்னார். மழவன்தாங்க லுக்குப் போகும் வழியெல்லாம் சொன்னார்.

மறுநாள் கணேசன் கேட்டுக்கொண்டபடி, அவனுடைய பெட்டியில் இருந்த பணம் எல்லாம் நோட்டாகப் பெரும்பாலும் நூறு ரூபாய் நோட்டாக இருந்ததை, ஒரு பேங்க் குமாஸ்தாவின் உதவியுடன் பார்த்து எல்லாம் செல்லுமென்று சொன்னார். கையில் வைத்துக்கொண்டிருப்பதைவிட ஏதாவது ஒரு பேங்கில் கணக்குத் தொடங்கிப் போட்டுவைக்கலாமே என்று அவர் சொன்ன யோசனையை ஏனோ கணேசன் ஏற்கவில்லை.

கணேசன் மழவன்தாங்கலுக்குப் போனான். அங்கு அவனைக் கும்பகோணம் ஆஸ்பத்திரிக்குப் போகுமாறு யோசனை கூறினார் கள். பிறகு பல மாதங்கள் எங்கெல்லாமோ சுற்றிவிட்டுக் கும்ப கோணம் வந்திருந்தான். ஊர்ப் பிரயாணங்களைத் தைரியமாக ரயிலில் செய்யப் பழகி இருந்தான். ஹோட்டல்களில் அதிகாரத் துடன் பேசவும் வந்துவிட்டது அவனுக்கு.

□

4

வண்டியில் ஏறி கணேசன் அந்த ஆஸ்பத்திரிக்குப் போன போது மாலை மணி நாலரை. வண்டியிலிருந்து இறங்கிப் பெட்டியைத் தூக்க முடியாமல் தூக்கிக்கொண்டு, தோளில் தொங்கும் பை ஆட ஆட நடந்து வந்த அந்த நோயாளியைப் பார்த்துவிட்டு, ஓர் வெள்ளைக்காரக் கன்னி ஓடி வந்து பெட்டியைக் கேட்டாள். கணேசன் தயங்கினான். அதற்குள் அந்தக் கன்னி பெட்டியைப் பிடுங்குவதுபோல் இழுத்துத் தூக்கிக்கொண்டாள். இதற்குள் மற்றொருத்தி ஓடி வந்து தோளில் தொங்கும் பையையும் தருமாறு வேண்டினாள். பரவாயில்லை என்றான் நோயாளி. அவனைக் கைத்தாங்கலாக அழைத்துக்கொண்டு போனார்கள் இருவரும். தூய வெள்ளை உடையால் தலைமுதல் கால்வரை மறையப் போர்த்திருந்த அவர்கள் இருவருடைய முகத்திலும் இளமைக் களையும் கருணையும் பொங்கி வழிந்தன.

ரத்தச் சிவப்பும் பனி வெண்மையும் கலந்து, பிரகாசமாய், விசாலமாய்த் தெரிந்த அவர்கள் முகமும், மிக அகலமான நெற்றியும், நீண்டு வளைந்த பொன்னிறத்துப் புருவங்களும், விரிவான மை மேட்டுச் சரிவுகளும், நீல நிறக் கண்களும், வெளிறிச் சிவந்த உதடுகளும், நிமிர்ந்த நெடிய மூக்குகளும் கணேசன் மனத்தைப் பரவசப்படுத்தின. வானத்திலிருந்து இறங்கி வந்த தேவதைகளைப் போல வந்து, தன்னை அழைத்துக்கொண்டு சென்ற அவர்களுடைய அந்தக் குளிர்ச்சியான அன்புச் செயலில் மெய்மறந்து நின்றான். பெட்டியை வாங்கிக்கொண்டும் பையைக் கேட்டும் தன்னைத் தாங்கியும் நீண்ட அவர்களுடைய ஸ்வர்ணமயமான கைகளை, அந்தக் கைகளின் நீள அகலங்களில் இருந்த அஸாதாரணத் தன்மையையும் அவற்றிற்கும் முன்னே, கடைந்தெடுத்த அழகில் பவளக்கொடிகளாய் நீண்டு துவண்ட விரல்களையும் பார்த்து தான் தேவலோகத்திற்கு வந்து விட்டதைப் போல் உணர்ந்தான்.

இவனை அழைத்துக்கொண்டு போய் பெஞ்சுகளும் நாற்காலி களும் போடப்பட்டிருந்த ஒரு ஹாலில் உட்காரச் சொன்னார்கள். தோளிலிருந்த பையை இவன் கழற்றி எடுப்பதற்குள் ஒருத்தி அதை வாங்கிப் பக்கத்தில் வைத்தாள். இவன் ஒரு பெஞ்சில் உட்கார்ந்தான். ஒருத்தி இவன் எதிரே நாற்காலியில் உட்கார்ந்து இவனை உற்றுப் பார்த்துக்கொண்டிருந்தாள். வைத்தியத்திற்கான விசாரணைகள் ஆரம்பித்துவிட்டதாக நினைத்தான் இவன். இதற்குள் உள்ளே சென்ற மற்றொருத்தி, குளிர்ந்த பானமொன்றைக் கொண்டுவந்து கொடுத்தாள் ஒரு கிளாஸ் டம்ளரில். எலுமிச்சம் பழத்துச் சுவையும் மணமும் கொண்ட ஜில்லென்ற பானம் அது. இதற்குள் இன்னும் இருவர், அதே நடையுடை பாவனைகளுடன் தெய்வீக ஸாந்நித் யத்துடன் வந்து சேர்ந்தனர். இவனுக்கு எதிரே அமர்ந்தனர். அவர்கள் தமக்குள் தம் மொழியில் பேசிக்கொண்டனர். இவனிடம் பேசும்போது, அந்த நால்வரில் இருவர் தமிழில் பேசினர். கொச்சையில்லாத எளிய தமிழ் பேசினார்கள். இவன் கூறுவதையும் மற்ற இருவருக்கும் மொழிபெயர்த்துச் சொன்னார்கள்.

"உங்கள் ஆஸ்பத்திரியைப் பற்றி நிறையக் கேள்விப்பட்டிருக் கிறேன், இந்த இடம் ஓர் அன்பு மலையென்றும், இங்கே தெய்வீகக் கருணைச் சுனையொன்று இருப்பதாகவும், அந்தச் சுனையின் குளிர் நீரில் மூழ்குகின்றவர்களின் தொழுநோயுடன் மனநோய்களும் தீர்ந்துவிடுமென்றும் கேள்விப்பட்டிருக்கிறேன். நான் இங்கு வந்து புகுந்த உடனேயே தெய்வீகம் என்னைப் பரவசப்படுத்திவிட்டது. என் நோய் முழுவதும் இப்பொழுதே தீர்ந்துவிட்டது போலவே உணர்கிறேன். இங்கு என்னைக் கொண்டுவந்து சேர்த்த தெய்வீகக் கருணைக்கு நன்றி கூறுகிறேன். எனக்கு இந்த நோய் வந்து மூன்று வருஷங்கள் ஆகின்றன. இங்கு தங்கி வைத்தியம் செய்துகொள்ளவும், முடிந்தால் இங்கேயே என் ஆயுள்காலத்தைக் கழிக்கவும் எண்ண முண்டு. என்னிடம் கொஞ்சம் பணம் இருக்கிறது. அதையும் உங்கள் தர்மத்திற்கு என் சிறிய காணிக்கையாகக் கொடுத்துவிட நினைக் கிறேன். வைத்தியம் செய்துகொள்ளும்போதும், பிறகும், என்னால் முடிந்த அல்லது எனக்கு நீங்கள் கற்றுத் தருகின்ற வகையில் உடல் உழைப்பையும் கொடுக்கும் வாய்ப்பு நேர்ந்தால் நிம்மதியாக வாழ்ந்து முடிப்பேன். இதெல்லாம் நான் முழு அந்தரங்க சுத்தியோடு சொல்லும் வார்த்தைகள். இந்த உதவாக்கரை இனிமேலாவது கடைத்தேறட்டும்" என்று மிகுந்த நிதானத்துடன் சொல்லி முடித்தான் கணேசன்.

அந்தக் கன்னித் தெய்வங்கள் நால்வரும் இவன் கூறியதைக் கேட்டு அனுதாபமும் கருணையும் கொண்டு நெகிழ்ந்தனர்.

"எங்கள் மதர் சுபீரியரும் டாக்டர்களும் நாளைக் காலையில் வந்து தங்களுக்கு வைத்தியம் செய்ய ஆயத்தம் செய்வார்கள். நீங்கள் எப்போதும் இங்கே இருக்கலாம். தங்களைப் போன்றவர்

களையெல்லாம் எங்கள் கர்த்தராகவே நினைத்துத் தொண்டு செய்கிறோம். உங்கள் உருவில் வந்து கர்த்தர்தான் எங்களை ஆசீர்வதிக்கிறார். கவலையை விடுங்கள். கர்த்தரின் பெயரை வாழ்த்தி வெற்றி கூறுவோம். வாருங்கள் உங்களுக்கு இருப்பிடம் தந்து, உணவளித்து உபசரிக்கத் தந்த தேவன் திருநாமம் வாழ்க" என்று அவன் பெட்டியையும் எடுத்துக்கொண்டு, அவனையும் அழைத்துக் கொண்டுபோய்க் கட்டிலில் படுக்கை விரித்திருந்த ஓர் அறையில் விட்டனர்.

"நாங்கள் ஜபத்திற்குப் போகிறோம். இரவில் உங்களுக்கு உணவு வரும்" என்று சொல்லிவிட்டு விடைபெற்றனர் மரியாதையுடன்.

காரம் அதிகம் இல்லாத குழம்பும் சோறும் மோரும் கொண்டு வந்து கொடுத்தனர் சமையல்காரிகள். அவர்கள் தமிழ்ப் பெண்மணி கள். தட்டும் கிண்ணமும் மற்றவையும் மிகவும் சுத்தமாய் இருந்தன. அவர்களும் சற்றே நோய் கண்டவர்கள் போலத்தான் இருந்தனர். கணேசன் இரவு சுகமாய்த் தூங்கினான். விடிவதற்குள் விளக்குகள் எரிந்தன. இரண்டு மூன்று பெரிய பெரிய கட்டிடங்கள், விடுதிகள் போல் இருந்தன. நூற்றுக்கணக்கான மக்களின் நடமாட்டம் தெரிந்தது. மணி அடித்தது. எழுந்து சுற்றி வந்தான் எல்லா இடங் களையும். ஓரிடத்தில் குழந்தைகள், ஆறு வயதுமுதல் பத்துப் பன்னிரண்டு வயதுவரையில் இருக்கும் குழந்தைகள், வளைய வளைய ஓடிக்கொண்டிருந்தார்கள். அவர்கள் எல்லோருக்குமா வியாதி இருக்கும்? பார்த்தால் தெரியவில்லையே. மற்றோரிடத்தில் வயதானவர்கள், ஆண்களும் பெண்களும் பல் தேய்த்து முகம் கழுவிக்கொண்டு கட்டிடங்களுக்கு வெளியே தெரியும் தோட்டங் களுக்கு வேலை செய்ய விரைந்துகொண்டிருந்தனர். வேறு சிலர் கிணற்றடியில் குளித்துக்கொண்டிருந்தனர். அவர்கள் வியாதி முற்றிப்போயிருந்தவர்கள்போல் இருந்தனர். அவனும் ஒரு குழாய் இருக்கும் இடத்திற்குச் சென்று பல் தேய்த்து முகம் கழுவிக்கொண் டான். மீண்டும் அறைக்கு வந்து உட்கார்ந்தான். காலை உணவுக்காக இட்லியும் சிறிது பாலும் கொடுத்தனர். அவனை ஆஸ்பத்திரிக்கு அழைத்துச் சென்றனர்.

கணேசனுடைய வியாதி புதுவகையான ஒன்று. முகத்தின் அழகை மட்டுமின்றி அமைப்பையே முற்றிலும் மாற்றிவிட்டிருந்தது அந்த வியாதி. வட்டமான அழகிய அவன் முகம் தட்டையாய் விரிந்து தடித்து வீங்கி வெடித்து உருத் தெரியாமல் ஆகியிருந்தது. அவனுடைய உயரமான உடம்புக்கேற்ப முழங்கால்வரை நீண்டு தொங்கிய கைகளின் நீளமான விரல்கள் விகாரமாய்ப் பருத்து வரிவரியாய்த் தடித்து, வறண்டு, முண்டும் முடிச்சுமாய் மாறி அழுகிக் கருத்துச் சருகுபோல் சுருங்கித் தேய்ந்திருந்தன. கண்களும் விகாரப்பட்டுப்போயிருந்தன. புருவ ரோமங்கள் உதிர்ந்து, இமை ரோமங்களும் உதிர்ந்து, இமைகளே தெரியாமல் சுரந்து உப்பிக்

கிடந்தன. வலது காது உள்நோக்கி வளைந்து தடித்துவிட்டிருந்தது. இடது காது மட்டும் இலைபோல் எக்கச்சக்கமாய் நீண்டும் அகன்றும் அல்லியிலை அளவிற்கு ஆகியிருந்ததுடன் மிகவும் தடித்தும் விறைத்தும் நின்றது. மற்றபடி உடம்பு முழுவதும் ஓரளவு ஒழுங்காகவே இருந்தது. வசீகரமான அதன் சிவப்பு நிறம்கூடக் குறையவில்லை. பேச்சில் தெம்பு குறைந்திருந்ததே தவிரக் குரலில் காம்பீரியமும் இனிமையும் குறையவில்லை. கணீரென்று கேட் போரைக் கவர்ந்து நிறுத்தும் அழுத்தமும் ஆழமும் குறையவில்லை. தேய்வும் திரிவும் இல்லாமல், கமகத்துடனும் கார்வையுடனும் வரும் பேச்சின் அழகும் குறையவில்லை. பாதங்களின் விரல்கள் நீளம் குறைந்து உருண்டைபோல் ஆகிக் கோணலாய்த் திருகிக் கொண்டிருந்ததாலும் நகங்கள் உதிர்ந்து கசிந்து, குறைந்துகொண்டே இருந்ததாலும் அவன் நடையில் ஒரு சிரமம் தெரிந்தது. ஆனால் மிடுக்கும் நிமிர்வும் குறையவில்லை.

நல்ல உயரமும் நிமிர்ந்த நடையும் கந்தர்வ சரீரமும் இனிய குரலும் கொண்டவர்களும் எல்லோருமே தலைமுதல் கால்வரை தூய வெள்ளை உடுப்புக்களால் தம் மனித உடலை மறைத்துவிட்டுப் பேச்சாலும் தொண்டாலும் நல்ல நினைவுகளாலும் சுத்த ஸத்துவமே உருவான தெய்வங்களாகத் தம்மை நடமாடவிட்டுக்கொண்டிருந்த அந்த ஆஸ்பத்திரிப் பெண்ணணங்குகள், அவனுடைய தோற்றத்தை யும் கொடிய நோயையும் பார்த்துப் பார்த்து மலைத்தனர். கனிவு நிறைந்த குரல்களில் தமக்குள் பேசிக்கொண்டனர். முதல் நாள் இவனை வரவேற்று உபசரித்தவர்களுடன், அனைவராலும் மரியா தையுடனும் அன்புடனும் நெருங்கப்பட்ட வயது முதிர்ந்த மதர் சுபீரியரைப் பார்த்தான் கணேசன். அந்த அன்னை பெரிய மருத்துவக் கல்வி கற்றவா. அவருடன் வேறு இரு டாக்டர்களும் இருந்த இடத்திற்கு அழைத்துச் செல்லப்பட்டான். ஒரு பெரிய மேஜையைச் சுற்றிப் போடப்பட்டிருந்த நாற்காலிகளில் அமர்ந்திருந் தனர். இவனும் ஒரு நாற்காலியில் அவர்கள் மூவருக்கும் இடையில் மிக நெருக்கமாய் உட்கார்ந்தான். மூச்சுக்காற்றுகள் ஒருவருடையவை மற்றவர்மீது படும் அவ்வளவு நெருக்கத்தில் அவர்கள் நால்வருமே உட்கார்ந்திருந்தனர்.

“நீங்கள் இங்கு வந்ததை நாங்கள் தேவனின் வருகையாகவே நினைத்து மகிழ்கிறோம். தேவன் நாமம் வாழ்க. நீங்கள் நேற்று எங்கள் சகோதரிகளிடம் சொன்னதை அவர்கள் பெருமகிழ்ச்சி யுடனும் பூரிப்புடனும் என்னிடம் தெரிவித்தார்கள். உமக்கு நாங்கள் நன்றி கூறிக்கொண்டு எப்போதும் நீங்கள் எங்களுடனேயே இருந்து ஆண்டவனுக்கு நாங்கள் செய்யும் ஊழியத்தை ஏற்றுக்கொள்ளலாம். உமது நோயின் வரலாற்றை விளக்கமாகச் சொல்லுங்கள். உடம்பில் ஏற்பட்ட மாறுதல்களைக் கூடுமான வரையில் தொடர்ச்சியாக நினைத்துப் பார்த்துச் சொல்லுங்கள். எதையும் ஒளிக்காமலும் சொல்ல வேண்டும்” என்று மதர் சுபீரியர் கேட்டுக்கொண்டாள்.

அந்தக் குரலின் அமைதியிலும் கனிவிலும் கணேசன் கண்ட தெய்வீகம் அவனைப் பேச முடியாமற் செய்துவிட்டது சிறிது நேரம். கண்களைத் துடைத்துக்கொண்டான். தழுதழுத்த குரலையும் மெல்ல மாற்றிக்கொண்டான். தொண்டையைக் கனைத்துக் கொள் வதுகூடப் பெரிய அபசாரமாகுமென்று தோன்றிற்று அவனுக்கு, "தாயே, சகோதரிகளே, தெய்வங்களே, உங்களுக்கெல்லாம் எப்படி நன்றி கூற முடியும். இதோ என் ஆத்மாவை உங்களுக்கு அர்ப்பணம் செய்கிறேன். என் அக்ஞானத்தாலும் அசட்டு ஆணவத்தாலும் என்னிடமிருக்கும் அற்பமான தொகையை உங்கள் தர்ம ஸ்தாபனத் திற்குக் காணிக்கையாகத் தருவதாக நான் சொன்னதை மறந்து, அதற்காக என்னை ஆயிரம் தடவை மன்னித்துவிடுங்கள். எனக்கு நோய் வந்து மூன்று வருஷங்கள் ஆகின்றன. அதற்கு முன் பல வருஷங்கள் என் இளமைக்காலம் முதலே என் உடல், பாலுணர் வின் வக்ரங்களுக்கெல்லாம், காம வெறியாட்டங்களுக்கெல்லாம் கருவியாய் இருந்ததென்ற உண்மையை நினைவில்கொள்ளுங்கள். திடீரென்று ஒரு நாள் என் உடல் முழுவதும் மேல் தோலில் ரத்தம் கசிவதைப் போன்ற உணர்ச்சி ஏற்பட்டது. அதற்கேற்பத் தோலெல்லாம் சிவப்பும் பளபளப்புமாய் மாறிற்று. அரித்துச் சொரிந்த இடங்களில் தோல் மரத்துவிட்டதைப் போல் இருந்தது. கை விரல்களும் கால் விரல்களும் உள்ளும் புறமும் என்னவோ செய்வது போல் அரித்தன, ஊறின. உடம்பு முழுவதும் திட்டுத் திட்டாகத் தடித்து வீங்கியிருந்தது. சிறு சிறுக் கட்டிகள் போலவும் நெருடின. கிட்டத்தட்ட ஒரு மாதம் இவற்றை நான் மறைத்தேன். சட்டைகளும் பனியன்களும் வேஷ்டிகளும் அடிக்கடி மாற்றி உடுத்துவேன். ஒரு நாள் பகல் முடிந்து இரவு வருவதற்குள் என் உடம்பிலிருந்து ஒரு வகையான ரத்த நாற்றம் வெடிப்பாய் வீசிற்று. இரண்டு மூன்று தடவை குளித்தேன். காலையில் வெந்நீரில் குளித்தேன் வழக்கம் போல. உடம்பில் வெந்நீர் பட்ட உணர்ச்சியே இல்லை. அடுத்துப் பகலில் இரண்டு தடவை குளிர்ந்த நீரில் குளித்தேன். குளித்தால் ஏற்படும் புத்துணர்வும் மொரமொரப்பும் சிறிதும் ஏற்படவில்லை. உச்சி மண்டையிலிருந்து உள்ளங்கால்வரை உள்ளும் புறமும் ஏதோ விகாரங்கள், மாறுபாடுகள் நிகழ்வதை உணர்ந்தேன். அன்றிரவு ஒரு தேர்ந்த டாக்டரம்மா . . . அவள் எனது . . . இல்லை என்னை அவள் . . ." என்று அவன் கூட்டி விழுங்கித் தவித்தான்.

"வேண்டாம் . . . விவரம் . . . இந்த விவரம் வேண்டாம். மேலே சொல்லுங்கள்" என்றனர்.

"அவள் என் அறைக்குள் வரும்போது, அன்று வழக்கத்திற்கு மாறாக விளக்கைப் போடாமல் கட்டிலிலேயே இருட்டில் உட்கார்ந் திருந்தேன். என் கைகள் என்னையுமறியாமல் என் கண்ணையும் காதையும் கையையும் காலையும் தேய்த்தும் சொரிந்தும் அழுத்தியும் என்னென்னவோ செய்துகொண்டிருந்தன. அவள் வரும்போதே,

‘என்ன ஒரே வெடிப்பு நாற்றம்... எங்கேயிருக்கிறாய் கணேஷ், ஏன் விளக்குப் போடவில்லை. என் மோப்ப உணர்வையே பாதிக்கும் கெட்ட நாற்றம் வீசுகிறதே... இதென்ன ஏதாவது காயம்பட்டுக்கொண்டு ரத்தத்தைத் துடைத்த பஞ்சையோ துணியையோ எறிந்திருக்கிறாயா...?’ என்று சரமாரியாகக் கேட்டுக் கொண்டே வந்து விளக்கைப் போட்டாள். அந்திக்கு முன்பிருந்தே அடிக்கடி மூக்கை அடைப்பதுபோல் ஜலதோஷம் பிடித்ததுபோல இருந்தது எனக்கு. ஒரு துண்டை வைத்துக்கொண்டு மூக்கைச் சிந்திக்கொண்டே இருந்தேன். கையில் சூடாக ஏதோ பட்டது; இருட்டில் அதைச் சளியென்றே நினைத்துக்கொண்டு துண்டைத் தலைப்பு மாற்றி மாற்றிச் சிந்திக் கையையும் அதிலேயே துடைத்துப் போட்டிருந்தேன். நான் உட்கார்ந்திருந்த கட்டிலுக்குக் கீழும், சுற்றிலும் சிந்திச் சிந்தி எறிந்திருந்தேன். அவள் விளக்கைப் போட்ட தும்தான் தெரிந்தது எல்லாம் ரத்தம் என்று. என் கைகள், சட்டை, துண்டு, கட்டிலுக்குக் கீழும் சுற்றிலும் எங்கும் எதிலும் ஒரே ரத்தமும் ரத்தக் கறையுமாயிருந்தது. எனக்கே அருவருப்பாகத்தான் இருந்தது அந்த வெடிப்பு நாற்றம். நான் கூனிக் குமைந்து கிடந்தேன். என்னைப் பரிசோதனை செய்தாள். உடனடியாக அவளுக்குப் புரிந்துவிட்டது. தொடக் கூடாததைத் தொட்டுவிட்ட உணர்ச்சி யோடு, சோப்பை எடுத்துக்கொண்டு போய்க் கைகளை முகத்தைக் கழுவிக் கொண்டாள். டெட்டால் கலந்த ஜலத்தால் மீண்டும் கழுவினாள். அருவருப்புடன் முகத்தைத் திருப்பிக்கொண்டு போய் விட்டாள்.

“மறுநாள் பகல் முழுவதும் அவளை எதிர்பார்த்துக் காத்திருந்தேன். வழக்கமாகப் பகற்பொழுதில் நானே போய் அவளைப் பார்ப்பதில்லை. அவளே இரண்டொரு தடவை வந்து கொஞ்சி விட்டுப் போவது வழக்கம். அன்று அவள் வரவேயில்லை. இரவு பதினோரு மணியிருக்கும். ஒரு தோல் பெட்டியும், பையும் பெரிய மணிபர்ஸ் ஒன்றும் கொண்டுவந்து எறிந்தாள். என்னைப் பிரயாணத் திற்குத் தயாராக என் உடை முதலிய எல்லாவற்றையும் எடுத்து வைத்துக்கொண்டு புறப்படுமாறு கட்டளையிட்டாள். பர்ஸில் ஐயாயிரம் ரூபாய் ரொக்கம் இருந்தது. நான் ஏதோ சொல்ல வாயைத் திறந்தேன். ‘மூடு வாயை, பேசினால் உன்னைக் கொன்றுவிடும் நிர்ப்பந்தத்தை ஏற்படுத்திவிடுவாய். உனக்கு இந்த வியாதி வந்து ரொம்ப நாளாயிருக்கு. நீ இதை மறைத்திருக்கிறாய் என்னிடம் சொல்லாமல். நான் பகல் நேரங்களில் உன்னை கவனிக்காமலேயே உன்னுடன் பழகிய முட்டாள்தனத்திற்காக, கண்மூடித்தனமான சரீர இச்சைக்காக மிகவும் வருந்துகிறேன், வெட்கப்படுகிறேன். பாவி, என்னையும் இந்தக் கொடிய வியாதி என்றைக்கு வந்து எப்படி என் வாழ்வைச் சிதைக்கப்போகிறதோ என்பதை நினைத் தால், உன்னையும் கொன்று, நானும் செத்துப்போய்விடலாம் என்று தோன்றுகிறது. இப்பொழுது நான் நானாகவே இல்லை. என் மனம்

வேறு விதமாக மாறுவதற்குள் நீ போய்விடுவதுதான் உனக்கும் நல்லது. மிருகமாகிவிட்ட எனக்கும் நல்லது. உன்னிடம் ஏதோ பணம் இருந்ததே . . . அதையும் எடுத்துவைத்துக்கொள். உன்னைத் தஞ்சாவூரில் கொண்டுபோய் விடுவான் டாக்ஸி டிரைவர். அவனிடம் ஏன் என்னவென்றெல்லாம் எதுவும் கேட்கக் கூடாது. பேசக் கூடாது. என் நன்றியறிதலின் உயர்ந்த பக்ஷமாய் உனக்குப் பணம் தந்திருக்கிறேன். நம் சில வருஷத்து உறவுக்கு இதைவிட வேறு எந்தவிதமான அர்த்தமும் நோக்கமும் இருந்ததில்லை என்ற உண்மையை, எந்தத் தேர்ந்தெடுத்த சொல்லாலும் மறைக்க முடியாது. உனக்கும் ஏதாவது, நன்றியென்று பெயருக்காவது ஏதாவது இருக்குமென்றால் இதைப் பற்றி வெளியில் குற்றம் குறையாகவோ வேறு விதத்திலோ நீ பேசாமல் இருப்பது தான் உசிதம். என்னை மறந்துவிடு என்று நான் வற்புறுத்திச் சொல்வதுகூட வெறும் நாடகப் பேச்சாகத்தான் இருக்கும். இவ்வளவு தூரம் நான் சொன்னதையே அதிகம் என்று நினைக்கிறேன். இப்படி இதைச் சொல்லாமல் வேறு விதமாக உணர்ச்சிவசப்பட்ட பாவனையில் கனமும் தீவிரமும் மிகுந்த சொற்களில் சொல்லத் தெரியும் எனக்கு. கண்ணீர் விடுவதாகக்கூடக் காட்ட முடியும். ஆனால் அதெல்லாம் நாடகப் பாணி, பொய்யும் பாசாங்கும் ஆகும். சரி, புறப்படு; டாக்ஸி தயாராய் இருக்கிறது. எங்காவது போய் வைத்தியம் செய்துகொள். இனி எப்போதும் எங்கும் எதற்காகவும் என்னைத் தேடிக்கொண்டு வரமாட்டாய் என்று நம்புகிறேன்' என்று முடித்தாள் அவள். நடுநிசியில் என்னைத் தஞ்சாவூர் ஸ்டேஷனுக்கருகில் இறக்கிவிட்டுப் போய்விட்டது கார். நான் தஞ்சாவூரில் தங்கி வைத்தியம் செய்துகொண்டேன். ஒன்றும் ஒத்து வரவில்லை. சரியாக ஒரு வருடம் சென்றதும் என் கைவிரல்கள் . . .”

கணேசன் தொடர்ந்து தன் நோயின் வரலாற்றை, தன் பழைய உடல் சிறுகச்சிறுகச் செத்துக்கொண்டே வந்ததைச் சொல்லிக் கொண்டிருந்தான். இப்போது பயங்கரமாய் உருத்தெரியாமல் ஆகிவிட்டிருந்த முகத்தின் பழைய அழகை நினைவூட்டும் அந்தக் குரலுக்குச் சொந்தக்காரனான கணேசன், சொக்கழகுக்காரன் என்று, அவனுடைய உடலின் சில உறுப்புகளும் அமைப்பும் பறை சாற்றிக்கொண்டிருந்தன. அவனும் அவனுடைய நோயும் அவர் களுக்கே ஒரு புதிர்தான். வியப்புத்தான். பல ஆண்டுகளாத் தமிழ் நாட்டில் மிக உயர்ந்த உயிர்த் தொண்டு புரிந்துவரும் அவர்கள், அதுவரை அப்படி ஒரு ஆளையோ நோயையோ கண்டதில்லை. அவன் தன் நோயின் வரலாற்றை நினைத்து நினைத்துப் பார்த்து, வருஷம் மாதம் உட்படச் சொல்லிக்கொண்டுவந்தான். துயரம் சுமந்த தீனக் குரலில், ஈன சுருதியில், ஈரம் கசியக் கசியக் சொல்லிக் கொண்டுவந்தான். யாழ் போன்ற நரம்பு வாத்தியமொன்றில் இசைத்துப் படிக்கும் ஒரு சோகக் கவிதையைக் கேட்பதுபோல் அவர்களும்

கேட்டுக்கொண்டிருந்தார்கள். ஆரம்பத்தில் அந்த அழகான வாளிப்பான பெண் முகங்களைப் பார்க்க முயன்றும் முடியாமல், பிறகு போகப்போகப் பார்க்க முடிந்தும் முயலாமல் தலை கவிழ்ந்த வண்ணமே சொல்லி முடித்தான். சோர்ந்து கவிழ்ந்திருந்த அவன் கண்ணீர்ச் சொட்டுகளைக் கண்டு இரண்டொரு முறை அவனைத் தூண்டி அழைத்தும் அவன் நிமிர்ந்து பார்க்காததால், ஒரு பெண் அவன் முகவாய்க்கட்டையைத் தன் கையால் தொட்டு நிமிர்த்தினாள். அவளுடைய கண்களிலிருந்தும் கண்ணீர் துளித்துக் கொட்டிச் சிதறியது. சிரமப்பட்டு நிமிர்ந்த கணேசனுடைய கண்களும் தாரையாய் நீரைக்கொட்டிக்கொண்டு உடனே சட்டென்று தாழ்ந்துவிட்டன. தன்னைக் கண்டு பிறர் அடையும் அருவருப்பை நினைத்து நினைத்து வாடும் அவனுடைய ஆத்மாவை வாட்டம் தீர்த்து நிமிர்த்தத்தான் அவள் அவனைத் தொட்டுத் தீண்டி அன்புப் பன்னீர் தெளிக்க விரும்பினாள். ஆனால் அந்த ஸுக ஸ்பர்சத்தைத் தந்த தூய உடலின் கறைபடாத பெண்மை கணேசனுக்குக் கனலாய்ச் சுட்டது.

மனித குலத்திற்குத் தொண்டு செய்வதற்காகவே தங்கள் வாழ்வை அர்ப்பணம் செய்து, கன்னிகைகளாகவே வாழ்ந்து இயற்கையின் வெறி கொண்ட பகையை, பெருந்தீனி கேட்பதும், பெரும் பாவம் செய்வதுமான பகையை வென்ற, வீரம் வீற்றிருக்கும் மஹா சாந்தமான தோற்றத்துடன் விரதங்களும் ஜபமும் தோத்திரமும் தொழுதலுமாகக் காலத்தையும் புறங்காணும் ஐரோப்பிய நாட்டுக் கன்னிகள் நடத்தும் ஆஸ்பத்திரி அது. நம் நாட்டுக் கன்னிமார்களும் மருத்துவர்களும் அந்த ஆஸ்பத்திரியில் பணி செய்தனர். ஆயினும் ஐரோப்பிய நாட்டுக் கன்னிமார்களே பெரும் பாலோர். கணேசனை வரவேற்றவர்களும் ஆறுதலாகப் பேசி அன்பு காட்டியவர்களும் ஸ்வீடன் நாட்டு சகோதரிகளாம். கர்த்தருக்கு மிகவும் உவப்பான இந்தத் தொழுநோய்த் தொண்டு செய்வதற்காகத் தற்காலிகமாக வந்திருந்தார்களாம். அவர்கள் நாடு, மண்ணுலகில் வடக்கில் மிகத் தள்ளியிருப்பதால் அமைந்த உடல் வளம் அது. தேவகந்தர்வலோகம் வடக்கே இருப்பதாகக் கூறும் நம் பழைய நூல்கள். இவர்களுடைய உயரமும் நிறமும் அங்க விசாலங்களும் கந்தர்வ ஸ்திரீகளை நினைவுபடுத்துபவை. கந்தர்வலோகம் சுகபோகங்களின் இருப்பிடம். ஆனால் இந்தப் பெண்கள் துறவின் இருப்பிடம். அருள் இன்னதென விளக்கி, அமுதம் பரிமாறும் வாழ்வு நடத்துகிறார்கள். அவர்களுடைய குரலில் என்றும் எப்போதும் இனிமையே ததும்பும். அதிகமாய்ப் பேசாமல், அவசியமான போது மட்டுமே பேசும் கர்மயோகிகள் அவர்கள். தங்கச் சம்புடத்தைத் திறப்பதுபோல் மெல்லத் தம் வாயைத் திறந்து, புன்னகைப் பூவை உதிர்த்த பிறகே பேசுகின்ற அவர்களுடைய பேச்சுகள் யாவுமே ஸ்வர சுத்தமான மெல்லிசையும் நல்லிசையுமே ஆகும்.

நோயாளிகளைப் பக்தி சிரத்தையுடன் பரிசோதனை செய்து ஆதரவுடனும் அன்புடனும் மருந்தும் உணவும் ஊட்டிக் கவனித்தனர். தொழுநோயுற்ற குழந்தைகளை அவர்கள் தொட்டு இழுத்தும் ஆரத் தழுவியும் தோளில் சுமந்தும் கெஞ்சியும் கொஞ்சி யும் மருந்து கலந்த நீரால் கழுவிக் குளிப்பாட்டித் துடைத்துப் பவுடர் அப்பி ஆடைகள் அணிவித்து அழைத்துவரும்போது அருளின் வடிவங்களாகவேத் தோன்றுவர். ஆரம்ப நிலையிலேயே கவனித்து வைத்தியம் செய்துவிட்டால் தொழுநோயை அறவே களைந்துவிட முடியுமாம். அப்படி அவர்களிடம் குழந்தைப் பருவத்திலேயே வந்து சேர்ந்து நோய் தீர்ந்து கல்வியும் கற்று நல்வாழ்வு பெற்றவர்கள் பலர் உண்டாம். வயதானவர்கள் வைத்தியத்தால் முழு நலம் பெற்றோ அல்லது வியாதி குறைந்து மேலும் வளராத நிலை பெற்றோ வெளியே செல்வார்கள். வியாதி குணமாகாமலே இருப்பவர்களுக்கு அவர்களே வேலை வாய்ப்புகள் தந்து தம்முடனேயே வைத்துக் கொண்டும் இருக்கிறார்கள். அங்கேயே இருக்கும் இஷ்டம் இல்லா மல் வெளியேறுகிறவர்களுக்கும் நீண்ட காலத்திற்குத் தேவையான மருந்தும் சிறிது பணமும் கொடுத்து அனுப்புகிறார்கள். அவர்களு டைய தொண்டின் பெருமையை அறிய அறிய கணேசனுக்கு உள்ளம் பூரித்தது. சில மாதங்கள் கழிந்தன. தன்னிடம் இருக்கும் பணத்தை வாங்கிக்கொள்ளுமாறு பலதடவை மன்றாடிக் கேட்டுக்கொண்டான். அவர்கள் மறுத்துக்கொண்டேவந்தனர். வாங்கிக்கொள்ளாவிடின் தான் வெளியேறிவிடுவதாகச் சலுகையாகக் கண்டிப்புக் குரலில் சொன்னான் ஒரு தடவை. சிறிய ஒரு தொகையை மட்டுமே தருமாறு கேட்டார்கள்.

ஆயிரத்தோரு ரூபாயை வாங்கி அவர்கள் நடத்தும் ஆரம்பப் பள்ளிக்கூடத்தில் எளிமையான கட்டிடம் ஒன்று கட்டினார்கள். கணேசனைக் கொண்டே எளிய முறையில் தோத்திரத்துடன் திறப்பு விழாவும் செய்தனர். கணேசனுடைய வியாதியும் உக்கிர வேகம் குறைந்து தணிந்துவந்தது. கூச்சமில்லாமல் திறந்த மனத்துடன் பழகும் கன்னிச் சகோதரிமார், ஆஸ்பத்திரியிலும் பள்ளிக்கூடத்தி லும் விடுதிகளிலும் சோர்வின்றிப் பகல் முழுவதும் தொண்டாற்றி வளைய வருவார்கள். கணேசன் முழு சகோதரத் தன்மையுடன் அவர்களுடன் கலந்துகொள்வான். இரவில் அவர்கள் தங்கள் மடத்திற்குப் போய்விடுவார்கள். அழகான ஒற்றை மாட்டுப் பெட்டி வண்டிகளில் ஏறும்வரையில், அந்திப் பசப்பு உலகைக் கவியும் நேரத்தில் அவர்கள் அவனிடம் சொல்லிக்கொண்டு அன்பு விடை பெறுவார்கள். கணேசன் தன் அறைக்கு வந்து தனிமையில் அந்த இளம் பெண்கள் ஒவ்வொருவரையும் நினைத்து நினைத்து வியந்து வியந்து பாராட்டுவான் தன் மனத்தில். அந்தப் பாராட்டு களில் அவன் முக்கியமாக அவர்கள் இயற்கையை வென்று பழகிவிட்டதைத்தான் நினைத்துக்கொள்வான். சிவபெருமான் காமனை எரித்த கதையும், புத்தர் பிரான் காமனோடு போரிட்டு

வென்ற கதையும் எவ்வளவு ஆழமான பொருள் நிறைந்த கதைகள் என்று வியப்பான். இந்த நினைவுகளுடன் பின்னிப் பின்னிக் கிளர்ந்தெழும் தனது பருவகால வாழ்க்கையின் காமாந்தகாரச் செயல்களின் நினைவை மிகவும் சிரமப்பட்டு மறக்க முயல்வான். இரவு முழுவதும் போராடுவான். ஆனால் அகிமகி ராவணன் கதைபோல் ஆயிற்று. மாசு மறைந்து அழிந்துவிட்டதாக நினைத்துக் கொண்டு அவன் அந்தக் கன்னித் தெய்வங்களின் நினைவின் துணையை நாடும்போது, அவர்களுடைய பெண்மையின் நினைவின் துளியிலிருந்து ஆயிரம் தீய நினைவுகள் தலை கிளப்பும். மீண்டும் போராட்டம்தான். கடைசியில் கணேசன் தோற்று விழுந்துவிட்டான் ஓரிரவில். அன்றிரவு முழுவதும் அவன் மன அரங்கில் ஒரே பேயாட்டம்தான். மறுநாள் காலையில் கன்னிச் சகோதரிகள் இவனுக்குப் பணிவிடைகள் செய்தபோது நேர்ந்த ஸ்பர்சங்களில் பேய்கள் புகுந்துகொண்டன. தவிர்க்க முயன்ற போதெல்லாம் மேலும் மேலும் அதை விரும்பும் போக்கு வளர்ந்தது. அவனால் பேய்களை அடக்கி ஒடுக்க முடியவில்லை. களங்க மில்லாத அந்தக் கன்னிகளைக் கணேசனுடைய புதிய பார்வைகளும் நெருக்கமும் சிறிதும் பாதிக்கவில்லை. ஆனால் அவர்களை விட்டு நீங்கிய பிறகு கணேசன் பட்ட பாடுதான் மிகவும் பரிதாபத்திற்குரிய தாயிற்று.

முட்டிக்கொண்டான்; மோதிக்கொண்டான்; பிய்த்துக்கொண் டான்; பிதற்றினான் வாய் விட்டு.

தன் பழைய உடல் செத்துப் போய் புதிதாய்ப் பெற்ற உடம்பு அழுகிச் சொட்டினாலும், அதில் உள்ள பழைய மனம் அழுக்கு நீங்கித் தெளிந்து புதியதாகி வந்ததையும், அந்த மனத்தை இன்னும் புடம்போட்டுத் துலக்க வாய்ப்பு நேர்ந்துள்ளதையும் கொண்டு, தான் இழந்துவிட்டிருந்த ஆத்மாவை மீண்டும் பெறவும், தன்னைக் கடக்கவும் ஏற்பட்டிருந்த சூழ்நிலை அழிந்துவிட்டதை நினைத்துப் புழுங்கினான். இன்னும் தன் வெய்யகர்மங்கள் முடிந்தபாடில் லையோ என்று நடுங்கினான். அதுதான் விதியென்றால், அனுபவிக்க வேண்டுமென்றால் தடுப்பதில் பயனில்லை. 'சுருதி கலைந்த யாழின் நரம்பைச் சுதி கூட்டப் பிருடையைத் திருகித்தான் ஆக வேண்டும்: ஆனால், மிகவும் அதிகமாகத் திருகினாலும் நரம்பு அறுந்துவிடும். தளர்த்தித் தடவிவிட்டுச் சற்றே குளிர வைத்த பிறகே மீண்டும் திருக வேண்டும்' என்று பாதிரியார் சில தினங்களுக்கு முன் எதிலிருந்தோ படித்துச் சொற்பொழிவு செய்ததை நினைத்துக்கொண் டான். ஆத்மாவை இழக்க நேரலாம் மீண்டும். ஆனால் இங்கே அதை நழுவவிடக் கூடாதென்று முடிவு செய்தான். அன்றிரவே அங்கிருந்து வெளியேறவும் முடிவு செய்தான். பெட்டியில் இருந்த துணி, போர்வை முதலியவற்றை வெளியில் எடுத்துப் போட்டான். எல்லாவற்றையும் பையில் வைத்துக்கொண்டான். பெட்டியை எடுத்துக்கொண்டு போவது கஷ்டமென்று நினைத்து அதை

அங்கேயே விட்டுவிட்டான். ஒரு நூறு ரூபாயைப் பத்து ரூபாய் நோட்டுக்களாகத் தேறியவற்றை எடுத்து மடியில் வைத்துக்கொண்டு பர்சை ஒரு வேஷ்டியில் வைத்துச் சுற்றி சுருட்டிப் பையில் வைத்து அதற்குமேல் எல்லாத் துணிகளையும் போர்வையையும் வைத்துக் கொண்டு புறப்பட்டான். மணி பன்னிரண்டு அடித்தது விடுதியில் இருந்த பெரிய கடிகாரத்தில். தேங்கித் தயங்கித்தான் வெளியேறி னான். ஆஸ்பத்திரியின் வாசலில் விழுந்து வணங்கினான். புறப்பட் டான். மனம் இவன் கால்களைப் பின்னுக்கு இழுத்தது. தயங்கித் தயங்கி நின்றான்.

மெல்ல மெல்ல நடந்து ரயிலடிக்கு வந்தான். தெற்கே போகும் ரெயில் வருவதற்காகக் கேட் சாத்தியிருந்தது. இன்னும் வண்டி வரவில்லை. கேட்டின் பக்கத்து வழியாக ரயில் பாதையைக் கடந்து விரைந்து ஸ்டேஷனுக்குப் போனான். நிறைய நேரம் இருந்தது. திருச்சிக்கு டிக்கட் வாங்கிக்கொண்டு உள்ளே போனான். ரயில் வந்தது; ஏறிக்கொண்டான். அதிகக் கூட்டமில்லை. பையைத் தலைக்கு வைத்துக்கொண்டு படுத்தான். தூங்கியும் போய்விட்டான். கனவோ, கலக்கமோ இல்லாமல் தூங்கி விழித்தான். திருச்சி ஜங்ஷனில் ரயில் போய் நின்றிருந்தது. வண்டியில் யாரையுமே காணவில்லை. அது திருச்சியிலேயே நிற்கும் வண்டி போலிருக்கிறது. இறங்கினான். அது நாலாவது பிளாட்பாரம். எதிர்ப்புறத்து மூன்றாவது பிளாட்பாரத்தில் ஜனங்கள் வேறொரு வண்டிக்காகக் காத்திருந்தனர். ஒருவரிடம் போய் வெளியில் எப்படிச் செல்வதென்று கேட்டான். அவர் படி ஏறியிறங்கிச் செல்லும் வழி கூறினார். கடிகாரம் நான்கு மணி காட்டிற்று. மீண்டும் விசாரித்துக்கொண்டே வெளியில் வந்து சேர்ந்தான். அங்கே ஒரே கூட்டம். பத்தடி நடந்து போய் அடுத்து எட்டிப் பார்த்தான். அங்கே டிக்கட் கொடுக்கும் இடங்கள் இருந்தன. அங்கும் ஒரே கூட்டம். உட்காரக்கூட இடம் இல்லை. எச்சிலும் ஈக்களும் இரண்டொரு நாய்களும் வேறு அந்த இடத்தை உட்காரத் தகுதியற்றதாக்கின. ஆனால் அங்கு உட்கார்ந்து கொண்டும் படுத்துக்கொண்டும் தூங்கியும் தூங்காமலும் பெட்டி பைகளைப் பார்த்துக்கொண்டும் பேசிக்கொண்டும் இருந்த கூட்டம் அந்த இடத்தையும் உபயோகித்துக்கொண்டுதானிருந்தது. வெளியே சற்றுப் பலமான காற்று வீசிக்கொண்டிருந்தது; ஆடிக்காற்று. ஆனால் விடியற்காலைக் காற்றானதால் அவ்வளவு விரைவும் வீச்சும் இல்லை; ஆனால் குளிர்ச்சி இருந்தது. பையைக் கீழே வைத்துத் தானும் திறந்த வெளியில் உட்கார்ந்தான் கணேசன். இனி அடுத்து என்ன செய்யலாம், எங்கே போகலாம் என்று ஆரம்பித்த யோசனை மேற்கொண்டு எப்படி வாழ்வது, எங்கே வாழ்வது என்றெல்லாம் யோசிக்கத் தொடங்கி ஒரு முடிவுக்கும் வராமல் குழம்பிக் குழம்பிச் சுற்றியது.

அவனுடைய நோய் முற்றிலும் குணமாகவில்லை, உக்கிரம் சற்றே குறைந்திருந்தது; அதுவும் தினந்தோறும் மருந்துகள் உள்ளுக்

கும் தோலுக்கும் செலுத்தியதால்தான் குறைந்தது மாதிரித் தெரிந்தது. இவன் கையில் மருந்தும் வாங்கி வரவில்லை. இனி யாரிடமும் வைத்தியத்திற்கும் போகப்போவதில்லை. வைத்தியம் செய்து கொள்வதால் தீரும் வியாதியும் அன்று இது. இன்னும் நான் பெற வேண்டிய அனுபவங்கள் நிறைய இருக்கின்றன. அனுபவிப்பதில்தான் பாவத்தையோ புண்ணியத்தையோ கண்டும் தொலைத்தும் தலை முழுக முடியும். அதுதான் என்னையே நான் கடக்கும் வழியுமாகும். எந்த அனுபவத்தையும் வரவேற்க வேண்டும்; ஏற்கவும் வேண்டும். எல்லாமே இந்த உடலுக்கும் இந்த உடலையும் செத்த என் பழைய உடலையும் காட்டி, நிலைநாட்டும் இந்த மனத்திற்கும்தான் சொந்தம்; எனக்கு இல்லை; நான் இன்னும் எனக்கே கிட்டியபடி இல்லை. இவையெல்லாவற்றையும் பார்த்துத் தொட்டு ஈஷிக்கொள் ளும் காரியங்களுக்கெல்லாம் அப்பால் இருந்தும், இவற்றுடன் இருப்பது போலவும் தோன்றும். என்னை இன்னும் கடந்தும் கடத்தியும் காண வேண்டும். இவ்வளவு வியவஹாரத்திற்கும் சான்றாகப் பதுங்கி நிற்கும் என்னை அடைந்துவிட வேண்டும். சோறு, உயிர் ஓட்டம், உணர்வுச் சடைப்பின்னல்கள், உலக அறிவுகள் யாவற்றையும் கூடிக் கலந்து, பின் அகன்று, விலகிச் சோர்ந்து தூங்கிக் கனவுகள் கண்டு, இடையில் விழித்து, மீண்டும் தூங்கி விழித்துக்கொள்ளும் இந்த ஜீவயாத்திரையின் நாள்களில் ஒருநாள். தூக்கமும் கனவும் இல்லாமல் எப்பொழுதுமே விழித்திருக் கும் நிலை கிடைத்தால் பதுங்கி நிற்கும் அந்த என்னைப் பார்த்துவிட முடியாதா. பார்ப்போமே, அந்த ஆள் கிடைக்காவிட்டாலும் அவனைத் தேடும் நோக்கமாவது மிஞ்சட்டுமே.

இந்த முடிவுக்கு வந்ததும் கணேசன் கலகலப்போடு எழுந்து நின்றான். பையைத் தோளில் மாட்டிக்கொண்டான். ஸ்ரீரங்கம் போகும் பஸ் வந்து நின்றது. ஏறப்போனான். கண்டக்டர் இவனை ஏற்ற மறுத்துவிட்டான். "கஷ்டம் கஷ்டம், ரைட் ரைட், எடுங்கண்ணே வண்டியை. முதல்லே ஏறவர்ற கிராக்கியைப் பாரு . . . ஆண்டவா, இன்னிப் போது நல்ல போதா முடியணுமேடாப்பா ஆண்டவனே" என்று அவன் அலுத்துக்கொண்டது கணேசன் காதிலும் விழுந்தது. கணேசன் அதையும் நல்லதென்றே நினைத்தான். காலால் நடந்தே போனால்தான் ஊரைத் தெரிந்துகொள்ள முடியும். எந்தக் குறிப்பிட்ட இடத்திற்கும் போக வேண்டியவன் இல்லையே அவன். திருச்சி அவனுக்குப் புதிய ஊர். எல்லா ஊருமே அவனுக்குப் புதியவைதாம். அவன் எங்கும் சென்றதில்லை, யாரையும் அவனுக்குத் தெரியாது. அவனை அறிந்தவர்களும் அதிகம் இல்லை. இருப்பவர் சிலரும் இப்போது அவனை அடையாளம் கண்டு சொல்ல முடியாது. உண்மையிலேயே புதுப்பிறவி வந்துவிட்டிருந்தது அவனுக்கு. இனிமேல்தான் அவன் புதிய அறிமுகங்களைப் பெற வேண்டும். பஸ்ஸில் ஏறப் போனபோது கிடைத்த அனுபவமும், அந்தக் கண்டக்டரின் வார்த்தைகளும் அவனுக்குப் புதிய பல சிந்தனைகளைத்

தந்தன. இந்த உலகில் அவன் இடம் பிடித்து வாழ்ந்து, வாழ்க்கையின் புதிய பரிணாமங்களையும் பரிமாணங்களையும் உணர்ந்து, பிரக்ஞையின் வெள்ளத்தில் மிதந்து, முழுகாமல் மீந்து, பொய்யில் உறங்கி மெய்யில் விழித்திருந்து அந்த ஸாக்ஷாகார ஆளைப் பிடித்துவிட இந்த ஒதுக்கல், மக்கள் தன்னை இவ்வாறு ஒதுக்குவதும் வேண்டுமென்றுதான் நினைத்தான். அவர்கள் ஒதுக்கலாம், இவனும் ஒதுங்கலாம். ஆனால் ஒதுங்கினவர்களும் ஒதுக்கப்பட்டவர்களும் உலக அரங்கிலிருந்து வெளியேறிவிடவில்லையே. மனுஷ்ய நாடகத்திற்கு அந்தப் பாத்திரங்களும் இன்றியமையாமல் தேவைப்படுகின்றார்களே? ஆகவே, தானும் அந்தப் பாத்திரத்தை ஏற்றுக்கொண்டு நாடகத்தை முழு ஈடுபாட்டுடன் நடித்து முடிக்கத் தீர்மானித்தான். அவனுடைய பைக்கு அடியில், பர்ஸில் இருக்கும் சில ஆயிரம் தொகை, அதைச் செலவழித்து வாழ்ந்தால் எத்தனை காலத்திற்கு வரப்போகிறது. செலவழித்தாலும் இந்த ஒதுக்கல் இருக்கும். அது கிடக்கட்டும் உள்ளேயே போகிறது. அது செலவழிந்த பிறகு வரப்போகும் நிலைக்கு இப்போதிலிருந்தே தயார் ஆவதுதான் தனக்குரிய பாத்திரத்திற்கேற்றது. ஆகவே, அதற்கான நடையுடை பாவனைகள் நன்கு அமைய வேண்டும். நான் தொழுநோய்ப் பிச்சைக்காரனாகிவிடுகிறேன் – ஏன்? ஆகிவிட்டேன் இப்போதே என்று நினைத்தான். சுமையிறக்கியது போல் கிளுகிளுத்தன அவனுடைய உள்ளமும் உடலும். உதித்தெழுந்த சூரியன் செம்மை மாறி வெள்ளையாகி ஒளியோடு சூட்டையும் உமிழத் தொடங்கியிருந்தது.

□

5

ஜங்ஷனிலிருந்து வெளியே வந்து எந்தத் திசை, எங்கே போகும் சாலை என்று தெரியாமலேயே, யாரையும் கேட்டுத் தெரிந்து கொள்வோமென்றும் முயலாமலேயே நடந்துகொண்டிருந்தான். ஆனால் எதையோ குறிப்பாக நாடியும் தான் போக வேண்டிய இடம், அந்த வழி ஆகியவற்றை அறிந்தும் போவதுபோலப் போனான். இனி அவனுக்கு எல்லாமே இடம்தான். எதுவும் வழிதான். திருச்சி ஜங்ஷனிலிருந்து நடக்க ஆரம்பித்தான். ஒவ்வொரு பகுதிக்கும் போன போது அதன் பெயர் தெரிந்தது. ஒவ்வொரு இடமாக நின்று, நிதானித்து, உட்கார்ந்து இளைப்பாறிப் பொழுதுபோக்கினான். கைக் காசு செலவழித்து வயிற்றுக்கும் தின்றான். அவமானத்துடன் தான் கிடைத்தது உணவு. அங்கங்கே தன் உலகம் இருக்கும் இடங்களும் தெரிந்தன. தன்னைப் போலவே நோயுற்றவர்களும் நொண்டி முடங்களும் குருடுகளும் ஊமைகளும் சில திடமான தேஹமுடையவர்களும்கூடக் கூட்டமாகவும் தனியாகவும் இருந்து, 'ரெடி கேஷா'கப் பிச்சை வாங்கிச் சேர்க்கும் தொழில் முறைகளையெல்லாம் பார்த்துப் புரிந்துகொண்டே திருச்சியிலும் காவேரிப் பாலத்தைத் தாண்டியும் சுற்றினான். வெய்யில் நேரத்திலும் இரவிலும் அவர்கள் தங்கும் இடங்களையும் பார்த்து வைத்துக்கொண்டான். திருவானைக்காக் கோயிலும் ஸ்ரீரங்கம் கோயிலும் ஸ்ரீரங்கத்தில் உள்ள பழைய பல மண்டபங்களும் மலைக்கோட்டையும் மலை வாசலும் மெயின்கார்டு கேட்டும் சிந்தாமணிப் படித்துறை மண்டபங்களும் அவர்களுக்குச் சம்பாதிக்கவும் இளைப்பாறவும் இரவு படுத்துறங்கவும் நிரந்தரமான இடங்களாய் இருப்பதையும் கவனித்து வைத்துக்கொண்டான். பல மண்டபங்களில் சாக்கு, தென்னந்தட்டிகளைக் கட்டியும் மறைத்தும் வாஸஸ்தலங்கள் ஏற்படுத்திக்கொண்டு வாழும் குடும்பங்களையும் பார்த்தான். அந்த உலகத்தில் புகுந்துவிடத் தீர்மானமும் செய்தான். ஆனால் இன்னும் அவனுக்கு அந்தத் தொழிலில் ஆரம்பப் பயிற்சிகூட ஆகவில்லை. எப்படியும் அந்த

உலகம் தனக்கு மிகவும் ஏற்றது என்றும், அது தன்னைக் கைவிடாது என்றும் பட்டது அவனுக்கு. ஆனால் அவன் எங்கும் நிலையாக இருக்க வேண்டுமென்று திட்டம் போடவில்லையே. ஊர் ஊராகச் சென்று கிடைத்தால் உண்பது, கிடைக்காவிட்டால் பட்டினி கிடப்பது. புதிய உடலுடன், புதிய அனுபவங்களுடன் யாவற்றையும் உணர்வதுடன் நிறுத்திக்கொண்டு எண்ணமும் மாற்றெண்ணங்களும் வராமல் உணர்வதை மட்டும் உறுதியாய் உற்றறிந்து மனத்திற்கு அதிக வேலை கொடுக்காமல் வாழ்ந்து, வாழ்க்கையைச் சுமையாக்கிக் கொள்ளாமல் உலுஉலுப்பாகவே நடமாட வேண்டும். எதுவும் அழுந்தாமல் எதையும் அழுத்தாமல் நடந்து தன்னைக் கடக்க வேண்டும் என்று அவன் செய்திருந்த முடிவு சற்றே தடைப்பட்டது. புதிய ஊர்களுக்குப்போய்ப் புதிதாய் இடம் தேடுவதைவிடத் திருச்சியையும் அதன் பல பகுதிகளையுமே தன் அரங்காகக்கொள் ளும் சூழ்நிலையும் ஏற்பட்டது.

இவன் திருச்சிக்கு வந்து நான்கு நாள்கள் ஆகிவிட்டன. இவனிட மிருந்த நாகரிகமான பெரிய தோல் பையும், இவனுடைய ஆடை களும் இவனை அந்த உலகத்திலிருந்து வேறுபடுத்திக் காட்டின. பைக்குள் இருந்த தொகைவேறு பெருந்தடையாய் இருந்தது. அதை இவன் இப்போதைக்கு உபயோகிக்கப் போவதில்லையென்றாலும் *ஆபத் தனமாகப் பாதுகாத்தே ஆக வேண்டும். அது விரும்பியோ விரும்பாமலோ இவனுடன் வந்துவிட்டது. ஆனால் அது தொல்லை யாய்த் தொந்தரவாய்க் கால் கட்டாய் மாறி, இவனை இரவிலும் பகலிலும் தூங்க விடாமல், நிம்மதியாய் இருக்க முடியாமல் செய்து, இவன் மாய்க்க நினைத்த மனத்திற்கு இடைவிடாத வேலை கொடுத்துவந்ததை அவனால் ஸஹிக்க முடியவில்லை. உள்ளே துணியில் சுற்றித்தான் அது மறைந்து கிடந்தது. ஆனால் அதைக் கொண்டுள்ள அந்த உயர்ந்த ரகமான தோல் பையை விட்டுவிட்டால்கூடப் போதும். முக்கால்வாசித் தொல்லை தொலை யும். அந்தப் பையில் இருக்கும் துணிகள், போர்வை முதலியவற்றை ஒரு சாதாரணத் துணிப்பைக்கு மாற்றிக்கொண்டுவிடலாம். சற்றே பெரிய பை வேண்டும். அதுவும் புதிதாய் இருந்தால் தொல்லை குறையாது. அழுக்கடைந்த பழைய பை கிடைக்காது, புதுப்பை வாங்கி அதை நனைத்துப் புழுதியில் போட்டுப் புரட்டி வைத்துக் கொள்ளலாம் என்று நினைத்துக்கொண்டான். இதை, இந்த உயர்ந்த பையை என்ன செய்வது? நாமாக யாருக்காவது கொடுக்கப் போனால் வீணான சந்தேகங்களுக்கு இடமாகும். யாரும் காணாமல் ஓரிடத்தில் எறிந்துவிடலாம் என்றும் நினைத்தான். அப்படி எறி வதைக்கூட யாரும் பார்த்துவிடக் கூடாதே!

ஒரு நாள் சாயங்காலம் ஆறு மணிக்கு அவன் ஜன சந்தடியில் லாத ஓரிடம் தேடி அலைந்தான். அவன் கையில் வைத்துக்கொண்

---

* ஆபத் தனம்: திடீர் நெருக்கடியின்போது பயன்படக்கூடிய பணம்

டிருந்த பணமெல்லாம் செலவழிந்துவிட்டது. தோல்பையைத் திறந்து, பர்ஸை எடுத்துப் பணம் எடுக்க வேண்டும். அதில் எல்லாமே நூறு ரூபாய் நோட்டுகள். ஒன்றை எடுத்து மாற்றினால், அதில் மீதியிருப்பதை எப்படிப் பாதுகாத்துக்கொள்வது. பெரிய புண்ணுக்கு மேல் முளைத்த சிறிய கொப்புளம் இது. வேறு வழியில்லை. புதிய பை வாங்கும்போது சின்னதாய் ஒரு மணிபர்சும் வாங்கிக்கொள்ள லாம் என்று நினைத்தான். சந்தடி இல்லாத இடமே கிடைக்கவில்லை. கோட்டை ஸ்டேஷனை நோக்கி நடந்தான். மெயின் ரோட்டிலிருந்து விலகிப் பிரிந்து போகும் அந்தப் பாதையும் சந்தடியோ கூச்சலோ அதிகம் இல்லாத, ஒதுங்கி இருக்கும் அந்த ஸ்டேஷனும் கணேசனுக்குச் சற்றே பிடித்த இடமாயிருந்தது இந்த இரண்டு மூன்று நாள்களில். வெளிச்சம் அதிகம் பரவாத ஓரிடத்தில் சென்று உட்கார்ந்து, யாரும் வரவில்லை, கவனிக்கவும் இல்லையென்ற உறுதி ஏற்பட்ட பிறகு, தன் உடம்பே மறைவாய் இருக்கும்படி பையை மடியில் வைத்துக்கொண்டு திறந்து, ஒவ்வொன்றாய் எடுத்துக் கீழே வைத்து, அடியில் கிடந்த துணியையும் எடுத்துப் பிரித்து அந்தப் பெரிய பர்சை எடுத்து, அதன் அடிப்பாகத்துப் பையில் கையை விட்டான். இரண்டாய் மடித்து வைத்திருந்த நோட்டுகளிலிருந்து ஒன்றை மட்டும் மடிப்பிலிருந்து உள்ளே பிரித்து எடுக்க முயன்றான். வலது கை விரல்கள் அவன் நினைத்தபடி இயங்கி ஒன்றை மட்டும் பிரித்து எடுக்க முடியாமல் தவித்தன. விரல்கள் ஒன்றுக்கொன்று ஒத்துழைக்கவோ வளைந்து கொடுத்துச் செயற்படவோ மாட்டாமல் குழம்பின. அந்த ஒரு நிமிஷத்தில் கணேசனும் குழம்பினான்.

மனித நிழல் அசைவும் மனித வாடையும் நேர்ந்ததை உணர்ந்து கழுத்தைத் திருப்பிப் பார்க்க முயன்றான். இடது காதின் சதைப் பிண்டம் தோளில் இடித்து உராய்ந்தது. அருவருப்பும் அச்சமும் சூழ அயர்ந்து அலுத்துத் திரும்பிப் பார்ப்பதற்குள் ஒரு போலீஸ்காரர் தென்பட்டார். அவசர அவசரமாய் எல்லாவற்றையும் பைக்குள் அள்ளித் திணித்துக்கொண்டான். அதையும் தன் உடம்பையும் தூக்கிக்கொண்டு ஊன்ற முடியாத பாதங்களையும் ஊன்றிக் கொண்டு எழுந்திருப்பதென்பது அவனுக்கு அவ்வளவு சுலபமில்லை. திடீரென்று அவனுக்குள்ளே இருள் சூழ்ந்தது. அந்த இருள் அதுபோலவே திடீரென்று வெளியிலும் தோன்றிவிடக் கூடாதா, இருளில் எல்லாமே மறைந்து விடுவதைப் போலவே தானும் தன் பையும் போலீஸ்காரரும் மண்ணும் மரங்களும் தன் ஊனும் உணர்வும் எல்லாமே மறைந்துவிடக் கூடாதா என்று ஓர் எண்ணம் மின்னற் கீற்றெனக் கீறி மறைந்தது.

“பயப்படாதேய்யா, பயப்படாதே. பதறாதே நீ ஏன் பயப்பட ணும்? என் உடையைக் கண்டா? என்னைக் கண்டா? எதற்குப் பயப்படுகிறாய் நீ? நிச்சயமாக நீ ஒரு குற்றமும் செய்யவில்லை. நானும் உன்னை அந்த மாதிரி எண்ணத்தோடு பார்க்கவில்லை. இரண்டு மூணு நாளாகவே உன்னை நான் கவனிச்சுண்டிருக்கேன்.

நீ நடக்கிறபோதும் உட்காருகிறபோதும் நீ பார்க்கிறபோதும் கண்ணை மூடிக்கொண்டு இருக்கிறபோதும் எப்பவும் உன்னைப் பார்க்கணும் போல இருக்கு எனக்கு ... நீ அப்போதெல்லாம் உண்மையாகவே பார்த்திருந்தால் என்னைப் பார்த்திருக்கணுமே ... நீ என்னைப் பார்க்கவே இல்லை. அதனாலே உன்னிடம் எனக்கு ஆவல் அதிகமாகிக் கொண்டிருந்தது. இப்ப வந்ததே உன்னோடு கொஞ்சம் பேசிப் பார்க்கலாமென்றுதான். அதனாலே மனங்கலந்து பேசுவோம் ரண்டு பேரும்” என்றார் போலீஸ்.

கணேசனுக்கு அது ஆறுதலாயிருந்ததோடு ஆச்சரியமாகவும் இருந்தது. என்னென்னவோ சொல்கிறாரே ... என்னிடம் என்னத்தைக் கண்டு இப்படியெல்லாம் சொல்கிறார் என்று ஆச்சரியப்பட்டான். இருந்தாலும் முன்பின் அறியாத ஊரில் ஒரு போலீஸ்காரர் தன்னிடம் நட்பு வளர்த்துக்கொள்ள விரும்புவதும் நல்லதுதான். மேலும் இப்போது அவனுக்குள்ள சங்கடத்தைத் தீர்த்துக்கொள்ளக் கூட அவருடைய உதவியை நாடலாம் என்றும் தோன்றியது. “உங்களுக்கு ரொம்ப நன்றிங்க. நான் இந்த ஊருக்குப் புதியவன். பிச்சையெடுத்துச் சாப்பிடலாம் என்றும், பிச்சைக்காரர்களுடனேயே கலந்து வாழலாமென்றும் முடிவு செய்திருக்கிறேன். ஆனால் ...”

“ஐயா, என் ஊகம் சரியாகவே இருக்கு. உங்களை நீயென்று நான் பேசியதை மன்னித்துவிடுங்கள். எவ்வளவு பழுத்த ஞானம் இருந்தால், நினைத்துப் பார்த்து, இந்த முடிவுக்கு வர முடியும்!”

“அதெல்லாம் வெறும் பொய்; அப்படியெல்லாம் என்னைப் பற்றித் தப்புக் கணக்குப் போடாதீங்க. நான் ஒரு அழுகல்; நிச மாகவே பிச்சைக்காரன் ... அனாதைப் பிணம் ...” என்று சிரித்தான் கணேசன்.

“ஐயா உங்களைப் பார்த்துப் பேசும் பாக்கியம் கிடைத்ததே எனக்கு ... ஒரு ஞானியை லேசில் பார்த்துவிட முடியாது சாமி ...” அவர் பக்திப் பரவசத்துப் பாணியில் சொன்னார். நல்ல வேளை, போலீஸ் உடையில் இருந்ததால் கீழே விழுந்து வணங்காமலிருந்தார்.

“சாமி, எங்கப்பாரு நல்லாப் படிச்சவரு. ஞானமா வாழ்ந்தாரு. எங்களுக்கெல்லாம் ஒரு குறைவும் இல்லாம வெச்சிட்டு எங்கம்மா, என் அண்ணன், தம்பி, தங்கச்சிகிட்டெல்லாம் சொல்லிட்டுக் காவி உடுத்து வெளியேறிட்டாரு. அப்போ அவருக்கு அறுபது வயசுகூட ஆகலை. அஞ்சு வருஷம் பார்த்துவிட்டுத் திரும்பி வரலேன்னா ஒரு அமாவாசை அன்னிக்குப் பத்துப் பரதேசிங்களைக் கூட்டியாந்து, எண்ணெய் கொடுத்து முளுவச் சொல்லிக் காவி வேட்டியும் கொடுத்து நல்ல சாப்பாடும் போடுங்க, வேறே கருமாதியெல்லாம் செய்யாதீங்க. அப்புறம் வருஷா வருஷம் அதே மாசத்து அமாவாசை யன்னிக்கு, ஒருத்தரோ ரண்டு பேரோ பரதேசிங்களுக்குச் சாப்பாடு போடுங்கன்னும் சொல்லிட்டுப் போனாருங்க. எங்கம்மாவும் அவரு

போய் ரண்டு மூணு வருஷத்திலே காலமாயிட்டாங்க. அதுவும் ஓர் அமாவாசையன்னிக்கு. நாங்க இன்னும் விடாம எங்கப்பாரு சொன்னதைச் செஞ்சுகிட்டு வரோம். எனக்கும் சம்சாரம் கொளந்தை குட்டிங்க இருக்காங்க. அததுக்கும் எதோ வழிகாட்டிட்டேங்க. இன்னும் இரண்டு வருஷம் இருக்குங்க எனக்கு சர்வீசு. நல்லபடியா ரிடேர் ஆனா, குடும்பத்தை விட்டு வெளியேர்றதாத்தான் நானும் முடிவு செஞ்சிருக்கேன்."

"ஐயா, போலீஸ்காரங்களே, நீங்க . . ."

"ரொம்ப அதிகமாப் பேசிவிட்டேனோ, மன்னிக்கணும் சாமி, உங்களைப் போல ஞானிகளைக் கண்டா, எனக்கு இப்படி ஒரு பரவசம் வந்துடுதுங்க."

கணேசன் திகைப்பில் பேச முடியாமல் தயங்கினான்.

"சாமி, என் பேரு பசுபதி. இனிமே சாமி என்னை நீங்கன்னுல் லாம் சொல்லக் கூடாது. என் பேரைச் சொல்லி நீன்னுதான் பேசணும்."

"அதெல்லாம் முடியாதுங்க. நீங்க என்னை இன்னும் சரியாப் புரிஞ்சுக்கலை; நான் வெறும் எச்சக்கலை நாய்; மலத்தில் மகிழும் பன்றி."

"தெரியுங்க எனக்கு. நாய்போல் பன்றிபோல் நாணமிலா நக்கனுமாய், பேய்போல் பித்தனைப் போல் பிரம்ம வித்துத் தோன்றிடுவன் . . . என்று எங்கப்பாரு பாடிக்காட்டுவாரு . . ."

"இந்தப் பாட்டுக்கு அர்த்தம் சொல்லக்கூடத் தெரியாதையா எனக்கு. நான் நிசமாகவே உதவாக்கரை. காசு, பணம், சுகபோக மெல்லாம் கண்டவன். பண்ணின பாவத்தாலே அழுகிச் செ।ட்டு கிறது உடம்பு. அது எனக்கு இப்போதான் புதுசாக் கெடச்சுது. நான் ரொம்ப நல்லாயிருப்பேன் முன்னெல்லாம். அந்த உடம்பு செத்துப்போயிடிச்சு, இது புது உடம்பு . . . ஆனால் இன்னும் பாவம் முடியலை. இன்னும் காசு பணமெல்லாம் இருக்கு . . ."

"இருக்கட்டுமே, அதனாலென்ன . . . சாமி, சொல்லட்டுமா . . . பாமரர் எனக் காண்பிப்பாராம். பெரிய ஞானத்தை மறைத்துக் கொள்வார்களாம். ஒண்ணுமே தெரியாது மாதிரியும் ஊமை மாதிரியும் காட்டுவாங்களாம். இதெல்லாம் எங்கப்பா அருமையான பாட்டாகவே சொல்லுவாங்க. காமுகர்போல் கண்ட கண்ட போகம் செய்பவர் களும் பரம ஞானியாய் இருப்பதுண்டாம். சரி, இனிமேல் நான் அதைப் பற்றி சாமியைக் கிண்டிக்கிட்டிருக்க மாட்டேன். எப்பவா வது வந்து உங்ககிட்டே பேசிக்கிட்டிருந்தாப் போதும் எனக்கு. இனிமேலே சாமி, என்னைப் பேர் சொல்லிக் கூப்பிட்டு, நீன்னு சொல்லி, ஏதாவது வேலை கொடுத்தா என் மனசுக்கு ரொம்பச் சந்தோஷமா நிம்மதியாயிருக்கும்."

“இன்னிக்கு ராத்திரி இங்கேதான் இருக்கப் போகிறேன். நிறையப் பேசலாம். இப்போ எங்கேயாவது டூட்டிக்குப் போகணுமா?”

“இல்லே சாமி, எனக்கும் ராத்திரி ஸ்டேஷன் டூட்டிதான். வீட்டுக்குப் போயி சாமிக்கு ஏதாவது ஆகாரம் எடுத்துக்கிட்டு வரேன். என்ன வேணும்?”

“அதெல்லாம் எனக்கு ஒண்ணும் வேண்டாம். சாயங்காலம் நிறையச் சாப்பிட்டுவிட்டேன். நீங்க . . . சரி, நீ வேணாப் போய்ச் சாப்பிட்டுவிட்டு வரும்போது . . .”

“ஏன் சாமி தயங்கிறீங்க, சும்மா கேளுங்க . . . உத்திரவு போடுங்க சாமி . . .”

“பசுபதி, குரு சிஷ்யன் என்பதெல்லாம் எனக்குக் கொஞ்சமும் பிடிக்காத, நம்பிக்கையில்லாத சங்கதிகள். ஆனால் நீ பேசும் ஞானங்களைப் பார்த்தால் நீயே எனக்குப் பெரிய குருவாகி விடுவாய்போல் இருக்கிறது. போகட்டும்; இப்போது எனக்கு என்னிடம் உள்ள இந்த விலை உயர்ந்த நாகரிகமான பை பெரிய தொல்லையாய் இருக்கிறது. பிச்சையெடுக்கவும், பிச்சைக்காரர் களுடன் சேரவும் நினைக்கும் நான் இந்தப் பையைத் தூக்கியெறிய யோசித்துக்கொண்டிருக்கும் வேளையில்தான் நீ வந்தாய். இந்தப் பை உனக்கு உபயோகப்படும். இதை நீ கொண்டுபோ; அதற்குப் பதிலாக உன் வீட்டிலிருந்து பழைய பை ஒன்று கொண்டுவா. கொஞ்சம் பெரிய பையாகவே இருக்கட்டும். அதோடு இன்னுமொரு உதவியும் செய்ய வேண்டும் நீ. உன்னிடம் ஒரு நூறு ரூபாய் நோட்டு தருகிறேன், அதையும் மாற்றிக்கொண்டு சின்னதாய் ஒரு மணிபர்சும் வாங்கி வா. நிச்சயமாக எனக்குச் சாப்பிட ஒன்றும் கொண்டுவரக் கூடாது.”

“அப்படிச் சொல்லாதீங்க சாமி, பாலும் பழமுமாவது வாங்கி வருகிறேன் . . .”

“ஐயய்யோ, அதெல்லாம் ஒத்துக்கொள்ளாது இந்தக் கட்டைக்கு . . .” என்று சொல்லிக்கொண்டே பையை ஒழித்து உதறி அதைப் பசுபதியிடம் கொடுத்தான் கணேசன். தன் சட்டைப் பையில் கசக்கித் திணித்திருந்த நோட்டையும் எடுத்துக் கொடுத்தான். பசுபதி பக்தி சிரத்தையோடு பையையும் பணத்தையும் வாங்கிக் கொண்டு புறப்பட்டார்.

பையிலிருந்து வெளியில் எடுத்த துணிகளையெல்லாம் மடித்துப் பக்கத்தில் வைத்துக்கொண்டபடியே உடம்பைச் சாய்த்தான் கணேசன். பசுபதியையும் அவனுடைய பேச்சையும் அவன் தகப்பனார் கதையை அவன் சொன்ன விதத்தையும் நினைத்துக் கொண்டான். இன்னும் சில வருஷங்களில் தானும் வீட்டை விட்டு வெளியேறப்போவதாகச் சொன்னதையும் நினைத்துக்கொண்டான். தன்னால் அப்படியெல்லாம் திட்டமிட்டுச் செயற்பட முடிய

வில்லையே என்று யோசித்தான். திட்டமிடும்படி தனக்கு அப்படி யொன்றும் முறையான வாழ்க்கை அமைந்திருக்கவில்லையே. அமைந்த சூழ்நிலைக்கேற்பத் தானும் திட்டமிட்டுத்தான் ஆஸ்பத்திரிக்குப் போனான். ஆனால் அங்கு தன் புத்தி அசுர புத்தியாக மாறியதையும் அதனால் அவன் மனம் போன விரஸமான, விபரீதமான, போக்குகளை யும் அவனால் தடுக்க முடியவில்லை. அங்கிருந்து வெளியேறியது திட்டமிட்ட செயல்தானே. ரயிலேறித் திருச்சிக்கு வந்தது . . . அதில் திட்டமொன்றுமில்லை. ஆனால் அதற்குப் பிறகு எல்லாமே ஒரு திட்டப்படிதான் நடக்கிறது. அப்படியா . . . நான் திட்டம் போட்டா இதெல்லாம் நடக்கிறது . . . கூடாதே, அது என் எண்ண மில்லையே . . . எல்லாம் அதது அதன் வழியே நேர வேண்டும் என்றல்லவா நினைத்தேன் . . . அந்த நினைவே ஒரு திட்டம் தானே . . . இப்படி ஓடிற்று சிந்தனை. சிரித்துக்கொண்டான்.

பசுபதி என்னைப் பெரிய ஞானியாக ஆக்கியிருக்கிறான். இதில் எனக்கு ஒரு தொடர்பும் இல்லை. அதை நான் ஒப்புக்கொண் டதாகக்கூட ஆகவில்லை. எதையும் முன்கூட்டியே நினைத்துச் செய்யக் கூடாதென்று வைத்துக்கொள்ள முடியுமா? நேர்வதை ஏற்பேன் என்பது சரி. வாழ்க்கையை எதிர்ப்படும்போது, ஒன்றை ஏற்கும்போது அதைப் பற்றி நினைக்கத்தானே நேரும். அதைத் தவிர்க்கவே முடியாது. பிரக்ஞையை என்ன செய்துவிட முடியும். தூங்கும்போதுகூட நம்மை விடாமல் ஒட்டிக்கொண்டிருப்பதல்லவா அது. பிரக்ஞையோடு வாழ்வதைப் பிரக்ஞைமயமான வாழ்வாகச் சமைத்துக்கொள்வதே பெரும் பாடாய் இருக்கும் போலிருக்கிறதே. அதைப் பற்றியும் ஏன் இப்பொழுதே கவலைப்பட வேண்டும் . . ? கவலையா? என்ன கவலை . . . எதைப் பற்றிக் கவலை . . . ஆச்சு, இதோ பசுபதி பையுடன் வரப்போகிறான். நிச்சயம் வயிற்றுக்கு ஏதாவது கொண்டுவரப்போகிறான். தீனி. பிறகு அவனிடம் பேச வேண்டும். இரவு முழுவதும் பேசிக்கொண்டே இருக்க நேரலாம் . . . எதைச் சொல்வது அவனிடம், எதைச் சொல்லாமலிருப் பது . . . சீச்சீ இதென்ன ஸங்கல்பங்கள், எண்ணக் கோவைகள். அடுத்து அதற்கு மாறான எண்ணங்கள், விவாதம், சர்ச்சை, ஆராய்ச்சி. முடிவான மாதிரி ஒரு கருத்து . . . சீச்சீ, ஓயாத ஒழியாத வேலை தருகிறது மனம். மனம் வேலை தருகிறதா, எதற்கு அது வேலை தருகிறது? நாமல்லவா அதற்கு வேலை தருகிறோம். ஆரம்பத்தில் இப்படி. பிறகு நம்மை அது வேலை வாங்கிப் பழி தீர்த்துக்கொள்கிறது. அடங்கு . . . அடக்கு . . . உம், விடாதே மேலே . . . அடக்கு, அடங்கு . . . கணேசன் தனக்குள் பேசியும் பேசாமலும் கண்ணைத் திறந்தும் மூடியும் புன்னகை பூத்துக்கொண்டிருந்தான்.

பசுபதி வந்தார். பவ்வியமாய்ப் பவிசாய் வந்தார். “சாமி, நேரம் ஆயிட்டதோ, கடைத்தெருவுக்குப் போனேன். இந்தப் பையைத் தையல்காரனிடம் கொடுத்து, பட்டி கொடுத்துக் கெட்டியா தைக்கச்

சொன்னேன். நோட்டு மாற்றினேன். என்னிடம் பழைய மணிபர்சு ஒண்ணு கிடந்துதுங்க. கிழிசல் இல்லை, அதிகமா உபயோகிக்கலை, அவ்வளவுதான். இந்தாங்க, பணம் பர்சிலேயே இருக்குதுங்க. இட்லி கொண்டுவந்தேன். வீட்டிலே செய்ததுங்க." எல்லாவற்றையும் கொடுத்தார். கணேசனுடைய டம்ளரை வாங்கிக் கொண்டுபோய் ஜலம் கொண்டுவந்தார். கணேசன் எல்லாவற்றையும் பையில் வைத்துவிட்டுச் சாப்பிடத் தொடங்கினான். பழைய பைதான். பெரிய பைதான். எல்லாவற்றையும் வைத்த பிறகும் இடம் இருந்தது. தோளில் மாட்டிக் கொள்ள வசதியாகக் கெட்டியான பெரிய காதுகள் இருந்தன.

கணேசன் மறுக்காமல் சாப்பிடுவதில் பசுபதிக்கு ரொம்பச் சந்தோஷம். சிரித்தார். தலையைச் சாய்த்துக்கொண்டு பார்த்தார். "சாமி, இங்கிருந்து கிளம்பியது முதல் நீங்க சொன்ன வார்த்தை ஒன்ணொண்ணும் என் காதில் கேட்டுக்கொண்டே இருந்திச்சு. கொஞ்சமாத்தான் பேசினீங்க. ஆனால் எவ்வளவோ நிறையச் சொல்லீட்டீங்க. அதிலேயும் ரத்தினச் சுருக்கமா, பழைய உடம்பு செத்துப் போயிடிச்சுன்னீங்களே, இதுவரைக்கும் எனக்குப் புரியாம இருந்த ஞானங்கள்ளாம் புரியுதுங்க நல்லா. 'செத்த சவம்போலத் திரிவது இனி எக்காலம்? சாவாமல் செத்து இருந்து . . .' என்றெல் லாம் வருதே அதைச் சொல்றேனுங்க . . ." பசுபதி வியப்பே உருவாய் வணங்கி நின்றார். அவரை வற்புறுத்தி உட்காரவைத்தான் கணேசன். இரவு வெகுநேரம் பேசிக்கொண்டிருந்துவிட்டு டூட்டி பார்க்கப் போனார் போலீஸ்காரர். தலைக்கடியில் பையை வைத்துப் பிடித்தபடி அயர்ந்து தூங்கினான் கணேசன்.

திருச்சிக்கு வந்து பத்து நாள்கள் ஆகிவிட்டன. இன்னும் கணேசன் பிச்சைக்காரனாக மாறிவிடவில்லை. திருவானைக்காவில் சென்று தங்கினான். மாது அய்யர் கடையில் காசு கொடுத்து வாங்கிச் சாப்பிட்டான். அங்கு ரங்கூன் ராஜா சிதம்பரம் செட்டியார் சத்திரத்தில் பகல் இரவு இரண்டு வேளையும் சோறு கிடைத்தது. இகழ்ந்து பேசி ஏசாமலும் அதட்டி விரட்டாமலும் உட்காரவைத்துக் குழம்புஞ்சோறும் தயிர்சோறும் கலந்து போட்டார்கள். சோறும் ருசியாயிருந்தது. ஆனால், சோறு போடும்போது வரும் கூட்டத்தில், தன்னைப் போல் தொழுநோய்க்காரர்கள் இருந்தாலும் கணேசனுக்கு அவர்களுடன் இருந்து சாப்பிடுவது பிடிக்கவில்லை. அவர்கள் மிகவும் அசிங்கமாகச் சாப்பிட்டார்கள். மிகவும் நெருங்கி மோதிக் கொள்ள வேண்டியிருந்தது. இவன் மிகவும் கூச்சப்பட்டான். மேலும் சத்திரத்து ஆட்கள் சில பேரை அடையாளம் கண்டுபிடித்து "ஐயா, நாலைந்து நாள்களாக வந்தவர்கள் நாளைமுதல் நாலு நாள் வர வேண்டாம், பிறகு வாருங்கள். புதிதாக வருகிறவர்களுக்குப் போட வேண்டும் அல்லவா" என்று எச்சரித்தார்கள். ஆனால் அந்தப் பிச்சைக்காரர்கள் சாப்பிடுவதைக் கண்ணாரக் கண்டு

மனமார மகிழ்ந்து பக்தியோடு பார்த்துக்கொண்டிருந்த இளைஞரான இந்தத் தலைமுறை எஜமானர் (அவர் பெயரும் ராஜா சிதம்பரம் என்றார்கள்) தன் ஆட்களைக் கண்டித்தார். அதையும் பார்த்தான் கணேசன். இருந்தாலும் அங்கு போவதை நிறுத்திக்கொண்டான். கைக்காசு செலவாகிக்கொண்டிருந்தது. காசு கொடுத்தாலும் நல்ல ஹோட்டல்களில், நல்ல பண்டமாகச் சாப்பிட முடியாமல் கஷ்டப் பட்டான். இரண்டாந்தர மூன்றாந்தர ஹோட்டல்களில்தான் வெளியே உட்கார்ந்து வாங்கிச் சாப்பிட முடிந்தது. பசிக்கும் தாகத்திற்கும் அதிக முக்கியத்துவம் அளிக்காமல் பழகிக்கொள்ள முயன்றானே தவிர, அவற்றை அறவே ஒழிக்க இயலாது என்பதையும் உணர்ந்தான்.

இரவில் திருவானைக்காக் கோயிலின் வாசல் மண்டபத்தில் இரண்டொரு நாள் படுத்திருந்தான். அங்கு படுக்கக் கூடாதென்று விரட்டினார்கள். ரெட்டியார் சத்திரத்துத் திண்ணையில் கூட்டம் அதிகம். காற்றும் வராதுபோல் இருந்தது. குளிர் காலத்திலும்கூடக் காற்றோட்டம் தேடும் அவன் வியாதியும் உடலும். அம்மா மண்டபத்தில் சென்று படுக்கத் தொடங்கினான்.

■

6

அன்று ஆடி அமாவாசை. விடியற்காலை நாலு மணிக்கே விழித்துக்கொண்டுவிட்டான் கணேசன். காவேரியில் தலை முழுகித் தேய்த்துத்தேய்த்துக் குளித்தான். ஒரு நல்ல வேஷ்டியை எடுத்துக் கட்டிக்கொண்டான். பழைய வேஷ்டி, சட்டை இரண்டையும் கால்களாலேயே மெல்ல மிதித்து அலசிப் பிழிய முடியாமல் ஈரம் சொட்டச் சொட்ட உலர்த்திவிட்டு விடியட்டுமென்று காத்திருந்தான். ஆனால் அந்த கருக்கலிலேயே திமுதிமுவென்று கூட்டம் வரத் தொடங்கிற்று. கணேசன் துணிகளைச் சுருட்டி எடுத்துக்கொண்டு, கிழக்கே மாம்பழச் சாலையில் சிறிது தூரம் சென்றான். வேலியில் துணிகளைக் காயப் போட்டுவிட்டுக் கீழே உட்கார்ந்தான். பொழுது இன்னும் விடியவில்லை. துணிகளும் காய நேரமாகும். உட்கார்ந் திருப்பதை விட வேறு வழியில்லை. தலை முழுகியதால் நனைந்த தலையை ஈரம் போக அழுத்தித் துவட்ட முடியவில்லை அவனால். தலையிலிருந்து தண்ணீர் முகத்திலும் உடம்பிலும் தரையிலும் சொட்டிக்கொண்டிருந்தது. கிராப் செய்ததுதான் என்றாலும் அடர்ந்த தலைமுடி அது. நரை காணாத அடர்த்தி. பாதி உள்ளங்கை களாலும் பாதி மணிக்கட்டுகளாலும் அழுத்திக் கோதிவிட்டுக் கொண்டான். அழுத்தித் துவட்டாத உடம்பில் கட்டியிருந்த வேஷ்டியும் அரைகுறை ஈரம் குளிர்ந்தது. பையில் இருக்கும் சட்டையை எடுத்துப் போட்டுக்கொள்ளவில்லை அவன். அதுவும் ஈரமாகிவிடக் கூடாதே. போர்வை இருந்தது பையில். அது நனைத்துப் பல நாள் ஆனது. தினம் போர்த்திக்கொண்டு கறைபட்டு வியர்வையும் பட்டது. தலைமுழுகிவிட்டு அதை எடுத்துப்போர்த்திக் கொள்ள மனம் வரவில்லை. குளிரக் குளிரக் குந்தியபடி உட்கார்ந் திருந்தான்.

குளிப்பதற்கு முன் அவனிடம் இருந்த சில்லரைக் காசுகளைத் தன் எதிரே வைத்திருந்தான். அதை மடியில் வைத்துச் செருகிக் கொள்ள முடியாமல் மறந்து போய்க் கீழே வைத்திருந்தான்.

வண்டிகளிலும் டூரிஸ்ட் பஸ்களிலும் கார்களிலும் நடந்தும் காவேரியில் நீராடச் செல்வோரும் நீராடித் திரும்புகிறவர்களுமாய் ஏராளமான பேர் சாரி சாரியாக அந்த வழியே அவனைத் தாண்டிச் சென்றனர். அந்த வழியாக நீராடிவிட்டுத் திரும்பிய முதியவர் ஒருவர், கணேசன் மறுத்தும் விடாமல் தன் திருநீற்றுப் பையிலிருந்து கைநிறைய விபூதியை எடுத்து அவன் தலைமுதல் கால்வரை, வெறிகொண்டவர் போலப் பூசிச் சொறிந்துவிட்டு, மீண்டும் நீராட ஓடினார். கணேசனுக்கெதிரே சிலர் காசுகளை எறிந்தனர். அருகில் வந்து போட்டவர்களும் உண்டு. வைத்தவர்களும் உண்டு. குனிந்து சமர்ப்பித்துவிட்டுக் கும்பிட்டு விட்டுப் போனார்கள் சில பக்திமான்கள். வந்து மொய்க்கும் கொசுக்களையும் ஈக்களையும் மடங்கிய கைகளால் ஓட்டிக்கொண் டிருந்தான் கணேசன். அவன் கண்களில் நெற்றியிலிருந்து உதிர்ந்த புழுதித் திருநீறும் விழுந்துவிட்டதால் கண்கள் கரித்துக் கலங்கின. உறுத்தல் தாங்காமல் புறங்கையால் கசக்கியதில் நீரும் சுரந்துவிட்டது. கீழ்வானத்தில் சூரியன் ஏறிக்கொண்டிருந்தது. பசுமரங்கள் வழியே வந்தாலும் வெய்யில் உறைத்தது. மெல்லக் கண்களை இடுப்பு வேஷ்டியால் துடைத்துக்கொண்டான். அவன் எதிரே காசுகள் கிடந்தன. அவனையுமறியாமல் அவன் பிச்சைக்காரனாகி விட்டிருந்தான்.

வேலியில் போட்டிருந்த துணிகள் அரைவாசி உலர்ந்திருந்தன. எடுத்துப் பையில் வைத்துக்கொண்டு குனிந்து உட்கார்ந்து காசு களைத் திரட்டினான். ஐந்து பைசா பத்துப் பைசாக்கள் நிறைய இருந்தன. இருபத்தைந்து காசுகள்கூடக் கிடந்தன. நிறைந்த நாளான அமாவாசை தினத்தில் காலை நேரத்தில் தனக்குப் பிச்சைக்கார லக்ஷ்மி கடாக்ஷம் ஏற்பட்டிருப்பதை அவன் மிகவும் ரசித்தான். வாய் விட்டே சிரிக்கலாம் போலிருந்தது. மெல்லச் சிரித்துக்கொண்டே, அவற்றைத் தரையில் கிடந்தபடியே, கையால் எடுத்துப் போட்டு எண்ண முடியாமல் தேய்த்துத் தேய்த்து நகர்த்தியே எண்ணிக்கொண் டிருந்தான். இடையிடையே காசுகள் வந்து விழுந்துகொண்டே இருந்தன. ஈரத் துணியுடன் ஈகை புரிந்து, ஈசன் திருவருள் பெற விரும்பும் மக்களின் தாராளத்தை அவன் புரிந்துகொண்டுவிட வில்லை. இப்படிப் புண்ணிய மூட்டை கட்டிக் கொண்டு போகும் ஜனங்களின் பாவச் சுமைகளுக்கு இது ஈடு கட்டுமா என்றும் அவன் கணக்குப் பார்க்கவில்லை. காசுகளை எறிந்து தம் மாசு நீக்க முயலும் அவர்களெல்லாம் சமத்துகளா அல்லது அசடுகளா என்றும் அவன் சிந்தித்திருக்க மாட்டான். எது எப்படியானால் என்ன, தனக்கு நிறையக் கிடைத்துவிட்டது என்று அவன் மகிழ்ந்தும் உளம் பொங்கவில்லை. அதை அப்படியே போட்டு விட்டுப் போகவும் நினைத்துவிடவில்லை அவன். இன்னும் சிறிது நேரம் இருந்து அதிகமாகச் சேர்த்துக்கொள்ளவும் ஆசைப்படவில்லை. எல்லாவற்றை யும் அள்ளிப்போட நினைத்துப் பையிலிருந்து வேஷ்டியை எடுத்துக் கீழே விரித்தான். மண்ணும் மணலும், தூசியும் துரும்பும் நீக்கித்

துடைத்துக்கூட எடுத்துப் போட முடியவில்லை. ஒருவாறு சிரமப் பட்டு அள்ளிக்கட்டி அப்படியே பையில் வைத்தான். பையைத் தோளில் மாட்டிக்கொண்டு எழுந்திருக்க முயன்றான். இதற்குள் இவனெதிரில் ஒரு புதிய சிறிய கார் சடக்கென்று பிரேக் போட்டு நின்றது. அதற்கு முன்னே சில கார்களும் பஸ்களும் நின்று போயிருந்தன. நடந்து கொண்டிருந்தவர்களும் நின்று ஒதுங்கி இடித்துக்கொண்டு நடக்க வேண்டியிருந்தது. குறுகிய மாம்பழச் சாலை ரோடில் போக்குவரத்தில் இந்தத் தடை நிகழக் காரணம் இன்னதென்று புரியாமல் எல்லோருமே முன்னே என்ன நடந்தது என்று அறியத் துடித்தார்கள். கார்களில் இருந்தபடியே எட்டிப் பார்த்தார்கள். கும்பலில் ஒன்றும் தெரியவில்லை. நடந்துகொண்டி ருந்தவர்கள் இடித்து மோதிக்கொண்டு விரைந்து சென்றார்கள். வண்டிகளிலும் கார்களிலும் இருந்தவர்கள் இறங்கிப் போகக்கூட இடம் இல்லாமல் இருந்ததைப் பார்த்துக் குழம்பிக்கொண்டிருந்தனர்.

கணேசன், தன் முன்னே மிக அருகில் நின்றிருந்த காரின் பின் ஸீட்டில் உட்கார்ந்திருந்த பெண்மணியைப் பார்த்தான். பார்த்துக் கொண்டே இருந்தான். சிறிதும் சங்கோஜப்படாமல் அவளையே இடுப்பிலிருந்து முகம் வரை மாறி மாறிப் பார்த்துக்கொண்டே இருந்தான். “அப்பா, குளிரில் உடம்பு சிலிர்க்கிறது” என்று சொல்லிக் கொண்டே நடுங்கும் உடம்போடு இருபுறமும் திரும்பிப் பார்த்தாள் அவள். இரண்டு தோள்களையும் உடம்பின் இருபக்கத்துடனும் அழுத்திக்கொண்டு தலையையும் நடுக்கிக்கொண்டாள் குளிரில். ஈரப் புடவை – நன்கு பிழியப்படாத ஈரப் புடவை போர்த்திருந்த அவளுடைய சிவந்த புஷ்டியான மேனி, சற்றே வெளுத்துக் குளிரினால் இறுகிச் சுருங்கி இருந்த நிலையில் காலை இளம் வெய்யிலின் சிறு வெளிச்சத்தில் தகதகத்தது. தளதளத்தது. ரவிக்கை அணிந்திருக்கவில்லை. கணேசனுடைய கண்கள் லயித்துத் தடைபட் டன. அவளுடைய காதுகளில் இருந்த வைரத் தோடுகள் வெயிலின் பிரதிபலிப்பில் வண்ணக் கதிர்களைச் சிதறின. மூக்கில் இருந்த எட்டுக்கல் வைர பேஸரியும் ஒற்றைக்கல் மூக்குத்தியும் போட்டி போட்டுக்கொண்டு மத்தாப்பாய்ச் சொரிந்தன. ஈரமான நெற்றியில், தங்கத் தகட்டு நெற்றியில் பட்டுக் குங்குமமும் மஞ்சளும் மிகவும் நன்கு சோபித்தன. கைகள் இரண்டிலும் நிறையத் தங்க வளையல் கள் விண்ணென்று கவ்வியிருந்தன. கழுத்தில் தாலிக் கயிற்றை மறைத்துக்கொண்டு பல வடங்களாகச் சங்கிலிகள் கனத்துக் கனக ஒளி வீசின. வைத்த கண்ணை வாங்காமல் தன்னையே பார்த்துக் கொண்டிருந்த பிச்சைக்காரனைக் கவனித்தாள் அவளும். அவன் சிறிதும் கூச்சமின்றி அவளைப் பார்த்துக்கொண்டு நின்றான். அத்துடன் நில்லாமல், கோரமான முகத்தில் இருந்த வாயைத் திறந்து தடித்து வெடித்த உதடுகளை விரித்துப் பல்லைக் காட்டிப் புன்னகை செய்துகொண்டும் நின்றான். அவனை அவளால் பார்க்கவும் முடியவில்லை. பார்க்காமலும் இருக்க முடியவில்லை.

ஆகவே, திரும்பித் திரும்பி தன் புருஷன் தன்னைப் பார்க்கவில்லை என்பதை உறுதிசெய்துகொண்ட வண்ணமே பிச்சைக்காரனை – இளித்துக் கொண்டிருந்த பிச்சைக்காரனைப் பார்த்துக்கொண்டிருந் தாள். "ரொம்பக் குளிர்கிறது. ஏன் இப்படி நின்றுவிட்டது? ஏன்னா, இன்னும் ரொம்ப நாழி நிற்க வேண்டியிருக்குமோ? எனக்கு முடியாது போல் இருக்கிறதே . . ." என்று கேட்டுக்கொண்டே உடம்பு சிலிர்க்கக் குரலும் நடுங்கித் தேயக் கூறினாள் அவள்.

"என்ன இழவோ தெரியவில்லையே . . . முன்னே நிற்கிற வண்டி நகர்ந்தால்தானே புரியும். இறங்கிப் போய்ப் பார்க்கட்டுமா . . ." என்று கேட்டுக்கொண்டே, முன் ஸீட்டில் டிரைவராய் உட்கார்ந் திருந்த அவள் புருஷன் திரும்பிப் பார்த்தான். இரண்டு கைகளாலும் குளிரைத் தடுப்பதுபோல் கன்னங்களை அழுத்திக்கொண்டு கண் களையும் மூடியிருந்த மனைவியையும் புடவைத் தலைப்பு ஒதுங்கி மார்பகம் விம்மிக்கொண்டிருந்த நிலையில், முகமெல்லாம் கண் ணாக வாயெல்லாம் பல்லாக அவளையே பார்த்துக்கொண்டிருந்த குஷ்ட ரோகியையும் பார்த்தான். இதற்குள் முன்னே நின்றிருந்த கார், எஞ்சின் கார்வையுடன் குலுங்கி நகர்ந்தது. தாவிப் போய் உட்கார்ந்து தன் வண்டியைக் கிளப்பினான் இவனும். மெல்லத்தான் உருட்ட முடிந்தது சற்று நேரத்திற்கு . . . "நான்தான் அப்பொழுதே சொன்னேனே, மடியாகவே புடவை ரவிக்கைகளைக் கொண்டு வந்திருக்கலாம். இப்படி நடுச்சந்தியில், அரைகுறையான துணி யுடன் . . . வந்து . . . அதான் குளிர்ந்து நடுங்கும்படி . . ." ஆரம்பித்த பாணியில் வாக்கியத்தை முடிக்க மனமில்லாமல் நடுவில் மாற்றிக் கொள்ள விரும்பியவன் முடியாமல் தவித்தான் வார்த்தைகளுக்கு. அவனை நன்கு தெரியும் அவளுக்கு. ஆனாலும், புருவம் வளைந்து துடிக்கக் கண்களும் சிவந்தாளே தவிர, எதிர்ப்பு விடத் தயாராய் இல்லை அவள். அவனை மன்னிக்கும் பாவனையில் சிரித்துவிட்டு, "அவன் யாரோ என்ன இழவோ, உங்களைக் கண்டானா என்னைத் தான் கண்டானா. பிச்சைக்காரர்களுக்குச் சோறு போடலாம். பழந் துணி புதுத்துணிக் கொடுக்கலாம். தவறிக்கூடக் காசு போடக் கூடாதென்ற உங்கள் கொள்கையெல்லாம் அவனுக்குத் தெரியுமா? ஏதாவது காசு விழாதா, காரும் நகையும் பிரமாதமாயிருக்கேன்னு ஏங்கிப் பார்த்திருப்பான். உங்களுக்குத்தான் இடம் பொருள் ஏவலே தெரியாதே சந்தேகப்பட . . . எனக்கு இது தண்ணி பட்டபாடு. அது என் பொறி . . . போனாப் போறது, பார்த்துப் போங்கோ" என்றாள் அவள்.

அந்தக் கார் சிறிது தூரம் செல்லும் வரையில் அதையே பார்த்துக்கொண்டு நின்றான் கணேசன். காரைத் தொடர்ந்து போய், அவளைப் பிடித்து உலுக்கி, 'நீ அவள்தானே?' என்று கேட்க வேண்டும் போல் தோன்றிற்று. அது முடியாது. பையை எடுத்துக்கொண்டு அந்தக் காரின் பின்னாலேயே போய்விட்டால் என்ன என்று நினைத்தான். பையுடன் இரண்டு கஜம் போனான்.

முன்னோக்கி விரைந்தான். வண்டிகளும் கார்களும் ஏராளமான ஜனங்களும் போய்க்கொண்டிருந்தார்கள். இதற்குள் கார்கள் வேகமாய்ப் பறக்கவும் ஆரம்பித்துவிட்டிருந்தன. தன்னால் முடிகிற காரியமில்லை என்று ஓய்ந்து திரும்பினான் கணேசன்.

குரலாலும் வடிவத்தாலும் அந்தத் தம்பதிகளைத் தெரிந்து கொண்டுவிட்டான் அவன்; நிச்சயமாகத் தெரிந்துகொண்டு விட்டான். அவன் தன்னுடைய பால்ய ஸ்நேகிதன் கிட்டா. தடிக் கிட்டா – வெறும் சொஸ்திப் பயல். படிப்புக்கூட வரவில்லை. ஐந்தாவது பாரம்கூடப் படிக்கவில்லையே. நான்காவது பாரம் தேறாதவன்னா அவன். வெறும் பழையதுப் பயல். சுத்த ஏகாதசி . . . கணேசனுடைய மனத்தில் இப்படி அந்த மனிதனைப் பற்றிச் சொற்களும் கருத்துகளும் புரண்டன. அவனுடன் சேர்ந்து, அவனுக்கு உரிமையும் உடைமையும் ஆகிவிட்டிருந்த அவள் நம்ம மாச்சியா! ஆமாம் அந்த ஊரில் வேறு யார் வீட்டுப் பெண்களுக்கும் இல்லாத வாளிப்பல்லவா அந்தக் குடும்பத்திற்கு. மாச்சியின் அம்மா சாவித்திரி மாமி எப்படி இருப்பாள் உயரமாய் பருமனாய். அடேயப்பா! அப்படியொரு உடம்பு அந்த மாமிக்கு. அத்தனைக் கத்தனை உசரமா, அந்த மாமி நடப்பது தேர்க்காவடி போறப்பலே இருக்குமே. அவாத்து மாமாவும் பீமசேனன் மாதிரித்தான் இருப்பார். தின்னே, உட்கார்ந்து தின்னே அழிச்சாராமே அத்தனை சொத்தையும். நான் ஊரில் இருந்தபோது மாச்சிக்குக் கிட்டத்தட்ட என் வயசிருக்கும். தைக்கிற பாவாடையெல்லாம் சுருக்கச் சின்ன தாகிவிடுகிறது இந்தப் பெண்ணுக்கு. இத்தனை சுருக்க மேலாக்குப் போட்டுக்க வேண்டியிருக்கேன்னு மாச்சியின் அம்மா சொல்லிக் கொண்டே இருப்பாள். குளத்தங்கரை மடத்திலும் மேலமாந்தோப்பி லும் என்னை எத்தனை தடவை கட்டிக்கொண்டு கண் மலங்க மலங்க என் முகத்தை இழுத்து இழுத்து முத்தமிடுவாள். இருக்கும் இடமே மறந்துபோய் நேரம் போவது தெரியாமல் பிணைந்து உட்கார்ந்திருப்போமே. அவளையே கல்யாணம் செய்துகொள்வே னென்று அவளைத் தழுவித் தழுவி எத்தனை தடவை கைமேல் கை வைத்து சத்தியம் செய்தேன். நானே உயரம். மாச்சி என்னைவிட உயரமென்று என் எதிரே நின்று என் மார்பில் உரசி உரசி நிமிர்ந்து காட்டுவாளே.

பாவி, இந்தப் பயல் கிட்டா அப்பவே எனக்குப் போட்டி; மாச்சி அவனுக்கு அக்கா பெண்; சொந்த மருமாள். சாவித்திரி மாமி செத்துப்போனதும் மாச்சியின் அப்பா எங்கேயோ ஓடிப்போய்விட்டார் என்றும், ஓடிப்போவதற்கு முன்னால் ஏதோ பணம் காசு வாங்கிக்கொண்டு மாத்தூர் அசடு மாச்சியைக் கல்யாணம் செய்து கொடுத்துவிட்டாரென்றும் கேள்விப்பட்டிருந்தேன். கிட்டா அப்போதெல்லாம் வெறும் திண்ணை தூங்கி. வரஷை. ஆகவே மாச்சியை அவனுக்குக் கொடுக்கவில்லை. அந்த மாச்சி இவனுடன் எப்படி வர முடியும். மாத்தூர் அசடு, கிட்டாவுக்கும்

ஏதோ உறவுதான். இருந்தாலும் . . . இருக்காது, இவளுக்கு மாச்சியளவு வயது ஆகியிருக்காது. மாச்சிக்கு ஒரு தங்கை இருந்தாள். அம்மூன்னு பேரு. நான் ஊரைவிட்டு வரும்போது அது சின்னக் குழந்தை, அரசிலைக் குழந்தை. இது அம்முதான். சந்தேகமேயில்லை. அக்காவை அப்படியே உரித்துவைத்ததுபோல் இருக்கிறாள். இந்தப் பயல் கிட்டாவுக்கு இப்படி ஒரு அதிர்ஷ்டமா. இவன் எப்படி இவ்வளவு பணக்காரனாக ஆகியிருக்க முடியும். எப்படியாவது இவர்களைக் கண்டுபிடித்துவிட வேண்டும். மாச்சியைப் பற்றித் தெரிந்துகொள்ள வேண்டும் என்று நினைத்துக்கொண்டான். மாச்சியின் நினைவுடன் வேறு பல நினைவுகளும் வந்தன. சற்று முன் பார்த்த அம்முவின் பெண்மை அவன் மனத்திலிருந்து அகல வேயில்லை. ஆஸ்பத்திரியில் தன் மனம் ஆடிய எந்த அசுர ஆட்டத்தை அடக்க முடியாமல் கஷ்டப்பட்டானோ, அந்த வெறி பன்மடங்காகி விட்டது. அவன் உடல் முழுவதிலும் உயிர் முழுவதி லும் காம வேட்கை கொழுந்துவிட்டெரிந்தது. ஆன மட்டும் தன்னைப் பிடித்து நிறுத்தி ஒரு நிலைக்குக் கொண்டுவர முயன்றான். முடியவில்லை. வாழ்க்கை வெள்ளத்தில் மிதக்கத் தயாராகத்தான் இருந்தான். மிதந்துதான் கரையேறவேண்டுமென்றும் அவனுக்குத் தெரியும். ஆனால் இந்த வெறிக்கும் தனது இன்றைய நிலைக்கும் ஒவ்வாதே. இயற்கையை எதிர்ப்பது எந்த நிலையிலும் நலம் பயக் காது. எதிர்த்தால் எரிந்து கரிந்து பொசுங்கி நாறிவிடும் வாழ்வு. இயற்கை தனக்கு இந்த வெறியைத் தந்திருக்கிறதே, இதற்கு அது தரும் விடை எப்படியென்று காத்திருக்க வேண்டியதுதான் போலும்.

கணேசன் மாம்பழச் சாலையில் மேற்கு நோக்கி நடந்து மறுபடியும் அம்மா மண்டபம் படித்துறைக்கே வந்துவிட்டான். மேற்குப்புறமாய் ஒதுங்கிச்சென்று, அந்த முதிர்ந்த அரச மரத்தையும் அதனுடன் இணைந்து பிணைந்தே வளர்ந்திருந்த வேப்ப மரத்தை யும் பார்த்தான். அவற்றை அப்படிப் பார்த்தபோது அவனுக்குச் சிரிப்பும், கல்யாண நினைவும் வந்தன. அவன் அரசையும் வேம்பை யும் சேர்த்து நட்டு வளர்த்துக் கல்யாணம் செய்யும் செய்தியை, சடங்கெல்லாம் செய்து கல்யாணம் நடத்தும் செய்தியை, தான் பால்யத்தில் பார்த்திருந்த ஒரு செய்தியை நினைத்துக்கொண்டான். சிரிப்பு வந்தது. கல்யாணமென்றால் அப்படிச் சேர்ந்தே இணைந்து பிணைந்து நிற்பதுதானே என்று தாவிற்று எண்ணம். அந்த மரங் களைச் சுற்றிக் கட்டியிருந்த மேடையில் வரிசையாக அந்த மரங்களின் வேரில் சாய்ந்திருந்த நாகர்கல்களில், இரண்டு இரண் டாய்ப் பாம்புகள் பின்னிப் பிணைந்து எதிரும் புதிருமாய் முகங் களைக் கொண்டிருந்தது மனத்திற்குள் படமெடுத்தது. கும்பகோணம் ஆஸ்பத்திரியில் சொற்பொழிவு செய்த பாதிரியார் காமப் பாம்பைப் பற்றிச் சொல்வதைக் கேட்டிருக்கிறான். இவன் பார்த்துக் கொண்டிருந்த மேடையும், மிக முதிர்ந்து பட்டுக்கொண்டிருந்த மரங்களும், அவற்றை ஒட்டிக் கிடந்த நாகர்களும் இப்போது ஏனோ

கேட்பாரற்றுக் கிடந்தன. அதற்குப் பதிலாகக் கீழ்ப்புறத்தில் புதிய அரசும் வேம்பும் தளதளவென்றிருந்தன. அவற்றைச் சுற்றியிருந்த நாகர்களும் பளபளவென்று எண்ணெய் மினுக்கும், தண்ணீர் அபிஷேகமும் சந்தனம், மஞ்சள், குங்குமங்களும் பெற்று, பூக்களும் சூடி இருந்தன. அதைச் சுற்றி ஒருவர் மேல் மற்றவர் இடிக்க ஈரத் துணிகளுடன் ஆண்களும் பெண்களும் வலம் வந்து போய்க்கொண் டிருந்தனர். கணேசன் படித்துறையைப் பார்த்தான். ஏகக்கூட்டம். பாறாங்கற்களால் கட்டிய படித்துறையைத் தொட்டுக்கொண்டு காவேரி வெள்ளம் ஓடிற்று. ஆனாலும் மிதமான நீர்ப்பெருக்கு. அதிக ஆழமும் இல்லை, விசையான இழுப்பும் இல்லை. படித் துறைக்கு மேற்கே, படிகளாக அமையாமல் கற்கட்டிடமாக இருந்த இடத்திலும் வாலிபர்களும் பிற ஆண்களும் இறங்கிக் குளித்துக் கொண்டிருந்தனர். படித்துறையில் முழுவதுமே, அதிலும் கிழக்குப் பகுதி முழுவதிலும் பெண்கள் கூட்டம் நிறைந்து கிடந்தது. படித்துறையை ஒட்டியே, மேல் படியிலிருந்து கீழே தரையில் கால் வைக்கும் இடத்திலிருந்தே பிச்சைக்காரர்கள் வரிசையாக ஆண்களும் பெண்களுமாய் உட்கார்ந்திருந்தார்கள். கணேசன் அந்த இடத்திற்கு வந்துவிட்டிருந்தான். ஆனால் உட்காரவில்லை. நின்றபடியே படித்துறையில் பார்வையை ஓட்டினான். அவனுடைய கண்கள் வழியே அவனுடைய அசுரப் பசி வழிந்தோடியது.

சுற்றிலும் பெண்களே இருக்கிறார்கள் என்ற நிம்மதியில் திறந்த வெளியும் பெருங்கூட்டமும் துளியும் உறுத்தாமல் எல்லாப் பருவத்துப் பெண்களுமே குடைந்து குடைந்து நீராடினர். நீந்தாவிட்டாலும் நீரில் நீளச்சென்று அமிழ்ந்தும் நிமிர்ந்தும், குனிந்தும் குதித்தும் திரும்பினர். கை கால்கள் இஷ்டப்படியெல்லாம் இயங்கின. உடம்பு எப்படியெல்லாமோ குலுங்கிற்று. மல்லாந்து நீண்ட கூந்தலை அலசினர். மூழ்கியிருந்து மேலே எழும்பும்போது, போர்த்தும் சுற்றியும் முறுக்கி யும் மடங்கியும் ஒதுங்கியும் நழுவியும்போன வண்ண வண்ணத் துணிகளைக் குளிப்பவர் கவனிக்கவே தேவையில்லாத சூழ்நிலை. சுற்றிலும் பெண்கள். அந்தப் புண்ணிய தினத்துப் புனித முழுக்கிலும் ஸோப்பை மறக்கவில்லை சிலர். தோள்களிலும் புஜங்களிலும் மார்புக் குள்ளும் கழுத்திலும் காலிலும் நுரை நுரையாய்த் தேய்த்துத் தேய்த்துக் குளித்துக் கரையேறினர். அவர்கள் சற்றுமுன் குனிந்து அரைத்து, மரபு கருதித் தேய்த்துக்கொண்ட மஞ்சள் பற்று மறைந்துவிட்டது. அவர்களுடைய உடம்பு முழுவதும் தண்ணீர் ஒட்டாமல் தெறித்து அழகு பெற்றுப் பொலிந்தது. எல்லோருமே சொட்டச் சொட்டத் தான் கரையேறினர். ஓடும் நீரிலோ, குளத்திலோ குளித்துப் பழக்க மில்லாத பட்டணவாசப் பெண்கள் புடவைகளைப் பிழிந்து கட்டிக் கொள்ளத் தெரியாமல் பட்டபாடுகளில் கணேசனுடைய அசுரக் கண்களுக்குப் பெருந்தீனி கிடைத்தது. அதேபோல ஆற்றில் குளித்தே பழகியவர்கள், மின்னல் வெட்டைப்போல மேலாடையைக் களைந்து

மாற்றிக்கொண்ட விரைவின் அருமையையும் விருந்துண்டான். உண்மையில் அவனுக்கு இவை யாவுமே புதிய அனுபவம்தான்.

கால் கடுத்து உட்கார்ந்துகொண்டான் கணேசன். அவன் முன்பு காசுகள் விழுந்தன. அவன் அதைப் பார்க்கவில்லை. வெய்யிலில் நிற்க முடியாமல் உட்கார்ந்திருந்தான் அவ்வளவுதான். அவனுடைய முகம் சிவந்து வியர்த்தது. கைகள் முன்னே நீண்டு பரபரக்க அவன் எழுந்து நின்றான். பெருமூச்சு விட்டான். தலைசுற்றுவதுபோல் இருந்தது. முன்னே அடிவைக்க எடுத்த கால் தடுமாறிற்று. ஊன்ற முடியவில்லை. உடம்பு படபடத்தது. சட்டென்று உட்கார்ந்தான். கண்களை இறுக மூடிக்கொண்டான். பிறகு மெல்லத் திறந்தான். நிதானம் வந்தது. அவனுக்குப் பக்கத்தில் ஒரு குருடி உட்கார்ந்திருந்தாள். கிழிந்த புடவைத் துணியொன்று அவளுக்கெதிரே விரித்திருந்தது. அவளுடைய ஆண் குழந்தையொன்று நாலைந்து வயதிருக்கும், அது தன் தாயாரின் துணியில் விழும் காசுகளுடன் பக்கத்தில் உருண்டோடும் காசுகளைக்கூடப் பொறுக்கிச் சேர்த்துக்கொண் டிருந்தது. அவளுடைய வலதுபுறத்தில்தான் இருந்தான் கணேசன். அவன் துணி விரிக்கவில்லை. அவனுக்கு எதிரிலும் பக்கத்திலும் காசுகள் விழுந்தன. சிதறின. குருடியின் குழந்தை கீழே விழுந்த காசுகளைப் பொறுக்கியெடுத்துத் தங்கள் துணியில் போட்டுக் கொள்வதைப் பார்த்தும் கணேசன் தடுக்க வில்லை. தன் குழந்தை தனக்கு வலது புறத்தில்தான் சென்று திரும்புகிறது. அது ஏதாவது காசைப் பொறுக்கியிருந்தாலும், அந்தக் காசு வலதுபுறத்தில்தான் கிடந்திருக்க முடியும் என்பதை ஊகித்து அறிந்தாள் குருடி. நின்று கொண்டிருந்த யாரோ ஒரு ஆண்பிள்ளை சற்று முன் உட்கார்ந்ததை யும் அவள் காதாலும் மூக்காலும் அறிந்து, கண் இமைகளைத் துடித்துத் துடித்துப் பார்த்து உறுதிசெய்துகொண்டாள். குழந்தை மீண்டும் வலதுபுறம் செல்லப் புறப்பட்டது தாயின் பிடியிலிருந்து. அது எழுந்து நகரும்போது இரண்டு கைகளாலும் துழாவிப் பார்த்துக் குழந்தை வலப்புறம் போவதைத் தெரிந்துகொண்டாள். துழாவி நீண்ட அவளுடைய கைகளில் ஒன்று கணேசன் மீது பட்டது. அவள் இழுத்து உதறிக்கொண்டாள். அவன் உடம்பிலோ மின் இயக்கம் பாய்ந்தது. அவளைப் பார்த்தான் கணேசன். குழந்தை கணேசனுக்கு எதிரில் விழுந்த காசை எடுத்துத் தன் துணியில் போட்டுக்கொள்வதை, குருடிக்கு இடது புறத்திலிருந்த கிழவியொருத்தி பார்த்துவிட்டுக் குழந்தையைக் கடிந்து வைதாள். "ஏய், பறக்காவெட்டி, உங்க துணியிலே விளறது போறாதா? ஊரார் காசுக்கு ஏன் இப்படிப் பறக்கிறே கிடந்து? இந்தாண்டை அந்தாண்டை விளறத்தையும் விளுந்து ஏன் கவ்வறையாம் இப்படி?" என்றாள் கிழவி.

குருடியும் பதில் சொல்லியிருக்க வேண்டியவள்தான். ஆனால் வாய் திறக்கவில்லை. வலது புறத்தில் தன்னால் தொடப்பட்டுவிட்ட

ஓர் ஆண்பிள்ளை, தன்னைப் பார்த்துவிட்டிருப்பான். என்ன நினைத்து, என்ன செய்துகொண்டிருப்பான் என்று ஊகித்துக் கொள்வதில் முனைந்திருந்தாள் அவள்.

கணேசனுக்குக் கிழவிமேல் கோபம் வந்தது. இது தன் பாடு குருடி பாடு என்று விடவேண்டிய ஒன்று. கிழவிக்கு இதில் எந்தத் தொடர்பும் கிடையாது. அறியாக் குழந்தையை வைதது சரியில்லை. கணேசன் கிழவிக்குப் பதில் சொல்லியிருக்கலாம். அவன் சொல்ல வில்லை. இதைவிட முக்கியமாய் அவன், தான் பெற்ற ஸ்த்ரீ ஸ்பர்சத்தின் இதமான அதிர்ச்சியில் ஈடுபட்டிருந்தான்.

குழந்தைக்கோ பதில் சொல்லத் தெரியவில்லை. அதற்கு இன்னும் வாய் பெருகவில்லை. இப்பொழுதுதான் முளைத்திருக்கிறது. அது கோபத்துடன் கிழவியைச் சீறிவிட்டு, " போ, போ, உவ்வவ்வவ்வே, நீதான் பறக்காவெட்டி . . ." என்று மழலையில் வைதுவிட்டு, ஓடிப்போய்த் தன் தாயின் முதுகில் சாய்ந்து ஒட்டிக்கொண்டது. அவளும் அதைத் தழுவிக்கொள்ளத் திரும்பினாள். அவள் மிகவும் இளையவள். இருபத்தைந்து வயதிற்கு மேல் இருக்க நியாயமில்லை. ஒல்லியான உடல்வாகு. இளைத்திருக்கவில்லை அவள் உடம்பு. கட்டிக்கொண்டிருந்த சேலை ஒரே கிழிசல், ரவிக்கையும் நைந்து நூல் நூலாயிருந்தது. சிவப்பைச் சேர்ந்த நிறம்தான். இழையப் படிய வாரியிருந்த அவள் கூந்தல் கருகருவென்று எண்ணெய்ப் பசையுடன் தொளதொளவென்று பின்னியிருந்தது. அதன் அடர்த்தி யும் நீளமும், மிகவும் கவனமாய் வளர்த்துப் பாதுகாத்திருந்த கூந்தல் எனத் தெரிவித்தன. நீள வாகான முகம், எடுப்பான மூக்கு. காதிலும் மூக்கிலும் குத்தப்பட்டுத் தூர்ந்திருந்தது தெரிந்தது. இவ்வளவும் பார்த்தால் அவள் பிச்சைக்காரி ஆவதற்கோ, அல்லது பிச்சைக் கூட்டத்திலேயோ பிறந்தவளாகத் தோன்றவில்லை. அவளுடைய குருடு கூர்ந்து பார்த்தால்தான் தெரியும். அவள் கூனி உட்கார்ந்திருக்கவில்லை. துவண்டு வளைந்திருப்பதுபோல் இருந்தாள். அது அந்த அழகான மெல்லிய உடலின் நளினம். மடிப்புகள் தெரியும் நீளமாக கழுத்து. கிழிசல்களால் வெளிப்பட்ட முதுகுப் பரப்பு நன்கு இழைத்துவிடப்பட்ட மஞ்சள் கடம்புபோல் நெகுநெகுவென்று தெரிந்தது. விலாப்புறங்கள் ஒடுங்கி வளைந்து சென்று மறைந்தே விட்டிருந்தன. மனையில் உட்கார்வதுபோல் உட்கார்ந்திருந்தாள். மிகவும் பாந்தமாயிருந்தாள். இரண்டு தோள்களும் புஜங்களும் மார்பும் மறையத் தலைப்பை இழுத்துப் போர்த்திருந்தாள். முழுப் பெண்மையின் கொலுவிருப்பே அது. அடியில் தெரிந்த ஒரேயொரு பாதத்தைக் கண்டான் கணேசன். உள்ளங்காலும் விரல்களும் தெரிந்தன. உடைசல், விரிசல், வெடிப்பு அதற்குள் கருப்புப் புழுதிக்கோடு ஒன்றுமில்லாமல் பட்டுப்போல் பளிச்சென்றிருந்தது பாதம். விரல்கள் துவண்டு மடங்கிய பூக்களைப் போலிருந்தன.

கணேசன் அவள் பெண்மையைப் பருகிக்கொண்டிருந்தான். அப்பொழுது அந்தக் குழந்தை மீண்டும் வந்து, கணேசன் எதிரே விழுந்த காசை எடுக்கக் குனிந்தது. அவன் குழந்தையைத் தாவிப் பிடித்துத் தழுவ நினைத்தான். ஆனால் அதை மெல்லத் தொட்டு, முதுகில் தட்டிக்கொடுத்து, "அந்தாண்டை ஒண்ணு கெடக்கு. அதையும் எடுத்துக்கடா கண்ணு." என்ற குரலால் குழைந்தான். உடல் அமைப்பிலும் அழகிலும் நிறத்திலும் அவளைப் போலவே முதல் தரமான பிறவி அந்தக் குழந்தை. நிச்சயமாக அது பிச்சைக் காசு பொறுக்கும் பிறப்பே இல்லை என்று நினைத்து மறுகினான் கணேசன்.

"எலே, இங்கே வந்து உட்காரமாட்டே சும்மா, வீணா ஏன் கரிவாயெல்லாம் கரிக்கணும். கரிக் கண்ணெல்லாம் உன்னைப் பார்க்கணும். வாடா இங்கே." என்று இரண்டு கைகளையும் முன்னே துழாவி நீட்டினாள். குழந்தை போய்ச் சிக்கிக்கொண்டு கிளுகிளுத்தது. கணேசன் ஒருகணம் தன்னை அந்தக் குழந்தையாகக் கற்பனை செய்துகொண்டான். பெருமூச்செறிந்தான்.

சிறிது நேரம் சென்றது. கணேசன் சற்று நகர்ந்து குருடிக்குப் பக்கத்திலிருந்த ஒரு அலுமினியப் பாத்திரத்தைத் தானே எடுத்து, தனக்கெதிரே சேர்ந்திருந்த காசுகளை அதில் எடுத்துப் போட்டு, "கண்ணு இந்தா, இதைக் கொண்டுபோய் அம்மாவிடம் கொடு, நான் அப்படிப் போய் நிழலில் உட்காருகிறேன். போகும்போது உங்கம்மாவை மெதுவா அந்தப் பக்கம் அளைச்சுக்கிட்டு வா" என்று சொல்லிவிட்டுப் புறப்பட்டான் கணேசன். பைக்குள் துணியில் மடித்து வைத்திருக்கும் காசே கனத்தது. இவற்றை வேறு அவன் சுமக்க விரும்பவில்லை. இத்தனை பேருக்கும் பிச்சைக் காசு இவ்வளவு விரைவில் சேர்ந்து குவிவதை அவன் ஆச்சரியத்துடன் உணர்ந்தான். நினைத்தால் காசு சோபபது ஒன்றும் பெரிய வித்தையில்லையென்றுதான் தோன்றிற்று அவனுக்கு. உலகம் காசு பணத்தில் மிகுந்த அக்கறை காட்டுவதன் அர்த்தம்கூட அவனுக்குப் புரியவில்லை. கிட்டாவையும் அந்தப் பெண்மை ஆவேசத்தையும் பார்த்துவிட்டுப் பழைய நினைவுகளால் அசுரத்தனமாய் ஆடிய மனத்துடன் பெண்ணினத்தின் வண்ணத்தைக் கண்களால் கண்டதில் அவன் மனத்தில் காமத் தீ எரியத் தொடங்கிற்று. பிறகு குருடியின் நெருக்கத்து இருப்பிலும் அவளை நிம்மதியாகப் பார்த்ததிலும் எழுந்த நீருற்று அவன் மனத் தீயைத் தணித்துவிட்டிருந்தது. அந்த நீருற்றில் இன்னும் நெடு நேரம் ஏன் . . . நெடுநாள் குளிரக் குளிக்க வேண்டுமென்று நினைத்தான். அவளை இப்பொழுதே கூப்பிட்டால் வர மாட்டாள். இது போல் கூட்டம் கூடும் இடங்களும் தினங்களும்தான் அவர்களுக்கெல்லாம். . . இனிமேல் எனக்கும்தான் அறுவடைநாள். ஆகவே பொறுத்துத் தான் முடிக்க வேண்டும். புறப்பட்டு நின்றவன், மறுபடியும் குழந்தையிடம் சொல்வதுபோல், "தம்பி இது உங்க பாத்திரம்தான்.

இதில் இருக்கும் காசுகளை எடுத்து அம்மாவிடம் கொடு. நான் அப்படிப் போய் நிழலில் உட்கார்ந்துக்கறேன். போகும் போது உங்கம்மாவை மெதுவா, அதோ அந்த மரத்து நிழலுக்கு அளைச்சுக் கிட்டு வா. மறந்துடாதீங்க, ஒருத்தருக்கொருத்தர் உதவியா இருந்துக் கலாம். இன்னும் ரொம்பச் சொல்லணும் உங்களுக்கு" என்று கிளம்பினான்.

குருடிக்குக் காதும் அறிவும் கூர்மையுடன் வேலை செய்தன. கணேசனுடைய சொற்களின் கருவில் கனத்த பொருள்களை அறிந்தாள். எதிர்பார்ப்புகளைக் காட்டும் இங்கிதமும் புரிந்தது. மெல்லிய குரலில், தெளிவாகச் சொன்னாள். நேரிடையாகவே சொன்னாள். குழந்தையைச் சார்புகொண்டு பேசும் பாசாங்கை அவள் தவிர்த்ததால் அவளுடைய தீவிரமும் திண்மையும் வெளிப் பட்டன.

"இந்தக் கஷ்டம் உங்களுக்குப் பிடிக்காமல் இருக்கலாம், யாருக்குமே பிடிக்காதுதான். எனக்கு மட்டும் பிடிச்சா செய்றேன்? வேற வழி? ஊரிலே உலகத்திலே ரொம்ப நாளா ஏற்பட்டிருக்கும் வழக்கமான வழிதானே இதுவும். தவிர யாருக்குமே ரொம்பப் பிடித்து விடவில்லை இந்தப் பொளைப்பு. உயிரோட உடலோடே எப்படி யாச்சும் உலகத்திலே ஒட்டிக்கிட்டுக் கிடக்கணுங்கிற தவிப்புனாலே தான் இதைப் புடிச்சுக்கிட்டுத் தொங்க வேண்டியிருக்குது. ஆச்சு, காலை நேரம் முடிஞ்சுபோனா இங்கே கூட்டம் குறைஞ்சு போயிடும். அப்புறம் இவங்க, அதான் இதோ இருக்காங்களே நம்மைச் சேர்ந்த வங்க எல்லாரும், திருவானைக்கா கோயிலுக்கும் சீரங்கத்துக் கோயி லுக்கும் போயிடுவாங்க. நான் அங்கெல்லாம் போறதில்லை. இங்கேருந்து நேரே நான் இருக்கிற இடத்துக்கே போவேன்... சும்மா குந்துங்க இப்படியே இன்னும் சத்தே... அடிச்சுப் பிடிச்சுக் கேக்கலையே நாம, அவங்களா எறியறத்தைப் பொறுக்கிக்கறம்... அடுத்தபடி எங்கேயோ, என்னிக்கோதானே கூட்டம் கூடும். நானும் பிச்சைக்காரி இல்லை, தெருத் தெருவா இதுவரைக்கும் இன்னும் போகலை. அரிசியும் மத்ததும் விக்கிற வெலையிலே... இதோ இருக்கே இந்தப் பிஞ்சு, என் வயத்திலே வந்து பிறந்திடுச்சே இந்தப் பூ, இதுக்காவத்தான் இந்தப் பாடு. நானும் உங்களுக்கு நிறையச் சொல்லணும். ஒருத்தருக்கொருத்தர் உதவியா இருக்கு மேன்னும் நீங்க சொன்னீங்க... ரொம்பச் சரி அது. கொஞ்ச நேரம் குந்துங்களேன்..." என்றாள் அவள்.

அவனும் உட்கார்ந்தான். அந்த அழைப்பை ஏற்றுவிட்டது அவன் உணர்வு. இதற்குள் குழந்தை, அம்மாவின் பக்கத்தில் சுருட்டிக் கிடந்த ஒரு புடவைத் துண்டத்தின் கிழிசலைக் கணேசனுக்கு முன்னே விரித்து, அலுமினியப் பாத்திரத்திலிருந்து இரண்டொரு காசையும் எடுத்து அதில் போட்டது. கணேசன் ஆச்சரியத்துடன் அந்தத் தொழில் ஜாடையை ரசித்தான். அந்தத்

தாயின், இளந்தாயின் பேச்சில் இழையோடிய இதத்தையும் வாழ்க்கையைப் பற்றிய அவளுடைய பிரத்தியக்ஷ உணர்வுப் போக்கையும் உணர்ந்து நெகிழ்ந்தான். அவ்வளவு விரைவில் அந்தப் புதிய முடிவை மிகவும் சாதாரணமாக ஏற்றுக்கொண்ட அவளுடைய அனுபவப் பாதையின் தெளிவைப் பற்றிச் சிந்தித்தான்.

பக்கத்திலிருந்த கிழவி, பழைய சழக்கை மறந்து "அடே, உனக்குத் தெரிஞ்சவருதானா இவரு..." என்று நீட்டினாள்.

"ஆமாம் அக்கா. ரொம்பப் பழக்கமானவருதான்" என்று சிரித்துக்கொண்டே பதில் சொன்னாள் குருடி தன் கண்கள் மலர.

நெகிழ்ந்திருந்த கணேசன் நீர்ப் பிண்டமாய் உருகினான்.

◼

7

மாம்பழச் சாலையில் ஒரே கூட்டம். வாகனங்களின் போக்குவரத்து நெரிசல். மெல்லத்தான் போக வேண்டியிருந்தது. மெயின் ரோட்டில் மிகவும் அதிகமான எச்சரிக்கை தேவைப்பட்டது. கிட்டா பொறுமையிழந்துதான் காரை ஓட்டிக்கொண்டிருந்தான். அவனுடைய மனக் குழப்பம் ஸ்டீரிங் பிடித்திருந்த கையிலும் தெரிந்தது. பின் ஸீட்டில் ஈரம் சொட்டச் சொட்ட உட்கார்ந்திருந்த அம்மு தன்னையே நொந்துகொண்டு உட்கார்ந்திருந்தாள். "இதென்ன புண்ணிய தீர்த்த ஸ்னானம் வேண்டிக்கிடக்கிறது. உள்ளுக்குள்ளே சாக்கடையும் கக்கூசுமாய் மனம் நாறிக் கிடக்கிறது. எதை நினைத் தாலும் குடலைக் குழப்புகிறது. டிரைவர் யாராவது வந்திருந்தால்கூட, நல்ல நாளும் நிறைந்த நாளுமான இன்றைக்குப் போது விடியும் போதே, இப்படி அருவருப்பும் வெறுப்புமாய், ஒருவருக்கொருவர் மிகவும் நெருங்கியிருக்கும்போதே, வீடானாலும் சரி, காரானாலும் சரி, எவ்வளவு நெருங்கி இருந்தாலும் எத்தனையோ தூரம் இடைவெளி இருக்கும். இந்த விரஸமான விபரீதமான குடும்ப வாழ்க்கையின் அவலம் நாற நாறக் கூசிக் குறுகும் நிலை நேர்ந்திருக்காது. என்ன சுகத்தைக் கண்டோம் இந்தக் குடும்பத்தில். நகையும் புடவையும் காரும் கட்டிடமும் இல்லாவிட்டாலும் நிம்மதியாய்க் கலகலவென்று சிரிப்பும் களிப்புமாய் குடும்பம் நடத்தும் பாக்கியம் இனிமேலா வரப்போகிறது. பாவி மனுஷர், சீச்சி... அவரைச் சொல்லக் கூடாது. என் பாவம்தான் இது, நான்தான் பெரிய பாவி. இல்லாவிட்டால்... மாமனாகவே இருக்க வேண்டியவன், மடியிலே யும் தோளிலேயும் தாங்கித் தூக்கி வளர்த்தவன், விளையாடியவன், புருஷனாய் வந்து முளைத்துப் புண்படுத்திக்கொண்டே இருப்பானா இப்படி... ஈசுவரா, எனக்கு விமோசனம் உண்டா கிடையாதா?" என்றெல்லாம் நினைத்துக் குமுறிக்கொண்டிருந்தாள் பின் ஸீட்டில் இருந்த அம்மு. அன்று நல்லபடியாய் வீடுவரையில் போய்ச் சேரப் போகிறோமோ இல்லையோ என்ற அளவுக்கு அவள் மனம் கலங்கி

யிருந்தது. காவிரிப் பாலம். கட்டி ரொம்ப நாள் ஆன பாலம். போக்குவரத்தோ மிகவும் அதிகம். ஒரு புறத்திலிருந்து கொடியுடன் வரும் முதல் வண்டியைத் தொடர்ந்து சாரிசாரியாய் ஊர்ந்து செல்லும் போக்குவரத்துக் கட்டுப்பாடு காரணமாக இவர்களுடைய கார் நின்றது. முன்னும் பின்னும் நீளமாகத் தொடர் நிற்கிறது. பாலத்தைத் தாண்டிப் போகும்போது பாலம் இடிந்து தங்கள் கார் காவேரியில் விழுந்துவிடுவது போன்ற ஒரு தோற்றம், ஆமாம், எண்ணம் வலுப்பெற்றுத் தோற்றமாகவே உருக்கொண்டது அம்முவின் மனத்தில். "ஐயோ..." என்றாள் அவளையுமறியாமல். வண்டியைக் கவனமாக நகர்த்திக்கொண்டிருந்த கிட்டா, அதிர்ந்துபோய் "என்னடி என்ன கேட்டுவிட்டேன் அப்படி? அந்த படவாப் பயல், அழுகிச் சொட்டற அயோக்கியப் பயல் உன்னை அப்படிப் பார்த்தது குத்த மாப் படலை உனக்கு... நான் சாதாரணமா எதோ கேட்டதுக்கு..." என்றான். வண்டி பாலத்தைக் கடந்துகொண்டிருந்தது.

"மாமா, ஒரு நிமிஷம்... எல்லாத்தையும் மறந்துட்டு, மறுபடியும் நீ..."

"என்னது... நீயா... அம்மு... உனக்கு நான் நீயா..?" என்று ஆத்திரத்துடன் வண்டியை ஒடித்து இடதுபுறமாய் ஒதுக்கி நிறுத்தி விட்டான் கிட்டா.

"மறுபடியும் சொல்கிறேன், மாமா, நீ என்னை இப்படியே பல வகையிலும் தினந்தினம் துளித் துளியாக் கொல்றதை விட ஒரேடியாக் கொன்னுடு; நீ என்னைக் கட்டாயக் கல்யாணம் பண்ணிண்டது, பொறி இருந்ததினாலே நான் குழந்தை குட்டி பெத்தது, இந்த இருபது வருஷத்துக் குடும்பம் பண்ணின அவலம், எல்லாத்தையும் ஒரு நிமிஷம் மறந்துட்டு, இப்பவே என்னை இந்தக் காவேரியிலே தள்ளிப்பிடு. இல்லேன்னா, நானே இறங்கிப் போய் விழுந்துடறேன். இது உனக்குப் பல விதத்திலே ரொம்பச் சௌகரியமாகவும் இருக்கும்."

"அம்மு, இப்ப நீ வாயை மூடப்போறையா இல்லையா? இன்னிக்கென்ன உனக்குப் புதிசா?"

"அதனாலேதான் சொல்றேன்... இன்னிக்குப் புதிசில்லே. தினந்தினம் இந்த விஷக்கடி பட்டுப் பட்டு என் உடம்பெல்லாம், மனசெல்லாம் புண்ணாப்போயிக் கொதறிக் கிடக்கு. இனிமேலும் என்னாலே தாளவே முடியாது."

"சரி, இன்னிக்கு மட்டும் பொறுத்துக்கோ, இனிமேல்..."

"இது மாதிரி ஆயிரம் தடவை சொல்லியாச்சு..."

"அதுதான் என் சுபாவம்னு போயேன் நீ."

"சுபாவமா இது... பாவம் இது, பெரிய பாவம் இது. பாவத்தைப் பண்ணிப் பண்ணி, எதைப் பார்த்தாலும் யாரைப் பார்த்தாலும்

பாவமோ, பாவியோன்னு நினைச்சுண்டு, தானும் நொந்து, பிறத்தியாரையும் நோக அடிக்கிற ஜன்மமும் ஒரு ஜன்மமா?"

"அம்மு... அம்மு..."

"தான் திருடி பிறத்தியாரையும் நம்ப மாட்டாள் என்று பாட்டி ஒரு வசனம் சொல்லுவாள். எந்தப் பொம்மனாட்டியைப் பார்த்தாலும் உடனே அவளைப் பொண்டாளனும்னு தோணி, அப்படியே செஞ்சிண்டும்வர புத்தி ... நாய்ப் புத்தி தனக்கு இருக்கிறதனாலே பிறத்தியாரும் அப்படித்தான்னு தோணறது. அழுக்கும் ஆபாசமும் அப்பியிருக்கு மனசிலே. என் தலையெழுத்து இப்படிப்பட்ட புருஷன் கிட்டே ..."

கிட்டா, காரைக் கிளப்பி வேகமாகப் போனான். சிந்தாமணி இறக்கம். கைகளும் கால்களும் மிக மிகக் கவனமாய்ச் செயல் புரிய வேகமாகவே சென்றான். வீட்டுக்குப் போவதற்குள் அவளைச் சமாதானப்படுத்திவிட வேண்டும் என நினைத்தான். தன்னை நீயென்று ஒருமையில் பேசிவிட்ட அம்முவை வேறொரு சமயத்தில் பழிவாங்கிக்கொள்ளலாம். இன்றைக்கு இதைத் தானும் மறந்தது போலக் காட்டி அவளையும் இதை மறந்துவிடச் சொல்ல வேண்டும் என்பது அவன் எண்ணம். "அந்தப் பயலை, அந்த அழுகும் பொணத்தை எங்கோ பார்த்திருப்பது மாதிரித் தோண்றதே, அது மாத்திரமில்லே, ரொம்பத் தெரிஞ்சவன் ... பழக்கமானவன் போலவும் இருக்கோல்லியோ" என்று கேட்டான்.

"அந்த இழவினாலேதான் நானும் அவனைப் பார்த்துத் தொலைச்சேன். அவனுக்கும் அப்படியே தோணித்தோ என்ன இழவோ, அவனும் அப்படிப் பார்த்துத் தொலைச்சான். இங்கே பாம்பு படமெடுத்து ஆடிச் சீறிப் பாஞ்சு, தொரத்தவும் தொரத்தறது. கடிச்சுத் தொலைச்சுட்டாகூடத் தேவலைதான்" என்று வெடித்தாள் அம்மு.

அந்த வெடிப்பால் திணறிப்போன கிட்டா, சின்னையாப் பிள்ளைச் சத்திரத்து வளைவில் அதிவேகமாக ஒடித்தான் வண்டியை. பின்னால் இருந்த அம்மு, முள்மேல் இருப்பதுபோல், இறங்கத் தயாராய் இருந்ததனால், குலுங்கி ஆடி அசைந்தாள். அசைவில் அவள் கை அவன்மேல் பட்டது. அவனும் கூசினான். அவளும் கூசி நடுங்கிக் கையை இழுத்துக்கொண்டாள். மேலப்புலிவார் ரோடில் இருந்த அவர்கள் வீட்டு வாசலில் வந்து வண்டி நின்றது. ஓரமாய் நிறுத்தினான். இருவரும் இறங்கினர். ரோடு முழுவதும் ஜனங்கள், பஸ்கள், கார்கள், பல வாகனங்கள். வீட்டு வாசலின் இரும்பு கேட் உள்ளே பூட்டப்பட்டிருந்தது. அம்மு கம்பியோடு கம்பியாய் ஒட்டிக்கொண்டு, மணியடிக்கும் பொத்தானை அழுத்தினாள். அவளுக்கிருந்த ஆத்திரமும் அவசரமும் கேட்டை உடைத்துக் கொண்டு உள்ளே போய்விடலாம்போல் இருந்தது. கடைக்கும் வீட்டுக்கும் ஒரே வாசல்தான். இன்னும் சிறிது நேரத்தில் கடை

ஆட்கள் வந்துவிடுவார்கள். கடை திறந்து வியாபாரம் ஆரம்பிப்பதற்குள் வீட்டிற்குள்ளிருந்து கிளம்பி வந்துவிடும் யோசனை அம்முவுக்கு. மீண்டும் கிட்டாவுடன் பேச நேர்வதற்குள் வீட்டை விட்டு வெளியேறிவிட முடிவு செய்திருந்தாள் அவள்.

இன்னும் உள்ளிருந்து யாரும் வந்து கேட்டைத் திறக்கவில்லை. கிட்டா மணியை விடாமல் அழுத்தி அடித்தான். ஒதுங்கி நின்ற அம்மு கம்பியுடன் ஒட்டிக்கொண்டாள். வயதான ஆண் ஒருவர் வந்து கதவைத் திறந்தார். "பிரம்மஹத்தி, ஏன் இத்தனை நாழி? உடம்பைத் தூக்கிண்டு நடக்க முடிந்தால்தானே, ஒண்ணுக்கு மூணு மடங்கு தின்னு தின்னு ஊதிக் கெடக்கு. பொணம்... பொணம்..." என்று கத்திக்கொண்டே அம்முவுக்கு வழி விட்டான் கிட்டா. அதிவேகமாய்ப் பறந்து சென்றாள் அம்மு. கிட்டா உள்ளே போகாமல், மறுபடியும் தெருப் பக்கம் வந்து நின்றான். அப்போது, பக்கத்துப் பெரிய ஹோட்டலிலிருந்து ஒருவன் வேகமாய்க் கிட்டாவிடம் வந்து, "உங்களுக்காகத்தான் காத்துக்கிட்டிருக்கேன். வண்டிச் சாவி வேணுங்களே நல்ல டிமாண்டுங்க." என்றான்.

"அந்த வண்டி?"

"பெரியம்மா போனாங்க. தங்கவேலுதான் எடுத்துக்கிட்டுப் போயிருக்கான்."

"இன்னும் வரலையா அவங்க."

"அவங்க... திருவானைக்கா, சீரங்கம் கோவிலுக்கெல்லாம் போயிட்டு வரணும்னாங்க."

"அது வரட்டுமே..."

"பார்ட்டிங்க காத்துக்கிட்டிருக்காங்க இதோ ஓட்டலில். நல்ல வசதியான பார்ட்டிங்க..."

"சரி, எடுத்துக்கிட்டுப் போ. உனக்கு வரவர இங்கிதமே தெரியலை முத்து. சரி, எடுத்துக்கிட்டுப் போ. மெதுவா ஓட்டு, வெரட்டாதே. புது வண்டி... அதிலே என் துணி கிடக்கு. இங்கே கொண்டு வந்து கொடுத்திட்டு பின் ஸீட்டிலெல்லாம் ஒரே ஈரம், நல்லாத் தொடைச்சிட்டு வண்டியை எடு."

"அவுங்களும் ஆத்துக்குத்தானே குளிக்கப் போறாங்க."

"அதுக்காகத் தண்ணிய ஊத்திக்கிட்டுப் போகணுமா? போடா போய்த் தொடைச்சு..."

"சரிங்க..." என்று கிளம்பிய அந்த டிரைவர் கிட்டாவை ஒரு மாதிரியாகப் பார்த்தான். அவனிடம் கிட்டா அப்படிப் பேச மாட்டான் சாதாரணமாய். அவனுக்கென்றே டாக்ஸியாகத் தன் வண்டியைக் கொடுத்திருக்கிறான் கிட்டா. வெள்ளை போர்டு கிடையாது. கிட்டாவின் வியாபார ரகஸ்யங்கள் உட்பட வாழ்வின் ரகஸ்யங்கள் அத்தனையும் தெரியும் அந்த முத்துவுக்கும் தங்கவேலு

வுக்கும். அவர்கள் இருவருக்கும் கிட்டா கொடுத்திருக்கும் சலுகை கள் ரொம்ப உண்டு. டாக்ஸி வருமானம் அவர்கள் இருவருக்கும்தான். அத்தனை தூரம் கடமைப்பட்டவன் கிட்டா.

கேட் கதவை மறுபடியும் இழுத்துச் சாத்திக்கொண்டு உள்ளே போனான் கிட்டா. எதிரே ஒரு பெட்டி, கைக்கூடை இரண்டும் எடுத்துக்கொண்டு அம்மு வெளியே போகத் தயாராய் வந்தாள்.

"எங்கே, கோயிலுக்கா? வாசல்லே வண்டி இல்லை. என் கடன்காரன், பங்காளி முத்து எடுத்துக்கொண்டு போயிட்டான், அவன் சம்பாதிக்க. அவளும் இன்னும் வரவில்லை."

"நான் கோயிலுக்குக் கிளம்பலை. அவள்தான் இருக்கிறாளே, கோயிலுக்குப் போகட்டும்... குவியலாகக் குவிக்கட்டும் புண்ணியத்தை. நான் ஊருக்குப் போகிறேன், தோப்பூருக்கு. அங்கே போய் மன்னியோடேயே இருக்கேன். காரில் நடந்த பேச்சு வார்த்தைக்கப்புறம் நான் இனிமேல் இங்கே இருக்கக் கூடாது..."

"நான்னா அப்படிச் சொல்லணும் உன்னை, அப்படிச் சொல்ல மாட்டேன். மனுஷாள்னா எல்லாம்தான் இருக்கும். மறக்கத் தெரியணும் எல்லாத்தையும்..."

"உங்களாலே முடியுமோ என்னவோ, என்னாலே இதை மறக்க முடியலை. இன்னிக்குன்னு இல்லை. என்னிக்குமே மறக்கவும் முடியப்போறதில்லை. குழந்தைகள் இருக்கு... அவளும் இருக்கிறாள். அவளைப் போகச் சொல்ல முடியாது. போகச் சொன்னாலும் அது நன்னாயிருக்காது. நான் போயிடலாம்... நம்ம ரண்டு பேருக்குமே அதுதான் நல்லது."

"அவள் உன் அக்காதானே, அவளும் எனக்கு மருமாதானே? அவள் அவள்னு..."

"வெக்கமில்லாம போயிடுத்து நம்ம ரண்டு பேருக்குமே. இந்த நாத்தக் காசு மட்டும் இல்லைன்னா சந்தி சிரிச்சுப் போயிருக்கும். இப்பவும் ஊரு உலகத்துக்குத் தெரியாமையா, சிரிக்காமலா இருக்கு... காசு அதை மூடி மறைச்சுட்டதா நினைச்சுண்டிருக்கம் பொய்யா... நாழி ஆகிறது, நான் வரேன், நேரே தோப்பூருக்குத் தான் போறேன்..."

அம்மு கிளம்பிப் போய்விட்டாள். இன்னும் பசங்கள் எழுந் திருக்கவில்லை படுக்கையிலிருந்து. கிட்டா அம்முவைத் தடுத்து நிறுத்த முடியாமலும், போகட்டுமென்று விட்டுவிட முடியாமலும் பொறுமையிழந்துகொண்டிருந்தான்.

"கிட்டா என்ன சொல்லித் தொலைச்சே அவளை, இப்படிக் காலங்காத்தாலே ஆடி அமாவாசையும் அதுவுமா, காபிகூடச் சாப்பிடாமல் போறாளே அம்மு." என்று கேட்டுக்கொண்டிருந்தார் கதவைத் திறந்துவிட்டு வசவு வாங்கிக்கொண்ட அந்த வயதானவர்.

“பிரம்மஹத்தி, ஏன் வெளியிலே வந்து என் பிராணனை வாங்கறே. போ, உள்ளே தொலைஞ்சு போ. பொணம்... பொணம்.” என்று இரைந்தான் கிட்டா. இரைந்துவிட்டுத் திரும்பியபோது பட்டத்தரசி மாதிரி மாச்சி உள்ளே வந்துகொண்டிருந்தாள். கிட்டா இளித்தான் உயிரே இல்லாமல். “அவரை என்னத்துக்கு இப்படித் திட்டிக் கொட்டியாகிறது? அவருந்தான் ஏன் இப்படி உங்க மூஞ்சியிலே விழிக்கணும் காலங்கார்த்தாலே.” என்று அதட்டுவதுபோலக் கேட்டுக்கொண்டு போனாள்.

“அந்தக் கட்டேலே போறவன், அம்மு மேலே ஆத்திரப்பட்டுண்டு எங்கிட்ட எறிஞ்சுவிழறாண்டி. அவ கிளம்பிப் போயிட்டா ஜாம் ஜாம்னு... இதைக் கேட்டையோடி, ஆம்படையான் பொண்டாட்டிக்குள்ளே என்ன நடந்துதோ நேக்குத் தெரியலையடியம்மா. ஈரப் புடவையோடே சொட்டச் சொட்ட உள்ளே வந்தா, வந்தவ சரசரன்னு கொடியிலேந்து அவசர அவசரமாப் பொடவையை உருவிக் கட்டிண்டா, பரக்கப் பரக்கப் பொட்டியிலே எதெதையோ எடுத்துத் திணிச்சுண்டு கிளம்பிட்டாடி அந்தப் பொண்ணு. அடி ஒரு வா காபியாவது குடிச்சுட்டுப் போகமாட்டாளோடி, நானும் பார்த்தாலும் பார்த்தேன்.” என்று அந்த வயதான ஜீவன் தன் பருத்த உடம்பை ஆட்டிக் குலுக்கி, மோவாயைத் தோளில் இடித்துக் கையை வேறு கொட்டிக்கொண்டு கதை சொல்லிற்று. காபி அடுப்பை மூட்டிக்கொண்டிருந்த மாச்சி, அப்படியே போட்டுவிட்டு முன்புறம் சென்றாள். கிட்டா எதிரே வந்தான்.

“என்ன நடந்தது? அம்மு எங்கே...”

“வண்டியை எடுத்துக்கொண்டு தங்கவேலு போயிருக்கான்; பஸ்ஸில் ஜங்ஷனுக்குத்தான் போய்க்கொண்டிருபபாள். தங்கவேலு மறிச்சு அழைச்சிண்டு வந்துடுவன். நீ பேசாம போய்க் காரியத்தைப் பாரு, பசங்கள் கிட்டே ஒண்ணும் சொல்ல வேண்டாம். அந்த அசட்டைக் கொஞ்சம் வாயை மூடிண்டு இருக்கச் சொல்லு; ஏன் அதைக் காவேரிக்குப் போய்விட்டுவரச் சொல்லேன், தர்ப்பணம் கிர்ப்பணம் பண்ணிட்டு மெதுவா வரட்டுமே... காபி வேணும் எனக்கு.”

“சாஸ்திரிகள் வந்து, நீங்க மறுபடியும் ஸ்னானம் பண்ணித் தர்ப்பணம் ஆன பிறகுதான் காபி. தலை கீழே நின்னாலும் நான் அடுப்பு மூட்டப்போறதில்லை. அது சரி... நானும் ஜங்ஷனுக்குப் போய் அவளை அழைத்துக்கொண்டு வர வேண்டும். புதுவண்டி எங்கே காணும்?

“அது வர நேரமாகும். முத்து யாரையோ காவேரிக்கும் கோயிலுக்கும் கொண்டுபோயிருக்கான்.”

“புது வண்டியை டாக்ஸியா விட்டு அவன் பணம் சம்பாதிக்கணுமாக்கும்? ஒரு டிரைவருக்கு இத்தனை இடம்...”

“அவனுக்கு மட்டுமா, இங்கே எல்லாருக்கும்தான் இடம் கொடுத்து, எல்லாருமே குளிர் விட்டுத் துளிர்த்துக் கிடக்கிறதைப் பார்க்கிறோமே? அவன் எனக்குப் பங்காளி . . .”

“அப்போ, நான் பஸ்ஸிலேயே போறேன். அவளை அப்படி விட்டுடறது நன்னால்லை. எங்கே போறதாச் சொன்னா? ஏன் இப்படிப் போறா?”

“நீதான் போறையே, அவளையே போய்க் கேளேன்; அவ நிச்சயமா ரயிலேறியிருக்க முடியாது.”

“எங்கே போறதாச் சொன்னாள், ஏன் இப்படிக் கிளம்பினாள்னு கேட்டதுக்கும் பதிலைக் காணும்.”

“தெரிஞ்சிண்டு என்ன பண்ணப்போறே நீ. அவள் எங்கேயும் போயிருக்க முடியாது. ஜங்ஷன்லேந்து தங்கவேலுவே பார்த்து அழைச்சுண்டு வருவான். கடை திறக்கிற நேரம் . . . பேசாம இரு நீ. ஒண்ணுமே சரியாயில்லை . . . எல்லாமே ஒரு முடிவுக்கு வந்தாகணும், நானே முடிச்சுடறேன் . . .”

“அம்மு தோப்பூருக்குப் போனால் அப்புறம் நாம யாருமே உசிரை வெச்சிருக்க வேண்டாம். அவள் ரயிலேறி இருந்தால்கூட, நான் தங்கவேலுவோடு காரில் போய் அவளை நடுவழியிலேயோ, பூதலூரிலேயோ, தஞ்சாவூரிலேயோ கீழே இறக்கி இழுத்துண்டு வந்து இங்கே விட்டுட்டு, இந்த அசட்டையும் இழுத்துக்கொண்டு நான் எங்கேயாவது போயிடறேன். அப்புறம் இங்கே நிச்சயமா நிம்மதியாகவே இருக்கும். அதுதான் நியாயமும்கூட. இத்தனை நாள் சீரழிஞ்சது போறும். சின்னவன் வர வர எல்லாத்தையுமே புரிஞ்சுக்கிறான். எனக்கும் வயசு கொஞ்சமா ஆகலை. நீங்களும் எல்லாத்தையும் மறைக்கிறதுக்குப் பதிலா மறந்துட்டு, நன்னா இருக்கணும். எல்லாமே நல்லதுக்குத்தான் நடக்கிறதுன்னு எனக்குத் தோணறது. இனிலேந்து நான் மாமான்னுதான் கூப்பிடப் போறேன். முன்னெல்லாம் பேசினது மாதிரியே நீன்னுதான் பேசப் போறேன். மாமா நீ இனிமேல் எல்லாத்தையும் மாத்திக்கணும்.”

“மாச்சி . . . மாச்சி. இதென்ன நீங்க ரண்டு பேருமே பேசிண்டு அடிக்கிற கூத்தா இது! அம்முவும் இன்னிக்குக் கார்த்தாலே ஈரத் துணியோட என்னை நீ நீன்னு ஆரம்பிச்சா, இப்ப உன் முறையா இது?”

“அம்முவா, உன்னையா, நீன்னா பேசினா? ஏன் அப்படிப் பேசினாள். அவ மாட்டாளே . . . அவள் அப்படிப் பேசவும் கூடாதே. . .”

“நீ மட்டும் பேசலாமோ?”

“நான். . . நான் உன்னை, நீங்கன்னு பேச வேண்டி வந்ததே விபரீதம் மாமா. பாவம் குழந்தை அம்மு, அவளுக்கு இருக்கிற சக்களத்திகள் போறாதூன்னு நான் . . . இந்தப் பாவி சொந்த

அக்காவும் ஒத்தியா வந்துட்டாளேன்னு இத்தனை வருஷமா இடிஞ்சுதான் போயிருந்தாள். மாமா நீ ரொம்பப் பெரிய பாவி, குலத்தையே கூட்டத்தையே கெடுத்து நாசமாக்கிட்டே. மன்னி, நான் எல்லோருமே தீராத் தீட்டுப்பட்டுட்டோம். மன்னியை மெதுவா அப்புறப்படுத்த முடிஞ்சுது. பாவம் அம்மு, மன்னியை ரொம்பக் கோப்பியமா அனுப்பிச்சுட்டா. நான் இந்த அசட்டு ஆத்துக்காரரோடு இருக்கிற பொய்யான திரையைப் போட்டுண்டு, அசைக்க முடியாம உட்காந்துண்டேன். நாங்க ரண்டு பேருமே மென்னு முழுங்கிண்டுதான் இருந்தோம். யாரு யாரைச் சொல்றது ... எப்படிச் சொல்றது, என்னன்னுதான் சொல்றது. இத்தனை வருஷமும் எப்படியோ ஓடிப்போயிடுத்து. இனிமே இது தொடரப் படாது மாமா. உனக்கும் நல்லது, எங்களுக்கும் நல்லது. நாளைக்குப் பசங்க மூஞ்சிலே முழிக்கணுமே ... சின்னவனுக்கு இது அரைசல் புரைசலாகத் தெரியுமோன்னுகூட நினைக்கிறேன். இன்னிக்கு நிறைஞ்ச நாளு, இன்னிக்கே நாங்க, நானும் என் ஆத்துக்காரரும் வெளியே போறோம். சின்னதா ஒரு ஜாகை பாத்துக்கிறோம். இன்னியோடே உனக்கும் பாவ விமோசனம். இதோடே நிறுத் திக்கோ. ஐம்பதைத் தாண்டியாச்சு, இனிமே வெளையாட்டும் வேண் டாம், வெனையும் வேண்டாம். என்னை நீ வெளையாட்டுக்குத் தான்னு தொடாம இருந்திருந்தா, சத்தியமாச் சொல்றேன், நான் இப்படிச் சாக்கடையிலே விழுந்திருக்கவே மாட்டேன். தொலைஞ்சு போகட்டும், நான் போய் அம்முவை அழைச்சிண்டு வறேன். கெட்ட சொப்பனம் கண்டாப்பல எல்லாரும் எல்லாத்தையும் மறந்துட்டுப் புதிசா மாறுவோம். நீ போய் பாரேன், முத்து வந்துட்டானா, வண்டி இருக்கான்னு போய்ப் பாரு." என்றாள் மாச்சி.

"ஏண்டீ மாச்சி, அமாவாசையும் அதுவுமாப் பஷாண்டி மாதிரிக் கெடக்கேனே, ஒரு சொம்பு வெந்நீர் போட மாட்டேயோடி, காலங்காத்தாலே அந்தத் தடியன்கிட்டே என்ன பேச்சு வேண்டிக் கிடக்கு?" என்று கேட்டுக்கொண்டு, மாச்சியின் ஆத்துக்காரர் என்ற பருத்த ஜீவன் பெண்பிள்ளைக் குரலில், பெண்களின் அங்க சேஷ்டையோடு கேட்டுக்கொண்டு வந்தது.

பேயறைந்ததுபோல் உட்கார்ந்திருந்த கிட்டா எழுந்து வாச லுக்குப் போனான். அங்கே கடை திறந்துகொண்டிருந்ததார்கள் வேலைக்காரர்கள்.

அப்பொழுதுதான் பஸ்ஸிலிருந்து இறங்கி ஜங்ஷனுக்கு வந்தாள் அம்மு. தங்கவேலுவும் காரிலிருந்து இறங்கிக் கதவை சாத்திவிட்டு வந்தான்.

"நீ எதுக்கு வந்தே இங்கே. அய்யரு வரச் சொன்னாரா, இல்லே அம்மா வரச் சொன்னாங்களா?"

"நானாத்தான் வந்தேன்னு வச்சுக்குங்களேன். சின்னம்மா, நெசம்மாவே சொல்றேன் ... நீங்க மகாலச்சுமி. நீங்க மட்டும்

இந்த வீட்டை விட்டுப் போனீங்க, போச்சு, எல்லாமே போயிடும். கொஞ்ச நாள்ளே அய்யரு தெருவிலே கிடப்பாரு. சத்தியமாச் சொல்றேன் . . . குடும்பமே சந்தியிலே நிக்கும். உங்க குடும்பம் மட்டுமில்லை. நான், முத்து இன்னும் நம்ம கடையிலே வேலை பாக்கிறவங்க எல்லாக் குடும்பமும் ஆலாப் பறக்கும் தாயே. நீங்க வந்ததுக்குப் பெறகுதான் எங்க அய்யருக்கு லச்சுமி கடாச்சம் பொங்கிச்சு அப்படியே, மாசத்துக்கு மாசம், வருஷத்துக்கு வருஷம் பணம் வந்து குவிஞ்சுது. மனுஷன் எங்கய்யரு தொட்டதெல்லாம் பொன்னா வெளைஞ்சுதுன்னா, தாயே அம்மா நீங்க வந்த வேளை. இந்தப் பாருங்க, கையெடுத்துக் கும்பிடறேன். . . கால்லே வேணும் னாலும் விளறேன்; வாங்க, வந்து வண்டியிலே ஏறுங்க. நீங்க எதுக்காவ போவணும்? போக வேண்டியவங்கள்ளாம் போயிக் கிட்டே இருக்காங்க; அய்யரும் சும்மா இல்லேம்மா. ரொம்ப ரோசனை பண்ணி, ரொம்ப நடவடிக்க எடுத்திருக்காங்க. அம்மா, உலகத்திலே நாலும்தான் இருக்கும். நம்ப அய்யாவுக்கு இந்த மாதிரித் தொடுசுங்களாலேதான் பணம் காசு பெரளணும்னு இருக்காம் சாதகத்திலேயே. சோசியருங்களே சொன்னாங்க. இந்தத் தங்கவேலுவுக்கும் முத்துவுக்கும் தெரியாத ரகசியமே கிடையாதுங்க உங்க குடும்பத்திலே. ஆச்சு, அந்த அய்யங்காரையும் அந்த அம்மா வையும், ரொம்ப நாசுக்கா கயட்டி விட்டுட்டாரு அய்யா. சும்மா விட்டுடலை அவங்களையும், ஏராளமாப் பணம் கொடுத்தாரு. அவங்க குடியிருந்த வீட்டையும் அவுங்க பேராலேயே வாங்கிவெச் சுட்டாரு. சின்னதாயிருந்தாலும் அவங்களுக்குப் போதும் அந்த வீடு. ரண்டே பேரு, புருசனும் பொஞ்சாதியும் புள்ளை குட்டி இல்லை. அந்த அய்யங்காரை வெச்சுக்கிட்டுத்தான் இந்த மருந்துக் கடையை ஆரம்பிச்சாங்க நம்ம அய்யா. அய்யங்காரு மட்டு மில்லாம அந்தம்மாவும் சொந்தமாயிட்டாங்க. அதுதான் ஆரம்பம். அந்தம்மா வயசுலேயும் நம்ம அய்யாவுக்கு மூத்தவங்கதான். . . அப்போ நீங்கள்ளல்லாம் வரலை. எங்களுக்கும் பின்னாலேதான் தெரியும். நாங்களும் அய்யாவும் சிநேகிதம் ஆனதே அதுக்கப்பறம் தானுங்க. எதுக்குச் சொல்ல வந்தேன்னா, அந்தம்மாவை விட்டுட் டாரு. அப்புறம் வீட்டுக்குள்ளே, இதைப் பாருங்க, கோவிச்சிக் கிட்டா புண்ணியமில்லே, என்னை உங்கள்ளே ஒத்தனா நினைச்சிக்கிட்டுக் கேளுங்க தாயே, உலகத்திலே நாலும்தான் இருக்கும். அக்கா தங்கச்சி ரெண்டு பேருமே ஒரே புருசனுக்கு வாக்கப்படறதும் உண்டுல்ல; அதை நினைச்சுக்கிட்டுத்தான் சமாளிக்கணும். அய்யருக்கு இதிலேயும் ஏதாவது ரோசனை, திட்டமெல்லாம் இருக்கும் நிச்சயமா. பெரியம்மா பேராலே, தனியா மாசா மாசம் லாபத்திலே பங்குன்னு பணம் கட்டிக்கிட்டு வராரு பேங்கிலே. அது நிறையவே சேர்ந்திருக்கும் இத்தனை வருஷமா. வேறே சில ரகசியமெல்லாம் உண்டு, வியாபாரக் கடை, காரு, டாக்ஸின்னா ரகசியம் இருக்கத்தான் இருக்கும். நானும்

முத்துவும் ஜெயிலுக்கும் போகத் துணிஞ்சு, ஏன் சில சமயம் உயிரைக்கூட மதிக்காம சில காரியங்கள் செஞ்சிருக்கோம் நம்ம அய்யாவுக்காக. அய்யாவும் எங்ககிட்ட அப்படித்தான் உசிரையே வெச்சிருக்காங்க. அய்யாவுக்கும் நிறைய சம்பாதிச்சுக் கொடுத்திருக் கம்; நாங்களும் சாம்பாரிச்சம். இனிமே அதெல்லாம் வேண்டாம். அய்யாவுக்கும் வேண்டாம், எங்களுக்கும் வேண்டாம். இங்கே ஒழுங்கா நியாயமாச் சம்பாறிக்கிறது போதுங்கிற லெவலுக்கு வந்துட்டம். அய்யா இந்த வண்டியை முத்துவுக்கே கொடுத்துட்ட மாதிரிதான். அடுத்த மாசத்திலேந்து டாக்ஸியாகவே, பெய்ண்டும் அடிச்சு, போர்டையும் மாத்திக்கடான்னு சொல்லிட்டாங்க. எனக்கும் ஒரு வண்டி பார்த்து வச்சிருக்காங்க, அதையும் வாங்கி எங்கிட்ட கொடுத்துட்டா, அப்புறம் நாங்க பொளைச்சுக்கறம். எதுக்குச் சொல்ல வந்தேன்னா, அய்யரு ஒவ்வொண்ணாக் கயட்டிக் கிட்டேதான் வராரு. பெரியம்மாவுக்கும் ஏதாவது ரோசனை பண்ணித்தான் வச்சிருப்பாரு. உங்க சின்ன மவன்... வயசிலே சின்னவனானாலும் அவருக்குத் தெரியாதது ஒண்ணுமே கிடை யாது. ஒருநாள் அய்யரையே எதோ கேட்டுட்டாரு. அய்யரும் உசாராயிட்டாரு. வாங்க வண்டிக்கு... மவராசி மாதிரி நீங்க இங்கே நின்னுக்கிட்டு வருத்தப்படறதும் பேசறதும், நான் சுத்த வெறும் பய, உங்க உப்பைத் தின்னு வளந்தவன், உங்களுக்குச் சமதையா வெவரம் சொல்றதும் இதெல்லாம் என்னவோ போல இருக்குது ... வாங்க வண்டிக்கு, வாங்க முதல்லே."

"நீ இவ்வளவு சொன்னப்புறம் உங்கிட்ட சொல்றத்திலே ஒண்ணும் இல்லை தங்கவேலு, எல்லாத்தையும் பொறுத்துண்டு, கல்லா, மரமாத்தான் நானும் மாறிட்டேன். இருந்தாலும் வெளியிலே சொல்ல முடியாத கஷ்டம் ஒண்ணு இருக்கு. ஆரம்பத்திலேந்தே இருந்ததுதான்; இப்ப வரவர ரொம்ப ஜாஸ்தியா இருக்கு தங்கவேலு. உன்னை யார் அனுப்பினாங்க? அய்யாவா இல்லே."

"அய்யாதான் அனுப்பினாரு."

"ரொம்ப ஆச்சரியந்தான் இது. நீ இங்கே என்னோட பேசிண் டிருக்கிறதா நினைச்சுண்டு, உடனே கிளம்பி இங்கே வந்தாலும் ஆச்சரியப்படறதுக்கில்லே, ஏதோ வேகத்திலே உன்னை அனுப்பிச் சிருக்காரு."

"நீங்க என்ன சொல்றீங்கம்மா? எனக்கொண்ணுமே புரியலையே, வாங்களேன் போயிக்கிட்டே இருப்போம்."

"அவ்வளவு சந்தேகப்படறாரு வரவர. ஒரு பிச்சைக்காரன் என்னைப் பார்த்தானாம், அதுவும் வண்டி நின்னபோது பார்த் தானாம், அதுக்காக எப்படியெல்லாம் பேசிட்டாரு தெரியுமா? அவன் எங்களுக்கெல்லாம் ரொம்பத் தெரிஞ்சவன் மாதிரி இருந்தான்... பாவம், குஷ்ட ரோகி..."

"அப்படீன்னா அய்யாவுக்குக் கோவமே வராதே, அந்த வியாதிக்காரங்களை அநாவசியமா வெறுக்கிறம், அது அப்படி யொண்ணும் பெரிய அபாயகரமான தொத்து நோய் இல்லை; பார்க்கத்தான் அப்படிக் கண்றாவியா இருக்குமே தவிர, அவங் களோடு பழகினா அதனாலே அந்த வியாதி வந்துடாதுன்னு சொல்வாரே எங்களுக்கெல்லாம். எங்கேயாவது வெளியூர் போற போது, அந்த வியாதிக்காரங்களைக் கண்டா விட மாட்டாரே வண்டியை மேலே. நிறுத்தி இறங்கித் தங்கிட்டே இருக்கிற துணியைக் கொடுப்பாரு, ஓட்டலுக்கு அளைச்சுக்கிட்டுப் போயி சாப்பா டெல்லாம் பண்ணிவைப்பாருங்களே!"

"இன்னிக்கு அதெல்லாமே காத்தோட விட்டுட்டாரு; அவனை யும் திட்டினாரு, என்னையும் குத்திக் கொன்னுட்டாரு சொல்லாலே. அந்த ஆளு வெவரம் தெரிஞ்சுக்கணும் தங்கவேலு. எங்களுக்கெல் லாம் தெரிஞ்சவானாயிருந்தா, இவர் இப்படி எரிஞ்சுவிழறதுக்குக் காரணம் உண்டு. நான் ஊருக்குப் போய் அதைப் பற்றியும் தெரிஞ்சுக்கணும்... இவர் புத்தியையும் இந்தப் பைத்தியத்தையும் இவர் விட்டாலொழிய இனிமே இவரோட வாழ முடியாது தங்கவேலு. ஜெயில்லே இருக்காப்பலே வீட்டுக்குள்ளேயே புதைஞ்சு கிடக்க முடியலே. அதுக்கேத்தாப்போல வீடும் கடையும் ஒண்ணா யிருக்கிறதாலே உண்மையாகவே ஜெயிலாப்போயிடுத்து வீடும். இவருக்கு இது வேண்டியிருக்கு, புடிச்சும் போயிடுத்து... தப்பா நடக்கிறவங்களுக்கும் இது சரியாகவே இருக்கும். எல்லாத்துக்குமே ஒரு முடிவு தெரிஞ்சுண்டுதான் நான் திருச்சிக்கே வரப்போறேன். பாவம் எங்க மன்னி, அதாவது எங்க அய்யா அண்ணியைத் தெரியுமே உனக்கு. இங்கே வந்தத்துனாலே அவங்களும் கரியைப் பூசிக்கிறாப்பலே ஆயிடுச்சு. உங்க அய்யரு ஜன்மம், உனக்குத் தான் எல்லாம் தெரியுமே... உங்க அய்யரு ஜன்மம், நாய் ஜன்மம். இவர் இப்படி ஆவார்னு நாங்க யாருமே நினைக்கலை தங்கவேலு. என் பிள்ளைகளுக்குப் பெரியம்மாவாத்தான் வந்தா என் சொந்த அக்கா. அவ புருஷன் ஒரு ரெண்டுங்கெட்டான்னு உங்க எல்லாருக் குமே தெரியும். அவர் தன் சொத்தை வித்துப் பணம் கொடுத்தது போறாதுன்னு..."

"அம்மா, எல்லாமே எங்களுக்குப் புதுசான சேதியில்லை தாயே, வாங்க நீங்க, கூடிய சீக்கிரம் எல்லாமே சீராயிடும். வேளை வரும் அம்மா..."

"தங்கவேலு, என்னை வலுக்கட்டாயமா அங்கே அழைச்சுக் கிட்டு போறதனாலே எல்லாமே விபரீதமாயிடும். இன்னிக்கு நானும் ரொம்பப் பேசியிருக்கேன். அவர் அதை மறக்கவும் முடியாது. என்னாலேயும் அதை மறுபடியும் எடுத்து முழுங்கவும் முடியாது. நீ போயி, அவருக்குச் சமாதானம் சொல்லு. தவிர, ஏதோ சில சங்கதிகள் உங்களுக்கெல்லாம் தெரியும்னு எனக்கும்

தெரியும். ஆனா எல்லாமே ஒரு துளிகூட விடாம உங்களுக்குத் தெரியும்னு தெரிஞ்சுண்டு அதை நினைச்சும் பார்க்கிறபோது இன்னும் இந்த உசிரு கல்லு மாதிரி ஏன் உக்காந்திருக்கணும்னு நெஞ்சு துடிக்கிறது தங்கவேலு, இந்த பூமி இப்படியே வெடிச்சு என்னை முழுங்கிடப்படாதான்னு தோணறது; வரவர எனக்கு வாழவே பயமாயிருக்கு; மானம் போயி, மதிப்பும் போயி, இதென்ன வேண்டிக் கிடக்கு. காசும் பணமும் காரும் இந்தக் கசப்பைக்கூட மாத்திடுமா என்ன? அப்புறம் இன்னொன்ணு, நீயும் முத்துவும் என்ன ஆனாலும் இவரை விட்டுட்டுப் பிரிஞ்சு போயிடாதேங்கோ. என் பிள்ளை, சின்னவன் ஆளாகி வர வரைக்கும் உங்க ரெண்டு பேருடைய உதவியும் ஒத்தாசையும் வேணும். பொழைச்சுக் கிடந்தா உங்களுக்கு இன்னும் சௌகரியங்கள்ளாம் செய்வோம் கட்டாயம். இந்தக் குடும்பத்தைப் பத்தி உலகம் சிரிக்காம காப்பாத்தணும் நீங்க ரெண்டுபேரும். போ, வண்டியயை எடுத்துண்டு நேரே வீட்டுக்குப் போ, அங்கே இதுக்குள்ளே என்ன ஆயிருக்கோ. . ."

"அதெல்லாம் சும்மா, உங்களை அழைச்சிக்காம இந்தத் தங்கவேலு வண்டியை எடுக்கமாட்டான். அம்மா இப்ப நீங்க இங்கே இப்படியே விட்டுட்டுப் போனீங்கன்னா குடி முழுகிப் போயிடும். வாங்க, நாங்க இனிமே இதை வளர விடாம எல்லாத்தையும் சீராக்கணும்னா, எங்களுக்குப் பக்க பலமா வேறே யாருங்க இங்கே. அய்யரு எங்க ரண்டு பேரையும் போங்கடா நாய்களான்னு வெரட்டிப்பிடுவாரு. வாயாலதான் கத்த முடியும் எங்களாலே. உங்க சின்ன மவன் இன்னும் சின்னப் பிள்ளை. ஆக மொத்தம் நீங்க வீட்டுக்கு வந்தீங்கன்னா, உங்க பலத்திலே நாங்க தெம்பாத் தீவிரமா இதிலே தலையிட்டுப்பம். வாங்க, இன்னும் ஒண்ணும் நம்ம கையை விட்டுப்போயிடலை. பத்துநாள் டயத்திலே எல்லாத்தையும் ஒழுங்குபடுத்திடுவம், பயப்படாதீங்க. வியாபாரமோ சொத்தோ ஒரு குறைவும் இல்லேம்மா. என்னவோ இப்படி என்னெல்லாமோ நேந்துபோச்சு, வாங்க போவலாம் . . ."

□

8

"அங்கே அதுக்குள்ளே என்ன ஆயிருக்கோ" என்று அம்மு நினைத்தபடியே, சின்னவன் கோபாவேசத்தோடு ஆடிக்கொண்டிருந் தான்; வாயில் வந்ததையெல்லாம் பேசிக்கொண்டிருந்தான்; வீட்டை விட்டே வெளியே போய்விடுங்கள் என்று அப்பாவையும் பெரியம் மாவையும் அடிக்க அடிக்க ஓடிக்கொண்டிருந்தான். அந்த ரெண்டுங் கெட்டான் பெரியப்பா அவனைப் பிடித்து வைத்துக்கொண்டிருந்தார். கடையில் இருப்பவர்கள் வியாபாரத்தில்கூடச் சிரத்தைக் காட்டா மல், உள்ளேயிருந்து வந்து சத்தத்தைக் கேட்டுக்கொண்டிருந்தார்கள். கல்லாய்ச் சமைந்து, கையைத் தலையில் வைத்துக்கொண்டு நாற்காலியில் சாய்ந்துகொண்டு பெருமூச்செறிந்துகொண்டிருந்தான் கிட்டா.

காரிலிருந்து இறங்கிய அம்மு, மின்னல் வேகத்தில் பாய்ந்து உள்ளே சென்றாள். கேஷில் உட்கார்ந்திருந்தவனும் மற்றவர்களும் நின்று நிதானிப்பதற்குள் அதிவேகமாய் உள்ளே போய்விட்டாள் அம்மு. தங்கவேலு, பெட்டியையும் கூடையையும் வண்டியிலேயே விட்டுவிட்டுத் தானும் உள்ளே புகுந்தான். கடையில் இருப்பவர்களுக்கு எது தெரியும், எது தெரியாது என்று தங்கவேலுவுக்குத் தெரியும். அம்மு ஊருக்குப் போவதாகப் போய்த் திரும்பி வருகிறாளா, அல்லது வேறெங்காவது போய்விட்டு வருகிறாளா என்ற ஆராய்ச்சியில் கடை யில் வேலை செய்கிறவர்களை ஈடுபடுத்த விரும்பவில்லை அவன்.

"என்னவோ, செத்துப்போயிடுவேன், ஹார்ட்டு பேஷண்டுடா நான் என்று பயமுறுத்துகிறாயே நீ, பெரியம்மாவும் சேர்ந்து பாடறாளே பல்லவியை, என்ன வருமோ வரட்டுமே, அதுக்காக?" என்று சின்னவன் கத்திக்கொண்டே திமிறினான் பெரியப்பா கைப்பிடியிலிருந்து.

"என்ன சொன்னே? மூடுடா வாயை. அவனை விடுங்கோ, அப்பா காலில் விழுந்து நமஸ்காரம் பண்ணுடா. உம், கொன்னுபுடு

வேன்" என்று தன் பிள்ளையை இழுத்துக் கிட்டாவிடம் தள்ளினாள் அம்மு. திரும்பிப் பார்த்தாள் மாச்சியை. "அக்கா... அக்கா" என்று கூப்பிட்டுக்கொண்டே சாய்ந்த அம்முவைப் பிடித்துத் தழுவிக்கொண்டாள் மாச்சி.

"இப்படி நீ என்னை வாய் நிறைய அக்கா அக்கான்னு கூப்ட்டு வருஷக்கணக்கா ஆயிடுத்துடீ அம்மு. கெட்ட கனவு கலைஞ்சு போயிடுத்துடீ கொழந்தே, அவனும், மாமாவைத்தான் சொல்றேன், அவனும் அப்படியே இடிஞ்சுபோய் உக்காந்திருக்கான். உன் பிள்ளை மேலேயும் தப்பே இல்லை. ஆண்பிள்ளைச் சிங்கமோன்னோ அவன்" என்றாள் மூத்தவள்.

"எனக்குச் சிரிப்புத்தாண்டி வரது பொண்ணே, இந்தப் பெரிய உடம்பைப் போட்டுண்டு ஓடிப்போய் இந்தப் பயலைப் புடிச்சு வெச்சிண்டிருந்தேன். என்னை அப்படியே தூக்கின்டே போறாப் பலன்னா திமிறினான் உன் பிள்ளை. பால்யத்திலே சடுகுடு வெளையாடியிருக்கேன் நெறைய. இந்தப் பொதி உடம்போடு எவன் மேலேயாவது விழுந்தா, அவன் எம்பினாலும் எகிறினாலும் குளோஸ்தான். அந்த மாதிரின்னா உன் பிள்ளை திமிறினான். நல்லவேளை வந்தேடியம்மா." என்று சிரித்தது மாச்சி புருஷன்.

கிட்டா எழுந்திருந்தான். இதற்குள் சாஸ்திரிகள் வந்தார். வரும்போதே, "ஸ்நானம் ஆயிடுத்தோன்னோ, தர்ப்பணம் பண்ண லாமோன்னோ" என்று அவசரத்துடன் வந்தார் அவர்.

"நீங்க இன்னும் போக வேண்டிய இடங்களுக்குப் போய்விட்டுப் பத்து மணிக்கு வாங்களேன். இங்கே இன்னும் ரெடியாகலை" என்றாள் அம்மு.

மாச்சி காபி போட்டாள். எல்லாருமே அப்பொழுதுதான் காபி சாப்பிட்டார்கள்.

"பெரியவன் என்னடா பண்றான்?" என்று சின்னவனைக் கேட்டாள் அம்மு. பெரியவன் அவர்களுடைய மூத்த பிள்ளை.

"அவன் இன்னும் எழுந்திருக்கவே இல்லை" என்றான் சின்னப் பிள்ளை.

"தங்கவேலு, நீ போய்ப் பெரியவனைக் கவனி" என்றாள் அம்மு.

தங்கவேலு, உள்ளே வந்து பையன்கள் ரூமுக்குப் போனான். மாச்சி, பின்கட்டுக்குப் போய் வெந்நீர் அடுப்பைப் பார்த்துவிட்டு வந்தாள். "மாமா, வெந்நீர் சுட்டுப்போச்சு. நீ குளிக்கறையா, இல்லாட்டா இவரைக் குளிக்கச் சொல்லட்டுமா? பெரியவன் வரத்துக்குள்ளே ஆகட்டுமேன்னு பாக்கிறேன். உனக்கு வெந்நீர் வேணாமாடா சின்னவனே" என்று கேட்டாள்.

"அவனுக ரண்டு பேரும் காவேரிக்குப் போயிட்டு வரட்டும் அக்கா" என்றாள் அம்மு.

“கார்லேதானே போவானுக, நானும் போயிட்டு வரேண்டி பொண்ணே” என்று நாணிக் குறுகி வேண்டிக்கொண்டது மாச்சி யின் புருஷன்.

இதற்குள் தங்கவேலு பெரியவனை மெல்லத் தாஜா பண்ணிப் பல் தேய்க்கவைத்து அழைத்து வந்தான். அம்மு அவனுக்கும் தங்கவேலுவுக்கும் காபி கொண்டுவந்து கொடுத்தாள். தங்கவேலு பெரியவனுக்குக் காபியைக் கொடுத்துத் தானும் சாப்பிட்டான்.

“ஏலே, பெரியவனுக்கும் உனக்கும் வேண்டிய வேஷ்டி சட்டை யெல்லாம் எடுத்துண்டு, பெரியப்பாவோட காவேரிக்குப் போய்க் குளித்துவிட்டு வா. துளையப்படாது. தங்கவேலு பெரியவனைக் கைப்பிடியா அழைச்சுண்டு போ. துளையவிடாதே” என்றாள் அம்மு.

அந்தப் பெரியப்பாவுக்கு ரொம்பச் சந்தோஷம். “சத்தே இருக்கச் சொல்லுடீ, நான் மடி வேஷ்டி, தர்ப்பணத்துக்கு வேண்டியதெல் லாம் எடுத்துண்டுவரேன். மாச்சி, என் வேஷ்டியை எடுத்து அந்த மான் தோல் பையிலே வெச்சுக் குடு. நீதான் மடியாச்சே” என்று கெஞ்சினார்.

“வாசலில் ஒரே கூட்டமாயிருக்கும். இப்படியே இவங்களைக் கொல்லை வழியா அழைச்சிண்டு போ” என்றான் கிட்டா.

கடையும் வீடும் ஒன்றாயிருப்பது கஷ்டம்தான். கிட்டா தனியே ஒரு வீட்டை வாங்கியே இருக்கலாம். செய்யவில்லை. காரணம், கடைக்குப் பந்தோபஸ்துக்கென்றுதான் ஆரம்பத்தில் இருந்தது. ஆனால் இப்பொழுதெல்லாம் அப்படி வெளிப்புறமே இல்லாத உட்புறத்து வீடு இன்றியமையாத ஒரு சௌகரியமாகவும் இருந்தது. வீட்டில் அறைகளுக்கோ இடத்திற்கோ பஞ்சமில்லை. விசாலமான இடம்தான். ஆனால் எங்கும் சாமான்கள்.

வீட்டின் முன்புறத்தில் இங்கிலீஷ் மருந்துக்கடை. பின் பக்கம் வீடு. மாடி வீடு. கடையிலிருந்து உள்ளே செல்ல ஒடுக்கமான ஒரு வழி. இருபுறமும் தள்ளக்கூடிய இரும்புக் கதவைத் தவிர மரக் கதவு கிடையாது. ஒரு துணித்திரைதான் வீட்டிற்கு மறைவு. உள்ளே வந்துவிட்டால் விசாலமான கூடம், தாழ்வாரம், அறைகளும் உண்டு. பையன்கள் இருவருக்கும் தனி அறை. கிட்டாவுக்கு இரண்டு அறைகள். அடுத்தடுத்து கூடத்தில் பலகை மறைத்து அறைபோல் செய்து கொடுத்திருந்தது மாச்சிக்கு. அதுவும் தனிதான். மாச்சி புருஷனுக்கு அறையே தேவைப்படவில்லை. தாழ்வாரத்தில் பெஞ்சுகள் கிடந்தன. அவை அவருக்கு. தாழ்வாரம் தாண்டினால், கொல்லைப்புறம் போகும் வழிக்கு இரு புறங்களிலும் சமயலறையும் சாப்பிடும் இடமும் பூஜை அறையும் உண்டு. கொல்லையில் பாத்ரூம் முதலியவை. பெரிய நீளமாக வீடு. மதுரை ரோடில், ஹோலிகிராஸ் சுற்றுச்சுவருக்கு எதிரில் இந்த வீட்டின் கொல்லைக்

கதவு இருந்தது. வீட்டுக்குள்ளும் கொல்லைப்புறத்திலும் கள்ளிப் பெட்டிகள், தட்டுமுட்டுச் சாமான்கள் சிறிதும் இடமில்லாமல் அடைத்துக்கொண்டு கிடந்தன. கிட்டாவுக்குப் பிறந்திருந்த குழந்தை கள் அவ்விருவரே. பெரியவனுக்குப் பதினெட்டு வயதாகிறது; சின்னவனுக்குப் பதினைந்து. பத்தாவது படிக்கிறான். மூத்தவனுக்குத் தகப்பனார் பெயரையும் இளையவனுக்குத் தாத்தாவின் பெயரையும் வைத்திருந்ததால், அவர்களைப் பெயரிட்டு அழைப்பதில்லை. பெரியவன், சின்னவன் என்றே குறிப்பிடுவார்கள். மூத்தவனுக்கு உடம்பு வயதிற்கேற்ற ஏன், வயதிற்கு அதிகமான வளர்ச்சி பெற்றிருந் தது. ஆனால் அறிவு வளரவேயில்லை. எத்தனையோ டாக்டர் களைப் பார்த்தாகிவிட்டது. ஒன்றும் பயன் தரவில்லை. பெரிய நிபுணர்கள் என்று பெயர் வாங்கிய வாத்தியார்களை வைத்துப் படிப்பை ஏற்ற முயன்றும் பயன் இல்லை. படிப்பு மட்டுமில்லை, பொதுஅறிவும் சற்றும் வளரவில்லை. யாராவது குளிப்பாட்டி, அழுக்கு நீக்கி, மாற்றுடை அணிவித்தால்தான் உண்டு. இல்லாவிட் டால் எத்தனை நாள் ஆனாலும் குளிக்கமாட்டான். உடம்பு நாற நாற ஒன்றுக்கு இரண்டு பங்கு சாப்பிடுவான். சாப்பாடும் ஒழுங் காய், வரிசையாய், நாகரிகமாய் இருக்காது. இருக்கும் இடத்திலேயே, நின்றுகொண்டோ படுத்துக்கொண்டோ எந்த நிலையில் இருக் கிறானோ அதே நிலையில் மலஜலங்களைக்கூடக் கழித்துவிடுவான்.

சின்னவன் நல்ல புத்திசாலி. மஹா சூடிகை. படிப்பிலும் சூரன். விளையாட்டிலும் சூரன். எதையும் ஒரே தடவையில் புரிந்து கொள்ளும் கூர்மையுள்ளவன். பதினைந்தே வயதுதான் ஆகிறது. என்றாலும் உலக அனுபவங்கள் புரியும் அவனுக்கு. மருந்து வியாபார விஷயங்களும் டாக்ஸி வியவஹாரங்களும் அவனுக்கு நன்கு அத்துபடியாகியிருந்தன. அப்பாவைக் கலக்காமலேயே அவன் சரியான முடிவுகளை எடுப்பான். கிட்டா அயலூர் போயிருக்கும் சந்தர்ப்பங்களில் சீமாவுக்கு அவனிடம் அலாதியான பாசம். பக்கத்தில் உட்காரவைத்துக்கொண்டு சொல்லிக்கொடுப்பார். அவனுக்கும் ஒரு குறை இருந்தது. அவனுடைய கண்கள் அவ்வளவு அழகாயில்லாததே அது. விழிகள் இரண்டும் சற்றே மேல் நோக்கி யிருக்கும் விகாரம்தான். ஆனால் பெரிய மனிதர் வீட்டு விகாரம். மற்றவர் கண்களுக்குப் படாத, விகாரமாய்க் கருதப்படாத, அதுவே ஒரு அழகென்று சொல்லத் தூண்டும் விகாரம். கடையில் வேலை செய்கிறவர்களும் டாக்ஸி டிரைவர்களும் கிளீனர்களும் தமக்குள் பேசிக்கொள்ளும்போதுதான், ரகசியமாக "முழியன் வரான், முழியன் கவனிக்கிறான்" என்று குறிப்பிடுவார்களே தவிர வெளிப்படையாய் அதைச் சொல்ல மாட்டார்கள். கிட்டாவுக்குப் பயப்படுவதைவிடச் சின்னவனுக்கு அவர்கள் பயப்படுவார்கள். கிட்டாவாவது சமயத்தில் தயவு தாக்ஷண்யம் பார்ப்பான். சின்னவன் ரொம்பக் கண்டிப்பு.

சின்னவனையும் பெரியவனையும் அழைத்துக்கொண்டு, கொம்மாளம் போட்டுக்கொண்டும் பெண்பிள்ளைபோல் ஒசிந்தும்

நெளிந்தும் மான் தோல்பையைத் தூக்கிக்கொண்டு வரும் மாத்தூர் அசடையும் அழைத்துக்கொண்டு கொல்லைப்புறத்து வழியாய் வந்து காரில் ஏற்றிக்கொண்டு புறப்பட்டான் தங்கவேலு. அந்தக் குடும்பத்தின் எதிர்காலம் பற்றிச் சிந்தனை செய்துகொண்டே போனான் வழி நெடுக.

கிட்டா, கண்ணை மூடிக்கொண்டே உதட்டைக் கடிப்பதும், தலையை அண்ணாந்தும், மோட்டு வளையைப் பார்க்காமல் நாற்காலியின் சட்டத்தில் தலையைப் புரட்டுவதுமாயிருந்தான். மாச்சியின் பேச்சும் செயலும், அம்மு வந்து சின்னவனை அதட்டிய தும் அவனை ஒரு முடிவுக்கும் வரவிடாமல் அல்லாடவைத்தன. காலையில் அம்மு, தன்னை ஒருமையில் நீயென்று பேசியதை மறக்க முயன்ற அவனுக்கு, இப்போது மாச்சி பல தடவை தன்னை நீ என்று பேசி உறுதிப்படுத்தியது மிகவும் உறுத்திற்று. தன் எதிரிலேயே அம்முவும் மாச்சியும் சின்னவனும் தங்கவேலுவும், தான் இல்லாமல் போய் விட்டதுபோலவே செயற்படுவதாக நினைத்துக்கொண்டான். தான் முற்றிலும் புதியவனாகிவிட்டது போன்ற உணர்வு தொடர்ந்தது. தன் வீட்டிலேயே தான் வேற்றாளாக மாறிவிட்டதை உணர்ந்தான். அது அவனை என்னவோ செய்தது. வீடு, வீட்டில் உள்ளவர்கள், வீட்டுச் சாமான்கள், கடை, கடையில் இருப்பவர்கள் எல்லோருமே தன்னைப் புரிந்துகொள்ளாமல், அதாவது, தான் கிட்டா, அவர்களுடைய முதலாளி, யாவற்றிற்கும் சொந்தக்காரன் என்பதையே மறந்து, தன்னை அடையாளமே கண்டுகொள்ள முடியாத நிலைக்கு அங்கே அத்தனை பேருக்கும் புது ஆளாய், வேற்றாளாய் மாறிவிட்டிருக்கிறேனோ? வெளியே கடைக்குச் சென்றால், அங்கே வேலை செய்பவர்கள் தன்னைப் புதிய ஆளாய் நடத்துவார்களோ? நீ யார், உனக்கு இங்கே என்ன வேலை? எப்படி வீட்டிற்குள் போனாய்? என்றெல்லாம்கூடக் கேட்பார் களோ என்பது போன்ற உணர்வுகள் தோன்றின தொடர்ந்து. உடம்பு சிலிர்ப்பது போலிருந்தது. உதறிக்கொண்டான். சுற்றிலும் பார்த்தான். ஒருவரும் இல்லை. மாச்சியும் அம்முவும் உள்ளே சமையல் வேலையைக் கவனித்துக்கொண்டிருந்தார்கள். ஒருவரும் பேசவில்லை. மறுபடியும் வந்து நாற்காலியில் உட்கார்ந்துகொண்டான்.

நீ... நீ... நினைத்துப் பார்த்தான். அவன் இந்தப் புதிய சூழ்நிலையில், பெரிய மருந்துக்கடை முதலாளியாக, பணக்கார னாக, பலருக்கு எஜமானனாக வந்திருக்கும் இந்தப் புதிய சூழ்நிலை யில்தான், நீங்கள், ஐயா, அய்யர்... என்ற சொற்களுக்குப் பொருளா னான். அதற்கு முன், தனது வாழ்நாளின் முற்பகுதி முழுவதிலும், முப்பத்து மூன்று வயது வரைக்கும், எல்லார்க்குமே நீயாகத்தான் இருந்திருக்கிறான். தன்னைவிட வயதில் சிறியவர்கள் கூடத் தன்னை நீயென்றும் அடாபுடா என்றும்தான் பேசியிருக்கிறார்கள். இனி அந்த நிலை வராதென்றும், தான் இனிமேல் எங்கும் யார்க்கும்

பன்மையில் வழங்கத்தக்க ஆள்தான் என்று உறுதி செய்துகொண்டு, பழைய உறவுகளை, பழக்கங்களைக்கூட அதற்காகவே உதறிவிட்டு, விட்டேற்றியாய் ஆட்சி செய்துகொண்டிருக்கும் தன் ஆட்சி, தன் கண்முன்னே சிதறிச் சின்னாபின்னம் ஆவதை உணர உணர அவனுக்குத் தலை சுற்றியது. தான் பழைய ஆள்தான், எல்லார்க்கும் நீதான். சின்னவன் மழலை மாறிப் பேச ஆரம்பிக்கும்போதே தன்னை அவன் அப்பா, நீங்க என்றெல்லாம் பேசப் பழக்கப்படுத்த வேண்டும் என்று அவன் முயன்றபோதெல்லாம், அம்முவின் பரிவும் தனது பிள்ளைப் பாசமும் சேர்ந்து அந்த முயற்சி நிறை வேறாமலே போய்விட்டது. மூத்தவன் ரெண்டுங்கெட்டானாக இருந்ததால் இவனுக்குக் கொடுத்த சலுகையும் காட்டிய அன்பும் சின்னவனுக்கு ரொம்ப இடம் கொடுத்துவிட்டது. இன்றைய நிகழ்ச்சிக்குப் பிறகு, அவன் இன்னும் அதிகமாகவே அத்துமீறிப் பேசுவான் இனிமேல். தவிர, குடும்ப விஷயம் எல்லாவற்றிலுமே தலையிடுவான். அதிகாரம் செய்வான். இப்படித்தான் செய்ய வேண்டுமென்று நிர்ப்பந்தம்கூடச் செய்வான். இனி அதைத் தடுக்கவும் முடியாது. அவனுக்குத் தெரிய வேண்டாத, தெரியவும் கூடாத பல விஷயங்கள் அவனுக்குத் தெரிந்துவிட்டன. தன்னுடைய பலஹீனங்கள் எல்லாம் சேர்ந்து தன்னை இப்படி ஒரே சமயத்தில் தாக்க நேரும் என்று அவன் எதிர்பார்க்கவில்லை.

தன் பலஹீனங்களை ஒவ்வொன்றாக நீக்கி மெல்லக் கழற்றிக் கொள்ளும் எண்ணமும் உண்டு கிட்டாவுக்கு. அதற்கான காரியங் களும் செய்துகொண்டுதான் இருந்தான். ஆனால், இனிமேல் அவற்றிலிருந்து கழன்றுகொண்டாலும் தன் மனைவி மக்களுக்கெதிரே, சின்னவனுக்கெதிரே நிமிர்ந்து நின்று பேசும் அத்தும் மரியாதை யும் மறுபடியும் அமையாது. தன ஆட்சி அலங்கோலப்பட்டுவிட்டது. தானும் ஓர் ஆள், ஆண்பிள்ளை என்று காட்டவும் நிலைநாட்டவும் தன்னுடைய இச்சைகளும் ஏக்கங்களும் மறுக்கப்பட்டதை நினைத்து நினைத்து, அவற்றைப் பன்மடங்கில், தான் விரும்பியவண்ணமே, பழிக்குப் பழி வாங்குவதுபோல், நியாயங்களை நெறிகளைத் தவிடு பொடியாக்கித் தான் வேட்டதை வேட்டவாறே பெற்றுக் களித்துத் தனக்கு முன்னே தான் தாழ்ந்து முடங்கி மடங்கிக் கிடந்த அவலத்தை அறவே ஒழித்துத் தனக்கு முன்னே தன்னை எல்லாம் வல்லவனாக, எதையும் பெறுபவனாகக் காட்டிப் பறக்கவிட்டிருந்த தன் ஆட்சிக்கொடி தரையில் விழுந்து கசங்கி மங்கிக் கிழிந்தும் போய்விட்டது. இப்படித் திடீரென்று சரிந்து மண்ணோடு மண்ணாகத்தான் இவ்வளவு விரைவில் இப்படி ஒரு ஏறுமுகம் கண்டதா வாழ்க்கையில். இதெல்லாம் ஒன்றுமே வராமல் இருந்திருந் தால் இந்த வீழ்ச்சி இவ்வளவு வேதனை தந்திருக்காதோ. திண்ணை யிலிருந்து விழவில்லையே நான். உயரமான மாடியிலிருந்தல்லவா விழுந்திருக்கிறேன். இதெல்லாம் வெளியிலே தெரியாமல் போய் விடுமா, இதுவரைக்கும் எவ்வளவு தெரியும். தோப்பூரைப் பற்றிக்

கவலை இல்லை, அங்கே யார் இருக்கிறார்கள். பக்கத்து ஊர்களில் இருப்பவர்களைப் பற்றியும் கவலையில்லை. அவர்களுக்கெல்லாம் நீயாய் இருந்த நான் அவர்களையெல்லாம் விட்டு வந்து எவ்வளவோ வருஷங்கள் ஆகிவிட்டன. அவர்கள் என்னை மதித்தாலும் மதிக்காவிட்டாலும் எனக்கு லாப நஷ்டமில்லை. இந்த மன்னி அங்கே போய்த் தொலைந்திருக்காவிட்டால் தோப்பூர் நினைவே தேவையில்லை. எல்லோரையும் ஒதுக்கி அந்நியப்பட்டுவிட்டேன் அன்றைக்கே. இன்று இங்கே அப்படி என்னால் அந்நியப்படுத்திக் கொள்ள முடியாதே, முடியவும் இல்லையே. இன்றோடு இதோடு என் வாழ்க்கையின் இரண்டாம் அத்தியாயம் முடிவுக்கு வருகிறதா? மூன்றாம் அத்தியாயம் எப்படி ஆரம்பிக்கும்? எங்கே ஆரம்பிக்கும்?

எவ்வளவு நேரம் இப்படி யோசனையில் சென்றதோ தெரியவில்லை. சேச்சே, நான் தோற்றுவிடக் கூடாது. சமாளித்துவிட வேண்டும். வயது இருக்கிறது. வெளியில் நல்ல செலாவணி இருக்கிறது. வீடு குறுகியது. வெளியுலகம் விரிவானது. முத்துவும் தங்கவேலுவும்கூடத் தன்னை அந்நியப்படுத்திவிடுவார்களோ? செய்யட்டுமே, எனக்கு நஷ்டமில்லை. அவர்கள் விலகுவதுகூட நல்லதுதான். இனி எனக்கும் அவர்கள் தேவை இல்லை. அவர்களுக்கும் என் தேவையில்லை. சின்னவனுக்கும் அம்முவுக்கும் பாவம், பெரியவனுக்கும் நான் தேவை. இன்னும் கொஞ்ச காலத்திற்காவது என் தேவை மிக மிக அவசியம் அவர்களுக்கு. மாச்சிக்கு லாபக் கணக்கில் உள்ளதைக் கொடுத்துவிட்டால் போதும். அவர்களுடைய முதலைப் பற்றி இப்போதைக்குப் பேச்சு வராது, வரக் கூடாது, வர விட மாட்டேன். வந்தாலும் சமாளிப்பேன். பாண்டோ, பத்திரமோ கிடையாது. என் மனமார அவர்களை வஞ்சிப்பதில்லை என்று திடப்படுத்திக்கொண்டால் போதும். மன்னி நம்மைச் சேர்ந்தவள். அவள் உள்ளவரைக்கும் தோப்பூர் சொத்தும், நான் கைச் செலவுக்கு அனுப்பும் பணமும் போதும். இன்னும் சில காலம் கழித்து, ஒரு ஸெட்டில்மெண்ட் செய்யணும், அதற்கு முன்னால் செய்ய வேண்டியது ரொம்ப இருக்கு.

எல்லாரும் கிடந்து குதிக்கிறாளே, இந்தக் கிட்டாப் பய வெறும் பயலாவே இருந்திருந்தால் இவாள்ளே யாராவது சீண்டியிருப்பாளா? அன்னிக்குச் சீண்டினாளா என்னை. இன்னிக்கு இந்தக் கிட்டா கிட்ட காசுபணம் இல்லேன்னா, இவாள் யாரோன்னுதானே இருந்திருக்கும். நீயாமே . . . நீ . . . பழைய வெறும் பய கிட்டான்னு நினைச்சுட்டாப்பல இருக்கு . . . இருக்கட்டும், இருக்கட்டும். இவாள் எல்லாரையும் ஒரு கை பாக்கிறேன். நல்லவேளை . . . என்னுடைய உண்மையான பணபலம் எவ்வளவு எங்கே இருக்குன்னு இவா யாருக்குமே தெரியாது. இந்தப் பசங்கள் முத்துவுக்கும் தங்கவேலுவுக்கும்கூட அது தெரியாது. இந்தக் கார், இந்த வீடு, பேங்கில் எல்லார்க்கும் தெரிந்து இருக்கும் தொகை, மாச்சி கணக்கில்

கட்டுவது இதுகள்தான் தெரியும். சின்னவனுக்கும் இதைவிட, இதுக்குமேலே தெரியாது. என் சம்பந்தப்பட்டவரை எனக்கு, அம்மு, சின்னவன், மாச்சி, கடையில் வேலை செய்யற ஆட்கள், கடை, மருந்து ஸ்டாக், பாக்கி இருக்கிற எல்லாமே எல்லாருமே என்னுடைய பொருள்கள். என் உடமைகள். எனக்குப் பயன்படும் சாமான்கள் அவ்வளவுதானே. இந்தச் சாமான்களுக்கு நான் உடைமை இல்லையே. அடிமையும் இல்லையே. நானாகப் பார்த்து இதுகளுக்குக் கொடுக்கும் இடம்தானே இதுகளுக்குச் சொந்தம். இதுகள் என்னை ஆட்டிப் படைக்கவாவது. பேத்தல்... கிட்டா, போடா போ. ஒழுங்கா இருந்தா எல்லாம் நடக்கும். இல்லேன்னா ஒட்ட நறுக்கிப்பிடுவேன்னு எல்லாத்தையும் ஓங்கியடிச்சுட்டு எம்பறையா, என்னவோ மாஞ்சு போறையே மலையே விழறதுன்னு; ஏந்திருடா ராஜா, உன் யோகத்துக்கு எவண்டா பொறந்திருக்கான், உம், விடு தேரை... அது நிலைக்கு வரட்டும்.

“என்ன இன்னும் ஸ்நானம் ஆகலையா அய்யர்வாள்” என்று கேட்டுக்கொண்டே வந்த சாஸ்திரிகள் கிட்டாவின் அந்தஸ்தை உசுப்பிவிட்டார்.

“இதோ ஆச்சு, யார்ரீ அது, மடியா வெந்நீர் விளாவி வை. சாஸ்திரிகளுக்குக் காபி கொண்டுவா, யாராவது ஒத்தி என் பட்டை எடுத்து வையுங்கோ, மாச்சீ, காவேரி ஜலம் கொண்டு வந்தையே, அது, எள்ளு, தாம்பாளம், பஞ்ச பாத்திரம், உத்தரணி எல்லாம் எடுத்து வையேன் ...”

“நீ போய்க் குளிச்சுட்டு வாயேன் மாமா, எல்லாம் ரெடி ஆயிடும்” என்றாள் மாச்சி.

கிட்டா, மேலே சொன்ன மாதிரி அதிகாரமாகப் பேசினது, தன் குரலை உயர்த்தவும், இன்னும் வீட்டுக்கு எஜமானன் தானேதான் என்பதை நிலைநாட்டிக்கொள்ளவும்தான். அவன் சொல்லாமலேயே தானாகவே வழக்கமாய் நடக்கும் காரியங்கள் அவை. மாச்சி சொன்ன பதிலும் சாதாரணமாகச் சொல்லும் பதில்தான். ஆனால் மாமா என்று ஒருமையில் சொன்னதுதான் அழுத்தமாய் விழுந்தது. புதியதும் அதுதான்.

சாஸ்திரிகளுக்குக் காபி வந்தது. அவர் மாச்சியின் பதிலில் இருந்த அழுத்தத்தையும் புதுமையையும் உணர்ந்தாரோ உணர வில்லையோ, ஆனால் ஒரு மாதிரியாக இருந்தது அவருக்கு. “இருங்கோ சாஸ்திரிகளே, தர்ப்பணம் ஆயிடுத்தோன்னோ உங்களுக்கு? கொஞ்சம் பழம் எடுத்துண்டு வரேன்” என்றாள் மாச்சி.

“எனக்கு இல்லை தர்ப்பணம், எங்கப்பா தாத்தாக்குத்தான். தஞ்சாவூர்க்காராளுக்கே நன்னாப் பேச வராது. தர்ப்பணம் பண்ணாம காபி சாப்பிடற வழக்கம் இப்போதைக்கு கிருஹஸ்தாளிடம்தான் ஆரம்பிச்சிருக்கு, எங்கிட்ட இன்னும் வரலைம்மா. பழத்தைக்

கொண்டாங்கோ..." என்றார் சாஸ்திரிகள். மாச்சியின் சிரிப்பும் மடிக் கோலமும் அவருக்கு மட்டும் பிடிக்காதா என்ன? பெரிய மனுஷாளாத்து மாமிகளோடு பேசுகிறது அவருக்குப் புதிதும் இல்லை. கலகலவென்ற பேச்சும் சிரிப்பும் ஈர வேஷ்டி, துண்டோடு வந்த கிட்டாவுக்குப் பிடிக்கவில்லை. அம்முவோ மாச்சியோ அவன் எதிரில் பிற புருஷர்களுடன் பேசியதே கிடையாது இன்று வரை.

"மாமா, உன் சாஸ்திரிகள் ரொம்பக் கெட்டிக்காரர். உனக்கு ஏற்றவர்தான்" என்றாள் மாச்சி.

◻

9

தோப்பூர் ஓர் அசல் குக்கிராமம். சுற்றிலும் வாய்க்கால்களும் வயலும் சூழ்ந்த ஊர். இன்றுவரை அந்த ஊருக்கு நல்ல சாலை கிடையாது. கோடைக்காலத்தில் வயலில் விழும் வண்டிச்சோடு களில் மாட்டு வண்டிகள் போகும். சாகுபடிக் காலமாயிருந்தால் சிறிது தூரம் வாய்க்காலிலேயே வண்டி வர வேண்டியிருக்கும். தெற்கே நாலைந்து வயல்களைத் தாண்டி ஒரு பெரிய பணக்காரக் கிராமம் உண்டு. அந்தக் கிராமத்தை நம்பியே வாழ்ந்த பிராம்மணர் கள் அமைத்துக் கொண்ட சிறிய ஊர்தான் தோப்பூர். அதன் தெற்குப் புறத்தில் வலத் தெருவும், வடக்கில் இடத் தெருவும், மேற்கே கள்ளர் தெருவும் உண்டு. மேற்கே நான்கைந்து கிலோ மீட்டர் தூரத்தில் குடவாசல். கிழக்கே நன்னிலம் பதினைந்து கிலோ மீட்டர் தூரம். தெற்கிலும் வடக்கிலும் வயல்களும் தோப்புகளும் தான். தோப்பூரில், நெடுங்காலமாகவே பாழ்மனைகளாகக் கிடக்கும் வீடுகள் இருந்த இடம் தவிரக் கிழக்கு மேற்கில் அமைந்த தெருவில் இரண்டு சாரிகளிலும் சேர்ந்து பத்து வீடுகள் இருந்தன. வடவண் டையைவிடத் தென்னண்டையில் பாழ்மனைகள் அதிகம். எல்லாமே ஓட்டுவீடுகள்தான். நீண்ட அகலமான திண்ணைகளும் குறடும், கூடம், தாழ்வாரம், இரண்டாங்கட்டு, கொல்லைத் தாழ்வாரம், மாட்டுக் கொட்டில், அதற்கப்பால் வால்வீச்சுக் கொல்லை. அதில் புளிய மரங்கள், தென்னை மரங்கள் போன்றவை நிறைந்த தோட்டம். சுற்றிலும் மூங்கில், முள்வேலி என்பவை எல்லா வீட்டிற்கும் உண்டு. மேலே மாந்தோப்பில் ஏராளமான மாமரங்கள். அநேகமாக எல்லா வீட்டிற்குமே அந்தத் தோப்பு மரங்களில் பங்குண்டு. மேற்கே மாடுகள் குளிப்பாட்டும் பெரிய குட்டை, பெருமாள் கோயில். கிழக்கே பெரிய குளம், சிவன் கோவில். குளத்தங்கரையில் மடம். வடவண்டை யில் கொன்றை மரங்கள். தேந்தேராய்த் தொங்கும் பூக்களும், குழல் குழலாய்த் தொங்கும் காய்களும் பார்க்க மிக அழகாக இருக்கும்.

தெருவின் கீழ்க் கோடியில் குருக்கள் வீடு. முத்தையா, சுப்பையா, பாலய்யா, கந்தய்யா என்ற இளைஞர்களான குருக்களும், அவர்க

ளுக்குத் தந்தையான சோமய்யாக் குருக்களும் உள்ளூர்க் கோயிலிலும், பக்கத்தில் பல ஊர்க் கோயில்களிலும் சைக்கிளில் சென்றும் நடந்து சென்றும் காலை – அந்தி இரண்டு காலங்களிலும் பூஜை செய்து விட்டுவருவார்கள். அவர்களுடன் தோப்பூர்க்காரர்கள் அதிகம் பழகுவதில்லை. இடத் தெரு, வலத் தெருக்காரர்களும் மற்றவர்களும் தான் பழகுவார்கள். குருக்கள் வீட்டில் புறா வளர்ப்பதும் கோழிகள் வளர்ப்பதும் உண்டு. அடிக்கடி அவர்கள் வீட்டில் குத்து வெட்டுச் சண்டைகளும் நடக்கும். தோப்பூர்க்காரர்கள் எதிலும் தலையிட மாட்டார்கள். குளத்தை ஒட்டிய வடக்குப் பார்த்த இரண்டு வீடுகள் அவர்களுக்குச் சொந்தம். மாடுகளும் கன்றுகளும் வைத்துக் கொண்டிருந்தார்கள். அவர்கள் வீட்டுக்கெதிரில் குளத்திற்குப் போகும் வழி. பக்கத்தில் வீடுகளே கிடையாது. நான்கைந்து பாழ்மனைகள். அடுத்தது ஒரு தனி வீடு. அதில் பக்கத்துக் கிராமத் தில் உள்ள எலிமெண்டரி ஸ்கூலில் வாத்தியாராயிருக்கும் ஒருவர் குடியிருந்தார். அவருக்கு மனைவி மட்டுமே இருந்தாள். குழந்தை குட்டிகள் கிடையாது. அவர் கும்பகோணத்திலிருந்து ஓர் அனாதைப் பையனை அழைத்துக்கொண்டு வந்து தன் வீட்டில் வைத்துக் கொண்டு தன் பள்ளிக்கூடத்திலேயே அவனைப் படிக்க வைத்துக் கொண்டிருந்தார். அவர் இருந்த வீட்டுக்குச் சொந்தக்காரர் பம் பாயிலோ புனாவிலோ வேலையில் இருந்தார்.

அதற்கடுத்து பாழ்மனை. அதற்கடுத்தது ஊர்க் கணக்குப்பிள்ளை வீட்டு வண்டிக் கொட்டகை. அடுத்து இரண்டு மூன்று கொல்லை கள். வாழை, பலா, தென்னை மரங்கள் மூங்கிற்கொத்து ஆகியவை கொல்லைகளின் பின்கோடியில் இருக்கும். முன்புறத்தில் பயிர்க் குழிகள் போட்டிருப்பார்கள்.

மற்றபடி, உருப்படியாக, குடியிருப்பாக இருந்தவை கணக்குப் பிள்ளை, பட்டாமணியம் போன்ற இன்னும் ஓரிருவரின் வீடுகள்தான். மற்றவை பாழ்மனைகள். கணக்குப்பிள்ளை வீடு, வசதியான பெரிய வீடு, அவர்கள் பரம்பரைக் கணக்குப்பிள்ளைகள். அய்யங் கார்கள். ஒற்றைக்குடிதான். ஆனால் ஊரையே ஆளும்குடி. அப்பொழுதிலிருந்த சீனி அய்யங்கார் ஸம்ஸாரி. ஏகக் குழந்தைகள். மூத்தாளுக்கு ஐந்தாறு; இளையாளுக்கு ஏழெட்டு. ஊரில் உள்ள குடும்பங்களைச் சேர்ந்த ஆண்கள் வடக்கே ராணுவ உத்யோகங் களில் இருந்தார்கள். முதல் உலக யுத்தம் நடந்தபோது கிடைத்த உத்யோகங்கள் அவை. அப்படி உத்யோகத்தில் உள்ள ஆண்களின் தாயார்களும் ஸஹோதரிகளும்தான் ஊரில் இருந்தனர். அவர் களுக்கு ஏற்கனவே இருந்த சிறிய நிலச் சொத்துகள் இப்போது கொஞ்சம் கூடியிருந்தன. அந்த நாளில் குழி ஒன்றரை ரூபாய் இரண்டு ரூபாய்க்கு இறங்கிவிட்ட விலையில் இரு போகஸ்தலங்களில் சிலவற்றை ஐந்து மா, பத்து மா என்று வாங்கிச் சேர்த்திருந்தார்கள். எல்லா வியாபாரங்களும் சாஸனங்களும் லேவாதேவிகளும் சீனி அய்யங்கார் மூலம், அவர் வைத்ததே சட்டமாகத்தான் நடக்கும்.

ஆகவே, ஊரில் இருக்கும் பாட்டிகள், நடுவயது விதவைகள் எல்லோருக்கும் கணக்குப்பிள்ளைதான் ராஜா மந்திரி எல்லாமே. ஊர்ப் பட்டாமணியார் வயதானவர். வாரிசும் இல்லாதவர்.

கிட்டாவின் தந்தை இறந்தபோது அந்தக் குடும்பத்திற்கு ஐந்து மா நிலமும் ஆயிரம் ரூபாய் கடனும் இருந்தன. கிட்டாவின் தாயார் பாலாம்பாள் மிகவும் பாடுபட்டு மாங்காய், நார்த்தங்காய் விற்றும் அப்பளம் இட்டு விற்றும் மிகவும் பாடுபட்டு அந்தக் கடனைத் தீர்த்துவிட்டாள். நிலம் மீந்தது. கிட்டாவின் தமக்கையை உள்ளூரிலேயே கொடுத்திருந்தது. அவள் பெயர் சாவித்திரி. அவளுடைய பெண்கள்தான் மாச்சியும் அம்முவும். கிட்டாவின் தமக்கை புருஷரின் பெயர் சந்துரு. மைனர் சந்துரு. அவருக்கு நிறைய சொத்து இருந்தது. சாவித்திரியின் அழகுக்காகவே அவளைக் கல்யாணம் செய்துகொண்டார். அதிகச் செலவில்லாமல், உள்ளூரிலேயே பணக்கார மாப்பிள்ளையும் கிடைத்தது, பாலாம்பாளுக்கு ரொம்பச் சௌகரியமாயிருந்தது. ஆனால், சந்துரு தன் நிலங்களைக் குத்தகைக்குக் கொடுத்துவிட்டுக் குடியானவர்கள் தருவது போதுமென்று சுகவாசியாக வாழ்ந்தார். வில்வண்டி, பூர்ணிமாடு, வெள்ளி வெற்றிலைப் பெட்டிகளோடு மிராசுதார் வாழ்க்கை நடத்தினார். எங்கே கல்யாணம் கார்த்தி நடந்தாலும் போய், இரண்டு நாள் மூன்று நாள் விடிய விடியக் கண்விழித்து மூணு சீட்டு ரங்காட்டம் ஆடுவார். தினமும் மூன்று வேளை நான்கு வேளை முதல் தரமான உருண்டைக் கொட்டைக் காபி சாப்பிடுவார். உயர்ந்தவகை டிபன்கள் வேண்டும். அடிக்கடி கும்பகோணம் போய்விட்டு வருவார். சீட்டாட்டம் மட்டுமின்றி வேறு பழக்கங்களும் உண்டென்று ஊரில் பேசிக்கொள்வார்கள். அவருக்கு வண்டி ஓட்டிக்கொண்டு போகும் வீராச்சாமியே அரை மைனராய் மாறியிருந்தான். ஊதாரித்தனமாய் மைனர் விளையாட்டு விளையாடச் சந்துரு வாங்கிய கடன்கள் அடிக்கடி நிலத்தை வந்த விலைக்கு விற்கும் நிர்ப்பந்தத்தை ஏற்படுத்தின. கணக்குப்பிள்ளை சீனி அய்யங்கார் சந்துருவைப் பல தடவை கண்டித்தார். ஒரு தடவை சண்டை முற்றிப்போய் மூர்க்கத்தனமாய் அய்யங்காரை ஆளைவிட்டு அடிக்கச் சொல்லிவிட்டார் சந்துரு. நல்லவேளை அய்யங்கார்மேல் அடி விழுவதற்குள் அவர் புரிந்துகொண்டு, அந்த ஆட்களைச் சமாதானப் படுத்தினார். ஆட்களுக்கும் கணக்குப்பிள்ளையிடம் மரியாதை உண்டு. அவர்கள் அயலூர்க்காரர்கள்.

இந்தச் சம்பவத்திலிருந்து சீனி அய்யங்கார் சந்துருவோடு முகாலோகனம்கூட இல்லாமல் ஒதுங்கிவிட்டார். ஆனால் அதற்குப் பிறகு தனக்கே உரிய முறையில் சந்துருவின் சொத்துகள் விற்பனையில் பலவகையிலும் இடையூறு செய்தார். விலைகளைக் குறைத்தார். வாங்க வருபவர்களிடம் நிலங்களின் தரத்தைப் பற்றிக் குறைத்துப் பேசினார். தவிரவும் தானிருக்கும்போது, இன்னொரு ஆள் வந்து பத்திரம் எழுத அனுமதிக்காமல், இரண்டு கட்சிகளிலும் பணம்

பறித்தார். நோட்டு, சீட்டு கைமாற்று, வெண்ணலை, பெந்தகம் போக்கியம் என்று கையெழுத்துப்போட்ட வண்ணம் அழிந்து கொண்டிருந்தார் சந்துரு. அடித்துப் பிடித்துத் தன்னுடைய நகைகளையெல்லாம் வாங்கிக்கொண்டுபோய் விற்றுச் சுட்டுக் கரியாக்கிக்கொண்டிருக்கும் தன் கணவரை எதிர்க்க முடியாமல் சாவித்திரி மனமுடைந்து நோய்வாய்ப்பட்டாள். கிட்டாவின் தாயார் தன் மகள் சாவித்திரிக்காக மாப்பிள்ளையிடம் யார் யாரையோ வைத்துப் பேசச் சொன்னாள். இரண்டு பெண்களுக்குக் கல்யாணம் ஆக வேண்டும். மகராஜன் போகிற போக்கைப் பார்த்தால் பூச்சக்கிரக் குழிநிலமும் ஒரு அம்மன் காசுத் தங்கமும்கூடப் பாக்கியிருக்காது போலிருக்கிறதே. தன் குடும்பமும் வழியில்லாமல் இருக்கிறதே என்று அவளுக்குக் கவலை. நேரில் மாப்பிள்ளையிடம் பேசுவதில்லை அவள். அந்தக் காலத்து வழக்கம் அது. மறைமுகமாக ஏதாவது காதில் விழுந்ததை வைத்துக்கொண்டு சந்துரு சத்தம் போடுவார். சாவித்திரியை வைவார். உடம்பு சரியில்லாதவளாயிற்றே என்றுகூடப் பார்க்காமல் அடிக்க அடிக்கப் போவார். அவரிடம் யார் பேசுவது. ஊரில் இருக்கும் யாரும் அவரிடம் பேசமுடியாது. பெரிய மனுஷன் என்கிற திமிர் அதிகம் சந்துருவுக்கு.

வாத்தியாரும் அங்கு குடியிருந்தாரே தவிர அவர் போக்கே அலாதி. ஏழையாகவே இருந்து வாழ்ந்து முடிய வேண்டியவர் அவர். குறைச்சல் சம்பளம், பாடுபட்டு உழைத்துச் சொல்லிக்கொடுப்பார். தன் வீட்டு உப்பு புளிகளைக்கூட மறந்து கிராமத்து ஏழைக் குழந்தைகளுக்கு ஸ்லேட்டும் குச்சியும் புத்தகமும் நோட்டும் பென்சிலும் பேனாவும் வாங்கிக்கொடுப்பார். யாருடனும் அவருக்கு நெருங்கிய தொடர்பும் கிடையாது; பகையும் கிடையாது. இன்னும் இரண்டு வீடுகளில் இருப்பவர்களும் வீடு கறையான் பிடிக்காமல் இருப்பதற்காகவும் விளக்கேற்றி வைக்கவும் என்றே, அரை ரூபாய் ஒரு ரூபாய் பேருக்கு வாடகை கொடுத்துக் கொண்டிருப்பவர்கள். ஒரு சமையற்காரார் வருஷத்தில் பாதி நாள் ஊரில் இருக்கமாட்டார். மற்றொருவர் பக்கத்துக் கிராமத்தில் பெரிய மிராசுதார் ஒருவரிடம் காரியம் பார்ப்பவர். அவரை ஊரில் பார்க்கவே முடியாது. இருவர் வீடுகளிலும் பெண் குழந்தைகளும் தாயார்களும் தான்.

கிட்டா குடவாசலுக்குப் போய்ப் படித்துக்கொண்டிருந்தான். காலையில் பழையது சாப்பிட்டுவிட்டுக் கையிலும் பழையதை எடுத்துக்கொண்டு இரண்டரை மைல் நடந்து பள்ளிக்கூடம் போய்விட்டுச் சாயங்காலம் ஐந்து ஆறுமணிக்குத் திரும்பி நடந்தே வர வேண்டும். கிட்டாவுக்கு அண்ணன் ஒருவன், அவன் பெயர் சாமா. அவனுக்குப் படிப்பே வரவில்லை. பித்துக்குளி மாதிரி ஊர் ஊராய்ப் போகிறவன் அவன். கட்டிப்போட்டாலும் அவனை வீட்டில் வைத்துக்கொள்ள முடியாது. கிட்டாவாவது படித்து முடித்து, ஊரில் இருக்கும் மற்ற வீட்டுப் பிள்ளைகளைப் போல் வடக்கே போய் சம்பாதிக்க வேண்டும் என்று அவன் தாயாருக்கு

ஆசை. ஆனால் கிட்டா பதினாறாவது வயதில் நாலாம் பாரத்தில் இரண்டாவது வருஷமும் தேறவில்லை. மாதாமாதம் ஏழு ரூபாய் சம்பளம் கட்ட முடியாமலும் கட்டிப் படிக்க வைத்தாலும் அவன் தேர்ச்சி பெற மாட்டான் என்று ஹைஸ்கூல் ஹெட்மாஸ்டர் சொல்லிவிட்டதாலும் கிட்டாவின் படிப்புக்கு முற்றுப்புள்ளி வைக்கப்பட்டது.

கிட்டாவுக்கு உடம்பு வளர்ந்தது. நல்ல காட்டாள் மாதிரி ஆகிவிட்டான். சாப்பிட்டுச் சாப்பிட்டுத் தூங்கினான். ஒரு வேலையும் செய்வதில்லை. தினந்தோறும் குளத்தில் இரு கரைக்கும் நீந்துவான். ஊரில் அவனுடன் பழக அவன் வயதிற்கேற்ற ஆண்பிள்ளையே கிடையாது. வீட்டில் அம்மா அவனை திட்டித் தீர்த்துவிட்டுதான் சோறு போடுவாள். சீனி அய்யங்கார் அவனைப் பட்டாமணியார் வேலை பழகிக்கொள்ளத் தூண்டினார். அப்படி அவன் வந்தால் அவனைக் கொண்டு தன் இதர வேலைகளைச் செய்துகொள்ளலாம் என்பது அவர் யோசனை. அவர் வீட்டுப் பையன்கள் கும்பகோணத் தில் இருக்கும் அவருடைய தங்கை வீட்டில் தங்கிப் படிக்கிறார்கள். இருவர் படித்து முடித்து வேலைக்கும் போய்விட்டார்கள். கணக்குப் பிள்ளை வீட்டில் அவருடைய பேத்திகளும் பெண்களும் இருந்தார் கள். ஏழெட்டு வயதுமுதல் பத்துப்பனிரண்டு வயதுவரை உள்ள ஐந்தாறு பெண் குழந்தைகள் இருந்தார்கள். அதில் மூத்த குழந்தைகள் ஐந்தாவது படித்து முடித்திருந்தனர். அவர்களுக்கு இளைய பெண்கள் பள்ளிக்கூடத்திற்குச் சென்று படித்து வந்தனர். ஐந்தாவது படித்து முடித்த பெண்கள் அந்த வயதிற்குள் நாணிக்கோணிக்கொண்டு பெண்மை கொண்டாடத் தொடங்கியிருந்தனர். அவர்கள் குளத்தில் குளிக்கும்பொழுதும், தெருவில் நடந்து போகும்போதும் கிட்டா அவர்களிடம் ஏதோ விஷமம் செய்துவிட்டதாகக் கேள்விப்பட்ட சீனி அய்யங்கார், கிட்டாவைக் கண்டபடி பேசி விரட்டிவிட்டார். தன் வீட்டுக் குத்துச் செங்கல்லில் ஏறினால் அவனைத் தொலைத்துவிடு வதாகச் சொன்னார். தடிப்பயல், திண்ணை தூங்கி, கிடாமாடு, உதவாக்கரை, உருப்படான் என்ற சொற்களாலேயே கிட்டா குறிப் பிடப்பட்டான் எல்லோராலும். ஊரில் உள்ள பெண்களும் வயதான பெண்டுகளும் அவனைக் கண்டாலேயே வெறுத்து ஒதுக்கும் நிலை தோன்றி வளர்ந்துவிட்டது.

அவன் குருக்கள் வீட்டில் சென்று பழக ஆரம்பித்தான். பல விதத்திலும் அந்த வீட்டிற்கு உழைத்தான். அழகில்லாவிட் டாலும் கறுப்பாயிருந்தாலும் அந்த வீட்டுப் பெண்கள் கிட்டாவை வெறுக்காமல் நடத்தினர். அதில் அவனுக்கு ஒரு திருப்தி. அவனு டைய சிவப்பு நிறமும், அவன் மேலண்டைவாசி என்பதும் குருக்கள் வீட்டுப் பெண்களை அவனிடம் உறவாடத் தூண்டின. அந்த நெருக்கத்தில் சுவை கண்ட கிட்டா அந்த வீட்டையே சுற்றிக் கொண்டு அலைந்தான். அவனை சைக்கிளை மிதிக்க வைத்துப் பின்னால் உட்கார்ந்துகொண்டு பக்கத்தூர்க் கோயில்களுக்குப்

பூஜை செய்யப் போவார்கள் குருக்கள் வீட்டுப் பிள்ளைகள். அவர்கள் வீட்டு ஆகாரங்களும் கிடைத்தன கிட்டாவுக்கு. அவர்களுடன் சேர்ந்து, புறா விடுவது, பிடிப்பது, கோழிகளுக்குத் தீனி வைப்பது, மாடு, கன்று குளிப்பாட்டிக் கட்டுவது போன்ற வேலைகளையும் பொழுதுபோக்குகளையும் மேற்கொண்டான் கிட்டா.

குருக்கள் வீட்டுப்பெண் ஒருத்தி, கூத்தலூரில் வாழ்க்கைப் பட்டிருந்தாள். அவள் புருஷன் கொஞ்சம் வசதி உள்ளவன். சில பணக்காரக் கோயில்களில் பூஜையுரிமை உள்ளவன். சில கோவில் நிலங்களை அவனே சாகுபடியும் செய்துவந்தான். ஆகவே, கையில் நிறைய காசு பணம் புரண்டது. கையில் தங்கச் சங்கிலியும் தோடாவும் கழுத்தில் தங்கச் சங்கிலியில் கோத்த ருத்திராக்ஷமும் போட்டுக்கொண்டிருப்பான். வைரக் கடுக்கன்கள். தன் மனைவிக்கு நகை நட்டுகள் செய்து போட்டிருந்தான். சொந்த வில் வண்டியில் தான் வந்து இறங்குவான் தோப்பூரில் உள்ள தன் மாமனார் வீட்டிற்கு. இவ்வளவு இருந்தும் கூத்தலூர்க்காரன் பார்க்க மிகவும் விகாரமாயிருப்பான். கருப்பு நிறம் கிடக்கட்டும், அதைத் தவிர ஓணான் மாதிரி முகமும் ஒடிந்துவிழும் உடம்பும் எலும்புகள் குத்திட்டுக்கொண்டிருப்பதும் குழிவிழுந்த கண்களும் ஒட்டி உலர்ந்த கன்னங்களும் சேர்ந்து அவனை மிகவும் விகாரப்படுத்தின. அவன் உடம்பில் இருந்ததால் அந்த நகைகள்கூட அழகை இழந்துவிட்டன. அவன் தலைமயிர்கள்கூடக் கம்பி கம்பியாய் இருக்கும். அவற்றை அள்ளிச் செருகினாலும் அவை விறைத்துக் கிடக்கும். நெற்றிவரைக் கும் இருக்கும் குடுமி. அந்த நெற்றியில் அவன் இட்டுக்கொள்ளும் விபூதிப்பட்டையும் குங்குமப்பொட்டும் கூட சோபையில்லாமல் சொத்தென்றிருக்கும். ஓயாத வெற்றிலை சீவல் புகையிலை தேய்த்துக் குறைந்து கறுப்பேறிக் கிடக்கும் பற்கள். அவன் மனைவி நீலாவும் கறுப்புத்தான்; குள்ளம். பருமன், சின்ன முகம், கன்னமும் கதுப்பும் உப்பி ஊதி விகாரமாய் இருக்கும். சின்னச் சின்னக் கண்கள். தடித்த சின்ன மூக்கு. அகலமான கறுப்பு உதடுகளுக்கு வெளியே தெரியும் இரண்டு மேல் வரிசைப் பற்கள். எப்பொழுது பார்த்தாலும் வெளியில் எங்கோ புறப்படுவது மாதிரி ரொம்ப அழகாக உடை உடுத்தியிருப்பாள் அவள். அவளுடைய கூந்தல் மிகவும் அழகாயிருக்கும். பின்னிச் சுருட்டிப் பிச்சோடா போட்டிருப்பாள். புது ரிப்பனும் பூவும் சூடியிருப்பாள். அவளுடைய புடவையும் ரவிக்கையும் அவளுடைய விகாரத்தை மறைத்துப் பெண்மைப் பொலிவையூட்டி நிற்கும். அவள் அடிக்கடி வருவாள்.

தோப்பூருக்கு அவள் வந்துவிட்டால் கிட்டாவுக்குத் தலைகாலே புரியாது. ஓடியாடி வேலை செய்வான். அவளுக்குக் கூத்தலூரி லிருந்து வண்டியோட்டிக்கொண்டு வந்த ஆளைத் தோப்பூரில் இருக்கச் சொல்லிவிட்டுக் கிட்டாவே அவளை ஏற்றிக்கொண்டு குடவாசலுக்கு வண்டியை ஓட்டிக்கொண்டு போவான். அவள் கிட்டாவை நீ, வாடா, போடா என்றுதான் பேசுவாள். அவளை

நீலாவென்று பெயரிட்டழைத்தாலும் நீங்கள் என்றுதான் பேசுவான் இவன். கிட்டா நல்ல சிவப்பு, அழகில்லை என்றாலும் விகாரமில்லை. நல்ல கட்டுமஸ்தான உடம்பு. கைகளிலும் கால்களிலும் உருட்சியும் திரட்சியும் இருக்கும். நல்ல பலசாலி அவன். குடவாசலில் நீலாவுக்கு ஒரு காரியமும் இருக்காது. தையல்காரனிடம் ரவிக்கை தைக்க வேண்டும் என்றால், இப்ராஹிம் ஜவுளிக் கடையில் துணி வாங்க ஒருநாள், கொடுக்க ஒருநாள், திரும்பி வாங்கிக் கொண்டு வர ஒரு நாள். பிறகு கையை இன்னும் கொஞ்சம் குறைக்கணும், இடுப்பு நீளம் அதிகம் வைத்துவிட்டான், இந்த இழவு தையல்காரனுக்குத் தைக்கவே தெரியவில்லையே, கும்மோணத்திலே எப்படித் தைக்கிறான் தெரியுமா ஒத்தொத்தனும். கிட்டா, கும்மோணம் போவோமே என்று கண்ணைச் சிமிட்டிக் கொண்டு கேட்பாள் நீலா.

அவள் தோப்பூரில் இருக்கும்வரை அவர்கள் வீட்டு வண்டியும் இருக்கும். வண்டிக்காரனுக்கு நீலா பிறந்த வீட்டில் உபசாரம் நடக்கும். செலவுக்கு ஏதாவது சில்லறையும் கொடுப்பாள். அவனுக்கென்ன, நிம்மதி. மாலை மூணு மணிக்குப் புறப்பட்டுக் கிட்டா வண்டி ஓட்ட, நீலா குடவாசலுக்குப் போவாள், வருவாள். வழியில் நெடுவாசல், காக்காத் தோப்பு என்ற குப்பங்கள் நிழலும் இருட்டும் தங்கும் அடர்ந்த தோப்புகளிடையே செல்லும் வண்டிப் பாதை. திரும்பி வரும்போது அந்தி மயங்கிவிடும். ஒரு நாள் கிட்டா மாடிக்கிளப்பிலிருந்து சுடச்சுட பக்கடா வாங்கி வந்தான். குடவாசல் தெருத் தாண்டி வயற்கரையில் வண்டி இறங்கியதும் பொட்டலத்தைப் பிரித்தாள் நீலா. “அடே, இன்னும் சூடாவே இருக்கே! என்று கையில் எடுத்து நீட்டினாள். தலைக் கயிற்றைத் தளர்த்திக் கூண்டில் செருகிவிட்டு, சாட்டைக் கம்பையும் வண்டிக்குள் செருகிவிட்டுச் சற்று உட்புறமாய் நகர்ந்து உட்கார்ந்தான் கிட்டா. அவன் கையில் பக்கடாவை வைத்தாள் நீலா. “சூடே ஒரு ருசி . . . சேப்பே ஒரு அழகு . . .” என்றாள் நீலா தன் முகத்தையும் மார்பையும் கிட்டாவின் மேல் படும்படி உராய்ந்து, மறுபடியும் “சூடே ஒரு ருசி . . . சேப்பே ஒரு அழகு . . . இல்லையா கிட்டா” என்று கேட்டாள். சிவப்பு நிறம் அவள் ஏக்கம். பெண்மை ஸ்பர்சம் கிட்டாவின் ஏக்கம்.

ஒரு நாள் குடவாசலுக்குப் போய் விட்டு வந்து நீலாவை இறக்கிவிட்டு வண்டியை அவிழ்த்துவிட்டு, மாடுகளை நுகத்தடியில் கட்டிவிட்டு, வண்டியில் இருந்த வைக்கோலை உதறிப்போட்டான் கிட்டா. கையில் பெரிய பேட்டரி லைட்டோடு கூத்தலூர்க்காரன் வீட்டிற்குள்ளிருந்து வந்தான். “எப்போ வந்தேள், எப்படி வந்தேள்; நடந்தா, வேறு வண்டியைக் கூடக் காணுமே.” என்று கேள்விகளை அடுக்கிக்கொண்டே, கையையும் பிடித்து இழுத்த நீலாவை உதறிவிட்டு நேரே கிட்டாவிடம் வந்தான் கூத்தலூர்க் குருக்கள். “எலெ, என்னன்னு நினைச்சுண்டே, கையைக் காலை வெட்டிக்

காக்காத் தோப்புக்குளத்திலேயே எறிஞ்சிருப்பேன் உன்னை ... போனாப்போகட்டும்னு விடறேன். ஓடு நாயே இனிமே இந்தப் பக்கம் தலைவெச்சுக்கூடப் படுக்காதே, என் மச்சினன்களுக்குத் தெரிஞ்சா நீ தொலெஞ்சே படவா ... ஓடிப்போயிடு." என்று கழுத்தில் கையை வைத்துத் தள்ளினான் அந்த நோஞ்சான். நீலாவும் இதைப் பார்த்துக்கொண்டு நின்றாளே தவிரக் கிட்டாவுக்குப் பரிந்து ஒரு வார்த்தைகூடப் பேசவில்லை. ஆத்திரம் வந்தது. பேசாமல் வீட்டுக்கு வந்தான். சீனி அய்யங்கார் அவன் வீட்டுத் திண்ணையில் உட்கார்ந்திருந்தார். பாலாம்பாள் நிலைப்படிக்கப்பால் நின்றுகொண்டிருந்தாள். முட்டாக்கு முகத்தில் பாதியை மூடியிரு ந்தது. "இரண்டேரண்டு ஆப்பை, ரெண்டும் கழண்ட ஆப்பைங்கறாப் பலே ஆயிடுத்து உன் கதி. மூத்தவன் ஒண்ணுக்கும் லாயக்கில்லாம ஊரைச் சுற்றிண்டு எரந்து தின்னுண்டு கிடக்கான். இவனோ இப்படி. எவனாவது குருக்கள் வீட்டிலே தின்பனோ, வண்டிக்காரன் கெட்டானே. அப்படீன்னா அங்கே உழைக்கிறான் உன் சின்னப் பிள்ளை கிட்டா. நான் சொல்றத்தைக் கேளு, அவனை எங்கேயாவது போய் மூட்டை தூக்கியாவது சம்பாதிக்கச் சொல்லு ஆமாம். இவன் இப்படியே இருந்தான்னா உருப்படவே மாட்டான். காட்டான் மாதிரி வளந்து என்ன பிரயோஜனம்? நீ வயத்தை வாயைக் கட்டிக் கட்டி வெச்சிருக்கிற அஞ்சு மா நிலத்தையும் அஞ்சே நிமிஷத்திலே ஊதிப்பிடுவான் உன் பிள்ளை. அவனை இப்பவே விரட்டு, எங்காவது போய் ஏதாவது வேலை பார்த்து நாலு காசு கொண்டுவந்தாத்தான் சோறுபோடுவேன்னு கண்டிப்பாச் சொல்லு. நான் வரேன் ... சாவித்திரிக்கு உடம்பு எப்படியிருக்கு? அந்தப் பாவி அடிக்கிற கூத்து வேறே ... என்னவோ கஷ்டம்." சொல்லிக்கொண்டே திண்ணையிலிருந்து இறங்கிக் கிழக்கே நடந்தார் கணக்குப்பிள்ளை.

"ஓய் அய்யங்காரே, என்னங்கணும் இது கீழறுக்கிற வேலை? ஊருலே இருக்கிற பொம்மனாட்டி, கம்மனாட்டி, கையாலாகாத கபோதிகள் எல்லாரையும் விரட்டிண்டு, பி.எம்.மோ மாதிரி ஏதோ திரிசமன்லாம் பண்ணி ஊரையே கட்டி ஆள்றீர். உம்ம பிள்ளைகள் ளாம் வேலை பார்க்கிறானுக, பெரிய படிப்பெல்லாம் படிக்கிறானு கங்கிற திமிரிலே அம்மாவையும் பிள்ளையையும் பிரிக்கிறீரே ஏன்? இந்த வருஷத்திலேந்து நான் சொந்தச் சாகுபடி பண்ணப் போறேன். கோடியாத்து நிலத்தையும் என்னிடம் குத்தகைக்குவிடத் தயார்னு புனாவிலிருந்து லெட்டர் வந்திருக்கு. வெறும் பய இல்லேங்கணும் நான் ..." என்று கேட்டு அவரை வழிமறிப்பதுபோல நின்றான் கிட்டா. குருக்கள் வீட்டில் தனக்கு நேர்ந்த அவமானத்தால் அவன் குமுறிக்கொண்டிருந்தான்.

"எலெ, என்னடா இது, குருக்கள் வீட்டு நாத்தம் அடிக்கிறதே பேச் சில், சாகுபடி பண்ணப்போறானாமே, ஏண்டா முட்டாள், உனக்கு வயலைப் பத்தி, பயிரைப் பத்தி என்னடா தெரியும், குருக்கச்சிக்குப் புடவை தோச்சுப் போடற வேலை இல்லேடா இது. இவன்

சாகுபடி வேறே வெச்சிண்டு, கிழிக்கப் போறானாமே, மூஞ்சியைப் பாரு . . .”

“ஓய் மரியாதை கெட்டுப்போகும். அன்னிக்கு அந்த அடியாளுக கொடுக்காததை நானே கொடுப்பேன். ஆமாம், ஜெயிலுக்குப் போறதுக்கும் தயார்தான். ஒழுங்கா முழு ஓடம்போடே இருக்க ணும்னா என் வழிக்கு வராதீர்.”

“ஏண்டியம்மா உன் பிள்ளை பேசறதைக் கேட்டையோன்னோ, இனிமேல் எங்காதில் போடாதே.”

“ஏங்கணும் உமக்கு ஏதாவது புத்தி கித்தி இருக்கா, இன்னாரைத் தான் டீபோடறதூங்கறது கிடையாதா, உம்மைச் சொல்லிப் பிரயோஜனம் இல்லேங்கணும், ஊருலே இருக்கிற கம்மனாட்டி களும் வெளியூருலே இருக்கிற ஆம்பிள்ளைக் கம்மனாட்டிகளும் உமக்குக் கொடுத்திருக்கும் இடம் உம்மை இப்படிப் பேசச் சொல்றது.” என்று கிட்டா மேலும் ஏதேதோ பேச ஆரம்பித்தான். பாலாம்பாள் அப்போது குறுக்கிட்டாள்.

“சீச்சீ நாயே, பேசாம கிட. எச்சைக்கலை நாயே, அவரை யாருன்னு நினைச்சுண்டு பேசறேடா நீ, இன்னிக்கு இந்த வீடும் வாசலும் நிலமும் நீச்சும் வெச்சிகிண்டு ஏதோ அரை வயத்துக் காவது சாப்பிட்டுண்டு உனக்கும் தண்டச்சோறு கொட்டறேனே, அது கணக்குப்பிள்ளை செஞ்ச ஒத்தாசைடா. அவர் எழுதின எழுத்துடா இது. அவர் காலில் விழுந்து மன்னிப்புக் கேளு. இல்லாட்டா இந்த வீட்டில் உனக்கு இடமில்லை. எங்கேயாவது தொலைஞ்சு போயிடு நீ, கண்காணாமப் போயிடு . . .” என்றாள்.

“காலணாக்காசு சம்பாதிக்க வக்கில்லை; குருக்கச்சி மூஞ்சியைப் பார்த்துண்டு கிடக்கையே, தூ, வெட்கம் இருக்கா உனக்கு? மூட்டை தூக்கினாலும் காசு வருமேடா, சமையற்கார முத்துவோட போய்த் தண்ணீர் கொட்டி, இலை எடுத்தாக்கூட தினம் ஒரு ரூபா ஒண்ணரை ரூபா கொடுப்பானே தடிப்பயலே, அம்மா குழம்புஞ் சாம், அக்கா மோருஞ்சாம்னு தின்னுண்டு கிடாமாடு மாதிரி வளர்ந்தா ஆச்சா . . .” என்று அம்மா கொடுத்த சுருதியில் பஞ்சமத்தை எட்டிவிட்டார் கணக்குப்பிள்ளை.

“அவன் கிடக்கான், உருப்படா தோசி. நக்கும் நாய்க்குச் செக்குன்னு தெரியுமா சிவலிங்கம்னு தெரியுமா. நீங்க ஒண்ணும் உங்க மனசில் வைச்சிக்காதங்கோ, அது அல்பம் . . . அப்படித்தான் பேசும்” என்றாள் அம்மா.

“அதுக்காக, யாரை வேணுமானா எப்படி வேணுமானாலும் பேசிப்பிடறதா. எலே, உன்னை வைக்கிற இடத்திலே வைக்கிறேன். போனாப் போறதூன்னு பார்த்தா ரொம்ப எகிர்றேயே? இரு இரு . . .” கறுவிக்கொண்டே போனார் சீனி அய்யங்கார்.

‘சரி, இனிமேல் இந்த ஊரில், இந்த வீட்டில் ஒரு க்ஷணம் கூடத் தங்கக் கூடாது’ என்ற முடிவுக்கு வந்தான் கிட்டா.

10

அந்த ஊரில் அவனுக்கு யாருமே வேண்டியவர்கள் இல்லை. குருக்கள் வீட்டு உறவும் முடிந்து போய்விட்டது. கணக்குப் பிள்ளையின் பகை அவனைச் சும்மா விடாது. அம்மாவே இப்படி சத்துருவாயிட்டாளே. நேத்திக்கு வந்த பயல் இந்த கணேசன்; அனாதை . . . அந்த வாத்தியார் அவனை இந்த ஊருக்கு அழைத்து வரவில்லையானால் அவன் யார் இந்த ஊருக்கு. அடே அப்பா, ஊர் முழுக்க அவனுக்கு என்ன உபச்சாரம். சின்னப் பெண்களோ, பெரிய மாமிகளோ அவனைக் கொஞ்சிக் கொஞ்சிக் குழையறாளே; இந்தக் கணக்குப்பிள்ளை வீட்டிலேயே அவனுக்கு உபகாரமெல்லாம் நடக்கிறதே. அவன் தடியன் இல்லையா? பத்து வயதோ பதினோரு வயதோதான் ஆகிறதாம் கணேசனுக்கு. யாருக்குக் காது குத்துகிறார் இந்த வாத்தியார். பதினைஞ்சு வயசுக்காரன் மாதிரி, ஏன் எனக்கே பதினாறோ பதினேழோ ஆகிறது. அவன் என்னைவிட இன்னும் தாட்டியாத்தான் இருக்கான். மூணாங்கிளாசோ நாலாங்கிளாசோ படிக்கிறான். எட்டு வயசிலேருந்து அவன் படிக்க முடியாமல் போய்விட்டதாம். இந்த வாத்தியார் கதை விடுகிறார். ஊரில் வேறு ஆண் குழந்தைகளே கிடையாது. எல்லார் வீட்டுக்கும் இந்த அனாதைப்பயல் செல்லக் குழந்தை ஆய்விட்டானே. என்னைக் கண்டா, என்னவோ பேய் பிசாசைக் கண்டது மாதிரி விழுந்தடிச் சுண்டு ஓடறாளுக எல்லாப் பெண்களும். அதிலும் என் சொந்த மருமா . . . இந்த மாச்சி என்னோடு முகம் கொடுத்துக்கூடப் பேசுவதில்லை. இந்தப் பயல் வந்ததே எனக்குப் பெரிய தொல்லையாய் விட்டது. எங்கம்மாவே கணேசனைக் கூப்பிட்டுப் பேசி ஏதாவது பக்ஷணம் கொடுக்கிறாள் கரிசனமாய். இவனை மேலமாந் தோப்பில் இந்தக் குட்டிகளோடு பார்க்கும்போது எனக்கு எரியறது அப்படியே. அதிலும் இந்த மாச்சிக்கு அவன் மேலே உசிரு. ஒருநாள், அவர்கள் இரண்டு பேரும் ஒருத்தரையொருத்தர் கட்டிண் டதைப் பார்த்தேன். உடனே எங்கக்காவிடம் போய்ச் சொன்னேன்,

அவள் மாச்சியைக் கூப்பிட்டுக் கண்டிப்பாள்; அந்த சாக்கில் நான் கணேசனை வம்புக்கிழுத்து நாலு வைச்சு அனுப்பணும்னு பார்த்தேன். ஆனால் விபரீதமாப் போயிட்டுது.

"பாவம். தேமேன்னு குழந்தை அவன், எங்க மாச்சியும் பச்சைப் பாலாள். தடிக்கட்டேலே போறவனே, உன் கண்ணைச் சுட, இல்லாதும் பொல்லாததும் சொல்றையோ? வேறே ஒண்ணும் வராட்டாலும் இந்த ஆம்பிள்ளைத் தனம் வந்துடுத்தோன்னோ, திங்கறது எங்கே போகும் பின்னே, தடியா. இரு இரு இவர்கிட்டே சொல்லி உன்னைக் கவனிச்சுக்கச் சொல்றேன்" என்றாள் அக்கா. சொன்ன மாதிரியே தன் புருஷனிடம் சொல்லிவிட்டாள். அவரும் என்னை அடிக்க வந்துட்டார். அவருக்கும் எங்கக்காவுக்கும் கணேசனிடம் அளவில்லாத பாசம். அநேக நாள் அவன் எங்கக்கா வீட்டிலேயே மாச்சியுடன் சேர்ந்து சாப்பிட்டுவிட்டுச் சேர்ந்தே பள்ளிக்கூடமும் போவான். எனக்கு எப்படி இருக்கும்? இந்தப் பயலைக் குளத்திலே குளிக்க அழைச்சிண்டுபோய் ஒரே அமுக்கா அமுக்கிவிட்டால் என்ன என்றுகூட ஒரு பயங்கரமான எண்ணம் தோன்றியதுண்டு எனக்கு. ஒவ்வொரு பொம்மனாட்டியும் பெண் குழந்தைகளும் அவனைத் தொட்டுத் தொட்டு இழுத்து இழுத்துத் தழுவித் தழுவிக் கொஞ்சிக் குலாவுகிறார்களே? நான் வீட்டுத் திண்ணையில் முடங்கிக் கிடக்கறேன். இப்படி எல்லோரும் வெறுக்கும்படியாகவா நான் இருக்கிறேன்? எனக்கே என்மீது வெறுப்பும் அருவருப்பும் வருகிறது. சரி, இனிமேல் இந்த ஊரில், இந்த வீட்டில் ஒரு க்ஷணம்கூடத் தங்கக் கூடாது என்ற முடிவுக்கு வந்து விட்டான் கிட்டா.

"அம்மா எனக்கு நூறு ரூபாய் கொடு, நான் போய் மோட்டார் கார் ஓட்டக் கற்றுக்கொள்ளப்போகிறேன். ஐந்தாறு மாசங்களில் லைசென்ஸ் எடுத்துவிடலாமாம். அப்புறம் எங்கேயாவது கார் டிரைவராய் வேலை பார்க்கிறேன். நிறைய இல்லாவிட்டாலும் ஏதோ மாதச் சம்பளம் கிடைக்கும். சாப்பாட்டுச் செலவெல்லாம் கார்ச் சொந்தக்காராளே கவனிச்சுப்பாளாம். என்னைப் படிக்கத் தான் வைக்கவில்லை நீ, இதையாவது செய் அம்மா. ஒண்ணு மட்டும் சொல்றேன், கெட்டியா தலைப்பில் முடிந்துவைத்துக்கொள். இந்தக் கிட்டா என்னிக்காவது ஒரு நாள் நீங்கள் எல்லாருமே கொண்டாடற மாதிரி வரப்போகிறான்; இது சத்தியம். என்னை நீங்கள்ளாரும் சேர்ந்து கரிச்சுக்கொட்டியே குப்புறத்தள்ளிக் குழியும் பறித்துவிட்டீர்கள். நானும் ஒண்ணுக்கும் உதவாதவன் மாதிரி ஆகிவிட்டேன். இனிமேல் உன்னிடம் வந்து காலணா கேட்க மாட்டேன், இது சத்தியம். இப்போ நூறு ரூபாயைக் கொடு. நான் எல்லாம் விசாரித்துக் கேட்டு வந்தேன். ஆரம்பத்துக்கு இது போறும். மேற்கொண்டு வேண்டியதை எப்படியோ நானே சம்பாதிச்சுக் கிறேன் அம்மா, மறுப்புச் சொல்லாதே அம்மா" என்று அழவே ஆரம்பித்துவிட்டான் கிட்டா.

அவனுடைய தாயாருக்கும் சரியென்றுதான் பட்டது. என்னிக் காவது உடம்பிலே உறைக்காமல் போகுமா என்று அவள் எதிர் பார்த்ததுதான். இந்த வரைக்கும் அவனுக்குப் புத்தியில் பட்டு உடம்பிலும் சொரணை பிடித்ததில் அவளுக்கும் சந்தோஷம்தான்.

"ஏண்டா கிட்டா, நான் எங்கேடா போவேன் பணத்துக்கு? இந்த ஊரில் கணக்குப்பிள்ளையை விட்டா வேறு யாரு இருக்கா, ஒரு சமயம் சந்தர்ப்பம்னா ஒத்தாசை பண்ண? அவரைப் போய் வாயில் வந்தபடி பேசியிருக்கிறாய். ஏற்கனவே அவருக்கும் நான் பணம் கொடுக்கணும். வாய்தாப் பணம், கைமாற்றாப் புடவை வாங்க அஞ்சு ரூபா வாங்கியிருக்கேன். அவர் மனசு வைச்சால்தான் உண்டு. எந்த மூஞ்சியை வைச்சிண்டு அவரிடம் போவேன். இருந்தாலும் எதுக்கும் பொழுது விடியட்டும், பிச்சைக்காரனுக்கு, கார்த்தாலே அவர் ஸ்நானம் சந்தி ஜபம் பூஜையெல்லாம் பண் ணிட்டுத் திண்ணைக்கு வரும்போது பார்த்துட்டு வந்து எங்கிட்டே சொல்லு. நான் போய்க் கேட்டுப் பார்க்கிறேன்" என்றாள் அம்மா.

மறுநாள் காலையில், சீனி அய்யங்கார் வீட்டிலிருந்து திருவாரா தனை மணியோசை கேட்டதுமே, கிட்டா கிழக்கேபோய் எதிர்த்த சாரியில் வாத்தியார் வீட்டுச் சார்ப்பில் ஒதுங்கி நின்றுகொண்டான். கூத்தலூர்க்காரன், அதற்குள் இட்லி சாப்பிட்டுவிட்டு ஊருக்குப் போக வண்டி கட்டிக்கொண்டிருந்தான். உடம்பைக் கவ்வியது மாதிரி புடவையும் ரவிக்கையும் போட்டுக்கொண்டு நீலா புறப்படத் தயாராக வாசலில் நின்றாள். அவளை நன்றாய் உற்றுப் பார்க்க வேண்டும் போலிருந்தது கிட்டாவுக்கு. அவள் புருஷன் கவனித்தால் உதை விழுமோ என்றும் பயம். இருந்தாலும் ஓரக் கண்ணால் அவளைப் பார்த்து மகிழ்ந்தான். வாத்தியார் வீட்டுக்குள்ளிருந்து கணேசன் எட்டிப் பார்த்தான். சார்ப்பின் ஓரமாய்க் கிட்டா நிற்கிறானே, என்னவாயிருக்கலாம். இங்கே வாத்தியாரிடம் ஏதாவது கேட்க வந்திருப்பானோ. திண்ணைக்கு வந்த கணேசன், "ஏன் கிட்டா, என்ன வேணும், ஸாரைப் பார்க்கணுமா?" என்று இரைந்து கேட்டுக்கொண்டே கீழே இறங்கினான். கணேசனுக்கு மெதுவாய்ப் பேசவே தெரியாது. மேலும் கணீரென்ற அவன் குரலில் ஒரு இனிமையும் கம்பீரமும் இருக்கும். இந்தப் பாவி, நான் இங்கே நிற்பதை வெட்ட வெளிச்சமாக்கிக் கூத்தலூர்க் குருக்களின் கவனத்தைத் திருப்புகிறானே என்று கிட்டா அடுத்த கணக்குப் பிள்ளையின் வண்டிக் கொட்டகையில் ஒதுங்க நினைத்து நகர்ந் தான். இதற்குள் வண்டியைப் பூட்டி நிறுத்தியிருந்த கூத்தலூர்க்காரன் மாடுகளின் தலைக்கயிற்றை வண்டிக்குள் எறிந்துவிட்டு, ஹோ . . . என்று மாடுகளைத் தட்டிக்கொடுத்து நிற்கச் சொல்லிவிட்டு, ஓடி வந்து கணேசனைத் தழுவிக்கொண்டான். ஊருக்குக் கொண்டு போவதற்காக வைத்திருந்த பேயன் வாழைப்பழங்களில் நாலைந்தைப் பிய்த்துக்கொண்டு வந்த நீலா, அவற்றை கணேசன் கைகளில்

திணித்துகொண்டே, அவனை ஆரத் தழுவி, முத்தமிட்டுக் கொஞ்சினாள். "எந்த உத்தமி பெத்த குழந்தையோ, ராஜாக்குழந்தை, சுப்ரமணிய சுவாமி மாதிரி இப்படி ஒரு குழந்தை..." என்று நீலா கணேசனைக் கசக்கிப் பிழிந்துகொண்டிருந்தாள். தன் முகத்தை நிமிர்த்தி எம்பிஎம்பி கணேசன் கன்னத்திலும் நெற்றியிலும் முத்தம் கொடுத்துக்கொண்டிருந்தாள்.

"அம்பி, கணேசக் கண்ணு, கூத்தலூருக்கு வரையாம்மா, திரும்பி வண்டியிலேயே கொண்டுவந்து விடறேன். வாத்தியாரிடம் நானே கேக்கட்டுமாம்மா, கண்ணோல்யோ ஒரே ஒரு தடவை என்னோட, எங்களோட எங்க ஊருக்கு வந்துட்டு வாம்மா" என்று கூத்தலூர்க் காரனும் கணேசனைத் தொட்டுத் தொட்டுக் குழைந்தான்.

கிட்டா இவ்வளவையும் பார்த்துக்கொண்டுதானிருந்தான். சுவரோரமாக மறைந்து நின்றதால் தன்னை அவர்கள் பார்த்திருக்க முடியாதென்றுதான் நினைத்தான். ஆனால் நீலா கணேசனைக் கொஞ்சுவதைப் பார்த்த பரபரப்பில் அவனையுமறியாமல் அவர்கள் பார்க்கும்படி வந்துவிட்டிருந்தான். "நேத்து வந்தப் பரதேசிப் பய, வாத்தியார் அழைச்சுக் கொண்டுவந்த அனாதைப் பயல், அவனுக்கு இப்படி ஒரு யோகமா? ஊரில் இருக்கிறவா வந்தவா போனவா அத்தனை பேரும் அவனை இப்படியா கொண்டாடணும். இழுத்து இழுத்துக் கட்டிக்கணும், சின்னவா பெரியவா எல்லாருமே அவனைத் தொட்டுத் தொட்டுத்தான் பேசணுமோ? என்னைக் கண்டா மட்டும் ஏன் இத்தனை பேருக்கும் பிடிக்கலை, மாடா உழைச்சாலும் மதிக்கமாட்டேங்கறாளே. இந்தக் குருக்கச்சி, வண்டியிலேயே என்னை இடிச்சுப் பேசினாளேன்னு கொஞ்சம் சந்தோஷப் படறத்துக்குள்ளே, அந்தக் குருக்கப்பய அப்படிப் பாஞ்சிண்டு வந்தான்...சீ! நானும் ஒரு ஆளா, ஒரு மனுஷனா! ஆனப்புறம்தான் இந்தத் தோப்பூருக்கே வரணும். இத்தனை பேரையும், இந்தச் சீனி அய்யங்கார், இந்தப் பய கணேசன், மாச்சிக்குட்டி, எங்கக்கா, அவ புருஷன் எல்லாரையுமே, என்ன சேதி, இப்போ என்ன சொல்றேள்ன்னு கேட்கணும்."

கிட்டா முகமெல்லாம் சிவந்து, கீழ்மூச்சு மேல்மூச்சு வாங்க மறுபடியும் அங்கே பார்க்கக் கூடாதென்று மேற்கே கிளம்பினான். கணக்குப்பிள்ளை வாசலுக்கு வந்திருப்பார். புத்தகமும் கையுமாக, ராமாயணமோ, தேசிகன் ஸ்தோத்திரமோ படிப்பதாக நடித்துக் கொண்டு தர்பார் நடத்துவார். அம்மாவிடம் சொல்லி அவளை அவரிடம் அனுப்ப வேண்டும். எல்லார்க்கும் சிண்டு இருக்கோ என்னவோ, அத்தனை பேர் சிண்டும் சீனி அய்யங்கார் கையில் இருக்கிறது. கிட்டா நகர்ந்தான் மேற்கே. "எலே திருட்டு நாயே, எங்கே வந்தே இந்தப் பக்கம்... ஒழுங்காப் போக மாட்டே நீ..." என்று சாட்டைக் கம்பை ஓங்கினான் கூத்தலூர். கிட்டா வேகமாய் நடந்தான். கணக்குப்பிள்ளை, பன்னிரண்டு திருமண்ணும் பிளந்த

குறிப்பத்தாறு பஞ்சக்கச்சமும், யோக வேஷ்டியும், காதில் துளசியும், கழுத்தில் கறுப்பு துளசிமணி மாலையுமாய்த் தன் வீட்டு வாசலில் நின்றுகொண்டே கூத்தலூர் கிட்டாவை அதட்டியதைப் பார்த்து மெல்லச் சிரித்தார். சிரித்துக்கொண்டே, "கண்ணா இங்கே வாயேன், பழத்தை ஆத்துல வெச்சுட்டு வா" என்று கூப்பிட்டார் கணேசனை. கிட்டா குமைந்து குனிந்து குமட்டக் குமட்ட மேற்கே போனான்.

அய்யங்கார் கணேசனை உள்ளே அழைத்துக்கொண்டு போய்க் கல்கண்டும் பாலும் கொடுக்கச் சொல்வார் அவனுக்கு. அவர் வீட்டில் இருந்த அத்தனை பேரும், கோமளி, ருக்கு, ஆண்டாளு, செங்கமலம் முதலிய பெண் குழந்தைகளும் அவனைக் கையைப் பிடித்து அழைத்துக் கொண்டுபோய் ஊஞ்சலில் உட்காரவைத்து இருபுறத்திலும் பின்னாலும் நெருக்கியடித்து உட்கார்ந்துகொள்வார்கள். "இருடா கண்ணா, இதோ கொண்டுவரேன்" என்று கசாலைக்குப் போகக் கிளம்பிய அய்யங்கார் மனைவி பெருந்தேவி திரும்பி ஊஞ்சலுக்கு வந்து, ஆடும் ஊஞ்சல் இடிக்க இடிக்கக் குனிந்து கணேசனை முகத்தில் முத்தமிட்டு, மோவாயை நீவித் தன் கையைத் தானே முத்தமிட்டுக்கொண்டு உள்ளே போவாள். கணக்குப்பிள்ளை யின் பையன், பெருமாளுக்குச் சேவித்துவிட்டு, அங்கு தட்டில் வைத்திருந்த வாழைப்பழத்தை எடுத்துக் கொடுப்பான் கணேசனுக்கு. "கண்ணா இன்னிக்கு எங்காத்திலேயே சாப்பிடு, இன்னிக்கு எங்கம்மா ஓகோரையெல்லாம் பண்ணப்போறா" என்பான்.

"ஆமாம் கண்ணா, ஆமாம் கண்ணா..." என்று எல்லாக் குழந்தைகளும் போட்டி போட்டுக்கொண்டு அவனை வற்புறுத்தும். "நான் பாலைக் கொடுத்துவிட்டுச் சொல்லலாம்னு இருந்தேன் கண்ணா, அதுக்குள்ளே உன் தோழிகளும் தோழனும் சொல்லிவிட் டார்கள்" என்பாள் பெருந்தேவி மாமியும். சீனி அய்யங்கார் வீட்டில் கணேசனுக்குக் கண்ணன் என்ற பெயர் முழங்கிற்று.

கிட்டா ஒருநாள் பார்த்த 'கணேச' பூஜை இதெல்லாம், இப்போதும் அது நடந்துகொண்டிருக்கும் ...

கிட்டா வேகமாக அம்மாவிடம் போனான்.

"தர்பார் ஆரம்பமாய்விட்டது. நீ போய் ராஜாங்கத்தில் முறை யிட்டுக்கொள்ளலாம். அவன் ஊர்க் கதையெல்லாம் பேசுவான், உண்டா, இல்லையான்னு தெரிஞ்சுண்டு சுருக்க வா. வளத்திண்டு நிக்காதே" என்றான்.

கிட்டாவின் அம்மா, புடவைத் தலைப்பு, கொசுவன், முட் டாக்கு எல்லாவற்றையும் பிரித்துவிட்டுக்கொண்டு, புருவங்களுக் கிடையில் விபூதி இட்டுக்கொண்டு மறுபடியும் மடிசாரை இழுத்து விட்டுக்கொண்டு கிளம்பினாள். இதற்குள் கணக்குப்பிள்ளை வீட்டில், இடத் தெரு வலத் தெருவிலிருந்து ஐந்தாறு பேர் கூடிவிட்ட னர். கிட்டாவின் தாயார் மெதுவாய், ஒதுங்கி, அடக்கமே உருவாக

வீட்டிற்குள் போனாள். அங்கே கணேசனும் குழந்தைகளும் கும்மாளம் போட்டுக்கொண்டிருந்தனர். பெருந்தேவி வந்து, "என்ன சேதி, அவாகிட்ட ஏதாவது சொல்லணுமா" என்றாள்.

"ஆமாம், ரொம்ப முக்கியமான சேதி. உங்காத்தை விட்டா இந்த ஊரிலே வேறே யாரு இருக்கா சொல்லு, ஒரு சமயம் சந்தர்ப்பம்னா . . ."

"அப்பாகிட்ட, மாமி உங்களைத்தான் பார்க்க வந்திருக்கா. ஏதோ முக்கியமான சேதியாம்னு சொல்லுடி" என்று ஒரு பெண்ணை அனுப்பினாள் பெருந்தேவி.

"பெரிய முக்கியம். இங்கேயே வந்து சொல்லச் சொல்லு" என்று பெண்ணை உள்ளே விரட்டினார் அய்யங்கார்.

வீட்டின் வாசற்படி நிலையில், ஒருக்களித்த கதவின்மேல் சாய்ந்து கொண்டு கூனிக் குறுகி, "நேத்து ராத்திரி நீங்க சொன்னதுமே என் பிள்ளை சின்னவனுக்கு உண்மையாகவே சொரணை வந்துடுத்து. ஏற்கனவே கும்மாணத்துலே போயிக் கேட்டுண்டு வந்திருக்கானாம். மோட்டார் கார் ஓட்டக் கத்துண்டு நானும் மனுசனா லக்ஷணமா வரேன் பாருன்னு ஒத்தைக் கால்ல நிக்கறான். நூறு ரூபாய் வேணுமாம். இனிமேல் காலணாக்கூடக் கேட்க மாட்டானாம். இப்ப நூறு ரூபா குடுத்தா, அப்புறம் நூறு நூறா நிறையத் தரேன்னு அழறான். அதனாலே நீங்கதான் . . ."

"சரிதான் போ, நூறு ரூபாய்க்கு நான் எங்கே போவேன். இப்போ கலம் ஒண்ணரை ரூபாய்க்குக்கூடச் சீண்ட மாட்டேங் கறான் நெல்லை. எங்கிட்டே ஏதுடீம்மா பணம். இந்தப் பசங்களுக்கு அனுப்பணுமே, அதான் படிக்கிறானுகளே என் பிள்ளைகள். அவனுகளுக்கு அனுப்பணுமேன்னு நானும் என்னெல்லாமோ செஞ்சு பார்த்தேன், பேரலை. பட்டாமணியார் கிட்டே போய்க் கேட்டேன். என் பெரிய உடம்பைச் சின்னதாப் பண்ணிண்டு போனேன் அவரிடம். அவர் அதுக்கென்ன அய்யங்காரேன்னு ரொம்ப மரியாதையாகவும் மறுவார்த்தை பேசாமலும்தான் குடுத்தார். இருந்தாலும் எனக்கு நாக்கைப் புடுங்கிக்கலாம்போல இருந்தது. எதுக்குச் சொல்றேன்னா, பணம் பெரளறது குதிரைக் கொம்பா இருக்கு. நீ மட்டுமா, புனாவிலேயும் பம்பாயிலேயும் இருக்கானுகளே, அவனுக மாசச் சம்பளம் வாங்கறவனுகதானே, வாய்தாப் பணத்தை அனுப்புங்கடான்னு கடிதாசுக்கு மேலே கடிதாசு போட்டேன். ஒரு பயலும் அனுப்பலை, நீ வாய்தாப் பணமும் இன்னும் தரலை, கைமாத்து வேறே ஏதோ வாங்கியிருக்கே, இப்ப மறுபடியும் பணம்னா நான் என்ன பண்றது."

"நீங்க அப்படியெல்லாம் சொல்லவே கூடாது, ஏதோ அவ னுக்காப் புத்தி வந்து சொல்றான். அதையும் தான் பார்ப்போமே, நான் எல்லாத்தையும் சேர்த்துச் சுருக்கக் குடுத்துடறேன். பெரியவன்

நாலஞ்சு மாசமா ஒண்ணுமே குடுக்கலை. இன்னும் நாலஞ்சு நாள்ளே நிறையத் தரேன்னு சொல்லியிருக்கான்."

"ஆமாம்போ, பிச்சைக்காசு வாங்கி அவன் ஏதோ சேர்த்து வச்சிருக்கான் அதையும் நீ . . ."

"சமயத்துக்கு அதுவும் வேண்டித்தான் இருக்கு."

"சரி, ஒரு காரியம் பண்ணு. வாய்தாப் பணம், கைமாத்து, இந்தப் பணம் எல்லாத்துக்குமா என் ஆத்துக்காரி பேரிலே ஒரு நோட்டு எழுதிக் குடு. உன் சின்னப் பிள்ளையும் பெரிய பிள்ளையும் சேர்ந்து கையெழுத்துப் போடணும். பழைய பாக்கியைக் கணக்குப் பார்த்துக் கழிச்சுண்டு பாக்கியைத் தரேன். அடி ஒரு அத்துக்குத்தான் இது, நீ ஓடிப்போயிட மாட்டே, இருந்தாலும் நானும் என் பிள்ளைகளுக்கும் இவளுக்கும் பதில் சொல்லணும் பாரு. தவிர, இந்தப் பய ஊரை விட்டுப் போறதும் நல்லதுதான், பெண் குழந்தைகள் நிம்மதியா நடமாடலாம் பாரு."

"நீங்களே, இப்படிச் சொன்னா . . ." கிட்டாவின் தாயாருக்கு அழுகை வந்துவிட்டது.

"நான் வந்த வேளை சரியில்லை. நூறு ரூபாய்க்கு நோட்டு எழுதிப்பிட்டா அது குட்டிபோட்டுக் குட்டிபோட்டு என் நிலத்தையே விழுங்கிப்பிடுமே . . . நாலைஞ்சு நாள்ள குடுத்துடறேன் . . . ஒரு அம்பது ரூபா குடுங்கோ, ரொம்பப் புண்ணியம் உண்டு."

"புண்ணியம் புருஷார்த்தமெல்லாம் பார்த்தா குடித்தனக்காரனுக்குக் கட்டுப்படி ஆகாதுடீ . . . சரி, எதோ கேட்டையேன்று சொன்னேன். இஷ்டமில்லாட்டா போ, எனக்கு வேற காரியம் இருக்கு மெனக்கிட நேரமில்லை."

தலையே போவதானாலும் தானும் தன் பிள்ளைகளும் நோட்டில் கையெழுத்துப் போடக்கூடாதென்பது பாலாம்பாளின் முடிவு. நெல் விலையும் நிலத்து விலையும் அதல பாதாளத்திற்குப் போய்விட்டிருந்தது. முக்கா வட்டிக்குக் குறைத்து எழுத மாட்டார்கள். வருகிற நெல்லோ, வாய்தாவுக்கும் சாகுபடி செலவுக்குமே இழுத்துப்பிடிக்கும். வருஷம் பூரா சாப்பிட நெல்லும் வைத்துக்கொள்ள முடியாது. வருஷா வருஷம் ஏதாவது கஷ்டமும் திடீர் செலவும் வரத்தான் வரும். இப்படியே சில வருஷங்கள் கழிந்தால், நிலத்தைக் கொடுப்பதைத் தவிர வேறு வழி இருக்காது. ஊரில் பலர் – ஏன் தன் மாப்பிள்ளை சந்துரு ஒருவர் கதை போறுமே – நிலத்தை இழந்து சந்தியில் நிற்கும் கதை தெரியும் அவளுக்கு. ஆகவே, ஒரு முடிவுடன் வீட்டிற்குள் போனாள்.

கிட்டாவை வீட்டில் இருக்கச் சொல்லிவிட்டுப் பக்கத்தில் நாலே வயல் தாண்டி இருக்கும் பெரிய கிராமத்திற்குப் போனாள். அங்கே நெஞ்சில் ஈரம் உள்ள சில பணக்காரர்களைத் தெரியும் அவளுக்கு. அவர்கள் மற்றவர்களிடத்தில் ஏராளமான வட்டி

வாங்கினாலும் ஏழை பாழைகளிடம் சற்றுக் கருணையுடன் நடந்துகொள்வார்கள். அவர்கள் வீட்டில் நிகழும் விசேஷங்களில் கிட்டாவின் தாயார் உடலுழைப்பைக் கொடுக்கும் வழக்கம் உண்டு. முக்கியமாக அவர்கள் வீட்டில் பிரஸவங்கள் நேரும்போது இந்த அம்மா கண்ணும் கருத்துமாய்ப் பிள்ளைத்தாய்ச்சிகளைக் கவனித்துப் பத்தியம் போடுவதோ குழந்தை குளிப்பாட்டுவதோ உண்டு. கைராசி மிக்க மாமியென்று பெயர் வாங்கியவள். அவ்வாறு தனக்கு மிகவும் பழக்கமான ஒரு வீட்டிற்குப் போனாள். ஆபத்திற்கு உதவுமென்று உள்ளே பெட்டியில் வைத்திருந்த, தங்கக் காப்பையும் கழுத்து அட்டிகையையும் கொண்டுபோயிருந்தாள். ஐந்தாறு பவுன் நகைதான். நூறு ரூபாய்க்குப் பெறுமானம் இல்லை. இருந்தாலும் ஒரு நம்பிக்கைக்காக இருக்கட்டுமென்று கொண்டுபோனாள். இவள் உள்ளே போனதுமே, "வாங்கோ, மாமி வாங்கோ. ஏது உங்களுக்குக்கூட வழி தெரிஞ்சுதோ இங்கே வர, ஏன் மாமி, இப்படி ஏழெட்டு நாளைக்கொரு தடவை வந்துட்டுப் போகக் கூடாதோ, நேத்திக்கூட இவா சொன்னா, தோப்பூர் மாமியைக் கூப்பிட்டுண்டு வரச் சொல்லி, மெந்திய மாங்காயும் மாங்காத் தொக்கும் பண்ணச் சொல்லணும்னு, அப்படி எங்க நாக்கை வளத்து வச்சிருக்கேளே நீங்க, ஒரு வத்தக் குழம்பு வெச்சாலும், உங்க கை வாசனையே அலாதி மாமி. வாங்கோ, வாங்கோ." உபசாரம் நடந்தது.

வீட்டு யஜமானரும், வாசலிலிருந்து உள்ளே வந்து, கூடத்து ஊஞ்சலில் உட்கார்ந்து அம்மாமியை க்ஷேமம் விசாரித்தார். காபி கொடுக்கச் சொன்னார். ஆனால் அதற்குள்ளேயே காபி வந்துவிட்டிருந்தது. எழுந்து நின்று, புடவைத் தலைப்பால் இழுத்து மூடிக்கொண்டு கசாலைக்குள் போனாள் பாலாம்பாள்.

"சாமாவைத் திப்பிராஜபுரத்திலே பார்த்தேன். அப்படித்தான் இருக்கான். அன்னிக்கு இன்னிக்கு அழிவில்லாமல். ஆனால் ஒண்ணு, அவனாலே ஒருத்தருக்குமே ஹிம்ஸை இல்லை. தேமேன்னு பாவம். சின்னவன் கிட்டா என்ன பண்றான்? அவனை மேலே படிக்க வைச்சிருக்கலாம் நீங்க, நாங்கள்ளாம் விட்டுக்குடுத்துடுவமா, ஒரு வருஷம் தேறாட்டா என்ன பிரமாதம், அதுக்காகப் படிப்பை நிறுத்தலாமோ. பய பஞ்சம் பத்து வருஷம்னு சொல்லுவா, உங்க ஊர்ப் பையன்கள் எப்படியோ கஷ்டப்பட்டுப் படிச்சு வடக்கே போய் வேலை பார்க்கலையோ, இப்ப என்ன பண்றான் அவன்? ஒரு நாளைக்கு வண்டியோட்டிண்டு வந்தான் குடவாசலுக்கு. உள்ளே யாரோ ... யார்டீ அது" என்றார் எஜமானர்.

"ஆமாம் அதைப் போய்க் கேட்டுத்தான் ஆகணுமாக்கும், மண்டை வெடிச்சுடுமே இல்லாட்டா. அந்தப் பீடை உங்க ஊர்க் குருக்களாத்து நீலா உக்காந்திருந்தது. கோரமா டிரஸ் பண்ணிண்டு ..." என்றாள் அவர் மனைவி.

“என்ன செய்யணும் சொல்லுங்கோ, யார்ரீது, அம்மாமி என்னவோ கேக்கிறாளே.” என்றார் மனைவியைக் கூப்பிட்டு. கிட்டாவின் அம்மா, அவளிடம் சொல்வதுபோல “அவன் கும்மாணத்திலே போயி, மோட்டார்கார் ஓட்டறதுக்குக் கத்துக்கப் போறானாம். ரொம்ப ஆவலா இருக்கான். தானும் ஒரு மனுஷனா ஆகணும்னு இப்பத்தான் புத்தி வந்திருக்கு அவனுக்கு. எங்கிட்டே ஒண்ணும் இல்லை, ஆபத்துக்குன்னு இதுகளை வைச்சிண்டிருந்தேன். ரொம்பப் பெறுமானமும் கிடையாது. இதை வைச்சிண்டு ரொம்பப் பெரிய மனசு பண்ணி எனக்கு ஒரு நூறு ரூபாய் கொடுத்தேளானா ரொம்பப் புண்ணியம் உண்டு. நீங்க குடுக்கிற வேளை நல்ல வேளையாயிருந்து, அவனும் ஏதோ ஒரு மாதிரி சம்பாதிக்கவும் ஆரம்பிச்சான்னா எனக்கும் விடியும்னு நிச்சயமாத் தோன்றது. நீங்க இந்த ஒத்தாசை பண்ணுவேள், கட்டாயம் பண்ணுவேள், கைவிட மாட்டேள்னு முழு நம்பிக்கையோடே வந்திருக்கேன்.” என்று சொல்லிக்கொண்டே நகைகளை மடியிலிருந்து எடுத்து அவர் மனைவியிடம் கொடுத்தாள். இதைச் சொல்லி முடிப்பதற்குள் அவளுக்குத் தொண்டை தழுதழுத்துக் கண்ணும் நீர் சுரந்துவிட்டது. புடவைத் தலைப்பால் கண்ணைத் துடைத்துக் கொண்டாள்.

“இதென்ன பிரமாத விஷயம், இதுக்கு எதுக்காக நீங்க வருத்தப் படணும்? எங்காத்து மனுஷாளாகவே உங்களை நினைச்சுண்டிருக் கோம் நாங்கள். பேசாமை இருங்கோ. இப்படி உக்காருங்கோ. உங்களுக்கு எவ்வளவோ செய்யலாம் நாங்க” என்று அவளை சமாதானப்படுத்தினாள் எஜமானர் மனைவி.

“பேசாம இதை எடுத்து மடியிலே வைச்சுக்குங்கோ. உங்களை நம்பி எத்தனை வேணுமானாலும் தரேன், யார் யார் கிட்டேயோ வட்டிக்கு வட்டி போட்டு வாங்கித் தொலைக்க வேண்டியிருக்கு. பாவம்னு தெரிஞ்சாலும், அவனவனுக படற பாட்டைப் பார்த்துக் கஷ்டமாயிருந்தாலும், ஊருக்கு ஒப்ப இந்த நாணயத் தொழிலைச் செஞ்சுதான் ஆக வேண்டியிருக்கு. நூறு ரூபாய் தரேன், நீங்க எதுக்கும் வருத்தப்பட வேண்டாம். அது ஒண்ணும் கௌரவக் குறைவான வேலை இல்லை. கிட்டா டிரைவரா வரட்டும். நம்மூர் சுப்பிணியும் நடேச்சுவும் கார் வாங்கப்போறானுக. காசு கிடந்து துள்றது அவனுக கிட்டே. ஆச்சு, கார் வாங்கப் போறானுக. கிட்டா அவனுக கிட்டவே டிரைவராயிருக்கலாம். ஊரோடு இருக்கலாம். உங்க பேத்தியையே கல்யாணம் பண்ணி வையுங்கோ அவனுக்கு, உழவும் தரிசும் ஒண்ணாயிடும். கவலைப்படாதேங்கோ. நூறு ரூபாய் பெரிய தொகையாச்சே, அவன் அதைக் கும்மோணத்திலே கொண்டுபோய் ஆழும்பாழுமாச் செலவழிச்சுப்பிட்டா ஒத்தருக்கும் இல்லாமை போயிடுமே... ஒண்ணு பண்ணுங்கோளேன்; இப்ப அவனிடம் ஐம்பது ரூபாய் கொடுத்தனுப்புங்கோ, பின்னடி எப்ப கேட்டாலும் ரெடியா நான் தரேன்னு சொன்னதாகச் சொல்லி

அவனை அனுப்புங்கோளேன். அதுவே இல்லை, காலம் இருக்கிற இருப்புலே எவனாவது அவனை ஏமாத்திப் பணத்தை வாங்கிண்டு விட்டுட்டான்னா என்ன செய்யறது?"

"அதெல்லாம் எங்க கிட்டாவை ஏமாத்த முடியாது. இப்ப அவனை இந்த ரூபாயைக் கொடுத்து விட்டுப் புடிச்சால்தான் தேவலேன்னு எனக்குப் படறது. ஊரில் அவனுக்கு மதிப்பே இல்லாமல் போய்விட்டது. நீங்க சுலபமாகச் சொல்லிட்டேள், என் பேத்தியைப் பத்தி. அது அவ்வளவு சுலபமாத் தோணலை. கொஞ்ச நாள் இவன் ஊரை விட்டுப் போய் நீங்க சொல்றாப்பலே ஒரு வேலை வெட்டி, சம்பளம்னு வந்தாத்தான் நானும் எல்லாரை யும் நிமிர்ந்து பார்த்துப் பேச முடியும்."

"எனக்கு ஆக்ஷேபணையே இல்லே... குசாலாப் போகட்டும், சமத்தா எல்லாத்தையும் கத்துண்டு, நன்னா வரட்டும், நன்னா இருக்கட்டும். ஒரு பிள்ளைக் குழந்தை முன்னுக்கு வரதுக்கு நானும் உதவி ஒத்தாசையா ஏதோ செஞ்சேங்கறத்திலே எனக்குச் சந்தோஷம்தான்" என்று சொல்லிவிட்டு, காமரா உள்ளுக்குப் போய், பீரோவைத் திறந்து ஒரு ரூபா நாணயமாகவே எண்ணி எடுத்துக் கொண்டு வந்து, "யார்ரீது, இதை எண்ணி அம்மாமிகிட்டே கொடு" என்றார் எஜமானர்.

எஜமானர் மனைவி, அதை அப்படியே தலைப்பில் வாங்கிக் கொண்டு போய், பத்துப் பத்தாக எண்ணி மாமியிடம் கொடுத்தாள். தன் மடித் தலைப்பில் அதை வைத்துச் சுருட்டிச் செருகிக்கொண் டாள் அம்மாமி. "நான் போய், அவனை அனுப்பிவிட்டு சாயங் காலமே வரேன், ஊறுகாயெல்லாம் போடறேன்" என்று சொல்லி விட்டுச் சுமக்க முடியாமல் சுமந்து கொண்டு புறப்பட்டாள். "இந்த நகைகளை வைச்சிட்டுப் போறேளே" என்று சொல்லிக் கொண்டே அவற்றைக் கொடுத்தாள் வீட்டுக்காரி. ரூபாய்ச் சுமையுடன் அதையும் சுமந்துகொண்டு தோப்பூருக்கு வந்தாள் பாலாம்பாள். அவள் ஊருக்குள் வரும்போது கணக்குப்பிள்ளை வீட்டு வாசலில் நாலைந்து பேர் கூட்டமாய் இருந்தார்கள். ஏதோ இரைச்சலும் சத்தமும் கேட்டது. மடி கனத்ததால் குனிந்து கைகளால் மடியைப் பிடித்துக்கொண்டே நடந்து வந்தவள், நிமிர்ந்து பார்த்தாள். கூட்டத்தில் கிட்டாவும் இருந்தான். சமையற்கார முத்துவின் மச்சினன், "ஊருக்குப் பெரிய மனுஷனாங்கணும் நீ... வேலியே பயிரை மேயற கதையா இருக்கே, உம்ம வயசென்ன, உம்ம பொண்டாட்டியை எவனாவது கையைப் பிடிச்சு இழுத்தால் தான் உமக்குப் புரியும் இது. ஜெயிலுக்குப் போனாலும் கவலை யில்லை. நான் செய்யப் போறேங்கணும் அதை... ஊரில் ஏழை பாழைன்னா உமக்கு இவ்வளவு இளக்காரமாயிடுத்தோ" என்றும் இன்னும் ஏதோ கன்னாபின்னாவென்றும் கத்திக்கொண்டிருந்தான். முத்து அவன் வாயைப் பொத்தியும் கையைப் பிடித்து இழுத்தும் மச்சினன் ஓயவில்லை.

“அவனை இப்படியே விட்டு விட்டுத்தான்யா அவன் திமிரடியா இருக்கான். தன்னைக் கேக்க ஆளில்லேன்னு நினைச்சதைப் பேசறான், செய்யறான். இதிலே உடம்பு பூரா குண்டிவரையில் நாமம், காதிலே துளசி, கழுத்திலே மணிமாலை. இந்த ருத்ராக்ஷப் பூனையைச் சும்மா விடப்படாதய்யா” என்று கிட்டா சொல்லிக்கொண்டிருந்தான்.

“கிட்டா நீ பேசாம என்னோட வா, பெரியவாளைப் பத்தி இப்படியெல்லாம் பேசக் கூடாது, வா என்னோடே” என்று அவனைக் கையால் மேற்கே தள்ளினாள் அம்மா. அவளுடன் சென்ற கிட்டா, “என்னம்மா, காயா பழமா நீ போன காரியம்” என்று கேட்டான்.

“எல்லாம் பழம்தான். நீ இப்படி ஊர்ச் சண்டைக்குப் போய்க் கொண்டிருந்தால், எது பழமானாலும் உனக்கென்ன பிரயோஜனம். ஆமாம், இதென்ன, முத்து மச்சினன் அவரைப் போய்க் கண்டபடி பேசறானே, இன்னிக்குப் பேசிவிட்டு அவன் போய்விடுவான், அப்புறம் முத்து இந்த ஊரில் குடியிருந்து குப்பை கொட்டணுமா வேண்டாமா?”

“அக்கிரமம்னாலும் மஹா அக்கிரமம் அம்மா, முத்துவாத்து மாமி குளத்தில் குளித்துக்கொண்டிருந்தாளாம். இந்தப் பாவி குளிச்சுக் கரையேறினப்புறம்தான் அந்த மாமி இறங்கியிருக்கா, அய்யங்கார் மறுபடியும் குளத்தில் போய் இறங்கிப் படியைத் துளாவிண்டே நின்னிருக்கான் இளிச்சுண்டு. அந்தண்டை இந்தண்டை ஒருத்தருமே இல்லை. இந்த மாமி பாவம் நடுங்கிண்டு, துணியை யெல்லாம் அப்படியே வாரிச் சுருட்டிண்டு ஓடிவந்திருக்கா, யாரோ குருக்களாத்திலிருந்து இதைப் பார்த்துவிட்டு எதோ சாதாரணமாகக் கேட்டதுக்கு ‘சீச்சீ, நாயே போ, சாவியைத் தேடினேன். பெரிசா கேக்க வந்துட்டையோ, இல்லே அவதான் பெரிய ரதியோ, போடா நாயே உன் வேலையைப் பார்த்துண்டு’ என்று பதில் வேறே பேசியிருக்கான் இந்த யோக்கியன்.”

“சரி, போனாப்போறது, நீ இதுலே தலையிட்டுக்காதே. நம்ப காரியம் கிடக்கு மலைமாதிரி. இது அவாத்து வழக்கம்தான். பரம்பர பரம்பரையா வர வழக்கம் இது. இவர் அப்பாவும் இப்படித்தான், இவருக்கும் இதெல்லாம் பிடிக்கும் கொஞ்சம். பெரிய மனுஷாள். நாம்தான் ஜாக்கிரதையா இருக்கணும், நாங்கள் ளாம் அப்படித்தான் எங்களைக் காப்பாத்திண்டோம். இன்னிக்கும் அவர் எதிரே போகப் பயம்தான் எனக்கு. இன்னிக்கே நாள் நன்னாயிருக்காம். நீ ஆத்திலேயே குளி. குளத்துக்குப் போக வேண்டாம். சுருக்கச் சாதம் வடிச்சுக் குழம்பு வைக்கிறேன், சாப்பிட்டுப் புறப்படு. அவர் ரூபாய் பணமாவே குடுத்திருக்கார். ஒரு வீசை கனம் இருக்கு. டிரங்குப் பெட்டியில் அடியிலே ஒரு துண்டில் முடிந்து வைத்துக்கொள். கையில் கொஞ்சம் செலவுக்கு வைத்துக் கொள். திருச்சேரையில் போய்க் கொஞ்சம் ஆசுவாசப்

படுத்திண்டு, அப்புறம் நாச்சியார்கோவில் மூணே மைல். ஓடற ஓட்டம். அங்கேந்து குதிரை வண்டியில் போய்டு. எப்படியும் இருட்டறதுக்குள்ளே கும்மோணம் போயிடலாம். நேரே மாமாங் குளம் தென்கரைச் சத்திரத்துக்குப் போ. அங்கே இருக்கிற அம்மாமியி டம், அவளுக்குச் சங்கரீன்னு பேரு, சங்குன்னுதான் கூப்பிடறது, அவளிடம் என் பெயரைச் சொல்லி, என் பிள்ளைன்னும் சொல்லு. பத்திரமாய்ப் பெட்டியை அவளிடம் கொடுத்துவிட்டு, ராத்திரியே சத்திரத்திலேயே, திண்ணையில் வேண்டாம், ரேழியில் படுத்துக் கொள். இடைக்கட்டுக் கதவை அவ தாப்பாப்போட்டுப்பள். கார்த்தாலே அவளிடம் சொல்லிவிட்டு நீ பார்க்க வேண்டிய கார்க் காரரைப் பார். பெட்டி அவாத்திலேயே இருக்கட்டும். அப்புறம் நீ இடம் பார்த்துக்கொண்டு போறபோது எடுத்துக்கோ. என்ன வோப்பா, கட்டிக்கொடுத்த சோறும் சொல்லிக் கொடுத்த யோச னையும் எத்தனை நாளைக்கு உதவும். உன் புத்தியைக் கொண்டு தான் பொழைச்சுக்கணும். இந்த நூறு ரூபாய்க்கு நான் உடம்பாலே உழைக்கணும். பெரியவனும் உதவாக்கரை, சின்னவனும் ஒண்ணும் பிரயோஜனமில்லேன்னு நொட்டைச்சொல் சொல்லிண்டிருக்கும். நம் உறவுக்காராளோ மத்தவர்களோ நமக்கு உதவிக்கு வர மாட்டா, சொல்லிப்பிட்டேன், புத்தியாப் பொழைச்சுக்கோ. ஆத்திலேயே குளி. கிழக்கே போக வேண்டாம். நீயும் நானும் நிமிர்ந்து போற நாள் கட்டாயம் வரும். அதுக்காக நீ ஊருக்கு வராமை இருந்து டாதே, அடிக்கடி வந்துட்டுப் போயேன். எனக்கும் சமாசாரம் தெரியணுமோன்னோ. அப்பப்போ, கடிதாசு எழுதினா ஊரே புடைபுடைக்கும். அதுவும் அவரிடம் வந்துதான் நமக்கு வரும். அதனாலே, நடையைப் பார்க்காதே, அடிக்கடி வந்திண்டிரு.”

□

11

சாப்பாடு சுருக்கவே முடிந்துவிட்டது. சுவாமி படங்களுக்கு நமஸ்காரம் பண்ணிவிட்டு, அம்மாவுக்கும் நமஸ்காரம் பண்ணினான் கிட்டா. அவன் நெற்றியில் விபூதி இட்டாள் அம்மா. கண் கலங்கிற்று. "அம்மா, நான் இதுவரை ஏதாவது தப்புச் செஞ்சிருந்தா மன்னிச்சுடு. நான் படிக்கலையேன்னு வருத்தப்படாதே. படிச்சவனுக சம்பாதிக்கிறத்தைவிடப் பல மடங்கு சம்பாதிச்சு உன்னை சந்தோஷப்படுத்துவேன் கட்டாயம்" என்றான் கிட்டா. வாய்க்கால் கரை வரையில் கூடப்போய் வழி அனுப்பினார் தாயார். 'ஆபதாம் அபஹர்த்தாரம்' என்று தொடங்கி அநுமன் பெயர்களைச் சொல்லி, 'புத்திர்பலம் . . .' சொல்லி முடித்தார்கள் அம்மா பிள்ளை இருவரும். சின்னப் பெட்டிதான், ஆனாலும் கனம் ஜாஸ்தி. "பெட்டி பத்திரம், பெட்டி பத்திரம்" என்று கிட்டாவின் முதுகில் தட்டி, "போயிட்டுவா கிட்டா; ஆஞ்சநேயர் காப்பாற்றுவார்" என்று விடைகொடுத்தாள். மகிழ்ச்சியோடு துள்ளிக்கொண்டே ஓட்டமும் நடையுமாய்க் கிளம்பி விட்டான் கிட்டா. அப்பொழுதெல்லாம் பஸ் வரவில்லை. கிட்டா நடைக்கு எப்பொழுதுமே அஞ்ச மாட்டான். திருச்சேரையில் பட்டாசாரி கிளப்பில் மசால் வடையும் டீயும் சாப்பிட்டான். வேகமாக நடக்க முடியவில்லை. பெட்டியின் கனம் இருத்திற்று ஆளை. கோவில் வாசலில் சிறிது இளைப்பாறி விட்டுப் புறப்பட்டான். மாலை மூணு மணிக்கு நாச்சியார்கோவிலுக்கு வந்து சேர்ந்தான்.

கோவில் வாசல், கடைத்தெருவெல்லாம் தாண்டிப் போய்க் குதிரை வண்டிகள் நிற்கும் இடத்திற்கு இவன் வருவதற்குள் இரண்டு மூன்று வண்டிக்காரர்கள், ஏர்க்காலில் நின்றுகொண்டு, கையில் சவுக்குடன் உடனே புறப்படுகிறவர்களைப் போல் நடித்துக் கொண்டு, "கும்மாணம் ஒராள், ஒராள் வந்தாப் போறும் கிளம்பியாச்சு! திராட்டிலே போற குதிரை. பத்தே நிமிசத்திலே கும்மாணம் . . .!" என்று சேர்ந்து கத்திக்கொண்டிருந்தார்கள்; ஆனால் இரண்டு மூன்று வண்டிகளிலும் வண்டிக்கு ஒருவர் இருவரே உட்கார்ந்திருந்தனர். இதற்குள் ஒரு வண்டிக்காரன்,

வண்டியைக் கிளப்பிச் சவுக்கால் சொடுக்கிக் குதிரையை ஓட்டிக் கொண்டே, சாட்டைக் கம்பை, மிகவும் லாவகமாக சக்கரத்தில் வைத்துச் சத்தம் கிளப்பிக்கொண்டு வந்தான். "தம்பீ, இங்கே வாங்க, உள்ளே உக்காரலாம். அந்தப் பயலுக உங்களைப் பெட்டியிலேதான் குந்தவைப்பானுக, கடைசிவரை வழுக்கிக்கிட்டே போகணும், ரொம்பச் செரமமாயிருக்கும்." என்று கிட்டாவை அழைத்துக் கொண்டே, வண்டியிலிருந்து குதித்து இவன் பெட்டியைப் பிடுங்கி வண்டிக்குள் போட்டான். வண்டிக்குள் யாரோ பெண்பிள்ளைகள் இருவர் உட்கார்ந்திருந்தனர். "தம்பி, அவர்களைச் சேந்த ஆம்பிள்ளைங்க காபி சாப்பிடப் போயிருக்காங்க, ரெண்டே பேருங்கதான், இதோ வராங்க, அவங்க வந்ததும் உட்காரலாம்." என்று சொல்லிக் கொண்டே வண்டியைத் தரையில் நடந்தபடியே இழுத்து இப்படியும் அப்படியும் திருப்பினான்.

அந்த இருவரும் வந்த பிறகு கிட்டாவுக்குக் கிடைத்த இடம் பெட்டிதான். கூட்டுக்கு வெளியே தலை. சாய்வாய் உயர்ந்த வண்டியின் பெட்டியில் உட்கார்ந்து கால்களை ஏர்காலுக்கு வெளியே தொங்கவிட்டுக்கொள்ள வேண்டும். கையால் கூண்டைப் பிடித்துக்கொள்ள வேண்டும். எப்பொழுதும் கீழே விழுந்துவிடுவோமோ என்று பயந்துகொண்டே இருக்கும் தொங்கல் நிலை. குதிரையின் பின்னாங்கால் முழங்காலில் வந்து வந்து மோதும். அது லத்தி போட்டால் வேஷ்டியைத் தூக்கித் தூக்கி வைத்துக்கொள்ள வேண்டும். அவ்வளவு அற்புதமான பிரயாணம் முடிந்தது. கும்பகோணம் ரயில்வே கேட்டுக்கு இந்தண்டையே இறக்கிவிட்டான் வண்டிக்காரன். ஊருக்குள் போகும்போது ஐந்து பேர் இருக்கக்கூடாதாம் வண்டியில். பெட்டியைத் தலையில் வைத்துக்கொள்ளவும் வெட்கம். கைகள் சிவக்கச் சிவக்க மாற்றி மாற்றித் தூக்கிக்கொண்டு நடந்தான் கிட்டா. ஐந்து ஐந்தரை மணி இருக்கும், அவன் மகாமகக் குளம் தென்கரைச் சத்திரத்திற்கு வந்தபோது. உள்ளே போனான். கூடத்தில் இரண்டு மூன்று பெண்களும், பையன்கள் இருவரும் ஏதோ தின்று கொண்டிருந்தார்கள். இவனைப் பார்த்ததும் பெண் குழந்தைகள் எழுந்து உள்ளே போய்விட்டார்கள். "சங்கரி மாமி இல்லையா? நான் தோப்பூர். மாமியைப் பார்க்கணும்" என்றான் கிட்டா.

"அம்மா கடைக்குப் போயிருக்கா, இப்போ வந்துடுவா. உள்ளே பாட்டிதான் இருக்கா." என்றான் ஒரு பையன்.

"குடிக்கக் கொஞ்சம் தீர்த்தம் கொண்டு வாயேன் அம்பி" என்றான் கிட்டா.

"பாட்டி, யாரோ மாமா வந்திருக்கா, குடிக்கத் தீர்த்தம் வேணுமாம்" என்று கத்தினான் பையன்.

"ரேழியிலே பானையில் இருக்கு, எடுத்துக்கச் சொல்லு, இல்லேன்னா எடுத்துக் கொடேண்டா. என்னைக் கொண்டுதரச்

சொல்றையே, சோம்பேறி." என்று உள்ளிருந்து வயதான பாட்டியின் குரல் கேட்டது.

"சரி, நானே போய் எடுத்துக் குடிச்சிக்கறேன். அம்பி, இந்தப் பெட்டி இங்கே இருக்கு, அம்மா வந்ததும் சொல்லு." என்று வாசலுக்குப் போனான் கிட்டா. கை காலெல்லாம் புழுதியா யிருந்தது. குளத்திற்குச் சென்று கால், கை, முகமெல்லாம் அலம்பித் துடைத்துக்கொண்டு வந்து, பானையிலிருந்து ஜலம் எடுத்துக் குடித்தான். முன் தாவாரத்துப் பிறையில் விபூதி இருந்தது. எடுத்து இட்டுக்கொண்டு திண்ணையில் உட்கார்ந்தான். படியில் ஏறும் போதே, அதிகாரக் குரலுடன், "யாரப்பா நீ, என்ன வேணும் . . .?" என்று கேட்டுக்கொண்டே வந்தாள் சங்கரி மாமி. அவளைப் பார்த்ததுமே அவனையுமறியாமல் ஒரு மரியாதையுடன் எழுந்து நின்ற கிட்டா, "நான் தோப்பூர். பாலாம்பான்னு பேர் எங்கம்மா வுக்கு. இங்கே நான் ஒரு காரியமா வந்திருக்கிறேன். எங்கம்மா உங்களைப் பார்க்கச் சொன்னா."

"பாலாம்பா பிள்ளையா நீ? பெரியவனா, சின்னவனா?"

"நான் சின்னவன் . . ."

"பெரியவன். . சாமாதானே அவன் பேரு? அப்படியேதானே இருக்கான் ரெண்டுங்கெட்டானாக? உன் பேரென்ன? என்ன படிச்சிருக்கே நீ?"

"எங்கண்ணா அப்படியேதான் இருக்கான் இன்னும். என் பேர் கிட்டா. நாலாவது பாரம் படிச்சிருக்கேன்."

"படிச்சிருக்கேன் என்கிறாயே, இப்பப் படிக்கலையா?"

"ரெண்டு வருஷம் தேறாம போயிடுத்து, அப்புறம் எங்கம்மா படிக்க வைக்கமாட்டேன்னுட்டா."

"இப்போ என்ன பண்ணிண்டிருக்கே நீ? சும்மா ஊர் சுத்தறையா, ஏண்டா . . . பாவம் பாலாம்பாவுக்கு விடியாமையே போயிடும் போலிருக்கே. அவ எத்தனை நாளைக்கு இப்படியே ஒழைச்சு ஓடாப்போயிண்டிருக்கணும். என்னவோ காரியமா வந்திருக்கேன்னு சொன்னையே, என்ன காரியம் அது?"

"இந்த ஊரில் இருந்து மோட்டார் கார் ஓட்டக் கத்துக்கணும்னு வந்திருக்கேன். பெட்டியெல்லாம் கொண்டுவந்து, உள்ளே வைச்சி ருக்கேன். அதிலே கொஞ்சம் பணமும் இருக்கு, அதனாலே."

'அதனாலே என்ன, பத்திரமா இருக்கும். நீயும் இங்கேயே சாப் பிடலாம். எங்கே, எந்தத் தெருவுலே இருக்கு நீ கத்துக்கிற இடம்?"

"இங்கேதான் போஸ்டாபீசுக்கு எதிரே . . ."

"ஊர்கோலத்துக்கெல்லாம் சாரட்டும் காரும் கொண்டு வருவானே அந்தச் சாமிக்கண்ணுகிட்டேயா?"

"ஆமாம் மாமி அவரை உங்களுக்குத் தெரியுமா?"

"அவரை என்னடா துவரை, அவன் இந்தத் தெருவில்தான் பக்கத்தாத்து மில் சாமிநாதையரிடம் டிரைவராயிருந்தான். எங்களுக் கெல்லாம் தெரியும் அவனை. எத்தனை நாள் ஆகும் நீ கத்துக்க?"

"நாள் கணக்குப் போறாது மாமி, சில மாதங்கள் ஆகும்."

"சரி கத்துக்கோ. தலையிலே எழுத்துத்தான் இது. பிராமணப் பையன் கார் ஓட்டக் கத்துண்டு டிரைவர் வேலை பார்க்கிற காலமும் வந்துடுத்தே. உள்ளே வா, எப்போ வந்தே, ஏதாவது சாப்பிட்டையா?" என்று உள்ளே அழைத்துக்கொண்டு போனாள். "ஏய் ! பாட்டிகிட்டே போயிக் கொஞ்சம் காபி கலக்கச் சொல்லு," தன் மகனுக்கு உத்தரவு போட்டாள்.

அவளுடைய பேச்சும் அதிகாரமும் கேள்விகளும் தீர்ப்புகளும் கணீரென்ற குரலும் கிட்டாவை அயரவைத்தன. ஒரு பொம்ம னாட்டி அதிலும் அடுத்த வார்த்தை அவன் மனத்தில் எழுவதற்குள் அடக்கிவிட்டாள். ஒரு மாமி தன்னை எடுத்த எடுப்பிலேயே ஆட்படுத்தி அடக்கியது அவனுக்கு ஆச்சரியமாகவும் பிடித்தும் இருந்தது. அவள் செய்த உபசாரமும் தன் வீட்டிலேயே தங்கி யிருக்கச் சொன்னதும் அவனை மிகவும் திருப்தியடையச் செய்து விட்டது. காபி வந்தது, சாப்பிட்டான். மாமியும் உட்கார்ந்தாள். உடனே ஏதோ ஞாபகம் வந்ததுபோல், "ஏண்டா கிட்டா, பாலாம் பாளுக்கு ஏதோ கொஞ்சம் நிலம் உண்டே, அந்தப் பாவி கணக்குப் பிள்ளை அய்யங்கார் ஏதோ திரிசமன் பண்ணி அதை இல்லாமை அடிக்கப் பார்த்தான்னு சொன்னாளே உங்கம்மா, அது என்ன ஆச்சு?" என்று கேட்டாள்.

"அஞ்சு மா இருக்கு மாமி. அதன் பேரில் ஆயிர ரூபாய் கடன் இருந்தது. நெல்லைப் போட்டு, நகையை வித்து, எப்படியோ கஷ்டப்பட்டுக் கடனைத் தீத்துப்புட்டா எங்கம்மா. இனிமே கவலையே இல்லே மாமி. நான் அடுத்த வருஷத்திலேந்து கட்டாயம் சம்பாதிக்க ஆரம்பிச்சுடுவேன்."

"உன் தமக்கை ஆம்படையான், சொத்தையெல்லாம் தொலைச் சுட்டாராமே?"

"ஆமாம், அது ஒரு கஷ்டம் . . ."

"உன் தமக்கைக்குக் கல்யாணம் பண்ற வயசிலே ஒரு பொண்ணு இருக்காளோன்னோ?"

"இருக்கா இருக்கா . . ." என்று ஆத்திரத்தோடு சொன்னான் கிட்டா.

"பார்த்தியா, மறந்தே போய்ட்டேன். தோப்பூர்ல கணேசன்னு ஒரு பையன் இருக்கானே, நன்னா வைச்சிண்டிருக்காரோ அந்த வாத்தியார். நன்னாப் படிக்கிறானோ அந்தப் பய . . . மஹா சூடிகை, ரொம்ப அழகு அந்தப் பயல், எங்கிட்டேந்துதான் அந்த வாத்தியார் அழைச்சிண்டு போனார். அப்போ தெரியாது

121 கரிச்சான் குஞ்சு

எனக்கு, அவனைத் தோப்பூருக்கு அழைச்சிண்டு போறார்னு. நானும் ஆனமட்டும் பார்க்கிறேன். ஒரு தடவை அங்கே வரணும்னு, ஒழியவே இல்லை. ஏண்டா, அந்த கணேசன் எப்படி இருக்கான்? அவனை வரச் சொல்லணுமே இங்கே ஒரு தடவை."

"ஓ, ரொம்ப நன்னா இருக்கான். படிக்கிறான். ஊருக்கே அவன் செல்லக் குழந்தையாகிவிட்டான். எல்லார்க்கும் அவனிடம் அவ்வளவு பிரியம். வாத்தியாராத்தில் இருக்கான்னு பேரே தவிர, அவன் எங்கே வேணுமானாலும் சாப்பிடுவான். எல்லாராத்திலும் அவனுக்கு உபசாரம்" என்றான் கிட்டா. இதை அவன் சொன்ன போது அவனுக்குள் எப்படியோ இருந்தது.

"சரி, போய்ச் சந்தி பண்ணிட்டு வா குளத்திலே. சாப்பிடு, ரேழியில் படுத்துக்கொள். பாயும் தலகாணியும் தரச் சொல்றேன். வாசலில்கூடப் படுத்துக்கொள்ளலாம். ஒரு பயமும் இல்லை. காற்று நன்றாய் வரும். ரேழியில் புழுங்கும். உன் இஷ்டம்" என்றாள் சங்கரி மாமி.

சந்தியாவது மண்ணாங்கட்டியாவது. கிட்டாவுக்கு அதெல்லாம் மறந்து போய்ப் பல வருஷங்கள் ஆகிவிட்டன. காலையிலும் மாலையிலும் விபூதி இட்டுக்கொள்வது மட்டும்தான் இன்னும் பாக்கியிருக்கிறது. மாமிக்காக மறுபடியும் குளத்திற்குச் சென்று காற்று வாங்கிவிட்டு வந்தான். தண்ணீர் கொட்டிய சாதமும், கெட்டி மோரும், ஊறுகாய் மிளகாயும் வாய்க்கு மிகவும் ருசியாயிருந் தன. தாராளமாகவே போட்டாள் சங்கரி. வயிறு நிறையச் சாப்பிட்டு விட்டு வாசல் திண்ணையில் படுத்துக்கொண்டான். பகலில் நடந்த நடையின் களைப்பால் அயர்ந்து தூங்கினான்.

காலையில் மாமி வந்து அதட்டும் குரலில் எழுப்பினாள். சூரியன் உதிக்கும்போது தூங்கறவன் சோம்பேறி, அவன் விருத் திக்கே வர முடியாதென்று கண்டித்தாள் சங்கரி மாமி. எழுந்து போய்ப் பல் தேய்த்துக் குளித்துவிட்டு வந்தான். பழையது சாப்பிட்டு விட்டுச் சட்டை போட்டுக்கொண்டு புறப்பட்டான், சாமிக்கண் ணுவைப் பார்க்க. புறப்படும் முன் மாமிக்கு நமஸ்காரம் பண்ணி னான். அவளும் ஆசி கூறி அனுப்பினாள்.

இதற்குமுன் ஒரு தடவை சாமிக்கண்ணைப் பார்த்திருக்கிறான் கிட்டா. அந்தக் கீற்றுக் கொட்டகையில்தான் பார்த்தான். ஒரு பழைய பச்சை பெயிண்ட் அடித்த சாரட்டும் உயரமாய், ஆனால் இளைத்து எலும்பு தெரியும் குதிரையும் கட்டியிருக்கும் பின்புறத்தில். முன்புறத்தில் சிவப்புப் பெயிண்ட் அடித்த ஒரு மோட்டார் இருக்கும். டூரர் வண்டி. கறுத்துப் பாசித் திட்டுக்களுடன் தெரியும். மேல் டாப்பு எப்போதும் மடக்கித்தான் இருக்கும். டாப்பை மடக்கும் கம்பிகள் உடைந்திருந்ததால் நிமிர்த்தி அதைப் போடவே முடியாது. கால் வைத்து ஏறுகிற படிகூடத் துருப்பிடித்து, ஒரு பலகை போட்டு ஆணி அடித்திருக்கும். சாமிக்கண்ணுவுக்கும்

எப்போதும் ஏதாவது அந்தக் காரில் ரிப்பேர் வேலை இருந்து கொண்டே இருக்கும். முன்பக்கத்தைத் திறந்து கீழே வைத்துவிட்டுத் தான் எஞ்சினில் வேலைசெய்துகொண்டிருப்பார். எஞ்சின் மூடியைப் பிடித்துக்கொள்ளும் காரின் பாகம் உடைந்துவிட்டிருந் தது. அதை வைத்துக்கொண்டுதான் டிரைவிங் கற்றுக் கொடுப்பார். உள்ளே உட்காரும் ஸீட்டில் பழைய சாக்குகளைப் போட்டு, அதற்கு மேல் பிய்ந்து போய் அழுக்காயிருக்கும் தலகாணியைப் போட்டுக்கொண்டுதான் உட்கார வேண்டும். கதவுகள் ஆடும். அடிக்கடி கழன்று விழும். காரின் சிவப்புப் பெயிண்ட்கூடப் பல இடங்களில் உதிர்ந்து தகரம் வெளியில் தெரியும்.

முன்பொரு நாள் சாமிக்கண்ணுவிடம் வந்து விசாரித்துக் கொண்டு போயிருந்தான். அன்று வெகுநேரம் வாயைப் பிளந்து கொண்டு அந்தப் பழைய மோட்டாரைப் பார்த்துக்கொண்டே இருந்தான் கிட்டா. அந்த நினைவோடு சாமிக்கண்ணுவின் மோட் டார் ஷெட்டுக்குப் போனான். அதே கொட்டகைதான். ஆனால் காரையும் காணவில்லை. குதிரையும் சாரட்டும் காணவில்லை. ஒரு கயிற்றுக் கட்டிலில் தலைப்பக்கம் சுருட்டி வைக்கப்பட்டிருந்த படுக்கையில் சாய்ந்துகொண்டு உட்கார்ந்திருந்தார் சாமிக்கண்ணு. முன் தடவை அவர் நெற்றியில் கிட்டா பார்த்திருந்த திருநீற்றுப் பட்டையும் குங்குமப் பொட்டும் காணவில்லை. கொட்டகைச் சுவரில் முன்பு அவன் பார்த்த லக்ஷ்மி, சரஸ்வதி, பிள்ளையார், வள்ளி தேவயானை இருவரையும் அணைந்து கொண்டு மயில்மேல் இருக்கும் சுப்பிரமணியசாமி முதலிய வண்ணப் படங்களையும் காணவில்லை. சாமிக்கண்ணு கடுகடுவென்று இருந்தார். முன்பு கிட்டா பார்த்த சிரிப்பும் குளிர்ச்சியும் காணவில்லை. இவனுக்கு அது என்னவோ போல் இருந்தது. கிட்டா போய் சாமிக்கண் ணுவை அணுகி, "சௌக்கியமா?" என்று கேட்டான்.

"சௌக்கியத்துக்கு என்ன கொறைச்சல், நீங்க யாரு?"

"முன்பொரு தடவை உங்களிடம் வந்து டிரைவிங் கத்துக்க ணும்னு சொன்னேனே, நீங்களும் ஆகா அதுக்கென்ன வா என்று சொன்னீங்களே."

"ஐயரா நீரு. எந்த ஊரு?"

"குடவாசல் . . . அதுகிட்டே . . ."

"உங்க கொடவாசல்கிட்ட இருக்கிற ஒரு ஊர்க்காரர்தான் ஒரு ஐயரு, என் குடியைக் கெடுத்திட்டாரு. நான் ஐயரு வீட்டிலேயே வளந்தவன். எங்க மில் அய்யர்வாள், என் தெய்வம், சாமின்னு கூப்பிட்டா அவருக்குத்தான் பொருந்தும். என்னை ஆளாக்கினாரு. அவருகிட்டே டிரைவராயிருந்தேன். அவரு பழைய வண்டியை ரொம்பக் கொறைஞ்ச விலைக்குக் கொடுத்தாரு, நானும் தொழில் ஆரம்பிச்சேன். நல்லா ஓடிச்சு. மாப்பிள்ளை அழைப்பு, ஊர்வலம்னு ஐயருங்கதான் நிறையக் கொடுத்தாங்க எனக்கு. அதுக்காக

மன்னார்குடி முதலியாரு, விக்கிறாருன்னு கேள்விப்பட்டுப் போயிப் பார்த்தேன். பழசுதான் சாரட்டு, குதிரையும் இளைச்சுத்தான் கெடந்தது. இரண்டும் ஐநூறு ரூபாய் சொன்னாரு. கெஞ்சிக் கேட்டேன். முன்னூத்தம்பதுன்னு முடிஞ்சது. தரகு, போக்குவரத்துச் செலவெல்லாம் வேறே ஆச்சு. இந்தக் கொட்டகையை வேறே பெரிசாப் போட்டேனா, பணம் போறலை. அந்த அய்யரு, கொடவாச கிட்டே இருக்கிற ஊர்க்காரருதான் நானூறு ரூபாய் கொடுத்தாரு; கடனாத்தான். கல்யாண சீசனுலே மெல்ல மெல்லக் கொடுத்து அடைச்சுப்பிடலாம்னுதான் வாங்கினேன். அந்தப் பாவி அய்யரு, நான் குடுக்கப் போறபோது ஊருலே இருக்கமாட்டாரு. இருந்தாலும், இப்ப என்னடா அவசரம், போய் மத்த செலவெல்லாம் பண்ணுடான்னு சொல்லிக்கிட்டே அஞ்சாறு வருஷம் இழுத்தடிச்சுப்பிட்டாரு. நானும் முட்டாத்தனமாத்தான் இருந்திருக்கேன். கடைசியிலே வட்டியும் முதலுமாக் கிட்டத்தட்ட அறுநூறு எழுநூறுன்னு கணக்குப் போட்டு, நோட்டீசு, கீட்டீசுன்னு எதோ அனுப்பினாரு. ஒரு வக்கீல் குமாஸ்தா அய்யரு, ஆளையே முழுங்கிற ஆளு, கேசு நடத்தி, எங்கிட்டேயும் பிடுங்கித் தின்னுட்டுக் கடைசியிலே, ஜப்தி வாரண்டுன்னு கொண்டாந்துட்டாரு. எல்லாம் போனாலும் போகட்டும், மானம் மட்டும் இருந்தாப் போதும்னு, வந்த வெலைக்கு வித்துப்பிட்டேன்யா, காரையும் சாரட்டையும். இப்போ இந்தக் கொட்டகையும் வெத்தாளும்தான் மிச்சம்.

"இதோ எதுத்தாப்பிலே, அவரும் அய்யருதான், குதிரை சாரட்டு வெச்சிட்டாரு, நாங்க கெட்டமே, அப்படிச் செய்யறாரு தொழிலு. இப்பத்தான் ஐயருங்க செய்யாத தொழிலே இல்லையே? காலம் போற போக்கு, எங்கப்பாரு சொல்லிக்கிட்டே இருப்பாரு. கலி முத்திப் போனதுக்கு வேறே அடையாளமே வேணாம், பார்ப்பானுங்க சோத்துக் கடை வைச்சிருக்கிறது ஒண்ணே போறுமேன்னு ... அது மகாபாவம்னு சொல்லுவாங்களாம். அவரு இப்ப இருந்தார்னா என்னா சொல்லுவாரோ, பார்ப்பான் குதிரை வண்டி வச்சிருக்கான், தாசி வீடே கதின்னு கிடக்கான், அவ கிட்டே புள்ளைகுட்டியெல்லாம் பெத்துக்கிறான். மாட்டு வியாபாரம் தரகுன்னா, இந்த ஊருலே பார்ப்பானுங்க வைச்சதே சட்டமாயிடுச்சு. குடிக்கிறாங்க, கூத்தடிக்கிறாங்க. எனக்கு பிராம்மணங்க கிட்டே எவ்வளவுக்கெவ்வளவு மரியாதையும் மதிப்பும் இருந்துதோ அத்தனையும் போயிடுச்சு. அவ்வளவுக்கவ்வளவு வெறுப்பும் கோவமும் வந்திடுச்சு. அடக்கவே முடியல்லை. ஆகாத காலத்துக்கு அன்னத் துவேஷம், போறாத காலத்துக்குப் பிராம்மணத் துவேஷம்னு எங்க அய்யரு, எனக்குத் தெய்வமாயிருந்தவரு சொல்லுவாரு, நானும் அப்படித்தான் இருந்தேன். ஆனா எனக்கு இப்பப்ப சாமி தெய்வம் எதாவது இருக்கான்னுகூடச் சந்தேகம் வந்திடுச்சு. சாமி படத்தையெல்லாம் தூக்கி எறிஞ்சுட்டேன், இப்போ, வேறே ஒருத்தர் படத்தை மாட்டலாமுன்னு யோசிச்சுக்கிட்டிருக்கேன்.

"ஐயோ பாவம். உங்க கிட்டே இதெல்லாத்தையும் சொல்லி என்ன பண்றது. நீங்க நேரே மன்னார்குடிக்குப் போங்க, அந்த ஊருக்காரரு ராசு அய்யருன்னு ஒத்தரு, பஸ் வைச்சு நடத்துறாரு சொந்தமா. அவரு எதுக்கும் துணிஞ்ச ஆளு, ஆனா நல்லவரு. அவருதான் என் டூரரை, அதான் என் மோட்டாரை வாங்கிக் கிட்டுப் போயிருக்காரு. டிரைவிங் சொல்லித்தராரு, அவரேதான் ஓட்டிக்கிட்டிருக்காரு பஸ்ஸையும். அவருக்கு ஒரு ஆளு வேணும், நீரும் ஐயராயிருக்கீரு, அவர்கிட்டே போயிரும், காரும் ஓட்டக் கத்துக்கலாம், பஸ்ஸூம் ஓட்டலாம். அவரே ஒரு வேலையும் போட்டுக்கொடுத்தாலும் கொடுப்பாரு. பந்தலடிக்குக் கிழக்கே, பஸ் ஸ்டாண்டு எதிரிலேதான் ஷெட்டு போட்டிருக்காரு. கொஞ்சம் வசதியுள்ள ஆளுன்னு தெரியுது. அவருகிட்டே போயிடும் நீரு. ஆனா சாக்கிரதையா இருக்கணும். வாலிபப் புள்ளையா இருக்கீங்க, கொஞ்சம் கிழக்கே போனா சின்னக் கடைத்தெரு, நம்மூரு கைகாட்டி மரத்தெரு மாதிரி அவ்வளவு மோசமில்லென்னாலும், உம்ம வயசு பொல்லாததுய்யா, அந்த ராசு அய்யரும் ஒரு மாதிரின்னு கேள்வி. ஆனாலும் நல்லவரு . . . ஏன்னா, படிச்சவரு. இங்கிலீசெல் லாம் பேசுவாரு. அய்யருங்கமேலே இப்ப எனக்கு வந்திருக்கும் ஆத்திரமும் கோவமும் இல்லேன்னா, நானே அவருகிட்டே வேலைக்குப் போயிருப்பேன்."

சாமிக்கண்ணு இவ்வளவையும் சொல்லிவிட்டுப் பெருமூச்சு விட்டார். இரண்டு கைகளையும் மேலே விரித்தும் வளைத்தும் உதறியும் தன் வருத்தத்தையும் வெறுப்பையும் தனது கையற்ற தன்மையையும் வெளியிட்டார்.

கிட்டாவுக்குப் பெரிய ஏமாற்றம். திரும்பிச் சத்திரத்துக்கு வந்தான். சத்திரத்து மாமி இவனைத் தனியே உள்ளே உட்கார வைத்துத் தானே பரிமாறிச் சாதம் போட்டாள். அவளிடம் கதையைச் சொல்லிவிட்டு மன்னார்குடிக்குப் புறப்பட்டான். சங்கரி மாமி அவனுக்கு வழி சொன்னாள். பஸ் ஒண்ணு போயிண் டிருந்தது நீடாமங்கலத்துக்கு. நடுவழியிலே நரிக்குடியோ நார்த் தாங்குடியோ ஒரு ஊராம், ரோட்டிலேயே சுடுகாடாம். உடையார் கிராமமாம். பொணம் கொளுத்த வந்த கூட்டத்திலே யாரோ பஸ்லே அடிபட்டுப் பெரிய தகராறு ஆயிடுத்தாம். பஸ்காரனைக் கட்டிவைச்சு ஏக ரகளையாம், அதனாலே பஸ்கள் போகலை யேடாப்பா நாலைஞ்சு நாளா. மறுபடியும் குடவாசலுக்குப் போய் அங்கிருந்து கொரடாச்சேரிக்குப் போய், அங்கிருந்து ரயிலில் போய், நீடாமங்கலத்தில் இறங்கி ரயில் மாறி மன்னார்குடி ரயிலில் ஏறிப்போக வேண்டும். அதைத் தவிர வேறு வழியில்லை. இல்லாவிட்டால் தஞ்சாவூர் போய்ப் போக வேண்டும்; அது மிகவும் சுற்று . . . தலையைச் சுற்றியா மூக்கைத் தொட வேண்டும்?

அப்போது மணி பகல் பன்னிரண்டு இருக்கும். இருட்டு வதற்குள் மன்னார்குடிக்குப் போய்ச் சேர முடியாது. மறுபடியும்

தோப்பூருக்குப் போகவும் கிட்டாவுக்கு இஷ்டமில்லை. என்ன செய்வதென்று புரியவில்லை. தஞ்சாவூரில் வடக்கு வீதியில் இருக்கும் சங்கர மடத்தில் அவனுடைய ஒன்றுவிட்ட மாமா இருந்தார். அவர் ஒரு சாஸ்திர பண்டிதர். அவரிடம் வக்கீல்கள் சிலர் வேதாந்த பாடம் வாசித்துக்கொண்டிருந்தனர். இரவில் இராமாயணம் சொல்வார். நல்ல வரும்படி அவருக்கு. தான் மடத்தில் ஜாகை இருந்து கொண்டே, மேல வீதியில் ஒரு சந்தில் ஒரு வீட்டை வாங்கி நன்றாகக் கட்டி வாடகைக்கு விட்டிருந்தார். தன் சொந்த ஊரான சிறுகளத்தூரில் நிலபுலன்களும் வாங்கியிருந்தார். அவருடைய பிள்ளைகளில் ஒருவன் வக்கீலுக்கும் மற்றவன் டாக்டருக்கும் படித்துக்கொண்டிருப்பது தெரியும் கிட்டாவுக்கு. அவர்கள் மூத்தாள் பிள்ளைகள். இளையாளைக் கல்யாணம் செய்துகொண்டிருந்தார்.

தஞ்சாவூருக்குப்போய், அன்றிரவு தங்கிவிட்டு, மறுநாள் காலையில் புறப்பட்டால், மன்னார்குடிக்குப் பகல் நேரத்தில் போய்ச் சேரலாமென்பது அவன் யோசனை. சங்கரி மாமியிடம் சொன்னான், அவள் அரைமனத்துடன் ஒப்புக்கொண்டாள். ரயிலேறித் தனியாகப் போகிறானே, பெட்டியும் பெட்டியில் கனமும் இருக்கிறதே என்று தயங்கினாள். ஆனால் பகல் வேளை. “பத்திரமாப் போ பத்திரமாப் போ” என்று பலதடவைச் சொல்லி விபூதியிட்டு வழி அனுப்பினாள். கிட்டாவுக்கும் ரயிலில் போவது சந்தோஷமாயிருந்தது. அந்தப் பதினேழு வயது வாலிபன் அதற்கு முன் ரயிலைப் பார்த்தது தவிர, ரயிலில் ஏறிச் சென்றதில்லை. கும்பகோணத்தில் பகல் ஒன்றரை மணிக்குப் புறப்பட்ட ரயில் மெதுவாகவே சென்றது. கைகாட்டிகள், கொடிகள், ஸ்டேஷன் மாஸ்டர்கள், கார்டு எல்லாமே அவனுக்கு வியப்பும் மகிழ்வும் ஊட்டின. மாலை நாலு நாலரை மணி ஆகிவிட்டது அந்த ரயில் தஞ்சாவூருக்குப் போனபோது. தஞ்சாவூரில் இறங்கியதுமே பெட்டியோடு போய், எஞ்சினையும் டிரைவரையும் கரி தள்ளுபவர்களையும் பார்த்துப் பார்த்து ஆச்சரியப்பட்டான் கிட்டா. இவன் பார்த்துக்கொண்டிருக்கும் போதே, எஞ்சின் தனியே பிரிந்து, புகையும் ஆவியும் சத்தமும் கக்கிக்கொண்டு கூவென்று ஊதிக்கொண்டு கிளம்பிற்று.

கிட்டா இந்த உலகத்திலேயே இல்லை. அவ்வளவு சந்தோஷம். இதற்குள் கீழண்டை இருந்த பிளாட்பாரத்தில் ஒரு எஞ்சின் வந்து வண்டித் தொடரை மோதித் தள்ளிக்கொண்டு வந்து இணைந்தது. கையில் கொடியுடன் ஒருவன், தைரியமாய்த் தண்டவாளத்தில் இறங்கி எஞ்சினையும் ரயில் வண்டியையும் சேர்த்துப் பிணைக்கும் இடத்தில் சுற்றிச் சுற்றி ஸ்க்ரு ஏற்றுவதுபோல் செய்து கொண்டிருந்தான். வேடிக்கை பார்த்துக்கொண்டிருந்த கிட்டாவுக்கு நேரம் போனதே தெரியவில்லை. இருட்டி விட்டது. இன்னும் ஜங்ஷனில் விளக்கேற்றவில்லை. தண்டவாளத்திற்கு அப்பால் ரோடு தெரிந்தது; ஆனால் அங்கே எப்படிப் போவதென்று தெரியவில்லை.

நல்ல வேளையாக ரயில்வே உத்யோகஸ்தரே ஒருவர் வந்து மாடிப்படியேறிப் போக வழி சொன்னார். வெளியே வந்து பார்த்தபோது ஒரே இருட்டு. இன்னும் எங்கும் விளக்கேற்றவில்லை. சரி செலவைப் பார்க்கக்கூடாதென்று, போட்டி போட்டுக்கொண்டு பெட்டியைப் பிடுங்க வந்த ஒற்றை மாட்டுவண்டி ஒன்றைப் பேசிக்கொண்டு வடக்கு வீதி சங்கர மடத்திற்கு ஓட்டச் சொன்னான். அரை ரூபா கேட்டான் வண்டிக்காரன். கிட்டா சாமர்த்தியமாய்க் கால் ரூபா தருவதாகச் சொன்னான். "கட்டுபடியாகாதுங்கய்யா வைக்கல் கட்டு, பருத்திக்கொட்டை விக்கிற விலையிலே" என்ற வண்டிக்காரன் ஒரு யோசனை சொன்னான். போய் இறங்கும் வீட்டில் இருப்பவர்கள் சொல்வதைக் கொடுங்கள், வாங்கிக்கொள் கிறேன் என்றான் அவன். வண்டி வடக்கு வீதிக்குப் போவதற்குள் சாஸ்திரிகள் சிஷ்யர்கள் புடைசூழ இராமாயணப் பிரசங்கத்திற்குக் கிளம்பி விட்டார். கதவைப் பூட்டிக்கொண்டு அவர் சம்சாரமும் புறப்பட்டு விட்டாள். கிட்டா வண்டியிலிருந்து இறங்கிப் போவதற் கும் சாஸ்திரிகள் மடத்திலிருந்து புறப்படுவதற்கும் சரியாயிருந்தது. கிட்டாவின் பிழை இல்லவே இல்லை. ஆனால் சாஸ்திரிகளுக்குக் கோபம் வந்தது; சகுனக் குறைவாம். அது கிட்டாவுக்குச் சற்று நேரம் கழித்துத்தான் தெரிந்தது. வருத்தமும் பட்டார். "யார் நீ?" என்றார் சாஸ்திரிகள். அவர் கிழ முகத்திலும் குரலிலும் ஆத்திரம் வெடித்தது.

"நான்தான் மாமா; தோப்பூர்... பாலாம்பா பிள்ளை கிட்டா."

"சரி, சரி கதவைத் திறந்து கொஞ்சம் தீர்த்தம் கொண்டா, நான் சாப்பிட்டுவிட்டுக் கதைக்குப் போகிறேன்" என்ற சாஸ்திரிகள் திண்ணையில் உட்கார்ந்தார். மிகவும் இளமைப் பருவத்திலிருந்த அந்தப் பெண் தயங்கிக்கொண்டே கதவைத் திறந்தாள்

வண்டிக்காரன் இறங்கி வந்து, கிட்டாவிடம் வந்து நின்றான்.

"மாமா, வண்டிக்குச் சில்லறை..." கிட்டா முடிப்பதற்குள் அவர் குறுக்கிட்டு, "வண்டிக்குச் சில்லறையா, என்னைக் குடுக்கச் சொல்றையா?" என்று அதிர்ச்சியுடன் கேட்டார். பாவம் வயதான வர் தாக்கப்பட்டதுபோல் அதிர்ந்துவிட்டார்.

"அதெல்லாம் இல்லை மாமா, எவ்வளவு குடுக்கணும்னு கேட்டேன், அவ்வளவுதான்"

"நல்ல வேளையாப் போச்சு போ, அதெல்லாம் கண்டிச்சுப் பேசிண்டுன்னா ஏறணும் வண்டியில், இந்தப் பயலுக..."

"சாமி, பய பரட்டையெல்லாம் வேணாம். இவ்வளவு வயசான நீங்க, படிச்சவங்க எதுக்கு அனாவசியமாப் பொறத்தியாரை, பய கியன்னு பேசிறீங்க." என்றான் வண்டிக்காரன்.

"ஓகோ அப்படியா சங்கதி ஏன், ஐயா அவர்களே வண்டி ஓட்டும் மகாராஜ ராஜஸ்ரீ..."

“இதெல்லாம் நல்லா இல்லே சாமி. யோவ், என்னய்யா எத்தை யாவது குடுய்யா, நான் போறேன். எனக்கு எப்படியோ இருக்குது.”

“அவன் கிட்ட வார்த்தை வாங்கிக்கட்டிக்கிறாப்பல இதென்ன சனியன் பிடித்த . . .”

கிட்டா வண்டிக்காரனிடம் ஐந்தணாக்களைக் கொடுத்து அனுப்பிவிட்டுத் திரும்பினான். பேத்தி போலிருந்த மனைவி கையைத் தொட்டுப் பிடித்து வெள்ளி டம்ளரில் தீர்த்தம் ஒருவாய் குடித்துக் குளிர்ந்து மகிழ்ந்துகொண்டிருந்தார் சாஸ்திரிகள். அவர் சனியன் பிடித்த . . . என்று முடிக்காமல் விட்டிருந்தது நினைவுக்கு வந்தது கிட்டாவுக்கு. மறுபடியும் அதே வண்டிக்காரனைக் கூப்பிட்டு வண்டியிலேறி ரயிலடிக்கே போய்விடலாமென்று நினைத்தான். இதற்குள் சாஸ்திரிகள் ஒரு சிஷ்யனைக் கூப்பிட்டு, “கோவிலில் போய் நான் இதோ அஞ்சு நிமிஷத்திலே வரேன்னு அய்யர்வாள் கிட்டேயும், பாவாரவிடமும் சொல்லு” என்று அனுப்பினார். கிட்டாவைப் பார்த்து, “ஏம்பா, எங்கேந்து வரே, உன்னை நான் பார்த்ததுகூட இல்லே, பாலாம்பா பிள்ளைன்னு உறவு சொல்றையே, எங்கேந்து வரே, எங்கே போகணும், பொட்டியோடே வந்திருக் கையே . . .” என்று விசாரித்தார்.

கிட்டாவுக்குப் பதில் சொல்ல மனமே இல்லை. இருந்தாலும், சந்தர்ப்பம் சரியில்லையே என்று, “நான் மன்னார்குடி போகணும், கும்மாணத்திலேந்து வரேன்” என்றான்.

“கும்மாணத்திலேந்து மன்னார்குடி போறதுக்குத் தஞ்சாவூ ருக்கு ஏன் வரணும். மன்னார்குடிக்குக் காத்தாலே விடியற்கருக்கலில் வண்டி. இங்கேந்து போறதூன்னா ரொம்பக் கஷ்டமாச்சே . . . சரி எப்போ புறப்பட்டே கும்மாணத்திலே, ஏதாவது சாப்பிட்டையோ?”

“எனக்குத் தஞ்சாவூர் தெரியாது மாமா. நான் ரொம்பப் புதுசு. உங்காத்திலே ராத்திரி இருந்துட்டுப் போகலாம்னுதான் நினைச்சேன்; ஆனால் . . .”

“ஆனால் அதனால்லாம் ஒண்ணுமில்லை. இது உங்க தோப் பூரில்லைடாப்பா, டவுன் சமாசாரம். காலகாலத்துலே வந்தாத் தான் . . . சரி, எனக்கு ரொம்ப நாழியாறது கதைக்கு. இவனுக்கு ஆகாரம் பண்ணி வைச்சுட்டு நீ வேணா ஆத்துலேயே இருந்து டேன்.” என்றார் தன் மனைவியிடம்.

“நன்னாயிருக்கே, இன்னிக்குப் பரத்வாஜாசிரமக் கதை. கேக்காம இருக்க முடியுமோ, நீங்க போங்கோ, நான் இதோ வந்துடறேன். வாஞ்சேசா, நீ என்னோடே இரு. எனக்குத் துணையா” என்றாள் சாஸ்திரிகளின் தர்ம பத்தினி.

□

12

வாஞ்சேசன் சாஸ்திரிகளின் பிரதம சிஷ்யன் போலிருக்கிறது. நல்ல வாட்டசாட்டமான பையன். கிட்டா போட்ட கணக்குப்படி அவனுக்கு இருபது வயதிற்குக் குறைவில்லை. தலையில் கட்டுக்குடுமி, வைரக் கடுக்கன், தட்டுச் சுற்று வேஷ்டி ரொம்பப் பெரியதாய்த் தெரிந்தது. பிரம்மசாரிதான். அவன் கண்ணும் நடையும் வாத்தியார் ஆம்படையாளிடம் அவன் நெருங்கிப் பழகியதும், அவர்கள் இருவருடைய கபடமான சிரிப்பும், அவள் அவனிடம் காட்டிய ஒட்டும் உறவும் அவர்களுடன் வீட்டிற்குள் போன சில நிமிஷங்களிலேயே கிட்டாவுக்குப் புரிந்து விட்டன. தண்ணீர் கொட்டிய சாதமும் புளிச்ச மோரும் பழைய குழம்பும் ஒரு வாழைச் சருகில் கிடைத்தன கிட்டாவுக்கு. பாவம் அந்தப் பெண்ணுக்கு அந்தச் சிறிய ஒடுக்கமான சமையலறையில் கூடத் தனியாயிருக்கப் பயம். சமையலறைக்கு வெளியே சாப்பிட்டுக் கொண்டிருந்த கிட்டாவுக்கு, உப்பு எடுத்து வரவும், மோர் எடுத்து வரவும், குழம்பு எடுத்து வரவும் ஒவ்வொரு தடவை உள்ளே போய்வரும்போதும் ஏற்பட்ட சிறுசிறு தாமதங்களும் சாஸ்திரி களுடைய தர்ம பத்தினியின், வளைகளும் சங்கிலிகளும் போட்டுக் கொண்டிருந்த அந்தப் பெண்ணின் புடவையில் தெரிந்த கசங்கல் களும், அவள் முகத்தில் குடிகொண்ட குதுகுதுப்பும் கிட்டாவுக்குக் கதை கூறின. மடத்தின் கூடம், தாவாரங்கள் விஸ்தாரமானவையே தவிர, சாஸ்திரிகள் வசித்த மேலண்டைப் பகுதியும் இரண்டு அறைகளும் சிறியவைதாம். அந்த அறைகளுக்குப் பூட்டுச் சாத்துகள் கூட இல்லையென்று தெரிந்தது. வாசற்கதவைப் பூட்டினால்தான் பந்தோபஸ்து.

சாப்பிட்ட இலையை அவனையே கொண்டுபோய் வாசலில் எறியச் சொன்னாள். வாசலிலேயே கை அலம்பச் சொல்லிப் பெரிய சொம்பில், மறுபடியும் தண்ணீருக்காக உள்ளே வர

வேண்டிய அவசியமில்லாமல் பெரிய சொம்பில் நிறையத் தண்ணீரும் வைத்துவிட்டாள். எச்சில் இடம் சுத்தம் செய்யும் உத்தரவும் வருமோ என்று எதிர்பார்த்தான் கிட்டா. ஒரே கணத்தில் எச்சிலைத் துடைத்துவிட்டிருந்தாள். நிதானமாகக் கை கால் கழுவிக்கொண்டு கிட்டா உள்ளே வந்தபோது, சிறு வெளிச்சமும் மறைந்துவிட்டிருந்த தால் சமையலறையிலிருந்து தெரியும் சிறு வெளிச்சக் கோட்டில் உள்ளே வரக்கூடத் தெரியாமல் வாசலுக்குப் பக்கத்திலேயே நின்றுவிட்டிருந்தான். அகலமான கூடத்தில் வைத்திருந்த தன் பெட்டியைப் பற்றிய கவலை வந்தது கிட்டாவுக்கு. மெல்லத் தடவிச் சென்று பெட்டியின் மேல் கையை வைத்த பிறகுதான் கவலை அகன்றது. அப்படியே உட்கார்ந்தான் அந்தத் தூணடியிலேயே. அவர்கள் இருவரும் இந்தப் பக்கம் வராமலேயே கசமுசவென்று நாலடி நடந்து இவனைத் தேடினார்கள். அந்தச் சிறு வெளிச்சம் இன்னும் வெளியே வரவில்லை. அகலமான கூடமும் தாவாரமும் இன்னும் இருட்டைத்தான் பூசிக்கொண்டிருந்தன. சிறிதுநேரம் சென்றது. "வாஞ்சேசா . . . வாஞ்சேசா . . ." என்று வாசற் கதவுக்கு வெளியிலிருந்து சத்தம் வந்தது. சாஸ்திரிகளின் மற்றொரு சிஷ்யன் சற்றே சின்னவன், அழைத்தான். வாஞ்சேசன் பூனைபோல வந்து, கூடத்து ஓரமாய்ச் சத்தமில்லாமல் வந்து படுத்துக்கொண்டது தெரிந்தது கிட்டாவுக்கு. குரல் கொடுத்த சிஷ்யன், இரண்டடி உள்ளே வந்து நின்றுகொண்டான். அவள் உள்ளிருந்து அவனருகில் போய் நின்றாள்.

"சாஸ்திரிகள், கொஞ்சம் வெந்நீர் எடுத்துக்கொண்டு அப்படியே உங்களையும் காணுமேன்னு பார்த்துண்டு வரச்சொல்லி அனுப்பினார்."

"ஏன் இன்னிக்குப் பால் சொம்பு அதிகமா வல்லையோ" என்று கிண்டலாகக் கேட்டுக்கொண்டே உள்ளே போய் வெந்நீர் கொண்டுவந்து கொடுத்தாள். அதை எடுத்துக்கொண்ட சிஷ்யன், "நீங்க வாஞ்சேசனோடே வரேளா?" என்று கேட்டான்.

"இதோ இருக்கு காமாக்ஷியம்மன் கோயில், காத தூரமா என்ன, இதுக்குப் பெரிய துணை வேணுமாக்கும். அதுக்கில்லை, வாஞ்சேசன் இங்கே வந்தவுடனேயே தலைவலிக்கிறதூன்னு போய்ப் படுத்துக்கொண்டான். தூங்கிக்கூடப் போயிருப்பான் பாவம். நான் வந்த பிள்ளைக்கு இலை போட்டுப் பரிமாறி குனிஞ்சு நிமிந்து, இலையெடுத்து எச்சலிட்டு . . . எவ்வளவு இருக்குப்பாரு . . . அசதியாய் இருந்தது, இப்பத்தான் உக்காந்தேன். அப்படியே சாஞ்சேம்பாரு . . . ஒரு அமட்டல். தூங்கிட்டுத்தான் உன் குரலைக் கேட்டு ஏந்துண்டு வந்தேன். இனிமே நான் புடவை, தலையெல்லாத்தையும் சரி பண்ணிண்டு பொட்டு இட்டுண்டு . . . எதுக்கு, எனக்கும் ரொம்ப அசதியா இருக்கு. தூங்கப்போறேன். அவா கிட்ட இதை இனமாச் சொல்லு. ஆமாம், எங்கே சாப்பிட்டுக் கையலம்பின

அந்தப் பிள்ளையைக் காணுமே, சொம்பு இதோ இருக்கு . . .” என்று அங்கலாய்த்தாள் அவள்.

இன்னும் வெளிச்சம் வரவில்லை. ஏற்கனவே இருந்த சிறு வெளிச்சம் இன்னும் சின்னதாய்ப் போயிருந்தது. வெந்நீருடன் அந்த சிஷ்யன் போய்விட்டான். கிட்டாவும் தூங்கியதுபோல் இருந்துவிட்டான். அடுத்த காட்சியை ரசிக்கும் ஆவல் வந்துவிட்டதோ என்னவோ, ஏமாற்றம். ஒன்றுமே நடக்கவில்லை. கதவை நன்றாகச் சாத்திவிட்டுத் தாழ்ப்பாள் போடாமல், வாஞ்சேசனைக்கூடக் கவனிக்காமல் அவள் உள்ளே போய்விட்டாள். சிறிது நேரத்திற்கெல்லாம் சாஸ்திரிகளும் வந்துவிட்டார். வந்தவர் வாஞ்சேசனைத்தான் கூப்பிட்டுக்கொண்டே வந்தார். ஆம்படையாள் பேரைச் சொல்லிக் கூப்பிடக் கூடாதாம், சாத்திரம் சொல்கிறதாம் அப்படி. கிட்டாவுக்கு அவள் பெயரைத் தெரிந்துகொள்ள எழுந்த ஆர்வமும் ஏமாற்றத்தால் சோர்வுற்று அவனையும் சோர்வுறுத்திற்று. “ஏன், சுருக்கவே வந்துட்டேளே, மணி ஒம்பதரைக்கூட ஆகியிருக்காது போலிருக்கே” என்ற கேட்டுக் கொண்டே வந்தாள். வெளிச்சமும் வந்தது.

“பின்னே என்னடி பண்றது? உங்க ரண்டு பேரையும் காணலை, எனக்கு இருப்பா இருக்கலை. அதாவது இவன் வேறு வந்து உனக்கு உடம்பு சரியாயில்லை. வாஞ்சேசனுக்கும் உடம்பு சரியில்லேன்னு வந்து காதிலே ஓதினான். நான் சட்டுப்புட்டுன்னு ஆத்துக்கு வந்தாப் போறும்னு வந்துட்டேன். எங்கே அவன் வாஞ்சேசன்? விளக்கை இப்படிக் கொண்டுவா” என்று சாஸ்திரிகள் கூடத்திற்கு வந்தார். வாஞ்சேசன் சுருட்டி வாரிக்கொண்டு எழுந்து உட்கார்ந்தான். “எப்படிடா இருக்கு உடம்பு” என்று கேட்டார்.

கேட்க வேண்டிய கேள்விதான் என்று நினைத்துக்கொண்டான் கிட்டா. சிரிப்பு வந்தது; அடக்கிக்கொண்டான். அது கேவியதுபோல் ஏப்பம் விட்டதுபோல் எப்படியோ ஒரு சத்தமாய் வெளிவந்து விட்டது.

“நீ இங்கேயா இருக்கே?” என்று கேட்டாள்.

“நான் இங்கேயேதான் இருந்தேன்.”

“சாப்பிட்டுக் கையலம்பினப்புறம், இங்கேயா இருந்தே புளுகாதே, உன்னைக் காணலையே இங்கே அப்போ . . .”

“இங்கேயேதான் இருக்கேன். எனக்கும் ரொம்ப அசதியாயிருந்தது. சத்தே சாஞ்சேம் பாருங்கோ . . . ஒரு அமட்டல், இப்பத்தான் மாமா வந்தப்புறம்தான் முழிச்சிண்டேன் . . .”

“பெரிய ஆளா இருப்பே போலிருக்கே” என்றாள் அவள். அவள் உள்ளே போகத் திரும்பினாள். கூட வந்த மற்றொரு சிஷ்யன் பால் சொம்பைக் கொண்டு வைத்தான். சாஸ்திரிகள் அவளிடம், “இந்தா, நான் அங்கேயே நிறையப் பால் சாப்பிட்டுட்டேன், இதை

வாஞ்சேசனுக்குக் கொஞ்சம் கொடுத்துட்டு ... அதில் கூடக் கொஞ் சம் நம்ம கஷாயப்பொடி, திரிகடுக சூர்ணம் போட்டுக் கொடு. இது ஆறியிருக்கு கொஞ்சம் ...”

“இதோ, சத்தே நாழியிலே சுடப்பண்ணிக் கொண்டுவரேன், உடம்பெல்லாம் வலிக்கிறதுன்னு சொல்லிண்டிருந்தான் வாஞ்சேசன், பாவம்.” பாலை எடுத்துக்கொண்டு, கையில் அந்த அரிக்கேன் லைட்டையும் எடுத்துக்கொண்டு உள்ளே போனாள்.

“ஒரே இருட்டா இருக்கேடி, சிமினியாவது பெட்ரூம் விளக்காவது ஏத்தி இங்கே வையேன்” என்றார் சாஸ்திரிகள். உடனே சிஷ்யனிடம், “ஏய், உள்ளே போயி, இவனுக்குப் பாயும் தலகாணியும் கொண்டுவந்து கொடு. இந்த வாஞ்சேசனும் பாயை போட்டுக் காமையே படுத்துண்டுண்ட்டானே, அவன் படுக்கையையும் எடுத்துண்டு வாயேன்” என்றார். பிறகு “ஏண்டாப்பா, காலை ரயில்லே போகாட்டா நீடாமங்கலத்திலே மன்னார்குடி ரயில் கிடைக்காது. இப்பத்தான் மணி பத்து ஆறது; இப்பவே ரயிலடிக்குப் போனாலும் கஷ்டம். உனக்கு வழி வேறே தெரியாது, ஊருக்குப் புதுசுங்கறே, ஊம் ... இப்ப ...”

சின்ன சிஷ்யன், “இவரோடு நான் போறேனே ரயிலடிக்கு” என்றான்.

“நீ எப்போ போவே? இப்பவே போறேங்கறையா, இல்லே விடிய நாலு நாழிக்கு எழுப்பிவிடட்டுமா ... சரி, அதெல்லாம் வேண்டாம், மேலவீதிக் கோடியிலே, அதாண்டா, இதோ கிட்டக்க, வடவண்டைக்கோடி நம்மாத்துக்கு மேற்கே தெற்கலங்கத்துக்குப் போயிடாதே, வடவண்டைக் கோடியிலே, சிங்காரம்னு ஒரு வண்டிக்காரன் இருக்கான். அவன்கிட்டே போயி, காத்தாலே நாகப்பட்டினம் ரயிலுக்குப் போகணும், வந்து கூப்பிடுன்னு சொல்லிட்டு வா. அவன் வந்து எழுப்பிவிடுவான் கட்டாயம். அவன் கிட்டே தகராறு பண்ணாமே ஆறணா கொடுடாப்பா, பாவம், புள்ளைக் குட்டிக்காரன், மாடும் வாயில்லாச் சீவன்” என்றார். அந்தப் பையன் போனதும், “பாலாம்பா எப்படி இருக்கா? சாமாதான் பிரயோஜனமில்லை. நீ என்ன பண்றே, மன்னார்குடிக்கு எதுக்குப் போறே, ஏதாவது உத்யோகமா? இவகூட, அதான் என் ஆத்துக்காரி, இவகூட மன்னார்குடிதான். புதுத்தெரு சாமி சாஸ்திரி பெண். நீ மெட்ரிகுலேஷன் முடிச்சுட்டையோன்னோ” என்று சாவகாசமாகக் குசலம் விசாரித்தார் சாஸ்திரிகள்.

“ஆமாம், அங்கே உத்தியோகத்துக்காகத்தான் போகிறேன்” என்றான் கிட்டா.

“போனா, புதுத்தெருவுக்குப் போய் சாமி சாஸ்திரிகிட்ட, இவ சௌக்கியம். ரொம்பச் சமத்தாவும் நன்னாவும் குடித்தனம் பண்ணிண்டிருக்கான்னு சொல்லு” என்றார்.

"ஆகா, பேஷாச் சொல்றேன். நானே பார்த்தேனே, ரொம்ப நல்ல மாமிதான்." என்றான் கிட்டா.

சாஸ்திரிகளுக்கு வாயெல்லாம் பல். "சரி, படுத்துக்கோ, வண்டிக்காரன் வந்து எழுப்புவான், நானும் வந்து எழுப்பறேன்" என்று சொல்லிவிட்டுப் பஞ்ச கச்சத்தை உருவி அவிழ்த்துத் தட்டுச் சுற்று ஆக்கிக்கொண்டார்.

வாஞ்சேசனுக்குப் பால் கொடுத்துவிட்டு, மீதியைக் கொண்டு வந்த மாமி, "நீங்க சாப்பிடறேளா?" என்று அவரைக் கேட்டாள்.

"அசடு, நீ சாப்பிடு அதை. வெத்தலைப் பெட்டியைக் கொண்டு வா" என்று கொஞ்சிக்கொண்டே குழைந்து நழுவினார் சாஸ்திரிகள்.

வண்டிக்காரனைப் பார்க்கச் சென்றிருந்த பையன் திரும்பிவந்து அஞ்சு மணிக்கு வந்து கூப்பிடுவதாக அவன் சொன்னதை அறிவித்தபோது, சாஸ்திரிகள் உள்ளிருந்தே, "சரி சரி, கதவைத் தாப்பாள் போட்டுண்டு படுத்துக்கோ" என்றார்.

கிட்டாவுக்கு வெகுநேரம் தூக்கம் வரவில்லை. டிரைவர் சாமிக்கண்ணு, கும்பகோணத்திலும் மன்னார்குடியிலும் ஏதோ தெருப் பேரெல்லாம் சொன்னானே, இங்கே என்ன சொல்வது என்றெல்லாம் சென்றது அவன் எண்ணம். கிட்டா மன்னார்குடிக்கு வந்து சேர்ந்தான். வரும்போது நீடாமங்கலத்திலிருந்தும் ராஜப் பையன் சாவடியிலிருந்தும் மன்னார்குடிக்குப் படிக்க வந்த பையன் களைப் பார்த்தபோது, தான் படிப்பை நிறுத்தியது எவ்வளவு பெரிய மடத்தனம் என்பதை நினைத்து வருந்தினான். தஞ்சாவூர் சாஸ்திரிகளிடம் உத்யோகத்திற்குப் போவதாகச் சொன்ன பொய்யை நினைத்துக் கஷ்டப்பட்டான். பரவாயில்லை. அவன் நினைத்தது நிறைவேறிவிட்டால், படித்து உத்யோகம் பார்ப்பவர் களைவிட அதிகமாகவே தானும் சம்பாதிக்க முடியும் என்று தேற்றிக்கொண்டான் மனத்தை.

ரயில்வே ஸ்டேஷனில் இறங்கினான். நீடாமங்கலத்திலேயே பல் தேய்த்துவிட்டிருந்தான். நல்ல பசி அவனுக்கு. ஸ்டேஷனுக்கு எதிரில் ஒரு சின்ன காபி கிளப் இருந்தது. உள்ளே போனான்; அங்கே, தான் எங்கோ பார்த்த ஞாபகம் வரும் ஒரு மாமி, மடிசார் புடவையுடன் வியாபாரத்தைக் கவனித்துக்கொண்டிருந் தாள். அடுப்பு வேலைகளையும் சப்ளை செய்வதையும் வேறு பையன்கள்தான் செய்தார்கள். அந்த மாமி கல்லாவுக்கருகில் அடக்கவொடுக்கமாய் நின்று காசு வாங்கிப் போட்டுக்கொண்டிருந் தாள். அதிக நகைகள் அணியாவிட்டாலும் நல்ல சிவப்பாய், உயரமாய் அழகாயிருந்தாள். கீற்றுக் கொட்டகைதான். கீழே தரை நன்றாகச் சுத்தமாக இருந்தது. தட்டி வைத்து மறைத்த சிறிய பகுதியில் சில வைதீகமான பிராம்மணர்கள் ஆகாரம் செய்துகொண்டிருந்தனர். கிளப்புக்குப் பக்கத்தில் மற்றொரு

கொட்டகை. அது அவர்கள் வீடாயிருக்கலாம். பெட்டியுடன் உள்ளே போன கிட்டா, கல்லா மேஜையிலிருந்த விபூதியை எடுத்து இட்டுக்கொண்டான். அப்போது அந்த மாமியும் இவனை உற்றுப் பார்த்துச் சிரித்தாள். இவனும் பதிலுக்குச் சிரித்தபோது அறிமுகம் உறுதியாயிற்று; "வா, நீ தோப்பூருதான."

"ஆமாம், உங்களை எங்கேயோ பார்த்திருக்கேனே."

"நீ எங்க பாலாம்பாக்காவின் சின்னப் பிள்ளைத்தானே, உங்கம்மா சௌக்கியமாயிருக்காளா? எனக்கு ஒண்ணுவிட்ட அக்காதான் பாலாம்பா. கேக்காம கடன் கெட்டது, ஆடாம உறவு கெட்டதூன்னு சொல்லுவா. வா, உக்காரு, ஊரிலேந்துதான் வரையா" என்று அவள் விசாரித்துக்கொண்டிருந்தபோது, பின்புறத்து வாயில் வழியாக அவளுடைய புருஷர் வந்தார். கடுக்கனும் குடுமியும் அவர் ஏதோ பெரிய மிராசுதார் மாதிரி தோன்றினாரே தவிர, கிளப்புக்காரராகத் தெரியவில்லை. அவர் வந்தவுடன், முன்னிலும் அதிகமான அடக்கத்துடனும் நாணத்துடனும் ஒதுங்கி நின்று, "இவனைத் தெரியலையோ உங்களுக்கு, தோப்பூரு பாலாம் பாக்கா பிள்ளை" என்று மிகச் சன்னமான குரலில் அழகான சிறு சிரிப்புடன் அறிமுகப்படுத்தினாள் மாமி.

"சட்டுனு அடையாளம் புரியலை... பார்த்திருக்கேனே இவனை, வாப்பா, வா எங்கேந்து வரே..."

"தஞ்சாவூர்லேந்து வரேன், சாஸ்திரிகள் மாமாவாத்திலிருந்து இன்னிக்குக் காத்தாலே..."

"கிழ மாப்பிள்ளையாத்துலேந்தா?" என்று வெகண்டையாகச் சிரித்தார் அவர்.

"ஆத்துக்குப் போலாம் வா" என்று கிட்டாவை அழைத்துக் கொண்டு பின்புறத்து வாசல் வழியாகப் போனாள் மாமி. பெண் களும் பிள்ளைகளுமாய் மூணு நாலு குழந்தைகள் இருந்தனர் அங்கே. பிள்ளைகள் பள்ளிக்கூடத்துக்குக் கிளம்பிக் கொண்டிருந்தனர். "வா, இப்படி உக்காரு" என்று ஒரு பெஞ்சைக் காட்டினாள். பெண் குழந்தைகள், பத்து வயது எட்டு வயதுக் குழந்தைகள் இருவர், அவர்களும் பள்ளிக்கூடத்துக்குப் புறப்பட்டுக்கொண்டிருந்தனர்.

"விசாலம், உனக்கு அண்ணாதாண்டீ, புத்தக மூட்டையைக் கீழே வைத்துவிட்டுப் பாத்திரம் எடுத்திண்டுபோய், அண்ணாவுக்கு இட்லியும் ஊத்தப்பமும் கொண்டுவந்துட்டுப் போவையாம் பள்ளிக்கூடத்துக்கு. இன்னும் நாழியிருக்கு... கண்ணோல்லியோ" என்று குழந்தையை அனுப்பினாள். தன் அம்மா ஏன் மன்னார் குடியில் இந்தச் சித்தி இருப்பதாகச் சொல்லவில்லை என்று யோசித்துக்கொண்டிருந்தான் கிட்டா.

"உங்கம்மா சொல்லியிருப்பாளே நாங்கள்ளாம் இங்கே இருக்கம்னு."

"ஓ, சொன்னாளே, ரொம்ப விசாரிச்சதாகச் சொல்லச் சொன்னா."

"பந்தலடியில் இவாளுக்குப் பெரிய கடை இருந்தது. இவா ரொம்பத் தயாதாக்ஷண்யம் உள்ளவா. ரொம்பக் கடனையும் கொடுத்தா. வசூலாகலை, காபிக் கடனோல்லியோ, அவாளாப் பார்த்துக் கொடுத்தாத்தானே உண்டு. கடையிலே இருந்தவாளை நம்பினத்திலேயும் மோசம் வந்துடுத்து. நிலத்துலேந்து நெல் வரது சாப்பாட்டுக்கு, மேஞ்செலவுக்கு வேணுமேன்னு சின்னதா ஆரம்பிச்சிருக்கா... திருப்பாக்கடல் தெரு வீட்டைக்கூட வித்தாச்சு. மூத்த பெண்கள் இரண்டு பேருக்குக் கல்யாணம் பண்ணினோம். அப்பத்தான் நீயும் உங்கம்மாவும் வந்திருந்தேள். பாவம், உங்கப்பா தான் சின்ன வயசிலேயே போயிட்டாரே... சொத்தெல்லாம் இருக்கோன்னோ..."

"ஏதோ இருக்கு கொஞ்சம். நான் இந்த ஊரில் கொஞ்ச நாள் இருந்து கார் ஓட்டக் கத்துக்கணும்னு வந்திருக்கேன். நான் பாதியிலே படிப்பை விட்டுத் தொலைச்சுப்பிட்டேன். இப்போ கஷ்டமாயிருக்கு. என்ன பண்றது..."

"ஏன் அப்படிப் பண்ணினே, உங்க ஊரிலே எல்லாராத்துப் பையன்களும் படிச்சு உத்யோகம் பண்றாளே? ஆனா அதனாலையும் ஒண்ணும் குறைச்சல் இல்லே, வருத்தப்படாதே. இதுவும் ஒரு வேலைதானே" என்று அவள் கூறிய சமாதானம் கிட்டாவுக்கு ஆறுதல் அளித்தது.

இட்லியெல்லாம் சாப்பிட்டான். சட்னியும் சாம்பாரும் மிகவும் ருசியாயிருந்தன. கள்ளிச்சொட்டு மாதிரிக் காபியை வீட்டிலேயே கலந்துகொடுத்தாள்.

"சித்தி, நான் போய் கார்க்காரர் ஒருத்தரைப் பார்க்க வேண்டும். பெட்டி இங்கேயே இருக்கட்டும் அப்புறம் சாயங்காலமா வந்து..."

"ஏன் அப்படி? போயிட்டு மத்தியானம் சாப்பிட இங்கே வந்துடு. இதோ குளம் இருக்கு, இல்லேன்னா ஆற்றங்கரையில் போய்க் குளிச்சுட்டுவா. இன்னொரு காபி தரேன். சாப்பிட்டுப் போய் அவரைப் பாரு. சித்தப்பாகிட்டச் சொல்லு அந்தக் கார்காரர் யாருன்னு, சித்தப்பாவுக்கு எல்லாரையும் தெரியும். இதோ காலம்பர வியாபாரம் முடிஞ்சு அவாளும் வந்துடுவா சித்த நாழியிலே..."

சித்தப்பாவே வந்துவிட்டார். "என்ன சேதி" என்று கேட்டார் அன்போடு. "இந்த ஊரில், ராசு அய்யர்னு ஒத்தர் கார் வைச்சிருக்காராமே, சொந்தமா பஸ்ஸும் வைச்சிருக்காராமே அவரிடம் டிரைவிங் கத்துக்கத்தான் நான் இங்கே வந்திருக்கேன்..."

"ராசுவை நல்லாத் தெரியுமே எனக்கு. அவர் நல்லவனுக்கு நல்லவர், பொல்லாதவனுக்குப் பொல்லாதவர். படே பேர்வழி யாச்சே அவர். புதுசா ஊர்வல மோட்டார் வாங்கியிருக்கார். நானே

உன்னை அவரிடம் அழைச்சிண்டு போறேனே. நீ போய்க் குளிச்சிட்டு வா. என்னோட வாயேன், பாமணியிலே போய்க் குளிச்சுட்டு வருவமே, ஏண்டீ, ஏதாவது நல்ல காய்கறி இருக்கா?" என்று கேட்டார் சித்தப்பா.

"ஒரு கறிக்கும் குழம்புக்கும் இருக்கு, அப்பளம் பொறிக்கலாம்னு..."

"ரொம்பச் சரி, வாப்பா, நாம போவோம் குளிக்க."

குளித்து விட்டு வந்தபின் இருவரும் கிளம்பி ராசுவைப் பார்க்கச் சென்றனர். ராசு ஷெட்டில் ஒரு நாற்காலியில் உட்கார்ந்திருந்தார். இவர்களைக் கண்டதும், "வாங்கோ வாங்கோ. ஏது இத்தனை தூரம். பந்தலடிக்கே வரப்படாதூன்னு சங்கல்பம் பண்ணிண்டாப்பலே, கண்ணுலேயே படலையே. கவலைப்படக் கூடாது அண்ணா, பிஸினஸ்லே எல்லாம்தான் இருக்கும். அக்கரையிலே கடை நன்னா ஓடறதுன்னு கேள்விப்பட்டேன்."

"பாஸஞ்சர் வியாபாரம் அதிகமாயில்லை. ஆனா தெருக்கா ராள், ஓந்திரியர், சிறுமாடார், காளிங்கராயர்லாம் நமக்கு நல்ல ஸப்போர்ட், கோபாலன் கைவிடலை."

"இவர் யாரு... உங்களுக்கு?"

"நம்ம ஒண்ணுவிட்ட மச்சினி பிள்ளை. உம்மைத்தான் பார்க்க வந்திருக்கான். உம்மிடம் குருகுலவாசம் பண்ணி கார் ஓட்டக் கத்துக்கணுமாம்."

"பேஷாக் கத்துக்கட்டும், ஆனா ஒண்ணு, நம்ம கிட்ட அதை மட்டும் கத்துக்கட்டும். குருகுலவாசம்னு, எங்கிட்ட இருக்கிற மற்ற சமாசாரங்களையும் கத்துண்டுடப்போறான் பிள்ளையாண்டான். அதெல்லாம் அவன் உடம்புக்காகாது. அதை மட்டும் சொல்லி வையுங்கோ அவனிடம்" என்று சொல்லிவிட்டு இரைந்து கடகட வென்று சிரித்தார் ராசு.

சித்தப்பாவும் சிரித்தார். "ஓய் ராசு, நீர் ரொம்பப் பொல்லாத ஆளுங்காணும், இப்படியா வெட்ட வெளிச்சமா..."

"இதிலே ஒளிவுமறைவு ஏதுக்கண்ணா, நான் எதையுமே ஒளிக்கிறதில்லை, மறைக்கிறதுமில்லை. எங்க ஆத்துக்காரிக்கே தெரியும், எனக்கு எல்லாம் உண்டுன்னு. அவ பாவம், நாட்டு மனுஷி, ஓகோ, நல்லவாள்ளாங்கூட இப்படியெல்லாம் இருப்பாளான்னு நினைச்சுண்டு தேமேன்னு இருக்கா." மறுபடியும் அதே அட்டஹாசச் சிரிப்பு. சித்தப்பாவும் சிரித்தார். "கிட்டா, கேட்டுண்டையாப்பா உன் குரு சொல்றதையெல்லாம்" என்றார்.

கிட்டாவும் மெதுவாகச் சிரித்தான்.

"இவன் எங்கே தங்கியிருக்கப்போறான், சாப்பாடு கீப்பாடெல் லாம் எப்படி? நம்மாத்திலே, ஏற்கனவே பெரிய கம்பசேர்வைக் கூட்டம். மச்சினன் பிள்ளை பொண்ணு, மச்சினி பெண், நம்ம

பெரிய பரிவாரம். அதனாலே அங்கே ஒண்ணும் நடக்காது. பொய்யா சொல்லச் சொல்றேள்?"

"ஓய், உமக்கேன் அந்தக் கவலை? தவிரவும் இதென்ன . . . கார் ஓட்டத்தான் சொல்லித்தரலாம், சாப்பாடுகூடவாப் போட ணும்? பையன் எங்களோடேயே இருப்பான். எப்ப இங்கே வரணுமோ அப்போ வருவான் சரிதானே?"

"அதெல்லாம் சரி அண்ணா, இந்தத் தொழிலுக்கு அப்படியெல் லாம் டைம்டேபிள் போட முடியாது. கார் ஓட்டறது பெரிசே இல்லை. பத்து நாள் போறும், அப்புறம் பெரிய லாரி, டிரக்கெல்லாம் ஓட்டிப்பிடலாம். ஆனா, மெக்கானிஸம் கத்துக்கிறதுதான் முக்கியம். அதுக்கு ஒரு குறிப்பிட்ட சமயத்தில் வருவது, போறதுங்கறதெல்லாம் முடியாதே. உழவுக்கும் அக்னி ஹோத்திரத்துக்கும் ஒத்துவராதுங்கி றாப்பலதான் இதுவும்."

அப்போது கிட்டா குறுக்கிட்டு, "நான் உங்களோடேயே நீங்க சொல்ற இடத்திலேயே இருந்துக்கறேன், அதுதான் நல்லது. சித்தப்பா தயவுசெய்து மன்னிச்சுக்கணும், நான் அடிக்கடி உங்களை வந்து பார்க்கிறேன், சரிதானே." என்றான்.

"அதென்னவோ, உன் சித்திபாடு உன்பாடு" என்றார் சித்தப்பா.

அன்று பிற்பகலிலேயே வரலாம் என்றார் ராசு. இதைச் சொல்லும்போது அவர் பஞ்சாங்கத்தைப் பார்த்துக்கொண்டிருந் தார். "உன் நக்ஷத்திரம் என்னப்பா" என்று கேட்டார். "அவிட்டம்" என்றான் கிட்டா.

"பேஷ், பலே பலே, எனக்கு நல்ல பொருத்தமான ஸ்டார் உனக்கு. அப்புறம் இன்னிக்கு ராகு காலம் இல்லை, தியாஜ்யம் இல்லை. சதயம்; புதன் சித்தியோகம், பிரமாதம் – ஆல்ரைட் . . . போய்ச் சாப்பிட்டுவிட்டு உடனே வந்துவிடு" என்றார் ராசு.

அதேபோல, அதே நேரத்தில், கையில் பெட்டியுடன், மனத்தில் மகிழ்ச்சியும் ஆர்வமும் பொங்கித் துள்ள கிட்டா வந்து சேர்ந்தான்.

"வாப்பா, நமக்கு பஸ் இருக்கு, டூரர் இருக்கு. நல்ல கண்டி ஷன்லே வைச்சிருக்கேன். சரியான சமயத்திலேதான் வந்திருக்கே, ஆச்சு நம்மூர் உத்ஸவம் வரப்போறது. டாக்ஸி ஓடும் கொஞ்சம். பஸ்ஸிலும் கூட்டம் குறையாது. அடுத்தாப்பல கல்யாண சீசன், அதுக்குள்ளே உனக்கு டிரைவிங் பிரமாதமா வந்துடும். எனக்கு ஆனி மாதம், குருதசையில் நல்ல புத்தி வருகிறது. பொதக்குடி ஜோஸ்யர் விசேஷமாச் சொல்லியிருக்கார். இன்னுமொரு பஸ் வாங்கிடுவேன். என் பஸ்ஸை நீ ஓட்டலாம். கஞ்சத்தனமா இருக்க மாட்டேன். சம்பளம், படி இரண்டுமே நிறையக் கொடுக்கிறவன் நான். மெக்கானிஸம் நமக்குத் தண்ணிபட்டபாடு. அந்த நுட்ப மெல்லாம் சுலபமாச் சொல்லித் தரேன். பிராம்மணப் பையனா

வும் இருக்கே, வேலைக்கு மட்டும் பயப்படக் கூடாது. வேஷ்டி, சட்டை துண்டெல்லாம் வேலை முடிஞ்ச பிறகுதான். அரை நிஜார், காக்கியிலே வாங்கித்தரேன் ஒரு ஜோடி. கிரீஸூம் ஆயிலும் பட்டு அழுக்கும் பிடித்த அரை டிராயர்தான் உனக்கு. ராஜதர்பார் டிரஸ் மாதிரி மனசுக்குப் பிடிச்சுப்போயிடணும். பத்து மாசம், அதிகமாப் போனா ஒரே வருஷம், எக்ஸ்பர்ட் மெக்கானிக் அண்ட் எ வெரி குட் டிரைவரா மிஸ்டர் கிட்டா ஆயிடலாம்."

"அதைவிட எனக்கு என்ன ஸார் வேணும்? நீங்க எதைச் சொன்னாலும் செய்வேன். எனக்கு உழைக்க ரொம்பப் பிடிக்கும் ஸார்."

"பலே, நீதான் சரியான ஆளு. பெட்டியிலே என்ன இருக்கு? அதை எப்படி ரொம்பப் பந்தோபஸ்தோடே பிடிச்சுண்டிருக்கையே" சிரித்தார் ராசு.

"பணம் இருக்கு சார். உங்களுக்குக் கொடுக்கவும், மற்றபடி என் செலவுக்கும் . . ."

"அப்படியா, எத்தனை ரூபா வைச்சிருக்கே . . .?"

"நூறு ரூபாய் இருக்கு ஸார்."

"அடப்பாவி, ஐம்பது மூட்டை நெல் வாங்கலாமேடா. ஏது, வீட்டிலேந்து கிளப்பிண்டு வந்தையா . . ."

"அதெல்லாம் இல்லை ஸார், எங்கம்மாவே . . ."

"அப்பா இல்லையா உனக்கு, என்ன படிச்சிருக்கே?"

"நாலாவது பாரம் . . . தேறலை; அதனாலே . . ."

"இந்த ஊரிலே படியேன், இன்னும் மூணு வருஷம் . . . ஓடிப் போய்விடும். உன்னை நான் சிபார்சு பண்ணி, இந்த ஊர் சேது பாவா சத்திரத்திலே சேர்த்து விடுகிறேன். சாப்பாடு போடுகிறார்கள் படிக்கும் பையன்களுக்கு. சம்பளத்துக்கு நான் பண்ணைகளில் சொல்லி ஏற்பாடு செய்றேனே."

"வேண்டாம் சார், நான் படிப்பை நிறுத்தி ரண்டு மூணு வருஷம் ஆயிடுத்து, இனிமேல் போய் . . ."

"சரி, உன் இஷ்டம், கட்டாயப்படுத்த மாட்டேன். பணத்தைப் பத்திரமா வைச்சுக்க. பக்கத்திலே கீரங்குடி கோபாலய்யரும் அவர் தம்பி பஞ்சாவும் நடத்தும் சாப்பாட்டுக் கிளப்பில் சொல்லிவிடு கிறேன். ஏ ஒன் சாப்பாடு. அவா ரண்டு பேருமே சாஸ்திரிகள் மாதிரி ரொம்ப வைதீகமா இருப்பா. குளிச்சு, விபூதி இட்டுண்டு தான் நீ போய்ச் சாப்பிடணும். ரெண்டு வேளைச் சாப்பாட்டுக்கும் மாசம் எட்டு ரூபா. உன்னிடம் இருக்கும் பணம் ஒரு வருஷத்துக்குப் போறும். மற்றபடி உன் செலவெல்லாம் நான் பார்த்துக்கிறேன். வயத்துக்கு நிறைய சாப்பிட்டாத்தான் வேலை செய்ய முடியும். நீ நம்ம கார் ஷெட்டிலேயே தங்கிக்கலாம். எல்லா வசதியும் இருக்கு.

பெரிய ஷெட், வெளியே கொட்டகை, பனை அகனி பின்னின அருமையான கட்டில் தருகிறேன். கொசுவலை வேணும்னாலும் கட்டிக்கோ, ஆனா ஒண்ணு . . .” ராசு இரைந்து சிரித்தார்.

“ஏன் சார்”

“உனக்கு என்ன வயசாகிறது?”

“பதினேழு முடிஞ்சு பதினெட்டு . . .”

“அவ்வளவுதானா? கொஞ்சம் அதிகமாத் தெரியறது. தப்பா நினைச்சுக்காதேப்பா, உனக்கு நல்ல எதிர்காலம் இருக்கு. நான் இங்கிலீஷில் சொன்னாப் புரியுமோன்னோ. நல்ல தசைத்திரட்சி யுள்ள நன்கு வளர்க்கப்பட்ட உடம்பு. என்ன விளையாடுவே நீ?”

“எங்க ஊர்க்குளம் ரொம்பப் பெரிசு சார், கோடையிலும் ரொம்ப நன்னா வெச்சிருப்பா ஊர்க்காரா . . . தினம் நீஞ்சுவேன், கோடை நாள்களில் இரண்டு வேளையும் இக்கரையிலிருந்து அக்கரைக்கு ரொம்ப அநாயாசமாப் போய்விட்டு வருவேன். சடுகுடு நிறைய ஆடியிருக்கேன், அதுவும் நல்ல முரட்டு ஆட்களுடன். குடியானத் தெரு ஆட்களுடன்.”

“சபாஷ், இந்தத் தொழிலுக்கு நல்ல பலமும் வேண்டியதுதான்.”

“ஆனா ஒண்ணுன்னு, எதோ ஆரம்பிச்சேளே . . .”

“பணத்தைக் கையில் வைச்சுக்காதே, உங்க சித்தப்பா கிட்டே கொடுத்துவை, ஏன்னா, ஆளு நல்ல ஆண்பிள்ளையா லக்ஷணமா யிருக்கையே. இந்த ஷெட்டுலேயே வேறே இருக்கப்போறையே. அதனாலே சொல்றேன். இந்த வீதியிலே இன்னும் கொஞ்சம் கிழக்கே போனா அபாயம். ராத்திரி வேளைகளில் மோகினிப் பிசாசு வந்து காலைச் சுரண்டும், அமுக்குப் பிசாசு வந்து டம்முனு மேலே ஏறி உக்காந்துக்கும். நீயோ எளவட்டம் . . .” ராசு சிரிப்பில் ஷெட்டே அதிர்ந்தது.

கிட்டாவுக்கு விஷயம் புரிந்துவிட்டது. அப்படி ஏதாவது பிசாசு வந்தால் தேவலையே என்பதுதான் அவன் எதிர்பார்ப்பது. “அதெல்லாம் நான் எதுக்கும் அஞ்சறவன் இல்லே சார்” என்றான் பொதுப்படையாக.

“பலே பலே, நீ எல்லா விதத்திலுமே எனக்கு ஏத்த ஆளுதான். வாய்யா . . . வா, ஜமாய் ராஜா. இருந்தாலும் ஜாக்கிரதையும் தேவைதானே” என்றார்.

□

13

ராசுவுக்குக் கிட்டாவிடம் நாளுக்கு நாள் பிரியமும் அந்தரங்கமும் வளர்ந்தன. கிட்டா ராசுவின் வீட்டுக்கும் சித்தப்பா வீட்டுக்கும் அடிக்கடி போய்வந்தான். சாப்பாடும் டிபனும் காபியும் மிகவும் ருசியாய், மலிவாய்க் கிடைத்தன. சேலத்து ராயர் கடையில் டிபனும் காபியும், கீரங்குடி கோபாலய்யர் கடையில் சாப்பாடும். ராசு வீட்டிலிருந்து சில சமயம் ஏதாவது வரும் அவருக்கு. அதை இவனுடன் பகிர்ந்துகொள்வார் அவர். நாள்களும் மாதங்களும் போனதே தெரியாமல் ஓடின. உத்ஸவம் ஆரம்பமாவதற்குள் கிட்டா நல்ல திறமையான டிரைவர் ஆகிவிட்டான். கல்யாண சீசனில் மாப்பிளை அழைப்புக்கும் ஊர்வலத்திற்கும் அவன்தான் கார் ஓட்டுவான். ராசு அடிக்கடி பணமும் கொடுப்பார் கிட்டா வுக்கு. நல்ல வேஷ்டி சட்டையெல்லாம் வாங்கிக்கொண்டான்.

புது பஸ்ஸும் வந்தது. கிட்டாவே முதல் நாள் ஓட்டினான். ராசுவும் பக்கத்தில் உட்கார்ந்துகொண்டு கனம் அதிகமுள்ள வண்டிகளை ஓட்டுவதில் இருக்கும் நுட்பங்களைச் சொல்லிக் கொடுத்தார். மிகவும் விழிப்புடன், எப்போதும் தயாராய் வேலை செய்ய வேண்டியிருக்கும். கை கால்களை அதிகச் சிரமம் இல்லாமலும் அதே சமயத்தில் தயாராக இருக்கும்படியும் எப்படி வைத்துக் கொள்ள வேண்டும் என்பதையெல்லாம் சொல்லிக்கொடுத்தார். மன்னார்குடி – திருத்துறைப்பூண்டி பஸ். சாலை மிகக் குறுகியது. வளைவுகள் அதிகம்; நெடுக வழி பூராவும் கிராமங்களின் தெருவி லேயே போகும் சாலை. கப்பிச் சாலை. ஜனங்கள் பஸ் சத்தமும் ஹாரன் சத்தமும் கேட்டவுடனேயே ஒதுங்கி ஓடிப் போய்விடுவார் கள். கிராமாந்தரத்து மாடுகள், அதிலும் எருமை மாடுகள் லேசில் ஒதுங்குவதில்லை. “இதுகள்தான் நம்ம பிரேக் இன்ஸ்பெக்டர்கள்” என்பார் ராசு. உழவுமாடுகளும் வண்டிமாடுகளும் கறவைப் பசுக்களும் ரொம்ப அதிகமாகவே மிரளும். “கால் கைகளில் ரொம்ப நிதானமும் விழிப்பும் தேவை” என்பார் ராசு. கிட்டாவுக்கு

எல்லாத் திறமையும் நிறைய வந்துவிட்டன. மோட்டாரின் எந்தக் கோளாறையும் சரி செய்துவிடக்கூடிய மெக்கானிக்காகவும் ஆகிவிட்டான். பஸ் கண்டக்டர்களுடைய பழக்கமும் மற்ற டிரைவர்களுடைய பழக்கமும் கிட்டாவுக்கு ஒத்துவரவில்லை. பஸ் ஸ்டாண்டுகளில் தனியே ஒதுங்கி இருக்கவும் முடியவில்லை. நாசூக்கான தொழில் இல்லை அது. கிட்டா ஒரு நாள் இதை ராசுவிடம் தயக்கத்துடன் வெளியிட்டான்.

"இதுக்குத் தயங்குவானேன்? நான் வேறே தினுசு, இந்தப் பசங்க யாருமே எங்கிட்ட நெருங்க மாட்டானுக, உன் சமாச்சாரம் வேறே. எனக்கு ரொம்பச் சந்தோஷம். பிரமாதமான 'ஸடான்' காரெல்லாம் வர ஆரம்பிச்சுடுத்து. நீ நல்ல உடையுடன், நாகரிகமான முறையில் யாரிடமாவது டிரைவராப்போறது பத்தி எனக்கு ரொம்பச் சந்தோஷம். எங்கிட்ட எத்தனையோ பேர் இருந்திருக்கான். நானும் அவனுகளை நன்னாவே தயார் பண்ணிவிட்டதுண்டு. இருந்தாலும் மிஸ்டர் கிட்டா மிஸ்டர் கிட்டாதான். நானே யோசிச்சிண்டிருக்கேன் உனக்குத் தகுந்த இடமா" என்றார் ராசு.

"மதுரையில் நமக்கெல்லாம் தூர உறவுக்காரர் ஒருத்தர் செட்டி நாட்டுப் பணக்காரச் செட்டியார் வீட்டில் வேலை பார்க்கிறார். ஆனால் அவருடைய ஆடம்பரமும் மத்ததும் பார்த்தா அவரேதான் செட்டியாரோன்னு இருக்கும்னு எல்லாரும் சொல்லுவா. அவர் பேரு . . . விச்வநாதன். இங்கிலீஷிலே சொல்லுவாளே . . . கேவி, கேவின்னு. வெளி வீதிலே வீடு. நம்மளவா கல்யாணங்களுக்கெல்லாம் அவர் கார் போட்டுண்டுதான் வருவார். அவர் ஆம்படையாளும் நகையும் நட்டுமா ராணி மாதிரிதான் இருப்பாள். அவர் நல்ல உபசாரி, அதுவும் நம்மளவாளுக்கு நிறையச் செய்யறார்னு கேள்வி. நீ அவரைப் போயப் பாரேன்" என்றாள் சித்தி.

ராசுவிடம் இதைச் சொன்னபோது அவருக்கும் இது பிடித்தது. அதோடு அவர் மற்றொன்றும் சொன்னார். "கிட்டா, நானும் உன்னுடன் மதுரைக்கு வருகிறேன். டி. வி. எஸ்.ஸில் கொஞ்சம் வேலை இருக்கிறது. உனக்கும் அது நல்லது. புது ஊர். எனக்கு மதுரையில் நல்ல பழக்கம் உண்டு."

"கட்டாயம் வாருங்கள் ஸார், எப்போ புறப்படலாம்?"

"நாள் பார்க்கிறேன்" என்று பஞ்சாங்கத்தைப் புரட்டினார். "நாளை போக மறுநாள் போவோமே" என்றார்.

இரண்டு பேருக்கும் பொருத்தமான நாளாம் அது. மதுரைக்குச் சென்று விசாரித்துக்கொண்டு கே. வி.யைப் போய்ப் பார்த்தார்கள். அவரும் வரவேற்றார்.

"ஸார்தானா, எனக்குத் தெரியுமே ஐயர்வாளை. திருத்துறைப் பூண்டிகிட்டே தேவதானத்திலே கிராமம் உண்டே இவா செட்டியாருக்கு. அடிக்கடி வரதுண்டே. நானே டாக்ஸிலே கொண்டுபோய் விட்டிருக்கேன் பல தடவை." என்றார் ராசு.

"அடே, மன்னார்குடி ராசுவா. என்னய்யா, ஆளு ரொம்ப மாறியிருக்கீரே . . . சௌக்கியமா?"

"நீங்களும்தான் மாறியிருக்கேள். உடம்பு கொஞ்சம் இளைச் சிருக்கே; இந்தப் பையன் ஒரு நல்ல டிரைவர். மெக்கானிசம் நல்ல அத்துப்படி இவனுக்கு. நம்ம தயார், எங்கேயாவது நல்ல இடத்திலே அவனை அமர்த்தணும், நான் வந்ததே அதுக்காகத்தான்னு வைச்சிக் கலாம். இந்தப் பையன்கூட உங்களுக்குத் தெரிஞ்ச இடத்துப் பையனா இருக்கலாமோன்னு ஒரு யோசனை."

"அப்படியா, எந்த ஊரப்பா உனக்கு?"

"தோப்பூர்."

"தோப்பூரா, தோப்பூரில் யாரு?"

"எங்கப்பா பேரு சங்கரய்யர்; அவர் இல்லை இப்ப. எங்கம்மா பேரு பாலாம்பா . . ."

"அடேடே, வாடா வா, பாலாம்பாவின் பிள்ளையா நீ? ராசு, இவன் எனக்கு உறவுக்காரனாவே ஆயிட்டன். ஒண்ணுவிட்ட அத்தங்கா பேரன் இவன். பாலாம்பா சௌக்கியமா இருக்காளா?"

"சௌக்கியம்தான் மாமா."

"ஓய் ராசு, நல்ல சமயத்தில்தான் வந்திருக்கிறீர்கள். தேவதானத் துக்கு வருவாரே நம்ப செட்டியார், அவர் காலமாயிடுத்து. அவர் பிள்ளைதான் இப்போ முதலாளி. நான்தான் அந்தச் செட்டியாரின் ஏஜெண்ட். அவருக்காகப் புதுசா ஒரு கார் வாங்கப்போறேன். அடுத்த வாரம் மெட்ராசுக்குப் போகணும். இந்தப் பையனுக்கு நல்ல காலம் இருந்தா, இதை அதிர்ஷ்டம்னே சொல்லலாம். ஆனால் இதில் ஒரு விஷயம் இருக்கு. எங்க செட்டியாருக்குக் கொஞ்சம் உடம்பு சரியாயில்லை. அதிக வயசாகலை, முப்பத்தைந்து தான் ஆகிறது. என்ன கஷ்டமோ அவருக்கு இந்த வியாதி வந்து தொலைச்சிருக்கு. அதனாலே, இப்படியே ஊர் ஊரா க்ஷேத்திராட னம் பண்ணப்போறேன்னு ஒத்தைக் காலாலே நிக்கிறார்."

"என்ன வியாதின்னு சொல்லலையே நீங்க." என்றார் ராசு.

"வெண்குஷ்டம். ஒரு ரண்டு மூணு வருஷத்துக்குள்ளே, உச்சி மண்டையிலிருந்து உள்ளங்கால்வரை பரவிவிட்டது. ரொம்ப வேதனைப்படறார். வீட்டுக்குள்ளேயே அடைஞ்சு கிடக்கார்."

"அதுதான் தப்பு, மனசு வேறே துன்பப்படும். அதனாலே வேறே வியாதிகள் உண்டாகும். ஸார், லுகோடர்மா இஸ் நாட் அட் ஆல் எ டிஸீஸ். படிச்சவாளே இதைத் தெரிஞ்சுக்காம, அநாவசியமா அருவருப்பை வளர்த்துக் குட்டிச்சுவராக்கிறாளே? . . . ஸார், இது எங்கண்ணாவுக்கு இருந்தது. மெட்ராஸிலேயே போய்க் கேட்டோம். பெரிய டாக்டர்களெல்லாம் சொன்னது இது. இது வியாதியே இல்லையாம்; ஆகவே தொத்து நோயாக நினைப்பது அதைவிட அறியாமை. இன்னோன்னு இருக்குப் பாருங்கோ, தொழுநோய், பெரிய வியாதின்னு சொல்றாளே,

அதுவும் அபாயகரமான தொத்துநோய் இல்லை; ஆரம்பக் காலத்தில் கொஞ்சம் கலக்காமல் இருக்கணும் அவ்வளவுதான். அவருக்காகத்தான். புதுக் கார் வாங்கப் போறேளோ?"

"ஆமாம். இந்தப் பையனுக்குக் காலணா செலவு வைக்க மாட்டார் செட்டியார். மாசா மாசம் இவன் சம்பளத்தை இவன் பேங்கில் போட்டுவிடலாம். வெளியில் மற்றவர்கள் தருவதைவிட நிறைய, ரண்டு பங்கு தருகிறேன். நாலஞ்சு வருஷம் இருந்தான்னா அப்புறம் சொந்தமாவே கார் வாங்கிண்டு சம்பாதிக்கலாம், என்ன சொல்றீர்?"

"சொல்றதுக்கு என்ன இருக்கு இதில். மிஸ்டர் கிட்டா உங்களுடன் மெட்ராஸ் வருகிறான், புது வண்டியிலே உங்களையும் அழைச்சிண்டு வருவான். நிச்சயமாயிடுத்து."

"சரி, கிட்டா நம்மாத்திலேயே இருக்கட்டும். இப்போதைக்குச் செட்டியார், காரைக்குடியில் இருக்கிறார். அநேகமா இன்னும் ஒரு வாரத்திலே மெட்ராஸ் போகும்படியாய் இருக்கும் கார் வாங்கி வர. செட்டியார் ரொம்ப அவசரப்பட்டுண்டே இருக்கிறார். ஆமாம், நீங்க ரண்டு பேரும் எப்போ வந்தேள். எங்கே தங்கியிருக்கேள்?"

"மங்கம்மா சத்திரத்திலே ரூம் எடுத்தோம். நான் உடனே ஊருக்குப் போயாகணும், ரண்டு பஸ் ஓடறது. திருத்துறைப்பூண்டி லைன்தான். வந்த காரியம் மங்களமா முடிஞ்சுபோச்சு. உங்க பையனை உங்க கிட்டேயே ஒப்படைச்சுட்டேன். நீங்க பார்த்து எல்லாம் செய்யணும் அவனுக்கு. நீங்க செய்யவும் செய்வேள். கிட்டா, செட்டியார் கிட்டே வெறுப்போ அருவருப்போ காட்டாமல், அன்பும் மரியாதையும் காட்டிப் பழகணும். செட்டியார்களுக்கு ஒருத்தனைப் பிடித்துபோய்ப் பழகிவிட்டால், அப்புறம் உசிராக இருப்பார்கள், நம்பியும் விடுவார்கள். நிறையவும் தருவார்கள். அப்போ, நான் வரேன் கே. வி. ஸார்."

"என்னது, வேகாத வெய்யிலில் வந்தீர்கள்; உடனே திரும்பிப் போறதாவது, டிபன் காபி சாப்பிட்டுட்டுக் கோவிலுக்குப் போகலாம். அப்புறம் ராத்திரி சாப்பிடறது. ரூமும் வேண்டாம் ஒண்ணும் வேண்டாம். போய்ச் சாமானை எடுத்துண்டு வாங்கோ, வண்டி அனுப்பறேன். ரண்டு நாள் இருந்து திருப்பரங்குன்றம், அழகர் கோவில் எல்லாம் பார்த்துட்டுப் போகலாம்" என்றார் கே. வி. சமையற்காரன் வந்து, "டிபனுக்கு இலை போட்டாகி விட்டது" என்று அழைத்தான். உள்ளே போனார்கள். கோதுமை அல்வா, ரவா பொங்கல், வடை, சட்னி, அல்வா நிறையவே வைக்கப்பட்டது எல்லோருக்கும்.

"நம்மூர்ப் பக்கம் மாதிரி அல்வாத் துண்டுகள் போடுவதில்லை இங்கெல்லாம், இந்தப் பக்குவமேகூட வேறுமாதிரிதான்" என்றார் கே. வி.

"அதானே பார்த்தேன். ஆனால் இது ரொம்ப ருசியாயிருக்கே" என்றார் ராசு. மறுபடியும் அல்வா வைத்தான் சமையற்காரன்.

"பனிஷ்மெண்டா, நன்னா இருக்குன்னு சொன்னதற்கு" என்று சிரித்தார் ராசு.

நல்ல காபி. பெரிய பெரிய வெள்ளி டவரா டம்ளர்கள். சாயங்காலம் கோவிலுக்கெல்லாம் போய் வந்தார்கள். நிர்ப்பந்தம் செய்தும் கேட்காமல் ராசு அன்றிரவே ஊருக்குப் புறப்பட்டார். அதன் பிறகு ரண்டுநாள் அவர் வீட்டிலேயே இருந்தான் கிட்டா. கே. வி.யின் மனைவியும் மக்களும் அவனிடம் வித்யாசமே பாராட்டாமல் பழகினார்கள். கே. வி.யிடம் இருந்த காருக்கு டிரைவராயிருந்த ஒரு நாயுடு, பட்டை நாமதாரி, வயதானவர். அவரைச் செட்டியாரிடம் அனுப்பிவிட்டுக் கிட்டாவை நாம் வைத்துக் கொள்வோமே என்ற யோசனை பிறந்து வளர்ந்து பரவியது. கே. வி. அதற்குச் சம்மதிக்கவில்லை. நாயுடு போக மாட்டார். அவரிடம் சொல்ல வேண்டாம் என்றார்.

மெட்ராசுக்குப் போய்ப் புதிய கார் வாங்கிக்கொண்டு வந்தார்கள். கிட்டா மோட்டாரை ஓட்டியது மிகவும் நேர்த்தியாயிருந்தது. புதிய ஸடான் வண்டி. ஷெவல்லே. சின்ன கார்தான். கிட்டா மனப்பூர்வமாகச் செட்டியாரிடம் டிரைவர் ஆனான். தினம் ஏதாவது ஒரு க்ஷேத்திரம் பெரிய ஊர்களில், ஹோட்டல்களில் தங்குவார்கள். கிட்டா பல தடவை செட்டியாருக்கு எடுத்துச் சொன்னான் வியாதியைப் பற்றி. அவர் அப்படி வேதனைப்படுவதும் வெட்கப்படுவதும் அவசியமே இல்லையென்று வற்புறுத்திச் சொன்னான். அவர் ஒதுங்கினாலும் விடாமல் நெருங்கிப் பழகினான். அவருடைய சாமான்களை, துணிமணிகளை இவன் தொடக் கூடாது, தொட வேண்டாம் என்றெல்லாம் சொல்வார். கிட்டா கேட்காமல் கலந்து பழகுவான். செட்டியாருக்கும் புரிய ஆரம்பித்தது. பல டாக்டர்களிடம் போனார்கள். அவர்களும் இது வியாதியே இல்லை, தோலின் மாறுபாடுதான் இது என்று விளக்கிச் சொன்னார்கள். ஆனால் அது செட்டியார் மனத்தில் இருந்த வெறுப்பை, தன்மீது தானே அவர் காட்டிய வெறுப்பை மாற்றத்தான் பயன்பட்டது. ஊரில் அவர் உறவினர்களையோ, மற்றவர்களையோ சிறிதும் மாற்றவில்லை. அதிலும் ஆச்சி, செட்டியார் மனைவி அவரை அண்டுவதுகூடக் கிடையாது. அத்துடன் அவள் அவரை மிகவும் அலக்ஷியப்படுத்துவதும் உண்டு.

அவளும் சின்ன வயதுதான். ஊட்டத்தில் ஊறிய, கருகருவென்று வாளிப்பான தேகம். புதிதாய் வந்திருந்த நாகரிகத்தால் பொருந்தாமல் ரவிக்கையும் அணிய ஆரம்பித்திருந்தாள் அந்த ஆச்சி. செட்டியார் வழக்கப்படியே மிகக் குறைவான நகைகள்தான் அணிந்திருந்தாள். வீட்டு வேலைகள் செய்யவும், வண்டி ஓட்டவும் வேறு வேலைகளுக்கும் இருந்த வேலைக்காரர்களிடமும் தவிசுப் பிள்ளையிடமும் மிகவும் சுமுகமாகப் பேசும் அந்த ஆச்சி, செட்டியாரிடமும், அவருக்கு மிகவும் வேண்டியவனாய் இருப்பதால் கிட்டாவிடமும் மட்டும் கடுகடுப்பாய் இருப்பாள். கிட்டா ஒரு முறை அவளிடம்

செட்டியாருக்காகப் பரிந்து பேசி, அந்த வியாதி அப்படி வெறுக்கத் தக்க கொடிய வியாதி இல்லையென்று சொன்னபோது, அவள் அதைப் புரிந்து கொள்ளாததுடன் கிட்டாவைக் கோபித்துக்கொண் டும் பேசிவிட்டாள். "நீர் யாரய்யா எனக்குப் புத்தி சொல்ல, ஏதோ பொறி இருந்தது. இவருக்குக் கழுத்தை நீட்டினேன். ரண்டு கொளந்தைகளும் பொறந்தாங்க. இவரு கண்ட இடத்திலேயே போய்க் கண்டபடியெல்லாம் கெட்டலைஞ்சு இருட்டுச் செலவு பண்ணிப் பண்ணி இப்படி ஆயிட்டாரு . . . நான் பொறந்தது வளர்ந்ததெல்லாம் தஞ்சாவூர்ச் சீமைதான். எனக்கு எல்லாமே தெரியும். ஏராளமாகச் சொத்து கிடக்கு, அவரு இஷ்டத்துக்குச் செலவு செஞ்சுக்கிட்டுச் சுத்தட்டுமே. இப்ப எங்கெயும் இருட்டுச் செலவு பண்ண முடியாது. மத்தபடி கோவில் கொளம், சோறு, துணி, ஓட்டல், தங்கற செலவு எல்லாம் பண்ணட்டுமே. நீரும் சேர்ந்திருக்கீரு." என்றெல்லாம் பேசினாள்.

செட்டியார் வேறொரு சின்ன வீட்டில் இருந்தார். அங்கே அவருக்குச் சாப்பாடு இங்கிருந்து வரும். காபி கிளப்பிலிருந் தும் வாங்கிச் சாப்பிடுவார். கிட்டாவுக்குப் படிச் செலவுக்குத் தாராளமாகவே கொடுப்பார். சொத்து, பணமெல்லாம்கூட ஆச்சி பேருக்கும் குழந்தைகள் பேருக்கும் மாறிவிட்டிருந்தது. கே. வி. அடிக்கடி வந்து செட்டியாரைப் பார்த்துப் பேசிக்கொண்டிருந்து விட்டுப் போவார். உள்ளூரில் வீட்டில் இருந்த கணக்குப்பிள்ளை, செட்டியார் கேட்கும்போதெல்லாம் தடை இல்லாமல் கொடுத்துக் கொண்டே இருப்பார். ஆச்சியோ, குழந்தைகளோ செட்டியாரை வந்து பார்ப்பதுகூட இல்லை. அதனால் அடிக்கடி பிரயாணம் புறப்படுவார். பெரும்பாலும் தஞ்சாவூர் ஜில்லாவில் உள்ள கோயில் களுக்கும் ஊர்களுக்குத்தான் போவார் தஞ்சாவூர், கும்பகோணம், மாயவரம், சிதம்பரம் இந்த நான்கு ஊர்களில்தான் தங்குவார். வசதியான ரூம்கள் எடுப்பார்.

கிட்டா சில சமயம் மன்னார்குடிக்குப் போய் ராசுவையும் பார்த்துவிட்டுச் சித்தி சித்தப்பாவையும் பார்த்துவிட்டு வருவான். தோப்பூருக்குப் போய் அம்மாவையும் பார்த்துத் தனக்குப் பணம் சேர்ந்துகொண்டிருப்பதைச் சொல்லி மகிழ்விப்பான். "என்ன ஆனாலும் கார் டிரைவர்தானே?" என்று தன் அக்கா வீட்டில் பெரியவர்களும் சிறியவர்களும் பேசிக்கொள்கிறார்கள் என்பதைக் கேள்விப்பட்டபோது அவன் மிகவும் வருத்தப்பட்டான். அவன் அக்கா சாவித்திரிக்கு உடம்பு தேறவேயில்லை. மாச்சி இவனுடன் முகம் கொடுத்தே பேசவில்லை. வர வர ஓட்டாண்டியாகிக்கொண்டு வரும் சந்துருவுக்கும் இவனிடம் அலக்ஷ்யம். 'வரட்டு ராங்கிக் கூட்டம். இருக்கட்டும் . . . காலம் வரட்டும்' என்று நினைத்துக்கொண் டான் கிட்டா. தோப்பூருக்கும் அதிகம் வருவதில்லை அவன்.

□

14

கணேசன் தோப்பூரில் வாத்தியார் வீட்டில் இருப்பதாகப் பெயரே தவிர ஊர் முழுவதிலும் இருந்தான். பள்ளிக்கூடத்தில் ஐந்தாவது முடித்துவிட்டான். அவனுடைய மேற்படிப்பு ஒரு பிரச்சினையாகக் கூடாதென்று நினைத்தார் அந்த வாத்தியார். அவர் மன்னார்குடியில் படித்தவர். அவ்வூர் ஹரித்ரா நதி வடகரையில் கீழ்க்கோடியிலிருக்கும் ஸேது பாவா சத்திரத்தில் ஏழை மாணவர்களுக்குச் சாப்பாடும் போட்டு இருக்க இடமும் கொடுக்கும் தர்மம் நடந்துகொண்டிருந்தது. கணேசனை அதில் சேர்த்து மேலே படிக்க ஏற்பாடு செய்ய நினைத்தார். தானே நேரில் போய் எல்லாம் தெரிந்துகொண்டு வந்தார். மிகவும் சிறந்த ஆசிரியர்கள் இருந்தார்கள், அந்த ஊர் ஹைஸ்கூல்களில். கணேசன் படிப்பில் காட்டிய முன்னேற்றம், அடைந்த தேர்ச்சி இவற்றைக் கண்டபோது, அவன் காலேஜ் படிப்பெல்லாம் படித்து மிகவும் முன்னுக்கு வர வேண்டும், கட்டாயம் வருவான் என்று நம்பினார் அவர். அந்தச் சத்திரத்தில் சேர்க்க வேண்டுமென்றால், முதலில் அவனுக்குப் பூணூல் போட வேண்டுமென்றனர் சத்திரத்து நிர்வாகிகள். அது ஒன்றும் சிரமமில்லை. அதிகச் செலவில்லாமலேகூடச் செய்துவிடலாம். அது ஒரு வைதீகச் சடங்குதானே, ஊரைக் கூட்டி மேளதாளங்கள் வைப்பது சும்மா ஆடம்பரம்தானே என்பது அவர் எண்ணம்.

ஆனால் இதை அவர் தன் வீட்டில், தன் மனைவியிடம் சாதாரணமாகச் சொன்னபோதே அங்கேயே முதல் தடை ஏற்பட்டது. அவருடன் எதற்குமே வாதாடும் வழக்கமில்லாத அவருடையை மனைவி, அவருடன் வாழ்ந்ததால் சாதாரணமான ஆசைகளை – பெண்களுக்கு இயல்பான நகைநட்டு ஆசைகளை, பளிச்சென்று புடவை ரவிக்கை ஆசைகளைக்கூட – ஒடுக்கிக் கொண்டுவிட்ட அவருடைய மனைவி, "அதெப்படி முடியும்? ஊரே கொண்டாடுகிற

குழந்தை அவன். அய்யங்காராத்தில் அவனைக் கண்ணா என்றே கூப்பிட்டு, குடும்பம் முழுக்க அவன் மேலே உசிராயிருக்கு. மத்த வாளோ கேக்கவே வேண்டாம். உங்களுடைய அபிப்பிராயங்களை நான் ஏத்துக்கிறத்தைத் தவிர வேறு வழியில்லை. அதுக்காக எல்லாரும் ஒத்துப்பாளோ? நீங்க வேணுமானா இதைச் சொல் லுங்கோ எல்லார் கிட்டையும், உடனே அவாவா போட்டிபோட் டுண்டு பண்ணிப் பிடுவா பூணல் கல்யாணத்தை. பக்கத்தூர்ப் பணக்காராள்ளாம் நிறையச் செய்வா ... இது ஒரு புண்ணியமாச்சே" என்றாள் அவருடைய மனைவி.

அதற்குப் பிறகு அவர் யாரிடமும் சொல்ல வேண்டிய அவசி யமே இருக்கவில்லை. சீனி அய்யங்கார் பக்கத்தூருக்குச் சொல்லி அனுப்பினார். அவர் வார்த்தைக்கு இருந்த செல்வாக்காலும் சில சமயங்களில் கணேசனைப் பார்த்து மகிழ்ந்திருந்த அந்த ஊர்ப் பணக்காரர்களும் அவர்கள் மனைவிமார்களும் தாமே செய்து விடுவதாக முன்வந்தனர். ஆனால் சீனி அய்யங்கார், தோப்பூரில், வாத்தியார் வீட்டில்தான் செய்ய வேண்டும், அந்த வாத்தியாரே தான் மணையில் உட்கார்ந்து தன் சம்சாரத்துடன் கணேசனுக்கு யாவற்றையும் செய்ய வேண்டும், அவர் வீட்டுக் கூடத்தில்தான் சாப்பாட்டுப் பந்திகள் நடக்க வேண்டும் என்று கண்டிப்பாய்ச் சொல்லிவிட்டார். அதேபோல எல்லா ஏற்பாடுகளும் நடந்தன.

அந்த வாத்தியாருக்கு இது சம்மதமில்லை. முன்பொரு தடவை ஓர் ஆவணியாவட்டத்தில் (ஆவணி அவிட்டம்) இந்தச் சீனி அய்யங்கார் உட்பட ஊரில் அனைவரையும் வைத்துக்கொண்டு அவர் இந்தச் சடங்கு சம்பிரதாயங்களைப் பற்றியெல்லாம் விளக்கி கிண்டலாய் கண்டனமும் செய்ததுண்டு. அதுவும் அவராகப் பேசப் போகவில்லை. யாரோ ஒருவர், அன்று காலை ஓர் ஆராய்ச்சியில் இறங்கினார். வாத்தியார் நிறையப் படித்தவர் என்பது ஊரில் எல்லாருக்குமே தெரியும். புத்தகம் வாங்கி வாங்கி, அதிக ஏழையாய்ப்போனவர் வாத்தியார். அவரைக் கேட்டால் எல்லாமே தெரியும் என்று அவர்களுக்குத் தெரியும். ஆராய்ச்சியில் இறங்கியவருக்கு ஒரு சந்தேகம். அதாவது, ஆவணியாவட்டத்தன்று, காலையில் ஒரு ஜபம் செய்கிறோமே வருஷா வருஷம், அந்த ஜபத்தில், காமோகரிஷி மன்யுரகர்ஷி என்று இரண்டு ரிஷிகளை ஜபிக்கிறோமே, அந்த இருவரையும் பற்றி எந்தப் புராணத்தில் வருகிறது, இராமாயணத்திலும் மகாபாரதத்திலும் பாகவதத்திலும் கூட அந்த ரிஷிகளின் பெயரைக் காணோமே என்பது அவருடைய சந்தேகம்.

இதைக் கேட்ட கணக்குப்பிள்ளையும் பட்டாமணியாருமே யோசிக்கத் தொடங்கினார்கள். சந்துரு அய்யருக்கும் இதைத் தெரிந்துகொள்ளும் ஆர்வம் ஏற்பட்டது. சமையற்கார முத்துவுக்குத் தானும் தெரிந்துகொள்ள வேண்டுமென்ற துடிப்பு வந்துவிட்டது.

இதில் விசேஷம் என்னவென்றால், அந்தச் சந்தேகம் வந்த பேர்வழி, சாஸ்திரிகளையே கேட்டாராம். அவர் தனக்குத் தெரியாது, ஆனால் வேதத்தில் வருகின்றன இந்த இரண்டு ரிஷிகளின் பேர் களும் என்றாராம். பிரச்சினை சந்துருவையர் வீட்டுத் திண்ணையில் ஆராய்ச்சிக்கு வந்தது. வாத்தியாரைக் கூப்பிட்டுக்கொண்டு வந்தார் கள். சீனி அய்யங்காரும் வந்து சற்றுத் தூரத்தில் நின்றிருந்தார். அந்த வாத்தியாரும் வந்து, தனக்கும் இது தெரியவில்லையே என்று சொல்லிவிட்டால் தேவலை என்பது அவர் எண்ணம். தனக்கே தெரியாத விஷயம், வாத்தியார் அதைச் சொல்லிப் பெருமையைத் தட்டிக்கொண்டு போய்விடக் கூடாதே என்று நினைத்தார் அவர்.

ஆரம்பிக்கும்போதே, “கஷ்டம், கஷ்டம் . . . தயவுசெய்து என் வாயைப் பிடுங்காதீர்கள். இந்தச் சந்தேகத்தை என்னிடம் இவர் சொன்ன க்ஷணத்திலிருந்து நான் மிகவும் வேதனையோடிருக்கிறேன்” என்றார் வாத்தியார்.

“இதிலே, வேதனைப்பட என்னய்யா இருக்கு? உமக்கும் தெரியலையேன்னு வேதனைப்படுறீரோ? அதனாலே பரவாயில்லை. பெரியவா சொல்லியிருக்கிற எத்தனையோ விஷயங்கள் நமக்குப் புரியறதில்லை. அப்படிப் புரியாமை இருக்கிறதுகூட நல்லதாத் தானிருக்கு . . . உமக்கும் தெரியலேன்னா, தெரியாதுன்னு சொல் லுமே” என்று எகத்தாளமாய்ப் பேசினார் சீனி.

சாது மிரண்டுவிட்டது. வாத்தியாருக்கும் சற்றே ஆவேசம் வந்துவிட்டது. “இந்த ஜபத்தில் ரிஷியும் கிடையாது மண்ணாங்கட்டி யும் கிடையாது ஸ்வாமிகளே, இந்த வருஷம் பூராவும் நாம் எத்தனையோ பாவம், தெரிஞ்சோ தெரியாமலோ, பெரும்பாலும் நாமெல்லாம் தெரிஞ்சு பாவம் பண்றவாதான் – எத்தனையோ பாவம் செஞ்சிருக்கோமே; அதுக்கெல்லாம் பிராயச்சித்தம்தான் இந்த ஜபம், காம (ஹ); அகார் ஷீத், மன்யு(ஹு) அகார்ஷீத்... சந்தி சேர்ந்து வரபோது, “காமோகார்ஷித், மன்யுரகார்ஷீத் என்று ஆகும். இதுக்கு என்ன அர்த்தம்னா, பாவங்களை, என் ஆசை செய்தது, என் கோபம் செய்தது (ஆகவே நான் செய்யவில்லை) என்பது அர்த்தம். இதுவே நமக்குத் தெரியலை – எத்தனை வருஷம் இதை ஜபிச்சிருக்கோம். இந்த அழகிலே, இது தெரியாமை இருந்தா லேயே தேவலையேன்னு ஒரு கக்ஷி. என்ன கஷ்டம் இது, நாம் செய்யும் சடங்கிலே, முக்கியமா, இன்னிக்கு அடிக்கிறமே இந்தக் கூத்து, இதுக்கும் காரணமாயிருக்கே இந்தப் பூணூல் சங்கதி, அந்தப் பூணூல் கல்யாணம் பண்றமே ஆடம்பரமா அந்தக் கூத்து, இந்தரண்டையும் பத்தி மட்டுமாவது சொல்றேன்; கொஞ்சம் தெரிஞ்சுக்குங்கோ.

“மிக மிகப் பழைய காலத்தில், அதாவது நமது மூதாதையர் தூய அந்தணர்களாக உலகையே, உயிர்கள் அனைத்தையுமே நேசித்து, ஆனால் உலகப் பொருள்களில் பற்றே இல்லாமல்,

மறுநாளுக்குத் தேவையானதைக்கூடத் தேடிச் சேர்த்து வைத்துக் கொள்ளாமல் வாழ்ந்த காலத்தில், வேத, வேதாந்தங்கள் கற்பிக்கும் குருகுலங்கள் இருந்த காலத்தில், அந்தக் குரு, அதாவது வேதம் கற்பிக்கும் ஆசார்யன், ஏழெட்டு வயதுக் குழந்தைகளைத் தன் குருகுலத்தில் சேர்த்துக்கொள்வதற்காக அந்தக் குழந்தைகளுக்குச் செய்வதுதான் உபநயனச் சடங்கு. உபநயனம் என்றால் ஆசிரியரிடம் கொண்டுவந்து விடுவது என்று அர்த்தம். இதைத் தகப்பனாரே செய்யும் கட்டம் வந்திருக்கிறது. அதாவது குருகுலப் பாடசாலைகளுக்குத் தை மாதத்தில் விடுமுறை வரும், கோடையில். சந்நியாசிகளும் ரிஷிகளும் அப்போது சஞ்சாரத்தில் இருப்பார்கள். மாணவர்கள் வீட்டில் தங்குவர். விடுமுறையில் விட்டதை, நிறுத்தி வைத்திருந்ததை மறுபடியும் தொடங்கும் சடங்குதான் இந்த ஆவணி அவிட்டம். நாம் எதை விட்டோம், மீண்டும் தொடங்க? நாம்தான் எல்லாத்தையுமே விட்டுட்டோமே. கூடாரவல்லி கதைதான் இதுவும். கூடாரை வெல்லும் சீர்க் கோவிந்தா என்ற அருமையான திருப்பாவைப் பாட்டு கூடாரவல்லியாகி கோமளவல்லிக்குத் தங்கை இந்தத் தாயார்னு நீங்கள்ளாம் சொல்ற கதைதான் இதுவும் இந்த அழகில் இருக்கிறது. நம்முடைய மதச் சடங்குகள் எல்லாமே . . .” என்று வயிற்றெரிச்சலைச் சிரிப்பாக மாற்றி முடித்தார் வாத்தியார்.

மற்றவர்கள் இதை ஒப்புக்கொண்டு வாத்தியாரைப் போற்றினார்களோ என்னவோ, ஆனால் சீனி அய்யங்கார் முகவாட்டத்துடன் தான் போனார் அன்று. “இதெல்லாம், என்னய்யா, நாஸ்திகமான பேச்சு” என்று சூள் கொட்டிவிட்டும் போனார். எப்போதுமே வாத்தியாருக்கு எதுவுமே பிடிக்காது. அவர் சீர்த்திருத்தக்காரரர். “ரொம்பப் படிச்சுட்டாரோல்யோ” என்றும் அடிக்கடி சொல்லிக் கொண்டிருந்தார்.

இன்று அவர், கணேசனுக்கு வாத்தியார்தான் மனைவியுடன் மனையில் உட்கார்ந்து சடங்கெல்லாம் செய்ய வேண்டுமென்று வற்புறுத்தியபோது, ஒருக்கால், அன்றைக்குத் தான் சொன்னவற்றை நினைவூட்டிப் பரிகாசம் செய்யத்தான் இதை வற்புறுத்துகிறாரோ என்றுகூடத் தோன்றிற்று வாத்தியாருக்கு. வாத்தியார் மறுத்தார். பலரும் வந்து திடமாகச் சொன்னார்கள். அத்துடன், “கணேசனுக்கு உமது கையால் பூணூல் போட்டு பிரஹ்மோபதேசம் பண்ணுகிற நல்ல காரியத்தின் பயனாக உமக்குப் புத்திர ஸந்தானம் ஏற்படும்” என்று அவர்கள் சொன்னபோது வாத்தியார் மனைவி அடைந்த சந்தோஷம் வாத்தியாருடைய வாயையும் அடைத்துவிட்டது. சத்திரத்துச் சங்கரி மாமிக்கும் கடிதம் எழுதினார் வாத்தியார். உண்மையாகவே நாலுநாள் முன்னதாக வந்து சேர்ந்தாள் சங்கரி மாமி. அவள் வந்ததிலிருந்து கணேசன் அவளுடனேயே இருந்தான். அவனைத் தடவிக்கொடுத்துத் தழுவி உச்சிமோந்து, தான் ஊரிலிருந்து கொண்டு வந்திருந்த பக்ஷணத்தையும் கொடுத்தாள். வாத்தியாருக்கும் அவர் மனைவிக்கும் ரொம்பச் சந்தோஷம்.

கிட்டாவின் தாயாரோடு தங்கினாள். வந்தவுடன். "கிட்டா மன்னார்குடிக்குப் போய்க் கார் ஓட்டக் கற்றுக்கொண்டு, இப்போது காரைக்குடியில் கார் ஓட்டிக்கொண்டிருக்கிறான். கைநிறையச் சம்பாதிக்கிறான். காலணாக்கூடச் செலவழிக்காம சேர்த்து வைச்சிருக்கான். எனக்கும் பணம் அனுப்புகிறான். என் பொண் சாவித்திரிக்கு உடம்பு ரொம்ப மோசமாப் போயிடுத்து. இனிமே தேறாதுன்னு கைவிட்ட கேசா ஆயிட்டா இவ. மாப்பிள்ளை எல்லாத்தையும் தோத்துப்புட்டுக் குறுவை எப்ப வரும்னு காத்திண்டிருந்து, ஈரத்தையும் மொளைச்செதையும் புழுக்கித் தின்னுண்டிருக்கார். மூத்த பொண்ணு மலையா நிக்கறது கல்யாணத்துக்கு. வீட்டின் பேரிலும் கடன் சுமந்துண்டு நிக்கறது. இந்த லக்ஷணத்திலே டிரைவர் பயலுக்கா என் பெண்ணைக் கொடுப்பேன், இவ எப்படித் தன் பிள்ளைக்குக் கொடுன்னு கேக்கலாம், அப்படி இப்படீன்னு என்னைக் காண்டு காயறார்" என்று கதை சொன்னாள் பாலாம்பாள்.

சங்கரி போய் சாவித்திரியைப் பார்த்துவிட்டு வந்தாள். அவளுடைய மூத்த பெண்ணான மாச்சியைப் பார்த்து மலைத்தே விட்டாள் சங்கரி. தனக்கு அவளை மாட்டுப் பெண்ணாக்கிக்கொள்ள விரும்பும் பாலாம்பாவை விட, சங்கரிக்குத்தான் மிகவும் கவலையாயிருந்தது. கிட்டாவைப் பார்த்திருக்கிறாள் சமீபத்தில். அவனுக்கும் இந்த மாச்சிக்கும் நல்ல பொருத்தம் என்று நினைத்துப் பெற்றவளிடம் அநுதாபத்தோடு சிபார்சு செய்தாள். படுத்த படுக்கையாய்க் கிடக்கும் சாவித்திரியால் என்ன செய்ய முடியும்? சந்துருவிடமும் இதைப் பற்றிப் பேசத்தான் நினைத்தாள் சங்கரி. அதை ஊருக்குப் போகும் போது வைத்துக்கொள்ளலாமென்று நினைத்துப் பேசாமல் வந்துவிட்டாள்.

பாலாம்பாளும் சங்கரியும் சேர்ந்து வாத்தியார் வீட்டில் கல்யாண காரியங்களில் ஈடுபட்டனர். வாத்தியார் வீட்டில் எங்கு பார்த்தாலும் ஒரே புத்தகங்கள். ரொம்பச் சிரமப்பட்டு அவற்றை ஒழித்துவைக்க வேண்டியிருந்தது. வாத்தியார் சம்சாரத்திற்கு நகை நட்டென்று ஒன்றுமே இருக்கவில்லை. ஆனால் பாத்திரம் பண்டங்களும் மற்ற சாமான்களும் அது நல்ல குடித்தனம் என்று தெரிவித்தன. பார்த்த சங்கரிக்கு என்னவோபோல் இருந்தது. தன் சத்திரத்திற்குச் சாப்பிட வரும் வாத்தியார் வெறும் கங்காளி இல்லை, மிகவும் படித்தவர், கௌரவம் உள்ளவர் என்பதையும் தெரிந்து கொண்டாள். வாத்தியாரும் அந்த அம்மாளிடம் மிகவும் மரியாதையுடன் நடந்துகொண்டார், "ஏங்காணும் வாத்தியாரே, வருகிற சம்பளம் போறாமல் கடன் வாங்கியும் புத்தகம் வாங்குவீர் போலிருக்கிறதே? இதிலே பாதி பணம் செலவழித்து உமது சம்சாரத்துக்கு ரண்டு வளை, ஒரு ஒத்தை வடம் சங்கிலியாவது பண்ணியிருக்கணும் நீங்க, இப்படிச் சொல்றேனேன்னு கோபிச்சுக்கப்படாது. பொம்மனாட்டி ஜன்மங்காணும். எங்களுக்கு நகை நட்டு இருந்தாத்

தான ஒரு கௌரவம். நாலு இடத்துக்குப் போகணும் நாங்க. நாலு பேரும் வருவா நம்மாத்துக்கு . . .” என்று அவரைக் கண்டித்தாள் சங்கரி மாமி.

“சரி நீங்க சொல்லிட்டேள், இதுவரை இவள் பேசாம இருந்ததுக்கும் சேர்த்து வட்டி போட்டுக் கேட்கப்போறா. கூடிய சீக்கிரம் நகைகள் பூட்டிக்கவும் போறா. இது நீங்க அவளுக்குச் செய்யற உதவிதான். ஆனால் . . .” என்று சிரித்தார் வாத்தியார்.

“அவளுக்கு உதவி, உமக்கு உபத்ரவம் . . .” என்று அவரை மேற்கரித்துச் சிரித்தாள் சங்கரி மாமி.

வாத்தியாருடைய அண்ணாவும் மன்னியும் அவர் மனைவியின் அண்ணாவும் மன்னியும் கல்யாணத்திற்கு வந்தார்கள். அரிசியும் மளிகை சாமான்களும் சில பெரிய பித்தளை சாமான்களும் தூக்குச்சட்டி கரண்டிகளும் வண்டியில் வந்திறங்கின. கும்பகோணத்திலிருந்து கறிகாய்களும் இலைக்கட்டும் வந்தன. பந்தல் போட்டு வாழைமரம் கட்டியாய்விட்டது. கல்யாணத்தன்று கணக்குப்பிள்ளை வீட்டில் பந்திபோடுவதாக ஏற்பாடு. முதல்நாள் இரவே பக்கத்தூர்க்காரர்கள் சிலரும் அவர்கள் வீட்டுப் பெண்களும் வந்துவிட்டனர். அவர்கள் வாத்தியார் வீட்டிலும் பாலாம்பா வீட்டிலும் தங்கும் ஏற்பாடுகள் செய்யப்பட்டன. புனாவிலிருந்து கோடிவீட்டு மூர்த்தியும், அவர் மனைவியும் மகள் பத்மாவும் எதேச்சையாக வந்திருந்தார்கள். கிட்டாவைத் தவிர ஊரில் உள்ள அத்தனை ஆண்களும் பெண்களும் குருக்கள் வீட்டு ஜனங்கள் உட்படக் கல்யாண வைபவத்தில் கலந்துகொள்ள வந்து சேர்ந்தனர். கூத்தலூர் குருக்களும் நீலாவும் முதல்நாள் சாயங்காலமே வந்து டிபன் காபி சாப்பிட்டார்கள். இருநூறு தேங்காய்களும் பூவன் தார் இரண்டும் கொண்டுவந்தனர் கூத்தலூர்க்காரர்கள்.

முதல்நாள் கணேசனுக்குத் தலைவாரிப் பின்னி நிறையப் பூ வைத்து அலங்காரம் செய்தார்கள். வாத்தியார் சம்சாரம் ஓடியாடி வேலை செய்துகொண்டிருந்தாள். அவளுடைய சொந்த நகைகள் தான். ஆனால், ஒரு தை மாதத்தில் சாப்பாட்டு நெல் வாங்குவதற்காக அவற்றைச் சீனி அய்யங்காரிடம் அடகு வைத்திருந்தார். இப்போது எப்படி அவை மீண்டன, தான் அய்யங்காருக்குப் பணமொன்னும் கொடுக்கவில்லையே. அவருக்கு ஒன்றும் புரியவில்லை. மனைவியைக் கூப்பிட்டுக் கேட்டார். அவை அன்று மத்தியானமே வந்துவிட்டனவாம். சங்கரி மாமிக்கும் ரொம்பச் சந்தோஷமாம். தான் ஒன்றுமே கேட்கவில்லையென்றும், பெருந்தேவி மாமிதான் நேரே கொண்டுவந்து, குங்குமம் இட்டுப் பூவும் தலையில் வைத்துப் பிறகு தன் கையாலேயே பூட்டியும் விட்டாள் என்றும், ஒருக்கால் சங்கரி மாமி சொன்னதனாலே வாத்தியார்தான் எதோ தோது பண்ணி அய்யங்கார்கிட்டே பணத்தைக் கொடுத்திருப்பாரோ என்று தான் நினைத்துக்கொண்டதாகவும் சொன்னாள் அவள்.

அவர் போய் அய்யங்காரிடம் தயங்கித் தயங்கி இதைப் பற்றிக் கேட்டார். “ஓய் வாத்தியாரே, என்ன இருந்தாலும் நீர் ரொம்பப் படிச்சவர், அதைவிட ரொம்ப உபகாரி. உம்ம சக்திக்கும் மீறி ஏழைக் குழந்தைகளுக்கெல்லாம் நீர் புத்தகமும் ஸ்லேட்டும் வாங்கித் தரதெல்லாம் எனக்குத் தெரியுங்காணும். நானும் மனுஷன் தானே. புள்ளை குட்டிக்காரனய்யா நானும். ஒண்ணும் கவலைப் படாதீர். நான்தான் என் ஆத்துக்காரியிடம் கொடுத்தனுப்பினேன். பொழுது விடிஞ்சாப் பக்கத்தூரு பெரிய மனுஷன் வீட்டுப் பொம்ம னாட்டிகள்ளாம் தங்கமும் வைரமுமா வந்து சேரப்போறாளுக. ஒவ்வொருத்தியும் பத்தாயிரம், பதினையாயிரம் பொறுவாளுகங்கா ணும். அப்போ உம்ம சம்சாரம் வெறுங் கழுத்தோடே கையோடே இருந்தா நன்னாயிருக்குமாங்காணும், நீரும் கௌரவப்பட்ட மனுஷன் இல்லையா? படிச்சவர், புத்திசாலி, நாளைக்கு உம்மையும் அவனு களும் அவளுகளும் மதிக்க வேண்டாமோ? நீர் எதுக்கும் கவலைப் பட வேண்டாம். நம்ம குழந்தைகளும் உம்மிடம் படிச்சிருக்கா, இப்பயும் படிச்சுண்டுதான் இருக்கா. பேசாதை போம் . . . மனசிலே ஒண்ணும் வைச்சிக்காதேயும் . . .” என்று நீட்டினார் சீனி அய்யங்கார்.

வாத்தியாருக்கு மனம் ஒப்பவில்லை. அய்யங்காரை மிக நன்றாய்த் தெரியும் அவருக்கு. “ரொம்பச் சந்தோஷம். நன்றி! கூடிய சீக்கிரம் பணத்துக்கு ஏற்பாடு செய்து...” என்று அவர் முடிப்பதற்குள், “நீர் ஒண்ணும் ஏற்பாடும் செய்ய வேண்டாம், எதுவும் செய்ய வேண்டாம். பேசாதை போமய்யா . . . பாவம் நீர் ரொம்பச் சாது, இந்தக் காலத்துக்குப் பொருத்தமே இல்லாத படிப்பாளி” என்று சொல்லி அவரைத் தட்டிக் கொடுத்தனுப்பினார் சீனி.

ரொம்ப நன்றாய் நடந்தது கணேசனுடைய உபநயனக் கல்யாணம். வாத்தியாருக்குப் புது வேஷ்டி, அவர் மனைவிக்குப் புதிய பட்டுப் புடவை ரவிக்கை. கணேசனுக்கு சங்கரி மாமி பட்டு வாங்கிக் கொண்டு வந்திருந்தாள். கணக்குப்பிள்ளை சீனியும் பக்கத்தூர்ப் பணக்காரர் பலரும் வந்து கூடத்தில் உட்கார்ந்துகொண்டனர். நல்ல வைதிகச் செலவும் செய்தனர். கணேசன் கழுத்தில் தன் சங்கிலியைக் கழற்றிப்போட்டாள் வாத்தியார் மனைவி. அவனுக்குப் பெருந்தேவி மாமி தன் இரட்டை வடச் சங்கிலியைப் போட்டுவிட்டு, வாத்தியார் மனைவி கழுத்தில் அவள் சங்கிலியை அணிவித்தாள். பத்மாவும் மாச்சியும் கணேசனுக்கு இருபுறத்திலும் அவர்களுக்குப் பக்கத்தில் சீனி அய்யங்கார் வீட்டுப் பெண்களும் சேர்ந்து சூழ்ந்து கிடந்தனர். ஒரே ஒரு குறைதான் பெரிய மாமிகளுக்கெல்லாம். சாதாரணமாய் பூணூல் போட்டுக்கொள்ளும் பையன்களுக்குக் கௌபீனம் வெளியே தெரியும்படி, வேஷ்டியை இடுப்பைச் சுற்றிக் கட்டிவிடுவார்கள். கணேசன் கணுக்கால்வரை தழையத் தழையக் கட்டிக் கொண்டிருந்தான் புது வேஷ்டியை. அவன் கண்ணுக்குக் குடுமியும் கடுக்கனும் சந்தன குங்குமமும் கண்களில் மையும்

கன்னத்தில் மைப்பொட்டும் அவனை ஒரு கல்யாண மாப்பிள்ளை போலத்தான் காட்டின. அவ்வளவு அழகு, அத்தனை உயரம். அப்படி ஒரு பொலிவும் பூரிப்பும். அவன் மனையிலிருந்து எழுந்து வந்து தங்கப் பூணூலும் வெள்ளிப் பூணூலும் பெரிய மாலையும் அணிந்துகொண்டு ஒவ்வொருவராக நமஸ்காரம் செய்துகொண்டே, பட்டுப்புடவைகளும் பவுடர்களும் மல்லிகைப் பூக்களும் சேர்ந்து மணக்கும் பெண்டுகளின் கூட்டத்தில் புகுந்தபோது, அத்தனை பேரும் அவனை நெருக்கி அடித்துத் தழுவித் தழுவி உச்சிமோந்து அக்ஷதை போட்டு ஆசீர்வாதம் செய்தார்கள். பெருந்தேவி மாமி அவனை இடுப்பிலேயே தூக்கிக்கொண்டுவிட்டாள். சங்கரி மாமி அவனைத் தனியே அழைத்துக்கொண்டு போய் ஆனந்தக் கண்ணீர் சொரிந்து ஆசி கூறினாள். ஒரே சந்தோஷ ஆரவாரம். ஊர் முழுவதும் கூடிக் களித்த கல்யாண சம்பிரமம். ஆசீர்வாதத்தின்போது நிறையப் பணம் வந்தது. எல்லாரும் ஓதினார்கள். சீனி அய்யங்கார்தான் குறித்துக்கொண்டார் ஒரு தாளில். வாத்தியாருடைய மச்சினன் அம்மான் பணம் ஓதினார். எல்லாருக்கும் ஒரே ஆச்சரியம், மகிழ்ச்சி. சாஸ்திரிகள் ஓதி ஓதி வாத்தியார் அருகில் இருந்த தட்டில் வைத்துக்கொண்டிருந்தார். எல்லாம் முடிந்ததும் அப்படியே கொண்டுபோய் அய்யங்காரும் பக்கத்தூர்க்காரர்களும் இருந்த கூடத்திற்குக் கொண்டுபோய் வைத்தார் வாத்தியார். "உம்மிடமே இருக்கட்டும், கணக்கு என்னிடம் இருக்கிறது. எல்லாம் பார்த்து விட்டு . . ." என்றார் சீனி அய்யங்கார்.

வாத்தியார் மறுக்கவே, சீனியே எடுத்து வைத்துக்கொண்டார்.

பெரிய கூட்டம். நல்ல விருந்து. கல்யாணத்தன்று இரவும் எல்லாரும் சாப்பிட்டுவிட்டே போகவேண்டுமென்று சீனி அய்யங் கார் சொன்னபடி வாத்தியாரும் கேட்டுக்கொண்டார் எல்லோரை யும். சின்ன ஊர்தானே? ஊர் முழுதும் பெட்ரோமாக்ஸ் வெளிச்சம். கோடைக்காலமா, எல்லாத் திண்ணைகளிலும் கூட்டம். சீட்டாட் டம். அத்தனை பேருமே சந்தோஷமாக இருந்தார்கள். மறுநாள் காலையிலும் எல்லோருக்கும் இட்லி, காபி. ஒவ்வொருவராகச் சொல்லிக்கொண்டு புறப்பட்டார்கள். உள்ளேயும் கூடத்திலும் ஒரே பெண்டுகள் கூட்டம். தலை நிறையப் பூ, வாய் நிறைய வெற்றிலைச் சீவல், நெற்றி நிறையக் குங்குமம். பிக்ஷையரிசி கொண்டு வந்தவர்கள் பாத்திரங்களிலெல்லாம் நிறையத் திணித்துத் திணித்துப் பக்ஷணம் கொடுத்தனுப்பினார்கள் சங்கரி மாமியும் பாலாம்பா மாமியும். அடுத்தாப்பல வாத்தியாராத்து மாமிக்கு சீமந்தக் கல்யாணம் வரணும்; நாங்கள்ளாம் இதே மாதிரி வந்து சந்தோஷமா இருக்கணும் என்றார்கள் பெண்டுகள். ஒரே சிரிப்பு, கலகலப்பு.

"கட்டாயம் வரும். மஹாலக்ஷ்மி மாதிரி நீங்கள்லாம் வந்து இப்படிச் சந்தோஷமாச் சொல்லணும்னா அது சாதாரணமான

தில்லையே. வாத்தியாராம்படையாள் பொறுமைக்கும் சமத்துக்கும், கட்டாயம் சுமங்கலிகளாக நீங்க சொன்னது பலிக்கணும்” என்று பாலாம்பா மாமியும் சங்கரியும் சேர்ந்து சொன்னார்கள். தாவாரத்தில் புருஷர்கள் கூட்டம் “வாத்தியாரே, ரொம்பச் சந்தோஷம். குழந்தை கணேசனை மேலே நன்னாப் படிக்க வைக்கணும். நாங்க புறப்படறம்.” சங்கரி, இன்னும் நெருங்கிய பந்துக்களைத் தவிர மற்ற எல்லோரும் விடைபெற்றனர்.

சற்று நேரத்திற்குள் வீடே வெறிச்சோடிவிட்டது. ஆழ்ந்த யோசனையில் இருந்த வாத்தியார் புன்சிரிப்புடன் கணேசனைத் தழுவிக்கொண்டார். கணேசனுக்கு வாத்தியாரிடம் பக்தியும் மரியாதையும் உண்டு. அவர் எதிரே உட்கார மாட்டான். ஆனால் பயந்து ஒளியவும் மாட்டான். அதற்கான அவசியமும் நேர்ந்ததில்லை. வாத்தியார் மனைவியும் கணேசனிடம் தூய அன்பும் பரிவும் காட்டுவாள். கணேசனும் அவளிடம் அன்பாகவும் பணிவாகவும் இருப்பான். இந்தப் பூணூல் கல்யாண வைபவமும் இத்தனை கூட்டமும் கொண்டாட்டமும் எல்லாம் சேர்ந்து கணேசனிடம் அவர்கள் இருவருக்கும் புதியதொரு பரிவையும் பாசத்தையும் சேர்த்தன. வாத்தியார் கணேசனைத் தழுவிக்கொண்டதைப் பார்த்த அவர் மனைவியும் வந்து சேர்ந்துகொண்டாள். மற்றொரு பக்கமாக நின்று அவளும் அவனைத் தழுவிக் கண்களை மூடிக்கொண்டு இன்பப் பரவசம் அடைந்தாள். வாத்தியார் நிமிர்ந்து அவளைப் பார்த்தார்.

“ஏன்னா, கணேசன் நம்ம குழந்தைதானே? நம்ம குழந்தைதானே?” என்று கேட்டு ஏனோ தழுதழுத்தாள் அவள்.

“கணேசன் நம்ம குழந்தைதான் . . . யார் இல்லேன்னா இப்போ, அசடு, கண்கலங்கக் கூடாது.” என்று அவர் தேற்றினார்.

“கணேசன் உங்க குழந்தைதான். நீர் கேட்டவுடனே நானும் சம்மதிச்சுப்பிட்டேனே, அன்னிக்கு . . . யார், எந்த ஊருன்னுகூட உங்களைக் கேக்கலையே நான். உங்க குழந்தையேதான் இவன். இல்லாட்டா இப்படி ஒரு கல்யாணம் நடக்குமா? கூடத்திலேயும் உள்ளேயும் சாப்பாட்டுப் பந்தியிலேயும் பார்த்தா, ஏதோ பெரிய மிராசுதார் வீட்டுக் கல்யாணம் மாதிரின்னா இருந்தது. இந்தப் பெருமையெல்லாம் யாருக்கு, உங்களுக்குத்தான். மஹாலக்ஷ்மி மாதிரி அந்தப் பெரிய மனுஷாளாத்துப் பொண்டுகள் சுமங்கலிகள்ளாம் சேர்ந்து பண்ணியிருக்கா ஆசீர்வாதம். உம்ம காதிலேயும் அது விழுந்ததோன்னோ? ஆமாம் உம்ம ஆத்துக்காரிக்கு வளைகாப்பும் சீமந்தமும் வரணும். உடனே வெகு சீக்கிரத்திலே, உம்ம கையில்தான் இருக்கு . . .” என்று சொல்லிவிட்டுச் சற்று நகர்ந்து போய்க் குனிந்துகொண்டாள், குனிந்தே அறியாத சங்கரி மாமி. அந்த வயதிலும் அந்தத் தோற்றத்திலும் அவளுடைய நாணமும் பயிர்ப்பும் வாத்தியாருக்கும் மற்றவர்களுக்கும் வியப்பாகவே

இருந்தன. பாலாம்பாளும், வாத்தியாரின் அண்ணா மன்னிகளும், மச்சினன், அவர் சம்சாரம் எல்லோரும் கொல்லென்று சிரித்தனர். “கட்டாயம் வரத்தான் போறது. மங்கள காரியமா பிரஹ்மோபதேசம் பண்ணியிருக்கான், புள்ளைக் குழந்தைதான்” என்றார் அவர் அண்ணா. வாத்தியார் மனைவி நாணி முகம் சிவந்து பாலாம்பா மாமியின் முதுகில் மறைந்துகொண்டாள்.

“சங்கரி மாமியை நன்னாத் தெரிஞ்சிண்டேயோ நீ” என்று தன் மனைவியைக் கேட்டார் வாத்தியார் “நான் அந்த மாமியை ராணி மாமின்னுதான் சொல்ற வழக்கம். என்ன கணேசா?”

“அவன் கண்டான் . . . சின்னக் குழந்தை அவன். எதிலே ராணி நான், சத்திரத்திலே இருந்துண்டு . . .”

“அப்படிச் சொல்லாதேங்கோ இன்னொரு தடவை. உங்க சத்திரத்து முதலாளி வீட்டுக்காராள்ளாம் உங்களை எவ்வளவு கௌரவமா . . .” என்றார் வாத்தியார்.

“முதலாளியும் அவர் மாமியும் எங்க சங்கரி மாமியைத்தான் தங்களுக்கு எஜமானின்னு நினைக்கிறான்னு நான் நெனைக்கிற துண்டு ஸார்.” என்றான் கணேசன்.

“இவளுக்குத் தெரியாது நான் அங்கே சாப்பிடவருவது, கணே சனை அழைச்சிண்டு வந்தப்புறம்தான் சொன்னேன். அதெப்படி உங்களுக்கு அந்தச் சாப்பாடு பிடிக்கிறதூன்னு கேட்டாள் இந்த அசடு” என்றார் வாத்தியார்.

“அவள் அசடு இல்லை. அவ்வளவு நன்னாச் சமைச்சுப்போட்டு நம்ம நாக்கை வளர்த்து வைச்சிருக்கா . . .” என்றாள் சங்கரி.

“ஒரு இடத்திலே, ஒருவேளைகூடச் சாப்பிட மாட்டார் மாமி இவர். கல்யாணம் விசாரிக்கப் போகிறாரே, சாப்பிடறது ரொம்ப அபூர்வம். இவர் சாப்பிட்டுவிட்டேன் என்று வந்து சொல்லும்வரை நானும் சமையல் கட்டை ஒழிக்கவே மாட்டேன். அப்படியே வெச்சிருப்பேன் எல்லாத்தையும்” என்றாள் வாத்தியார் மனைவி.

“வாஸ்தவம் மாமி, அது எனக்கொரு கெட்ட பழக்கம், பல ஹீனம். கிளப்பு இருக்கிற பக்கம் போனாலே வயிற்றைக் குமட்டும் எனக்கு. காசுக்காக இல்லை, அறவே பிடிக்காது அவ்வளவுதான். உங்காத்துச் சாப்பாட்டுக்காகத்தான் அங்கே நான் வந்துகொண்டிருந் தேன். அப்படி வந்ததனாலேதான் இந்தக் கணேசனும் . . .”

“அது உமக்கு அதிர்ஷ்டம், அவனுக்கும் நல்லதாப்போச்சு. நானும் புறப்படறேன் ஊருக்கு, இப்போ கிளம்பினாத்தான் சாயங்காலமாவது போய்ச் சேரலாம் . . .”

“அதெல்லாம் முடியவே முடியாது. இன்னிக்கு ஒரு வேளை யாவது இங்கே நம்மாத்தில் சாப்பிட்டுவிட்டு, பிரமாதமாச் சொன்னேளே, இவள் கைச் சமையலையும் நீங்க ருசி பார்க்க வேண்டாமா? மத்தியானமா . . .”

"அங்கே, மாடும் கன்னும். அந்தக் கிழவிக்கு வர வர முடியலை, வேறொரு மனுஷாளைக் கூட வெச்சிண்டா தேவலை. நான் இல்லாவிட்டால் அங்கே . . ."

"அதெல்லாம் சரி; ஆச்சு. இதோ ஆயிடும் சமையல்" என்றார் வாத்தியார் மனைவி பாலாம்பாளும் சேர்ந்து வற்புறுத்தினாள். சங்கரி ஒப்புக்கொண்டாள்.

சாப்பாட்டிற்குப் பிறகு வாத்தியாருடைய உறவினர்களும் புறப்பட்டார்கள். வீடு இன்னும் வெறிச்சென்றாகிவிட்டது.

கணேசனை மன்னார்குடியில் படிக்கச் சேர்ப்பதாகச் சொன்னார். அதைக் கேட்டு மிகவும் சந்தோஷப்பட்டாள் சங்கரி. மன்னார்குடிக்குப் போகும்போது கும்பகோணம் வந்து கணேசனுடன் அங்கு ஒரு நாள் தங்கிவிட்டுப் பிறகு அழைத்துக்கொண்டு போக வேண்டுமென்றும், அவன் படிப்புக்குத் தன்னால் ஆன உதவிகளைச் செய்தால் அதை மறுக்காமல் வாங்கிக்கொள்ள வேண்டுமென்றும் வற்புறுத்திக் கேட்டுக்கொண்டாள் சங்கரி.

அன்று மாலை, கல்யாணத்திற்கென்று வந்த அரிசி, மளிகை சாமான்கள் எல்லாம் மீந்திருப்பதாகச் சொல்லித் தனியே எடுத்து வைத்தாள் வாத்தியார் மனைவி. அவர் சீனி அய்யங்காரிடம் இதைச் சொல்லி, என்ன செய்ய வேண்டும் என்று கேட்டுவரச் சென்றார். அய்யங்கார் மிகவும் ஸுமுகமாக வரவேற்றார். உட்காரச் சொன்னார். "வாத்தியாரே, கல்யாணம் எப்படி நடந்தது பார்த்தீரா, நீரா பண்ணினீர், இல்லே நான்தான் பண்ணினேனா? எல்லாம் பகவத் ஸங்கல்பம். பெருமாள் நம்பள்ளாம்விடப் பெரிய புத்திசாலிங்கணும். நானே உம்மைக் கூப்பிட்டனுப்பணும்னு இருந்தேன், நீரே வந்துவிட்டீர். என்ன சமாசாரம்?"

"அரிசி, சாமான்கள் மீந்திருக்கு . . . அதை . . ."

"அதை என்ன பண்ணணும்கிறீர், நீர்தான் சொல்லுமே; திண்ணையிலே கொண்டு வெச்சிண்டு பிச்சைக்காரன், போறவன், வரவன், எல்லார்க்கும் கொடுமேன் . . . ஓய், இனியும் இப்படி இருக்கப்படாதுங்காணும். உம்ம ஆத்துக்காரிக்கு ஸீமந்தம் வரணும்னு அத்தனை பேரும் சொல்லியிருக்கா, கட்டாயம் வரும், வரணும். இப்படியே இருந்தா எப்படி? எல்லாச் சாமானும் உங்காத்திலேயே இருக்கும், இருக்கணும். சும்மாவா எடுத்துக்கப் போறீர். கணேசனை மூணு வருஷமா வெச்சிண்டு இருந்தீரே, யாரையாவது எதையாவது எதிர்பார்த்தீரோ, நீர் கேட்டா வந்தது எல்லாம். இதைப் பாரும் கணக்கை, ஆசீர்வாதத்திலே வந்த பணம், அதுக்கு முன்னாடிப் பக்கத்தூர்க்காராள்ளாம் தானா வந்து ரகசியமா எங்கிட்ட கொடுத்த பணம் எல்லாத்துக்கும் இதோ கணக்கு இருக்கு. எல்லாச் செலவும் போக, நீர் நெல்லுக்காக எனக்குக் கொடுக்க வேண்டிய பணத்துக்கு வட்டி உள்படக்

கழிச்சுப் பாக்கி இருநூற்றிரண்டு ரூபா ஏழணா... பேசாமை எடுத்துக்கணும். கணேசனை மன்னார்குடிக்கு அழைச்சிண்டு போனா, அங்கே பள்ளிக்கூடச் சம்பளம், சட்டை, துணிமணி, புத்தகம், நோட்டு, பேனா, குடை, செருப்பு, பெட்டி, படுக்கை எத்தனையோ செலவு இருக்கும். மாட்டேன் கீட்டேன்னு அசடு வழிய ஏதாவது சொல்லாதீர். கோட்டூர் முதலியார் பழக்கம் உண்டு எனக்கு. எங்க தாயாதிதான் அங்கே கணக்குப்பிள்ளை, கணேசனுக்கு முதலியார் பண்ணையிலிருந்து கொஞ்சம் வாங்கித் தரச் சொல்லி அவருக்குச் சொல்லியனுப்பறேன். கணேசன் உங்க குழந்தை மட்டுமில்லை, அவன் நம்ம குழந்தை... நம்மூர்க்கே குழந்தை. அதனாலே இந்தப் பணத்தை எடுத்துண்டுபோம். ஆச்சு, இன்னும் ஒரு மாசத்திலே பள்ளிக்கூடம் திறந்துவிடுவார்கள். சேதுபாவா சத்திரத்திலே முன்னாடியே சேர்க்க ஏற்பாடு செய்யணும். ஹரித்ரா நதியிலே நம்ம சம்பந்தி இருக்கார். அவர் சத்திரத்துக்குச் சிபார்சு செய்வார். எதுக்கும் கவலைப்படாதீர்... போயி மேலே ஆக வேண்டியதைப் பாரும். சாஸ்திரிகளைப் பத்துப் பனிரண்டு நாட்களுக்காவது வந்து கண்ணனுக்கு ஸந்தியா வந்தனம் சொல்லி வைச்சு நெட்டுருப்பண்ண வைக்கணும், சொல்லியிருக்கேன். இன்னிக்கு வந்தாரோன்னோ? அவர் வராட்டா என்னிடம் சொல்லும். அவர் இந்த ஊரிலே குடியில்லையே தவிர, இந்த ஊர் வேதவித்து மான்யம் ஐம்பது குழிக்கு அஞ்சு கலம் நெல்லு அனுப்பிச்சிண்டிருக்கேன் நான்..." என்று தர்பாரை முடித்துக்கொண்டு எழுந்தார் சீனி.

என்ன சொல்வது, என்ன செய்வதென்று தெரியவில்லை வாத்தியாருக்கு. நகைகளை அவர் அனுப்பியபோதே வட்டியும் முதலும் எடுத்துக்கொண்டிருப்பார். இல்லாவிட்டால் நகை இரும்புப் பெட்டியிலிருந்து வெளியே வருமா. நிச்சயமாக இந்தப் பணம் கணேசனுடைய படிப்புச் செலவுக்கு அவசியம் தேவைதான். தான் நெல்லுக்காக அய்யங்காருக்குத் தர வேண்டிய பணத்தையும் கணேசனுக்காகச் செலவழித்துவிடலாம். நிச்சயமாகத் தன்னை யாரும் குறைவாக நினைக்கமாட்டார்கள் என்ற முடிவுக்கு வந்து அவர் பணத்துடன் வீட்டுக்கு வர மிகவும் யோசித்தார். கடைசியில் அதன் நியாயம் அவருக்குப் புலப்பட்டது. ஆனாலும் அய்யங்கார் என்றாவது ஒரு நாள் இதைத் தனக்கு எதிராகப் பயன்படுத்திக் கொள்ள நினைப்பார், அதற்கான அவசியம் நேராமல் பார்த்துக் கொள்வதும் கஷ்டமில்லை என்று நினைத்துக்கொண்டார்.

◻

15

கணேசனுடன் கும்பகோணம் போய் வந்தார் வாத்தியார். அவனுக்குச் சட்டைத்துணி வாங்கித் தைத்துக்கொண்டு வந்தார். அந்தத் தடவை சங்கரி மாமி அவரைச் சத்திரத்தில் சாப்பிட வந்தவராக நினைக்காமல், சம்பந்திபோல் நினைத்து, முன்பெல்லாம் அவரை மற்றவர்களுடன் உட்கார வைத்துச் சாப்பாடு போட்டதற்காக மன்னிப்பெல்லாம் கேட்கும் பாவனையில் பேசினாள். "மாமி, நீங்க அன்னிக்கும் எனக்கு ஒரு குறைவும் செய்யலையே. என்னிக்குத்தான் நீங்க யாருக்குத்தான் குறைப்படும்படியாகச் சாதம் போட்டீர்கள். இங்கே தனியே உட்காருவோம் என்பதைத் தவிர, நெய், தயிர், ஊறுகாய், அப்பளம் முதலியவற்றில் கூட நீங்கள் வித்தியாசம் காட்டினது கிடையாதே. இதை நான் சொல்றதைவிட, அந்த உச்சிமேட்டு ராயர் இன்னும் உயர்வாச் சொல்வாரே" என்றார் வாத்தியார்.

"அந்த ராயர் இப்போதெல்லாம் வருகிறாரா" என்று கேட்டார்கள் கணேசனும் அவரும்.

"எப்பவாவதுதான் வருவார். இந்த ஊரில்தான் இருக்கிறார் மேற்கே மேட்டுத் தெருவில். அவர் பிள்ளைகளில் ஒருவர் சக்கரப்படித்துறை ஆஞ்சநேயர் கோவிலில் பூஜை செய்கிறாராம், இன்னொருவன் வியாசராயர் கிளப்பிலே இருக்கானாம். கணேசனைப் பற்றிக் கேட்பார் ராயர்" என்றாள் சங்கரி.

"அவரைப் பார்த்து கணேசன் நன்னாயிருக்கிறான் என்று சொல்ல வேண்டும்போல் இருக்கிறது. அவர்தான் என்னை வற்புறுத்திக் கணேசனை அழைத்துக்கொண்டு போகச் சொன்னவர்" என்றார் வாத்தியார்.

"நான் அவரிடம் சொல்கிறேன் கட்டாயம். அவரும் சந்தோஷப்படுவார்" என்றாள் சங்கரி.

தோப்பூரிலிருந்து பெட்டி படுக்கையுடன் சீனி அய்யங்கார் வண்டியில் கணேசனுடன் புறப்பட்டார் வாத்தியார். கொரடாச் சேரியில் வந்து இறங்கினார். உடனே ரயில் இருந்தது. மன்னார்குடிக் கும் வந்துவிட்டார். பள்ளிக்கூடம் திறக்க இன்னும் பத்து நாள்கள் இருந்தன. இரண்டு ஹைஸ்கூல்களும் போட்டி போட்டுக்கொண்டு மாணவர்களைத் தேடிப் பிடித்துச் சேர்த்துக்கொள்ளும் காலம் அது. பள்ளியில் சேர்த்துவிட்டால் சேதுபாவா சத்திரத்திலும் இடம் கொடுத்துவிடுவார்கள். தனக்குத் தெரிந்தவர்களின் வீட்டில் இரவைக் கழித்துவிட்டு மறுநாள் காலை நேஷனல் ஹை ஸ்கூலுக்கு கணேசனை அழைத்துக்கொண்டு போனார். அங்கே 'டெஸ்ட்' வைத்ததில் கணேசன் மிக நன்றாகச் செய்தான். ஆங்கிலமும் கணக்கும்தான் பரீக்ஷித்தார்கள். சற்றே கடினமான கேள்விகள். ஆனால் கணேசன் மிக நன்றாகச் செய்துவிட்டான். ஹெட்மாஸ்டர் ரூமில் இவர்கள் இருவரும் புகுந்ததும், கணேசனுடைய படிப்பு விவரங்களை வாங்கிப் பார்த்த ஹெட்மாஸ்டர், கணேசனை ஏற இறங்கப் பார்த்தார். ஆங்கிலத்தில் கேள்விகள் கேட்டார். "யேட்ஸ் ரீடர்" இரண்டு புத்தகங்களும் மனப்பாடமாகவும், அந்தந்தப் பாடங்களுக்குரிய சொற்கள், வாக்கிய அமைப்பு முதலியவையெல்லாம் மிக நன்றாகவும் படித்திருந்தான் கணேசன். நல்ல உச்சரிப்புடனும் தப்பில்லாமலும் அவன் பேசிய இங்கிலீஷில் ஹெட்மாஸ்டர் மிகவும் சந்தோஷப்பட்டார். அந்த வாத்தியாரைப் பார்த்து, "மன்னார்குடிக் கௌரவம் காப்பாற்றப்படும் வகையில் இங்கிலீஷ் போதித்திருக்கிறீர். ரொம்ப நன்றி, மகிழ்ச்சி" என்று சொல்லிவிட்டு மீண்டும் விவரச் சான்றுகளை வாங்கிப் பார்த்தார். அவருக்கு முகம் இறங்கத் தொடங்கிற்று.

"பிறந்த தேதி என்ன? 10.6.1919. பையனைப் பார்த்தால் இதை நம்ப முடியவில்லையே, அவன் ஆறாவது பாரம் படிக்க வேண்டியவன்போல் இருக்கிறான். முதல் பாரத்தில் சேர வந்திருக்கிறானே. இது என்ன? ஏன்?"

"ஸார், என்னை நம்புவீர்கள் என்று நம்புகிறேன். இது அசல் ஜாதகப்படி எழுதிய தேதி. பையன் உடம்புவாகுதான் இந்த வளர்ச்சி. அவன் ஓர் அனாதை, எட்டு வயதில் மூன்றாவது கிளாஸ் படிக்கும்போது, தாய் தந்தையர்களை இழந்துவிட்டவன், பிறகு நான்தான் இவனைப் படிக்க வைத்தேன். நடுவில் இரண்டு வருஷங்கள் இவன் பள்ளிக்கூடத்துக்குப் போகவில்லை. இதோ, கும்பகோணம் மார்ணிங் ஸ்டார் ஸ்கூல் விவரம் கூறுகிறது பாருங்கள். அதில் உள்ள பிறந்த தேதியும் இதாகவே இருக்கிறது. நான் ஓர் ஆசிரியன். மனமறியப் பொய் விவரம் தரும் பெரிய குற்றத்தை நான் செய்வேனா? 1929–1930, 1930–1931 என் பள்ளியில் என்னிடமே, நான்காவதும் ஐந்தாவதும் படித்து முடித்திருக்கிறான். ரொம்பப் புத்திசாலி . . ."

"அதை நீர் சொல்லணுமா, பையன் மார்க்கும் அவனுடைய இங்கிலீஷும்தான் அவனுடைய தகுதியைக் கூறுகின்றனவே. இருந்தாலும் பையனுக்கு வயதும் அதிகம். நான் ஆபீசரிடம் மன்றாடி விதிவிலக்குப் பெறவேண்டும். தவிரவும், இங்கே பல பெண்களும் படிக்கிறார்கள். எல்லாரும் பெரிய இடத்துப் பெண்கள். நாளைக்கு ஏதாவது ..."

"ஸார், தயவுசெய்து நீங்கள் உங்கள் வாயால் எதுவும் சொல்லாதீர்கள். உங்கள் ஒழுங்கும் கட்டுப்பாடும் பள்ளிக்கூடத்தில் எப்படி அமுலாக்கப்படுகின்றன என்பது எனக்குத் தெரியாததா? தயவுசெய்து இவனை ..."

"சரி, உமக்காக இவனைச் சேர்த்துக்கொள்கிறேன். அன்புள்ள பையா, உன் இங்கிலீஷ் என்னைப் பெரிதும் திருப்திப்படுத்துகிறது; உனக்குச் சம்பளச் சலுகையும் வாங்கித் தருகிறேன். நான் உன் வாத்தியாரிடம் இப்படியெல்லாம் கேட்டதைத் தப்பாக நினைக்காதே. நீ நல்ல விவரம் அறிந்த, புத்தி பக்குவம் அமைந்தவனாய் இருக்கிறாய். இருக்கும் சுவடு தெரியாமல் இருந்து படிக்க வேண்டும்" என்று சொல்லிய பிறகு கணேசனைச் சேர்த்துக்கொண்டார் முதல் பாரத்தில்.

சேதுபாவா சத்திரத்திலும் இடம் கொடுத்துவிட்டார்கள். அங்கிருந்த சத்திரத்து மணியக்காரர் ரொம்ப நல்லவர். "இன்னும் பத்துநாள்தானே இருக்கிறது பள்ளிக்கூடம் திறக்க, அதற்குள் இவனை ஊருக்கு அழைத்துக்கொண்டுபோய் மறுபடியும் வர வேண்டுமா என்ன? பெட்டி படுக்கையுடன் வந்த குழந்தை, இங்கேயே இருக்கட்டும் சாப்பாடெல்லாம் இப்பவும் உண்டு. நாங்கள் பார்த்துக்கொள்கிறோம். நீங்கள் கவலையே பட வேண்டாம்" என்றார்.

கணேசனை அங்கே இருக்கச் சொல்லிவிட்டுத் தைரியமும் சொல்லிவிட்டு வாத்தியார் ஊருக்குப் போய்விட்டார்.

○

கணேசனுக்குப் புதிய இடமும் மிகவும் பிடித்துவிட்டது. எதிரே பெரிய குளமும் இருந்தது மிகவும் சந்தோஷமாயிருந்தது. காலையிலும் மாலையிலும் மைய மண்டபம்வரை நீந்துவான். பள்ளிக்கூடம் கிடையாது. பொழுது போக வேண்டுமே. அந்த மானேஜர் அவனை மிகவும் ஆதரவுடனும் அன்புடனும் கவனித்தார். தனக்கு வீட்டிலிருந்து வரும் சிற்றுண்டி காபியெல்லாம் அவனுக்குத் தந்தார். அவனுடைய பூர்வோத்தரங்களைக் கேட்டறிந்த பின் அவருக்கு அவனிடம் இருந்த பாசமும் பிரியமும் பன்மடங்காகி விட்டன. ஹரித்ரா நதி வடகரையில் கீழ்க்கோடியில் இருந்தது சத்திரம். மேலக்கோடிவரையில் சிறிய வீடுகளும் பெரிய மாடி

வீடுகளும் இருந்தன. அந்த வீட்டுப் பையன்கள், ஐந்தாவது ஆறாவது பாரம் படிக்கும் பெரிய பையன்கள் பலர் கணேசனுக்கு உற்ற நண்பர்கள் ஆயினர். அவர்கள் வீட்டுக்குச் செல்லும் வழக்கமும் வந்தது. நாளடைவில் தோப்பூர் மாதிரியே அந்தத் தெரு ஆண்கள், பெண்கள் அனைவரும் அவனை நேசிக்கத் தொடங்கினர். சீனி அய்யங்கார் தன் சம்பந்திக்குச் சொல்லி அனுப்பியிருந்தார். அந்தத் தெருவிலேயே அவர்கள்தான் பணக்காரர்கள். அவர்கள் வீட்டிலும் கணேசனுக்கு அன்பும் ஆதரவும் கிடைத்தன. கணேசன், தன்னுடன் சத்திரத்தில் தங்கிப் படிக்கும் இருபத்தைந்து மாணவர் களுக்கும் தலைவனாய் முன்செல்ல, அவனைத் தொடர்ந்து மற்றவர்கள் மிகவும் ஒழுங்காகப் பள்ளிக்கூடம் போவார்கள். பள்ளிக்கூடம் திறந்தது. கணேசனுக்கு அதிகச் சுதந்திரம் இருந்தது சத்திரத்தில். அவன் தெருவில் பல வீடுகளுக்கும் சென்றுவருவான். ஆற்றில், குளத்தில் நீந்துவான். கடைத்தெருவுக்குப் போய்வருவான். அவன் பேரால் மன்னார்குடிக் கடைத்தெரு போஸ்டாபீஸ் ஸேவிங்ஸ் கணக்கு ஆரம்பித்து நூற்றம்பது ரூபாய் பணம் போட் டிருந்தார் வாத்தியார். ஆனால் கணேசனுக்குப் பணம் எடுக்க வேண்டிய அவசியமே நேரவில்லை.

அவன் பள்ளிக்கூடம் போகும்போதும் திரும்பி வரும்போதும், அன்னவாசல் தெருத் திருப்பத்தில் ஒரு பெரிய பங்களாவின் வாசலில் நின்று ஒரு பணக்காரர், கணேசனை உற்று உற்றுப் பார்த்துக்கொண்டிருப்பார். பல நாள் இருவருடைய கண்களும் சந்தித்ததுண்டு. மிகவும் ஆவலுடன், பசியுடன், தாகத்துடன் ஏங்கி ஏங்கிப் பார்ப்பதுபோல் இருக்கும் அவர் அவனைப் பார்க்கும் பார்வை. ஏன் அப்படிப் பார்க்கிறார்? சில சமயம் ஓடிவந்து பிடித்துவிடப் போகிறாரோ என்றுகூடத் தோன்றும்படி அவர் பரபரப்படைவதையும் கவனித்தான் கணேசன். அவனுக்கு ஒன்றும் புரியவில்லை. அவர் யார் என்றும் தெரியவில்லை. தன்னுடன் இருக்கும் மாணவர்களைக் கேட்டான். அவர்களுக்குச் சொல்லத் தெரியவில்லை. பெரிய பணக்காரர் என்று மட்டும்தான் சொன் னார்கள். ஹரித்ரா நதி தெப்பக்குளம் வடக்குத் தெருவில் இவனோடு நெருங்கிப் பழகும் ஒரு ஆறாம் பாரம் படிக்கும் பையனிடம் கேட்டான். அவன் சற்றே விவரமாய்க் கூறினான்.

"அவர் பேரு சிங்க ரவுத்து, பெரிய பணக்காரர்; பெரிய கோவில் தர்மகர்த்தா. உங்க சத்திரத்து கமிட்டியில்கூட அவர் இருக்கிறார். இந்தத் தஞ்சாவூர் ஜில்லாவிலேயே முதல் முதல்லே மோட்டார் கார் வாங்கினவரே இந்த ரவுத்துதான்."

"ரவுத்து ரவுத்துங்கறேயே, எங்க குடவாசலில் ராவுத்தர் என்று சொல்லுவார்கள். இப்ராஹிம் ராவுத்தர் பெரிய ஜவுளிக்கடை வச்சிருக்கார். அவாள்ளாம் இஸ்லாமானவர்கள் என்று கேள்விப் பட்டிருக்கிறேன்."

"நீ சொல்றது ராவுத்தர். இவர் ரவுத்து. கிட்டத்தட்ட பிராம்மணா மாதிரியேதானாம் இவா வீட்டில். இவர் ஊரில் தங்குவதே இல்லை. எப்பப் பார்த்தாலும் ஊருக்குப் போயிண்டிருப்பாராம்."

ஒரு ஞாயிற்றுக்கிழமை கணேசன் தெருவோடு நடந்து கொண்டிருந்தவன் ரவுத்து வீடு வந்ததும், சற்று நின்று வேடிக்கை பார்த்துக்கொண்டு நின்றான். ரொம்பப் பெரிய மனுஷன் – ஜில்லாவிலேயே முதல் முதலாக மோட்டார் கார் வாங்கின வராம்... ரொம்ப நல்ல மனிதராகவும் இருப்பார் போலிருக்கிறது.

வீட்டு வாசலில் யாரையும் காணவில்லை.

பகல் மூன்று மணி இருக்கும்.

கணேசன் நின்று வாசலைப் பார்த்துக்கொண்டிருந்தான்.

சட்டென்று உள்ளேயிருந்து யாரோ வருவது போலிருந்தது.

சில நிமிஷங்களில் சிங்க ரவுத்தே ஓடி வந்தார். வேஷ்டி தடுக்கி விழுந்து விடுவார்போல் தட்டுத் தடுமாறி ஓடிவந்தார். "வாப்பா, வாய்யா, ஆகா, வாய்யா, வாப்பா" என்று கிளுகிளுப்பும் களிப்பும் பொங்க இவன் கையைப் பிடித்து இழுத்துத் தழுவிக்கொண்டு உள்ளே போனார். நல்ல சிவப்பு, பருமன், உயரமில்லை. கணேசன் உயரம்தான். கைநிறைய மோதிரங்கள், காதில் பெரிய வைரக் கடுக்கன், கழுத்தில் புலி நகம் கோத்த முகப்போடு கனமான சங்கிலி, இடுப்பில் பட்டுத்தான் கட்டிக்கொண்டிருந்தார். மேலே பனியனும் இல்லை துண்டுமில்லை. விம்மிப் பரந்த மார்பு, சிறு தொந்தி, குள்ளமில்லை அவர். ஆயினும் உயரமில்லாத பருமன் அவரைக் குள்ளம்போல் காட்டிற்று. தடித்த குறுகலான உதடுகள், அந்த உடம்புக்கு முகம் சின்னது, அழகாவும் இல்லை. கண்கள் அகலமாயிருந்தும் அழுது வடிந்தன. கணேசனை அழைத்துக் கொண்டு உள்ளே போனார். வீட்டிற்குள் நிறையப் பேர் இருந்தனர் எல்லா வயதிலும். ஒரு பெரிய பிரம்பு ஈஸிசேரில் ஒரு வயதான பெண்பிள்ளை தங்க பிரேம் போட்ட மூக்குக் கண்ணாடியுடன் உட்கார்ந்து சட்டத்தில் கைகளை வைத்துக்கொண்டிருந்தாள், சற்றே மூடிய கண்களுடன். அவளிடம் கணேசனுடன் போன அந்த ரவுத்து, "அம்மா, அம்மா" என்று அவளை எழுப்பினார்.

கண்ணைத் திறந்த அந்த முதியவள், "என்னப்பா சிங்கம், யார் இந்தப் பையன்?" என்று கேட்டுக்கொண்டே நாற்காலியின் முன்பக்கம் நகர்ந்து உட்கார்ந்துகொண்டே கணேசனை வரவேற்கக் கைகளை நீட்டினாள். சிங்க ரவுத்து நாற்காலியின் சட்டங்களை மடக்கி உள்ளுக்குத் தள்ளிவிட்டு கணேசனை அவள் கைகளால் எட்டும்படி அழைத்துச் சென்றார். அந்த மூதாட்டி கணேசனை விழுங்கிவிடுவதைப் போலப் பார்த்தாள். அவளுடைய கனமான அந்தப் பூதக்கண்ணாடி வழியாகத் தெரிந்த அவளுடைய விழிகள் மிகப் பெரியனவாகத் தெரிந்தன கணேசனுக்கு. அவை உருண்டு புரளும்போது அவனுக்குப் பயமாகக்கூட இருந்தது.

"வாடா கண்ணா, அப்படியே உரிச்சுவெச்சிருக்கே என் பேரனை" என்று கணேசனைத் தழுவிக்கொண்டாள் கிழவி. "சிங்கம், என்ன ஆனாலும் சரி, இந்தப் பையனை நம்ம வீட்டை விட்டு அனுப்பி விடாதே. இது ஏதோ தெய்வீகமான காரியம், நம்ம செங்கமலம்தான் இவனை அனுப்பிச்சிருக்கா, உன் அக்காவை மட்டும் சொல்லலை நான். செங்கமலத் தாயாரையும்தான் நினைச்சுச் சொல்றேன். ஏதோ, என் கண் மூடறத்துக்குள்ளே அந்தச் சொத்துக்கும் ஒரு வழி துறை கிடைச்சுட்டுது. ஜாக்கிரதை" என்றாள் கிழவி.

"சரிம்மா, உங்க இஷ்டப்படியே எல்லாம் நடக்கும்" என்றார் ரவுத்து.

"இந்தப் புள்ளையை அளைச்சுக்கிட்டுப்போயி பலகாரம் காபியெல்லாம் கொடு. இது பிராமணக் கொளந்தையோ?" என்று கேட்டாள் கிழவி.

"நாம் மட்டும் என்ன, மாம்சமா சாப்பிடறம், இதென்னம்மா உங்க கேள்வி."

"சிங்கம், இனிமேல் அதிக நாள் தாங்காது எனக்கு. தட்டப் பிள்ளைத் தெருவுக்கு ஆள் அனுப்பி சோசியரய்யாவை அளைச் சிட்டுவரச் சொல்லு."

"இப்பவே ஆள் அனுப்பறேன்" என்று கணேசனுடன் சென்ற ரவுத்து, அந்தப் பெரிய பங்களாவின் பல பகுதிகளையும் தாண்டி இவனை அழைத்துக்கொண்டு போகும்போதே, ஒருவனிடம், "டிபன் காபியெல்லாம் என் மாடிக்குக் கொண்டுவா" என்று உத்திரவு போட்டுவிட்டு, கணேசனைத் தன் உடம்போடு அணைத்துக் கொண்டு மாடிப்படி ஏறினார்; மாடியில் ஓர் அறைக்குச் சென்றார். அங்கே கட்டிலில படித்துக்கொண்டிருந்த ஒருவன், சிவப்பு நிறமாய் ஒணசலாய் இருந்த ஒருவன், கட்டிலிலிருந்து கீழே இறங்கி இவர்கள் இருவரையும் பார்த்தான். அவனுக்கு இருபது வயதிருக்கும் போல் தெரிந்தது. "ராமு, நீ வீட்டுக்குப் போய்விட்டு நாலைந்து நாள் கழித்து வந்து என்னைப் பார்" என்றார் சிங்கம். அவன் தயங்கி நின்றான், "ஏன்டா, என்ன சங்கதி, ஏன் நிக்கறே . . . ஏதாவது . . ." என்றார் சிங்கம். அவன் பதிலே பேசவில்லை. சிங்கம் அவனுக்கு ஏதோ பணம் கொடுத்து விரட்டாத குறையாய் அனுப்பினார். அறையில் கட்டில் மெத்தை தலகாணிகள், மேலே மின்விசிறி, சின்ன மேஜை நாற்காலி முதலியவை இருந்தன. ராமு போனதும் கதவைத் தாழ்ப்பாள் போட்டுக்கொண்டார் சிங்கம். கணேசனை ஒரு நாற்காலியில் உட்கார்த்தித் தானும் மற்றொரு நாற்காலியைப் போட்டுக்கொண்டு, சின்ன டீப்பாய் ஒன்றை நடுவில் போட்டார். கதவு தட்டப்பட்டது; அவரே சென்று திறந்தார். வேலைக்காரன் வெள்ளித் தட்டுகளில் அல்வாவும் காராபூந்தியும் தயிர்வடையும் கொண்டுவந்து வைத்து வெள்ளிக் கூஜாவில் காபியும் வைத்துவிட்டுச் சென்றான்.

“இந்தாப்பா, அந்தப் பானையிலிருந்து தண்ணீர் எடுத்து வெச்சிட்டுப் போ” என்றார். அவன் போனதும் கதவைத் தாழ்ப்பாள் போட்டுவிட்டு, கணேசன் அருகில் உட்கார்ந்து சாப்பிடச் சொன்னார்.

கணேசன் பிரமை பிடித்ததுபோல் இருந்தான். வாய் திறந்து பேசக்கூடத் தனக்கு மறந்துவிட்டிருக்குமோ என்று சந்தேகப்பட்டான். கண்ணும் காதும்தான் தீவிரமாக இயங்கிக்கொண்டிருந்தன. ரூமுக்குப் போனதும் நல்ல சென்ட் வாசனை வீசிற்று. மோந்து மோந்து மூச்சுவிட்டான். ரவுத்து தன்னைத் தொட்டபோது அதில் என்னவோ சொல்லத் தெரியாத கூச்சமும் அதிர்ச்சியும் இருந்தது.

“உன் பெயரென்ன” என்றார் சிங்கம்.

“கணேசன். நான் வெளியே போக வேண்டுமே நான் வந்து ரொம்ப நேரம் ஆகிவிட்டது. சத்திரத்திலும் தெருவிலும் தேடுவார்கள். என்னவோ, வேடிக்கை பார்த்துக்கொண்டு நின்னேன். ஆனா, நடப்பது எல்லாமே எனக்குப் புதிதாய் இருக்கிறது. தயவுசெய்து என்னை வெளியே கொண்டுபோய் விடுங்கள்.”

“கணேசா, ஒண்ணுமில்லை. கொஞ்சங்கூடப் பயப்படாதே. நானும் எங்கம்மாவும் எல்லாரும் உங்கட்ட ரொம்பப் பிரியமாயிருக்கணும்னு எங்களுக்குத் தோணித்து, அதைத் தவிர இதிலே ஒண்ணும் புதுசே இல்லே. நீ வேணா இன்னும் என்னவோ மாதிரி உக்காந்திருக்கையே தவிர, அதெல்லாம் ஒண்ணுமில்லை. முதல்லே நீ சாப்பிடு ...” என்று ஊட்டுவதுபோல உபசாரம் செய்தார். ‘இவர் பேச்சு பிராமணாப் பேச்சாத்தான் இருக்கு. பூணூலைத்தான் காணும். தட்டில் இருக்கும் பக்ஷணங்களும் கண்ணுக்கும் மூக்குக்கும் நன்றாகவேதான் இருந்தது. முழுங்கிடவா போறார் ...’ என்று கணேசன் சாப்பிட்டான். நல்ல ருசியான பக்ஷணங்கள். காபி மிகவும் தரமாயிருந்தது.

“கணேசா, எங்கம்மா வயசானவ, எனக்கொரு அக்கா இருந்தா, செங்கமலம்னு பேரு அவளுக்கு. அவளை எங்க மாமாவுக்கே குடுத்திருந்தது. அவாளுக்குச் சீயாழி கிட்டே பெரிய கிராமம். நல்ல சொத்து. அவாளுக்கு ஒரு பிள்ளை இருந்தான், எங்க கூட்டத்துக்கு அவன் ரொம்ப அழகாயிருந்தான். படிச்சான். திடீர்னு செத்துப் போயிட்டான். அப்பறம் நாலைஞ்சு மாசத்துக்குள்ளே எங்கக்காவும் எங்க மாமாவும் சேர்ந்தாப்பலே காலமாயிட்டா. அதிலே எங்கம்மாவுக்கு ஷாக். யாரையாவது சின்னப் பையனைப் பார்த்தா, என் பேரனைப் போலவே இருக்கான், பேரனேதான்னு சொல்லிண்டிருப்பாள். கொஞ்சம் ஆறுதல்னு வெச்சிக்கோயேன். நீ வந்த நாளா உன்னைப் பார்த்திண்டே இருக்கேன் நான். எனக்கு அழகா, நன்னா இருக்கிற பையன்களைப் பார்த்தால் ஒரு பிரமை. ரொம்பப் பிடிக்கும், அவன் நம்மாத்துலே

நம்மோடே இருக்கணும்னே ஆசைப்படுவேன். ஒரு நாளைக்கு எங்கம்மாகிட்ட இதைச் சொன்னேன். உண்மையாவே நீயும் கிட்டத்தட்ட அசப்பிலே பார்த்தா எங்க மருமான் மாதிரியேதான் இருக்கே, அதுவும் பொய்யில்லை. எங்கம்மா கிட்டே ஒரு நாளைக்குச் சொல்லிட்டேன். அன்னிலேந்து அவளும் புடிச்சுண்டுட்டா கெட்டியா. அவனை அழைச்சிண்டுவா, அழைச்சிண்டுவான்னு என் பிராணனை வாங்க ஆரம்பிச்சுட்டா, உன்னை, எப்படிக் கூப்பிட்டுண்டு வரதூன்னு எனக்கு யோசனை ... அடே சத்திரத்துக் கமிட்டிலே நானும் இருக்கேனே, உங்க ஹைஸ்கூல் கமிட்டிக்கும் என்னைக் கூப் பிட்டுண்டே இருக்கா. பெரிய கோயில் டிரஸ்டி. இன்னும் ஏகக் கோயில்கள் என் கிராம விஷயம் ... அடடே, மறந்துட்டேனே, முக்கியமா அதைச் சொல்லணும் நோக்கு, எங்க மாமா எஸ்டேட் முழுக்க எங்கிட்டேயே வந்துடுத்து. அதுக்கு ஒரு ஏற்பாடு பண்ணணும், அதை ஒரு டிரஸ்டாப் பண்ணனும்ன்னா. உனக்குத் தெரியாது அதெல்லாம். இவ, எங்கம்மா உன்னைப் பார்த்துட்டுச் சொன் னாளே. இந்தப் பையனை நம்ம வீட்டை விட்டு அனுப்பிவிடாதே, செங்கமலத் தாயார் அனுப்பியிருக்கா, தெய்வீகம், அந்தச் சொத்துக் கும் ஒரு வழி துறை கிடைச்சுட்டுதூன்னு சொன்னாளே, அவ எண்ணம். உனக்கு அந்தச் சொத்திலே பாகம் கொடுத்துக் கல்யா ணம் கார்த்தி பண்ணிக் குடியும் குடித்தனமுமாச் சீயாழி பங்களா விலே வெளக்கெரிய வைக்கணும்கிறது அவ ஆசை. நேக்கும் அது முழுக்கச் சம்மதம். அதனாலே நீ என்னோட, நம்மோடே இங்கேயே இருந்திடலாம். இங்கே எல்லாமே உங்க ஆட்களே இருக்காப்பலே தான். நான் முக்கா பிராம்மணன். என் சிநேகிதாள்ளாம் அத்தனை பேரும் பிராம்மணாள்தான். நான் வேறே யாரோடையும் பழக்கமும் வைச்சிக்கிறதில்லை. இப்பவே போய்ச் சத்திரத்திலேந்து உன் பெட்டி படுக்கைகளை எடுத்திண்டு வந்துடுவோம், நானும் வரேன். நாளைக்கு உங்க ஹெட்மாஸ்டரைப் பார்த்துட்டு வரேன் நானே வந்து" என்று மிகவும் உருக்கமாகவும் மனத்தில் படும்படியும் எடுத்துச் சொன்னார் சிங்கம்.

கணேசனுக்கு முதலில் ஒரே பிரமிப்பு. குழப்பம். இந்தப் பக்ஷணங்களைச் சாப்பிட்டு அவர் குரலும் இடமும் சற்றுப் பழகியதும், மனம் சிறிது நிலைக்கு வந்தது.

"நீ கவலையேபடாதே, நாளைக்கே உங்க ஹெட்மாஸ்டரை வந்து பார்த்துடறேன். இப்பவே பொட்டிப் படுக்கையெல்லாம் எடுத்துண்டு வந்துடலாம் சத்திரத்துலேர்ந்து" என்று உருகினார் அவர். கணேசனுக்குச் சபலம் தட்டிற்று.

அவன் பள்ளிக்கூடத்தில் சேர்ந்து இப்போது இரண்டரை மாதங்கள் ஆகியிருந்தன. இதற்குள் அவனுக்குப் பள்ளிக்கூடமும் பிடிக்காமல் ஆகியிருந்தது. தன் வயதிற்கும் உடம்புக்கும் தான் படித்த வகுப்புக்கும் பொருத்தமில்லாத நிலை பல விதத்தில்

அவனைக் குழப்பியிருந்தது. பள்ளிக்கூடத்தை விட்டுவிட்டால் சத்திரத்திலும் சாப்பாடு கிடைக்காது. என்ன செய்வது? தோப் பூருக்குப்போய் வாத்தியார் முகத்தில் எப்படி விழிப்பது. ஊரே சிரிக்குமே. இதென்ன இப்படி மாட்டிக்கொண்டுவிட்டேனே என்றெல்லாம் நினைத்து நினைத்து அவன் குழம்பியிருந்தான். கால் வருஷப் பரிக்ஷைகூடத் தன்னால் எழுத முடியப்போவதில்லை என்று அவனுக்கு அடிக்கடி தோன்றிக்கொண்டேயிருந்தது. ஒரு மாதத்திற்குமுன் வாத்தியார்கூட வந்து அவனைப் பார்த்து தைரியம் சொல்லிப்போனார். அவரால் அடிக்கடி மன்னார்குடிக்கு வர முடியாது. நேரமும் இல்லை, செலவும் ஆகும்.

காரில் அவனை அழைத்துக்கொண்டு சத்திரத்து வாசலில் ரவுத்து இறங்கியதும், சத்திரமே கொல்லிட்டுப் போய்விட்டது. மணியக்காரர் ஓடிவந்து, எதிர் கொண்டழைத்து, நாற்காலி போட்டு வரவேற்றார் சிங்க ரவுத்தை. பையன்களெல்லாம் கணேசனை ஆச்சரியத்தோடும் கிலியோடும் பார்த்துகொண்டு நின்றனர்.

“மணியக்காரரே, கணேசனை எங்கள் வீட்டிலேயே வைத்துக் கொள்ள வேண்டுமென்று என் தாயார் பிடிவாதம் செய்கிறாள். வயதான காலம், ரொம்பத் துக்கப்பட்டவள். விரைவில் காலமாகி விடுவேன் என்று வேறு அடிக்கடி சொல்லிக்கொண்டிருக்கிறாள். அதனாலே நானும் அவள் சொல்றபடியே செய்யணும்னு தீர்மானம் செய்துவிட்டேன். அதனாலே, அவன் பெட்டி படுக்கைகளை எடுத்துக் காரில் கொண்டுவைக்கச் சொல்லுங்கோ” என்றார் ரவுத்து.

மணியக்காரர் கணேசனைத் தயக்கத்துடன் பார்த்துக்கொண்டே பெட்டிப் படுக்கைகளை ஆளை விட்டுக் காரில் கொண்டுவைக்கச் சொன்னார்.

சிங்கத்தின் அறையில் இருந்த அந்தப் பெட்டியிலிருந்து சட்டைத் துணி, வேஷ்டிகளை எடுத்துப் பார்த்த சிங்கம், சிலவற்றை, இரண்டொன்றை மட்டும், எடுத்துவைத்துக்கொண்டு, மற்றவற்றைப் பெட்டியிலேயே வைத்து மூடி, அந்தப் பெட்டியையும் படுக்கையை யும் அடுத்த அறையில் கொண்டு போடச் சொன்னார் தன் ஆளை. அதற்குப் பிறகு கணேசன் அவற்றைப் பார்க்கவே இல்லை. மறுநாளே அவனுக்கு விலையுயர்ந்த வேஷ்டிகளும் சட்டைகளும் தயார் செய்யப்பட்டன. வெல்வெட் மெத்தையும் தலயணைகளும் போட்டிருந்த சிங்கத்தின் கட்டிலே இவனுக்கும் படுக்கையாயிற்று. அடுத்த வாரம் கணேசன் பள்ளிக்கூடத்திற்குப் போகவே இல்லை.

சிங்கம் பள்ளிக்கூடத்துக்குப் போய் ஹெட்மாஸ்டரிடம் கணேசனைப் பற்றி விவரம் விசாரித்தார்.

‘இந்தப் பாவி கண் விழுந்துவிட்டதா கணேசன் மேல், ஐயோ பாவம். அந்த வாத்தியார் ஆசையில் மண் விழுந்தது. கணேசன்

படிப்பும் வாழ்வும் இனிமேல் குட்டிச்சுவர்தான். படிப்புக்கு இனிமேல் எள்ளும் ஜலமும்விட வேண்டியதுதான்' என்று வேதனைப்பட்டுக் கொண்டே, தயக்கத்துடன், "என்ன சமாசாரம், உங்களுக்கு ஏன் அவனைப் பற்றி விவரங்கள் வேண்டும்?" என்று மிகவும் அடக்கத்துடன் கேட்டார் ஹெட்மாஸ்டர்.

"அவன் கார்டியன் யாருன்னு எனக்குத் தெரியணும், கேட்டேன். நீங்க கொடுக்கலேன்னா எனக்கு அது கிடைக்காம போயிடாது" என்று கடுமைக்குரலில் சொன்னார் சிங்க ரவுத்து. தோப்பூர் வாத்தியாரின் விலாசத்தைக் கொடுத்த ஹெட்மாஸ்டர். தானும் அவருக்குக் கடிதம் எழுதிவிட்டார்.

வாத்தியார் பறந்துகொண்டு வந்தார். ஹெட்மாஸ்டர் சிங் கத்தைப் பற்றிச் சொன்னதோடு, அவரை விரோதித்துக்கொள்வதும் நல்லதல்ல, ரொம்பப் பெரிய மனிதர், செல்வாக்குள்ளவர், பையன் உருப்படணும்னா மெதுவா அவனை ஊருக்கு அழைச்சிண்டு போய்விட வேண்டுமென்றும் சொன்னார்.

வாத்தியார் சத்திரத்திலும் தெருவிலும் விசாரித்தார். யாரும் தைரியமாக ஒன்றும் சொல்லவில்லை. அத்துடன் சிங்க ரவுத்து பங்களாவுக்கும் போய் கணேசனைப் பார்ப்பதுகூட அவ்வளவு சுலபமில்லை. தவிர, சிங்கம் அவனை எங்கே கொண்டுபோய் வைத்திருப்பாரோ இதற்குள் என்றும் பயமுறுத்தினர். போலீஸ் எல்லாம் சிங்கத்தின் கைக்குள்ளேதான் என்றும் சிலர் திடமாகக் கூறினர். தெருவில் இருக்கும் பையன்களிடம் விசாரித்தார். "சிங்க ரவுத்து ரொம்பப் பொல்லாதவராம், அவர் பையன்களோடேயே கெட்ட வார்த்தையெல்லாம் பண்ணுவாராம்" என்று கிசுகிசுத்தனர் பையன்கள்.

வாத்தியாரே நேரில் ரவுத்துவின் பங்களாவுக்குள் புகுந்து விசாரித்தார். சிங்கமே கணேசனுடன் வந்து, முன்பக்கத்து ஹாலில் உட்கார்ந்து மூவரும் பேசினார்கள். கணேசன் வாத்தியாரிடம் பயந்து ஒளிந்ததே இல்லை. அப்போது அவன் வாத்தியாரைப் பார்க்கவே பயந்தான். வெட்கித் தலைகுனிந்தான். ஆனால் கோழை போல் அழவில்லை. தன்னைவிட வயதில் குறைந்த பையன்களும் சிறு பெண்களும் படிக்கும் வகுப்பில் படிப்பது தனக்கு மிகவும் வெட்கமும் வேதனையும் தந்ததைத் தெளிவாகச் சொல்லிவிட்டான் கணேசன்.

"நீங்கள்ளாம் படிச்சு என்னத்தைக் கண்டேள் ஸ்வாமி, வாய்க் கும் கைக்கும் பத்தாம, என்னமோ வாழறது மாதிரிப் பாசாங்கு பண்ணினத்தைத் தவிர, நிஜமா வாழ்ந்தேளோ? கோவிச்சுக்கப் படாது. உங்க கணேசன் படிக்காததுனாலே அவனுக்கு ஒண்ணும் கொறைஞ்சுடப்போறதில்லை. எங்க சொத்தைக் கொடுத்து அவனைப் பெரிய மிராசுதாராக்கி, எங்க பொண்ணையும் குடுத்துக்

குடும்பஸ்தன் ஆக்கிறதாகத் திட்டம். தப்பா நினைச்சுக்காதீங்க வாத்தியாரே, நீரும் உம்ம உத்தியோகத்தை உதறிட்டு, உம்ம ஆத்துக்காரியோட வந்து உங்க கணேசனோடே இருக்கலாம். அவ்வளவு சொத்து குடுக்கப்போறேன் அவனுக்கு" என்றார் சிங்கம்.

"என்ன கணேசா, இவர் சொல்ற சமாசாரமெல்லாம்..."

கணேசன் பதில் பேசாமல் தலை குனிந்து நின்றான். "அவனைப் போய்க் கேக்கிறீரே, அவன் கொழந்தைதானே? என்னைக் கேளுமே..." என்றார் சிங்கம்.

"அதுவும் சரிதான். இருந்தாலும் கணேசன் கொஞ்சம் விவரம் தெரிஞ்சவனாச்சேன்னு கேட்டேன்" என்றார் வாத்தியார்.

"ஆமாம் சார், இவர் என்னை ரொம்பப் பிரியமா வைச்சிண்டிருக்கார்" என்றான் கணேசன்.

"வைச்சிண்டிருக்காரா ...?" என்று வாத்தியாரை அறியாமலேயே அவர் வாய் முணுமுணுத்தது. "கணேசா, சங்கரி மாமியை நினைச்சுக்கோ, என்னையும் நினைச்சுக்கோ, தோப்பூரும் பக்கத்தூரும் மறக்கக் கூடாது உனக்கு. தலை ஆவணியாவட்டத்துக்குக் குழந்தையையும் அழைத்துக்கொண்டு நாங்கள் குடும்பத்துடன் கும்பகோணம் வர வேண்டும் என்று மாமி கடிதம் எழுதியிருக்கிறாள். அது போகட்டும், எதுக்கும் ஊருக்கு வா. ஐயா, கணேசன் பலருக்கும் உயிர்போல் பழகியவன், அவன் மேல் நீங்கள் காட்டும் பரிவும் அன்பும் தூய்மையுள்ளதாய் இருக்க வேண்டுமென்று வேண்டிக் கொள்கிறேன்" என்று சொல்லிவிட்டுப் புறப்பட்டுவிட்டார் வாத்தியார்.

"பாவம் வயசானவர், கவலைப்படாதே, அவரையும் சரிக்கட்டி விடலாம்..." என்று தோளில் கைபோட்டுக்கொண்டு கணேசனை மாடிக்கு இழுத்துக்கொண்டு ஓடினார் சிங்கம். அவருக்கு வாத்தியாரைத் தெரியாது, அவரைத் தெரிந்த கணேசன் மயக்கத்தில் இருந்தான்.

□

16

சிங்கத்தின் தாயார் காலமானாள். மிகவும் விரிவாக எல்லாம் செய்தார் சிங்கம். ஆனால் அன்றிரவுகூட அவரால் கணேசனைப் பிரிந்து இருக்க முடியவில்லை.

அது பெரிய பங்களா. பல கட்டுகள். பங்களாவைச் சுற்றிலும் பெரிய கட்டிடங்கள். காம்பவுண்டு மிகவும் பெரியது. திருமஞ்சன வீதிவரை இருந்தது. பண்ணை ஆபீசும் கணக்குப்பிள்ளை காரியஸ்தர்களும் உட்கார்ந்து பணி செய்வார்கள் முன் ஹாலில். உள்ளே இரண்டு மூன்று கிணறுகள். எல்லாமே நல்ல தண்ணீர். மின்சாரத்தால் இயங்கும் மெஷின் வைத்து மேலே பெரிய தொட்டி கட்டித் தண்ணீரைத் தேக்கி எல்லாப் பகுதிகளுக்கும் குழாய் போட்டிருந்தது. வாழையும் கறிகாய்ச் செடிகளும் வருஷம் பூராவும் பலன் தரும். சிங்கத்தின் மனைவி தனியே ஒரு பகுதியில் இருந்தாள். சின்னப் பெண் குழந்தைகளும் படிக்கும் பெரிய பையன்களும் இருந்தனர். ஆனால் அவர்களில் யாரும், சிங்கத்தின் மனைவிகூட, மாடிப்பக்கம் வருவதில்லை. சிங்கத்தின் தாயார் இருந்த பகுதியும் தனிதான். அவள் காலமான பிறகு அந்தப் பகுதியைப் பூட்டிச் சாவிகளைத் தன்னிடம் வைத்துக்கொண்டிருந்தார் சிங்கம். தப்பித் தவறி கணேசன் சிங்கத்தின் மனைவி மக்கள் கண்ணில்பட்டபோது அவர்கள் முகம் அடைந்த விகாரங்களைக் கணேசனும் கவனித்திருந்தான். சிங்கத்தின் மக்களில் யாருக்குமே சிங்கத்தின் சாயல் இல்லாததையும் ஒவ்வொரு வரும் வெவ்வேறு நிறம், முகஜாடை, தோற்றம் உடையவர்களாய் இருந்ததையும் கவனித்துப் புரிந்து கொண்டான் கணேசன். தான் முதல்நாள் வந்தபோது, இப்போது தானும் சிங்கமும் பகிர்ந்து கொள்ளும் கட்டிலிலிருந்து இறங்கிச் சென்ற ராமு பிறகு அங்கு வரவேயில்லை. ஒருநாள் பங்களாவின் பின்புறத்தில் அவனும் சிங்கமும் காரசாரமாகப் பேசிக்கொண்டதையும், சிங்கம் கடைசியில் அவனுக்கு ஏதோ கொடுத்து அனுப்பியதையும் கணேசன் பார்த்தான்.

சிங்கத்தின் தாயாருக்குக் கருமாதி செய்து முடித்ததும் கணேசனுடன் சிங்கம் திருக்குற்றாலம் சென்றார். கிட்டத்தட்ட ஒன்றரை மாதம் அங்கே தங்கியிருந்தனர். சிங்கம் கார் பிரயாணம் அதிகம் செய்வதில்லை. தஞ்சாவூர் வரையில் கார். பிறகு ரயில். குற்றாலம் போகும்போது ரயிலில் முதல் வகுப்புப் பிரயாணத்தில் கணேசனுக்கும் சிங்கத்திற்கும், அதுவரை தங்கள் மாடியறையின் ஏகாந்தத்தில், பலநாள் ஒரே கட்டிலில் கிடந்தபோதெல்லாம் நேர்ந்ததைவிட அதிகமான அந்தரங்கமும் பரஸ்பர ஸுகப் பரிமாற்ற மும் நேர்ந்தன. அது பல வருஷங்கள் கிட்டதட்ட பத்து வருஷங் களுக்குத் தொடர்ந்து அவர்களிருவரையும் ஒன்றாகவே பிணைத்து வைத்தது. எந்த ஊருக்குப் போனாலும் இரவுப் பிரயாணம்தான். பகலில் நடமாட்டம் அதிகம் வைத்துக் கொள்வதில்லை. எல்லாப் பிரயாணங்களிலும் கணேசனை கோஷாப் பெண்கள் பாணியில் மிகவும் மறைவாகப் பிறர் கண்ணில் படாமல்தான் அழைத்துக் கொண்டு போவார் சிங்கம். இதனால், பல ஊர்களுக்குச் சென்றானே தவிர, கணேசனுக்கு ஒரு ஊரும் தெரியாது. எந்த ஊரின் வழியும் கிழக்கு மேற்கும் தெரியாது அவனுக்கு. அடிக்கடி வெளியூர்ப் பிரயாணங்கள். கோடை நாட்களில் கொடைக்கானல், ஊட்டி, காரைக்காலுக்குப்போய்ப் பட்டுப் பீஸ்கள் எடுத்து வருவது, மெட்ராஸ் போய்ப் புதிய சட்டைகள் தைத்துக்கொள்வது. கணேச னுடைய சுருள் சுருளான கட்டுக் குடுமியும் மறைந்தது. கிராப் வந்தது.

இப்படியே வருஷங்கள் ஓடின. உடம்பு புஷ்டிக்குச் சைவ உணவு மட்டும் போதாதென்று உணர்ந்து உடம்பைப் பார்த்துக் கொண்டார்கள். மனம் தெம்புடன் இருக்கவும் மெய்மறந்து சுகிக்கவும் உயர்ந்த மதுவகைகளைக் கணேசனுக்கு அறிமுகம் செய்துவைத்தார் சிங்கம். கணேசனுக்கும் தன்னைப் போலவே புலிநகம் வைத்த சங்கிலி, வைர மோதிரங்கள், தங்கக் கடியாரம், தங்கக் கடியாரச் சங்கிலி எல்லாம் வாங்கித் தந்தார். தன்னுடையதை விட உயர்ந்த வைரக் கடுக்கனும் வாங்கித் தந்தார். அவன் பெயரால் பேங்கில் பணமும் போட்டார். எஸ்டேட் சொத்தைப் பற்றி கணேசன் கேட்டுவிடக் கூடாதே என்று அவனை மெல்லப் பணக்காரனாக்கும் பழக்கத்தில் இறங்கியிருந்தார் சிங்கம். கணேசன் பதினாறாம் வயதில், மிகவும் அமிதமான வளர்ச்சியும் வாளிப்பும் மதத்திமிர்ப்பும் பெற்று, திமிலும் மயிலை நிறமும் மதமும் வீச்சும் நிறைந்த உடம்பும், வெறி துள்ளும் கண்களும் குரூரமாய்க் குனிந்து குத்தும் கொம்புகளும் திமிரே வடிவான நடையும் பயமுறுத்தும் ஓட்டமும் கொண்ட கிடைக்காளைபோலத் திரிந்தான். மாதங்கள், ஆண்டுகளாகி நகர்ந்துகொண்டிருந்தன. சிங்கத்திற்குக் கணேசனிடம் எதுவும் குறைவில்லை. மனைவி கண்ணில் அவன் பட்டுவிடக் கூடாதென்று பங்களாவுக்குள்ளும் மாடிக்குப் பக்கத்திலும் மறை சுவர்கள் எடுத்தார் ரவுத்து. சில சமயம் அவருக்கே கணேசனுடைய அழகையும் சதைப்

பிடிப்பையும் தன் நண்பர்களில் சிலருக்குக் காட்டும் ஆவல் தோன்றும். குறிப்பிட்ட சில நண்பர்கள், சிங்கத்தின் அந்தரங்க நண்பர்கள். சிங்கத்தைப் போலவே அந்த ருசியுள்ள நண்பர்கள் கணேசனைப் பார்த்துவிட்டு, நாக்கைக் கடித்துக்கொண்டும் நொட்டையிட்டுக் கொண்டும் அப்படியே சோர்ந்து சொக்கி விழும்போது சிங்கத்திற்கு மிகவும் பெருமையாயிருக்கும். அவர்கள் கண்கள் சோர்ந்துபோகும் எல்லையில் சட்டென்று அவனுடன் காரில் புறப்பட்டுவிடுவார் சிங்கம்.

ஊரில் பெரிய ஜவுளிக்கடை முதலாளி ஒருவர், அதுவரையில் இல்லாத பழக்கமாய்ச் சிங்கத்தைத் தேடிக்கொண்டு வேளை நேரமில்லாமல் அவர் மாடிக்கு வர ஆரம்பித்தார். சிங்கம் மிகவும் நேரிடையாகவே, “இந்தாய்யா, இது அயன் ராஜபார்ட்டுச் சரக்கு. கிட்டத்தட்ட முப்பது நாற்பது ரூபா செலவு பண்ணியிருக்கேன் . . . உம்ம மாதிரி சிக்கு நாத்தமும் இட்டலி மா நாத்தமும் கந்தல் வேஷ்டியுமாவா பிடிச்சிருக்கேன் நான். என்ன தீனிச் செலவு ஆகிறது தெரியுமா? அதனாலே அநாவசிமயா மெனக்கிடாதீர். நம்ம ஸ்நேஹம் முறிஞ்சு போயிடும். பையை உதறத் தயாரா இருக்கீரா நம்மைப் போல? சொல்லும், நாளைக்கே கொண்டுவரேன் இதே மாதிரி. அது முடியாது, இது இதுதான். கிட்டத்தட்ட இதுக்கு ஈடாக் கொண்டு வரேன் . . . நாளையிலேந்து இந்தப் பக்கம் எட்டிப் பார்க்கக் கூடாது நீர்” என்று மண்டையில் அடித்துப் போகச் சொல்லிவிட்டார். அவர் போன உடனேயே கதவைச் சாத்திவிட்டு, அந்த அற்புதச் சரக்கின் ஆரா அமுத இன்பத்தைப் பெற்றபிறகுதான் சிங்கத்துக்கு நிம்மதி ஏற்பட்டது.

நாளடைவில், இருக்கும் இடமே தெரியாத நிலையில் வைத்துக் கொண்டு, அடிக்கடி வெளியூர்களுக்குச் செல்லும் பழக்கத்தையும் ஆரம்பித்தார்.

வருஷங்கள் ஓடிக்கொண்டிருந்தன.

சிங்கத்திற்கு கணேசன் இல்லாமல் பத்து நிமிஷம் கூடத் தனியாய் இருக்க முடியாமல் ஆகிவிட்டிருந்தது. சில சமயம் கணேசனுக்கே அது பிடிக்காமல்போகும் அளவுக்கு கணேசன் உடலைத் தவிர தனக்குச் சோறு தண்ணீர்கூட வேண்டாம் என்ற எல்லைக்குப் போய்விட்டார் சிங்கம். கணேசனாலும் ஈடுகொடுக்க முடியவில்லை. அதற்கு வேறு காரணமும் இருந்தது. கணேசனுக்கு இப்போது இருபத்திரண்டு வயது. கொழுத்த முரட்டு வாலிபம். சிங்கம் கொடுத்த ஊட்டமும் ஊட்டிய போதையும் சேர்ந்து கல்யாணம் செய்துகொள்ள அலைந்தான். சீகாழி எஸ்டேட் சொத்துகளைச் சிங்கம் பல கோல்மால் வேலைகளைச் செய்து விற்று ரொக்கமாக்கிக்கொண்டிருந்தார். அதைப் பற்றி அவரைக் கேட்கத் தனக்கு உரிமை ஏதும் இல்லை என்பதைக் கணேசன்

தெரிந்துகொண்டிருந்தான். சிங்கத்தின் தடைகளையும் மீறி அவன் பந்தலடிக்கும் பிற இடங்களுக்கும் போக ஆரம்பித்திருந்தான்.

சிங்கத்திற்கு உடல் நலமில்லாமல் படுத்தார். சிலநாள்வரை டாக்டர் வந்து பார்த்துக்கொண்டிருந்தார். கணேசன் டாக்டர் கண்ணில் உறுத்தினான். சிங்கத்தின் மனைவிமக்களின் பார்வையில் அவரை வைக்கச் சொன்னார் டாக்டர். வாயால் மறுப்பதைத் தவிர வேறு ஒன்றும் செய்ய முடியவில்லை சிங்கத்திற்கு. அவர் கணேசனுக்குப் பணம் கொடுத்து, சில துணிமணிகளை எடுத்துக் கொண்டு, தஞ்சாவூரிலோ, கும்பகோணத்திலோ போய்ச் சிலநாள் தங்கியிருந்துவிட்டுத் தனக்கு உடல்நிலை சரியான பிறகு வரலாம் என்று யோசனை கூறினார். அவரை மாடியிலிருந்து கீழே கொண்டு போகும் முயற்சிகள் நடந்தன. சிங்கத்திற்கு வயது ஐம்பதிற்குள்தான் இருக்கும். மிகவும் திடமாகத்தான் இருந்தார், நடக்க முடியாமல் போய்விட்டது. அவருக்கு ஹெர்னியா ஆபரேஷன் செய்ய வேண்டி வரலாம் என்று பேசிக்கொண்டனர்.

கணேசன் பெட்டி படுக்கையுடன் புறப்பட்டு, யாரும் பார்க்காமல் பங்களா வாசலையும் தாண்டினான். ஆனால் எங்கே போவதென்று முடிவுசெய்ய முடியாமல் யோசித்துக்கொண்டே தேரடி வரை வந்துவிட்டான். தோப்பூரை நினைத்துக்கொண்டான். தான் சீரழிந்துவிட்ட செய்திகளெல்லாம் அங்கே நன்றாகப் பரவியிருக்கும். ஊரைவிட்டு வந்து பத்து வருஷம் ஆகிவிட்டது. அங்கே யார் எப்படி வரவேற்பார்களோ? அவனுக்கு வேறு எங்கும் போகவும் தெரியாதே. வண்டி வைத்துக்கொண்டு பஸ் ஸ்டாண்டிற்கு வந்தான். அப்போது காலை ஒன்பது மணிதான் இருக்கும். பெட்டி படுக்கையுடன் செல்லும் கணேசனைப் பலரும் பார்த்து ஏதேதோ பேசிக் கொண்டனர். கடைத்தெரு முழுவதும் குனிந்துகொண்டே கூடுமான வரை தன்னைப் பிறர் பார்க்க முடியாதபடி திரும்பித் திரும்பி உட்கார்ந்து வந்தான். இருந்தும் பலர் இவனைப் பார்த்தனர். தமக்குள் பேசியும் கொண்டனர். அவன் பகலில் எங்கும் வந்து யாரும் பார்த்ததில்லை அதிகமாக. இப்போது பெட்டி படுக்கையுடன் கிளம்பிவிட்டிருந்ததால் சிங்கத்திடமிருந்து அவன் பிரிந்து வந்துவிட்டதாகவே நினைத்தனர். சிங்கத்திற்கு உடம்பு சரியில்லை யென்ற செய்தியும் சிலருக்குத் தெரியும். முன்பொரு தடவை சிங்கத்திடம் கணேசனுக்காகப் பேச்சு வாங்கிக்கட்டிக்கொண்ட ஜவுளிக்கடை முதலாளி, தன் கடையிலிருந்து இவனைப் பார்த்து விட்டார். ஓடிவந்தார். ரொம்பத் தெரிந்தவர் போலவும் பழகியவர் போலவும் கணேசன் கையைப் பிடித்துக்கொண்டு பேசினார்.

"எனக்குத் தெரியும், அன்னிக்கே தெரியும். இந்தச் சிங்கம் உன்னை ஒரு நாள் சந்தியில் நிறுத்திவிடுவான் என்று. நீ கவலைப் படாதே கணேசா, நீ நம்முடன் இருந்துவிடலாம். என் சம்சாரமும் இல்லை. என் மகன், அவன் என் மகனே இல்லை, சத்துரு. கடையையே

அவன் பெயருக்கு மாற்றி வீடு நிலமெல்லாம் நான் கொடுத்தும், என்னிடம் உள்ள ரொக்கத்தையும் பிடுங்கிக்கொண்டு என்னை ஓட்டாண்டியாக்கப் பார்க்கிறான். என்னைப் பத்தி கண்ட இடத்தில் கண்டபடி பேசிக்கொண்டு திரிகிறான். நீ வா, நம்ம ரூமுக்குப் போவோம். உன் அருமை எனக்கல்லவா தெரியும்" என்று அழைத்தார்.

கணேசனுக்கும் அப்போதைக்கு ஓர் ஆதரவு மிகவும் தேவை. இந்தப் புதிய கிராக்கியைச் சில நாள்களுக்கு மகிழ்விப்பதால் தனக்கொரு நஷ்டமும் இல்லை என்ற முடிவுக்கு வந்தான். "ஆகட்டும். ஆனால் நான் ரொம்ப அவசரமாகவும் அவசியமாகவும் ஓர் ஊருக்குப் போய் வர வேண்டும்" என்றான்.

"போவோமே, எந்த ஊர்? எங்கே இருக்கிறது அந்த ஊர்?"

"குடவாசல் கிட்டே இருக்கு. தோப்பூர்னு பேரு."

"அதுக்கு பஸ் ஸ்டாண்டுக்கு வந்து என்ன பண்றது? இரு இப்படியே பந்தலடி வடவண்டை வாஞ்சி ஐயர் கிளப்புக் கிட்டே சத்தே நில்லு. நான் போய் ராசு அய்யர் டாக்ஸி இருக்குதான்னு பார்த்துக்கொண்டு வரேன்" என்று சொல்லிவிட்டுக் கிழக்கே போனார் அவர். டாக்ஸி இருந்தது. நல்ல வேளையாக டிரைவரும் வேறொருவனே வந்தான். ராசு வந்தால் கணேசனையும் அவரையும் பார்த்து நக்கல் செய்வான். பிறகு ஊரிலும் செய்தி பரவும். டாக்ஸியுடன் வந்தார். இருவரும் ஏறிக்கொண்டனர். லக்ஷ்மாங்குடி, பொதக்குடி வழியாகக் கொரடாச்சேரி போய்க் குடவாசல் போய் ஒரு மண்ரோட்டில் போனார்கள். "இனிமேல் கார் போகாது, நடந்து போக வேண்டும். நீங்கள் ஏன் நடக்க வேண்டும், நான் மட்டும் போய்ச் சுருக்கத் திரும்பிவிடுகிறேன்" என்று அவரை வண்டியிலேயே விட்டுவிட்டு வயற்கரையில், வரப்பில் இறங்கி நடந்தான் கணேசன்.

கோடை வெய்யில். சாலையோரத்து மரநிழலில் நிறுத்தப்பட்டிருந்த டாக்ஸியில் உட்கார்ந்திருந்தார் ஜவுளிக்கடை முதலாளி. வெய்யிலும் புழுக்கமும் இருந்தன. அவர் கணேசன் கழற்றிப் போட்டுவிட்டுப்போன சட்டையை எடுத்துத் தன் தோள்மேல் போட்டுக்கொண்டு களித்துக்கொண்டிருந்தார்.

தோப்பூருக்குச் சென்ற கணேசனுக்கு அங்கு எல்லாவற்றிலுமே ஏமாற்றம். பணக்கார ஊரை கிழக்கே வைத்து, மேற்கில் வெடிப்பான மணம் கமழும் இலுப்பைத் தோப்பு வழியே சென்று, தோப்பூரின் கீழத்தோப்புகளை அடைந்து குளத்தங்கரையுடன் போய்ச் சிவன் கோயிலுக்கு வடக்காக வந்து ஊருக்குள் புகுந்தான். வழக்கம்போல் குருக்களாத்தில்கூடச் சத்தம் சந்தடி கேட்கவில்லை. வாத்தியார் வீடு பூட்டி இருந்தது. கணக்குப்பிள்ளை வீடும் சாத்தியிருந்தது. சமையற்கார முத்துவின் சம்சாரம், இவனைப் பார்த்தும்

பேசாமல், ஆனால் உற்று உற்றுப் பார்த்துகொண்டே உள்ளே போய்விட்டாள். அவளுக்கு அவனை அடையாளம் தெரியவில்லையோ என்னவோ. எப்போதும் போல் கோடி வீடு பூட்டிக்கிடந்தது. பெருமாள் கோவில்கூடப் பழைய களையை இழந்துவிட்டிருந்தது. கிட்டா வீடும் பூட்டியிருந்தது. அதைத் தாண்டி இவன் வந்தபோது, யாரோ ஒரு சின்ன மாமி வந்து கிட்டா வீட்டைத் திறந்துகொண்டு உள்ளே போனதைப் பார்த்தான். அவளுடைய நடையுடைகள் ஒரு மாதிரியாயிருந்தன. அவளைக் கணேசன் தோப்பூரில் பார்த்ததே இல்லை. பட்டாமணியார் வீட்டு வாசலுக்கு வந்தான். அவர் திண்ணையில் உட்கார்ந்திருந்தார். மிகவும் முதிர்ந்து தளர்ந்தும் விட்டிருந்தார். அடுத்தது மாச்சியின் வீடு. ஆசை பொங்கப் பார்த்தான் கணேசன். வீடு பூட்டப்பட்டிருந்தது. வாசலும் திண்ணையும் குடியில்லாத வீடுபோல் தெரிந்தது. கிழக்கே வந்தான். கணக்குப் பிள்ளை வீட்டிற்கு மேற்கே இருந்த வீடுகள் திறந்திருந்தனவே தவிர யாரும் தென்படவில்லை. கணக்குப்பிள்ளை வீடும் சாத்தியிருந்தது. யாராவது வெட்டி தலையாரியாவது தென்படக் கூடாதா என்று தவித்தான் கணேசன். யாருமில்லை. மறுபடியும் வாத்தியார் வீட்டைக் கவனித்தான். வாசலில் கோலம் இல்லை. திண்ணையில் புழுதியும் மண்ணும் படிந்திருந்தன. கணேசனுக்கு எப்படியோ ஆகிவிட்டது. குருக்கள் வீட்டுப் பக்கம் நகர்ந்தான். ஒரு குருக்கள், அவர் பெயர்கூட மறந்துவிட்டது கணேசனுக்கு, வாசலில் ஒட்டுத் திண்ணையில் உட்கார்ந்து அரிவாள் தீட்டிக்கொண்டிருந்தார். கணேசன் படியேறிப் பெரிய திண்ணையில் சென்று உட்கார்ந்தான். அரிவாளைத் தீட்டித் தன் விரலை அதில் வைத்துப் பதம் பார்த்துவிட்டு, மறுபடியும் உருக்காங்கல்லைத் தட்டித் தீட்டும் கட்டையில் போட்டுக்கொண்டிருந்த குருக்கள், தன் வேலையில் ஈடுபட்டபடியே, “வாங்க, யாரு நீங்க?” என்றார்.

“உங்களுக்கு என்னைத் தெரியவில்லையா குருக்களே. நான் தான் பக்கத்து வாத்தியார் வீட்டில் இருந்தேனே முன்பு, அந்தக் கணேசன்.”

“கணேசனா, அடையாளமே புரியவில்லையே. வாப்பா, சௌக்கியமா, தாகத்துக்குச் சாப்பிடு.” என்று உள்ளே போனவர் கையில் இரண்டு பெரிய இளநீர்க் காய்களுடன் வந்தார். அரிவாளைச் சாக்கில் துடைத்துவிட்டுச் சீவிக் கொடுத்தார். கையுடன் பச்சைத் தென்னோலையும் கொண்டு வந்திருந்தார். அதைக் கோணமாக வெட்டிப் பிரித்துத் துடைத்துக் கொடுத்தார். கணேசனுக்கு அது மிகவும் இதமாயிருந்தது. தாகம் அடங்கிற்று. தோப்பூர் அவனுக்குத் தந்திருந்த ஏமாற்ற வெப்பத்தையும் தணித்தது. காய்களைப் பிளந்து, தோசைப் பதமான தேங்காய் வழுக்கையையும் மிகவும் லாவகமாக அரிவாளால் வழித்துக் கொடுத்தார். கணேசனுக்கு நடுச்சாலையில் டாக்ஸியில் காத்துக்கொண்டிருக்கும் ஜவுளிக்கடைக்காரர் நினைவு வந்தது. உடனே புறப்பட நினைத்து அவசரப்பட்டான். குருக்களிடம்

எல்லாரையும் பற்றிக் கேட்டான். அவர் விரைவில், ஆனால் விவரமாகவே வரிசையாகச் சொன்னார்.

“வாத்தியார், குடும்பத்துடன் அய்யம்பேட்டைக்குப் பக்கத்தில் இருக்கும் சொந்த ஊருக்கே போய்விட்டார். அங்கே பள்ளிக்கூடம் ஒன்று நடத்துவதாகக் கேள்வி. கணக்குப்பிள்ளைக்குப் பாரிசுவ வாயு மாதிரி வந்து வலது கையும் இடது காலும் இழுத்துவிட்டது. அவரை ஆஸ்பத்திரிக்கு அழைத்துக்கொண்டு போயிருக்கிறார்கள், அவர் சம்சாரமும் பிள்ளையும். அவர் வீட்டுப் பெண்களெல்லாம் கல்யாணம் ஆகிப் புருஷன் வீடுகளுக்குப் போய்விட்டார்கள். சந்துரு அய்யர் சம்ஸாரம் காலம் ஆயிட்டா. சந்துருவுக்கு ஒண்ணுமே பாக்கி இல்லை, சோமசுத்தி பண்ணிட்டார். கடைசியில், மாத்தூர் அசடு ஞாபகம் இருக்குமே உனக்கு. சந்துருவின் சம்சாரத்திற்கு ஏதோ உறவு அது. பொம்பிள்ளை மாதிரிப் பேசிண்டு, எதுக்கெடுத் தாலும் கெக்கெக்கேன்னு சிரிச்சுண்டு நிற்குமே அதனிடம் ஏதோ பணம் வாங்கிக்கொண்டு, ரகசியமாய்ச் சுவாமிமலையில் போய் மாச்சியைக் கட்டிக் கொடுத்துவிட்டு எங்கேயோ கண்காணாமை ஓடிப்போயிட்டார் சந்துரு. அவர் ரெண்டாவது மகள் அம்மு, சின்னக் குழந்தை, பதிமூணு வயசு அல்லது பதினாலு வயசு ஆறது. பட்டத்தரசி மாதிரி, திருவிடைமருதூர் அம்மன் மாதிரி இருப்பா. அவ இப்போ அவ பாட்டி, கிட்டா தாயார் பாலாம்பா கிட்டதான் இருக்கா. மாச்சியும் இங்கேதான் இருந்தா, அந்த அசடோடே குடித்தனம் பண்ண மாட்டேன்னு அழுதுண்டே இருந்தா. மாத்தூர் அசடுக்கு ஒண்ணரை வேலியோ ரெண்டு வேலியோ நிலமும் தென்னந் தோப்பும் இருக்கும். பாலாம்பா மாமிதான் மாச்சிக்கு ரொம்ப எடுத்துச் சொல்லிக் குடித்தனம் வைக்க அழைச்சிண்டு போயிருக்கா(ள்). இன்னொரு ரொம்ப வேடிக்கையான சங்கதி கணேசா, தடிப்பய கிட்டா கிட்ட இப்போ நிறையக் காசு பணம் சேர்ந்து போச்சாம். டிரைவர் வேலையை விட்டுட்டுத் திருச்சினாப்பள்ளியிலே வேலை பார்க்கிறானாம். சொந்தமா வியாபாரம் ஆரம்பிக்கப்போறானாம். இப்போ அந்தக் கிட்டாத் தடியன், பாவம் இந்தக் குழந்தை அம்முவைக் கட்டிக்கப் போறானாம். இந்த மாமாவுக்கு வாக்கப்படறத்தைவிடக் குளத்தில் ஆற்றில் விழுந்து சாகலாம் என்கிறாள் அம்மு. பாலாம்பா மாமிக்கே இஷ்டமில்லேதான். ஆனா என்ன பண்றது, புள்ளை நிர்ப்பந்தம். பழைய வெறும் பயலா புள்ளை? இப்ப பணக்காரப் புள்ளேன்னா, அம்மாவும் சம்மதிச்சுட்டா. அதுக்காவே பாரு, எங்கேயோ வடக்கே விழுப்புரமோ, மெட்ராசோ போயி, சாமாப் பைத்தியத்திற்குக் கல்யாணம்னு பண்ணிண்டு ஒரு நல்ல முரட்டுப் பெண்ணை அழைத்துக்கொண்டு வந்திருக்காள்.”

“கிட்டாவாத்தில் பார்த்தேன் அவளை ... இப்பத்தான் புரி யறது.”

“அதுக்காகச் சாமா எதிலும் மாறிவிடவில்லை. பழையபடியே தான் ஊர் சுற்றிக்கொண்டிருக்கிறான் அழுக்கும் ஆபாசமுமாய்” என்றார் குருக்கள்.

“சரி, நான் அவசரமாகப் போக வேண்டியிருக்கிறது. இன்னொரு தடவை வருகிறேன். பாலாம்பா மாமியைப் பார்க்கணும்” என்றான் கணேசன்.

“பிரயோஜனமில்லை. உனக்கு அம்முவும் கிடைக்க மாட்டாள். கிட்டாப் பயல் ஏற்கனவே அம்முவைக் கை வைத்துவிட்டதாகத் தெரிகிறது” என்று சொல்லிவிட்டுக் கண்ணைச் சிமிட்டினார் குருக்கள்.

“வாத்தியார் இருக்கும் ஊர்” என்று கேட்டான் கணேசன்.

“எனக்குத் தெரியாது. சீனிகிட்ட விலாசமே இருக்கும். ஏன்னா, அவாளுக்குள்ளே எதோ கடுதாசுப் போக்குவரத்து இருந்தது முன்னே . . .” என்றார் குருக்கள்.

கணேசன் வேகமாய் நடந்து காருக்கு வந்தான். நேரம் கடந்து விட்டது. குடவாசலில் ஆகாரம் செய்துகொண்டனர். திரும்பி வரும்போது கணேசன் தன் உடமையே ஆகிவிட்டதைப் போல மகிழ்ந்து இன்புற்றார் ஜவுளிக்கடைக்காரர்.

மன்னார்குடியில் தெற்கே பைங்கா நாட்டுச் சாலையில் ஒரு சிறு தோட்டமும் அதற்குள் ஒரு சிறிய வீடும் இருந்தன அவருக்கு. தானும் கணேசனும் அங்கேயே இருக்க ஏற்பாடு செய்து கொண்டார். அவருடன் எப்போதுமே இருக்கும் ஒரு பிராமணப் பையன், முன்பு கிளப்பில் இருந்தவன் – சமைக்கவும் சிற்றுண்டிகள் தயாரிக்கவும் தெரியும் அவனுக்கு. அவனையும் வைத்துக்கொண்டு அந்தத் தோட்டத்திலேயே தங்கியிருந்தனர் மூவரும்.

ஏதோ நின்றுவிட்டாற்போல் மயக்கூட்டிய காலம் மீண்டும் நகரத் தொடங்கிற்று – மாதம் மாதமாக.

கணேசன் சைக்கிள் ஒன்று வாங்கிக்கொண்டு அதில் கடைத் தெருவுக்கெல்லாம் போய் வந்துகொண்டிருந்தான். இந்தக் காலத்தில் தான் சிங்க ரவுத்து, இவனை அவரிடமிருந்து பிரித்துக்கொண்டு போவதற்குப் பல தடவை முயன்றார். பல வகையில் பயமுறுத் தினார். கொலை செய்வதாகக்கூடச் சொல்லி பயமுறுத்தினார். அந்தக் காலத்தில் தொங்கண்ணா, அல்டாப் ஆறுமுகம், அலி மீரான் போன்ற அடியாட்கள் உண்டு. அவர்களை விட்டு ஒரு தடவை சைக்கிளோடு மறித்து கணேசனை கொண்டுவரச் சொன்னார். பாமணி போகும் வழியில் யாருமே இல்லாத முன்னிரவில் கணேசனை வழிமறித்துப் பயமுறுத்திக் கொண்டு போனார்கள். கணேசன் அரிசிக்கடைச் சந்தில் இருந்த ஒருவரிடத்தில் பாரம் தூக்கும் உடற்பயிற்சி கற்றுக்கொள்ளத் தினந்தோறும் வருவதையும்

அந்தியில் பழைய பாலம் தாண்டி வெளிவாசலுக்கு இருக்க வருவதையும் உளவு பார்த்துக்கொண்டிருந்து மூவரும் சேர்ந்து மடக்கிவிட்டார்கள். ஆனால் ரவுத்தின் கட்டளைப்படி அவனை ஒன்றும் துன்புறுத்தவில்லை அவர்கள். கணேசனும் பயப்படாமல்தான் போனான். அன்று சிங்கத்திடம் மனம் விட்டுப் பேசி விடுதலை பெறும் முடிவுடன் போனான். ரவுத்து இரட்டை மாட்டு வண்டியில்தான் வந்திருந்தார். கணேசனுடைய சைக்கிளைப் பத்திரமாக உருட்டிக்கொண்டு வந்தார்கள் அடியாட்கள். அவர்கள் கணேசனைக் கொண்டுபோய் அவரிடம் விட்டவுடனேயே, "சரி, சைக்கிளை வைத்துவிட்டு நீங்கள் போகலாம்" என்றார் ரவுத்து.

தலையைச் சொரிந்துகொண்டு, மடக்கிய இடதுகையில் துண்டைப் போட்டுக்கொண்டு, குனிந்து வலது கையால் வாயைப் பொத்தும் ஜாடை செய்து கூழைக் கும்பிடு போட்டார்கள். அவர்களுக்கு முன்பணம் கொடுத்திருக்க வேண்டும் கட்டாயம். இப்போது 'கொசிர்' கேட்கிறார்கள். "ரொம்ப மெனக்கிட்டுப் போச்சுங்க. நாலுமணிக்கே வந்துட்டோம் நாங்க" என்று குழைந்த அவர்களுக்கு மறுபடியும் பணம் கொடுத்து அனுப்பினார் ரவுத்து. அவர்கள் நகர்ந்ததும், பேட்ரி லைட்டைப் போட்டுப் போட்டு அணைத்துக் கொண்டே . . .

"நீ என்ன, வக்கீல், போலீசுக்காரங்கள் கிட்டையெல்லாம் பேசறையாமே என்னைப் பற்றி. என்னை பயமுறுத்தி எதாவது சொத்து கித்து வாங்கலாம்னு யோசிக்கிறையா? உங்க வாத்தியார் கிட்டே வாய் வார்த்தையாச் சொன்னது தவிர, வேறே ரெகார்டே கிடையாது. மறுபடியும் நீ என்னோடே இருக்கிறதா இருந்தா . . ."

"உங்ககிட்டேருந்து நான் வாங்கியிருக்கிறதே நிறைய இருக்கு எங்கிட்ட . . . உங்க சொத்தைப் பத்தியெலலாம் நான் நினைச்சுப் பார்த்ததுகூட இல்லே. சும்மா ஏன் அலட்டிக்கிறேள்? ஆனா ஒண்ணு . . . கவனமாக் கேட்டுக்குங்கோ. எனக்கு இப்போ அதெல்லாம், அதாவது உங்க மாதிரி ஆளுங்களைச் சந்தோஷப்படுத்தறதெல்லாம் கட்டோடே பிடிக்கலை. எனக்கே என்னவோ வெறி மாதிரி ஆயிட்றது. ஜவுளிக்கடைக்காரரும் ரொம்ப ஏமாந்துவிட்டார். நான் அவரிடமிருந்து விலகிவிட்டேன். ஆனால் அவருக்கு இன்னம் கொஞ்சம் நப்பாசை இருக்கு, எனக்காகச் செலவழிக்கிறார். அவர் தோட்டத்தில் இடம் கொடுத்திருக்கார். எனக்கும் சங்கடமா இருக்கு . . ."

"ஆமாம், அவரிடம் ஒரு நாள் ரொம்பச் சண்டை போட்டேன். அவர் தன் ஏமாற்றத்தைச் சொல்ல முடியாமலோ அல்லது சொல்லத் தெரியாமலோ தவிச்சார் . . ." என்றார் ரவுத்து.

"நம்மூர் வக்கீல்கள் டிராமா போடப்போறாங்களாம். நீ டிராமாவிலே நடிக்கிறையான்னு கேட்டாங்க, போயிண்டிருந்தேன். ஒண்ணும் சரிப்பட்டு வல்லை. போலீஸ் இன்ஸ்பெக்டர் எனக்குப்

போலீசுக்காரர வேலை வாங்கித் தரதாச் சொன்னாரு. அதனாலே அவருகிட்டேயும் பழகினேன். கடைசியிலே அவரும் உங்களைச் சேந்தவராயிட்டார். சீச்சீன்னு விட்டுட்டேன்."

"கணேசா, நீ மறுபடியும் எங்கிட்டத்தான் வந்துடேன்" என்று கெஞ்சினார் ரவுத்து.

"உங்ககிட்ட உண்மையைச் சொல்றேன். உங்ககிட்டே வெக்கமில்லாமை சொல்லலாமே. இப்ப எனக்கே காமவெறி தலைக்கு ஏறிவிட்டது; நான் இரவில் படும்பாடு எனக்குத் தெரியும். கிழவியோ குமரியோ பெண்களைப் பார்த்துவிட்டால் எனக்கு ஆவேசம் வந்தது மாதிரி உடம்பெல்லாம் வெறி, சூடு ஏறிப்போறது. இப்படியே இருந்தால் ஒண்ணு நான் ஜெயிலுக்குப் போயிடுவேன் ... இல்லாட்டா ... தற்கொலை பண்ணிண்டு ..." கணேசன் துயரத்தில் துவண்டான்.

ரவுத்தும் உருகிவிட்டார். "இப்போத்தான் புரியறது கணேசா, நீ போய் உங்க வாத்தியாரை அழைச்சிண்டு வா, உனக்கு நல்ல பெண்ணாகப் பார்த்து, பிராம்மணப் பெண்ணையே கல்யாணம் பண்ணி வைக்கிறேன். நீங்க போய்ச் சீகாழியிலே ஜாகை போடுங்கோ. அங்கே பண்ணைக் காரியஸ்தன் கணக்குப்பிள்ளை யெல்லாம் இருக்கா. அவாளை மேம்பார்வை பார்க்க, கணக்கு கவனிக்க, எனக்கும் படிச்சவரா ஒத்தர் வேணும். உனக்கு அதெல் லாம் தெரியவும் தெரியாது, முடியவும் முடியாது. உனக்கு வாழ்க் கைக்கு வேண்டியதைச் செய்ய நான் கடமைப்பட்டிருக்கேன். உன்னைப் படிப்பில்லாம குட்டிச்சுவராக்கினது நான்தானே? அன்னிக்கு உன்னை விட்டுட்டுப் போனபோது உங்க வாத்தியார் சொன்னதையும், அவர் முகத்தில் பொங்கித் ததும்பின உணர்ச்சி களையும் இப்போ நினைச்சுண்டாக்கூட எனக்கு வருத்தமாத்தான் இருக்கு. நான் அப்போ சொன்னதை இப்போ கட்டாயம் நிறைவேத் தறேன். அதைச் செஞ்சாத்தான் எனக்கு நிம்மதி வரும். போய் உங்க வாத்தியாரை அழைச்சிண்டு வாயேன். நாளைக்கே போ. காரிலே போகிறாயா?"

"எனக்கு அவர் இருக்கும் இடம் தெரியாதே. தோப்பூரில் இல்லை அவர். எங்கேயோ அய்யம்பேட்டைப் பக்கத்தில் இருக்கி றாராம்." இதைச் சொன்னபோது கண் கலங்கினான் கணேசன்.

"அசடே இதுக்கு அழுவானேன்" என்று சிங்கம் அவன் கண்களைத் துடைத்துத் தட்டிக்கொடுத்தார். கணேசன் ஏக்கத்தோடு அவரைப் பார்த்தான்.

"கவலையே படாதே, நானும் வரேன், வாத்தியாரைத் தேடிக் கண்டுபிடித்துவிடலாம். நாம் ரெண்டு பேரும் சேர்ந்து அவர் காலில் விழுந்து கெஞ்சி மன்னிப்புக் கேப்போம். அவரைப் போல் பெரியவாள் கட்டாயம் மன்னிப்பா. கவலைப்படாதே

அவரிடம் போவோம். உன்னை என்னிக்கும் நானும் கைவிட மாட்டேன். ஆமாம், கடுக்கன் மோதிரமெல்லாம் எங்கே காணும். கழுத்தும் வெறும் கழுத்தா இருக்கே . . .”

“எல்லாம் பத்திரமா வச்சிருக்கேன் பெட்டியில்.”

“பேங்கு பணம் என்ன ஆச்சு?”

“அப்படியே இருக்கு எல்லாம். நான் ஒரு பைசாக்கூட எடுக்கலை அதிலேந்து.”

“சரி, சைக்கிள்ளே ஏறிண்டு பத்திரமாப் போ. எப்ப போறது வாத்தியாரைப் பார்க்க? நீ வரையா, நான் வரதா, எங்கேந்து புறப்படணும்?”

“நாளைக்கே போவோமே, நான் பெட்டியெல்லாம் கொண்டு வந்து நம்ம பங்களாவிலே போட்டுட்டு . . .”

“நாளைக்கு வேண்டாம். சனிக்கிழமை; அதோட மட்டுமில்லை. எதோ ஹர்த்தால் கிளர்ச்சி, புரட்சின்னுல்லாம் பேசிண்டிருக்கானுக. திங்கக்கிழமை, சரியா ஒம்பதரை மணிக்கு நானே வந்து உன்னை அழைச்சிண்டு போறேன். பத்திரமாப் போ. உடம்பு ஏன் இளைச்சாப்பல இருக்கு . . . சாப்பாடெல்லாம் . . .”

“அதெல்லாம் ஒண்ணுமில்லை, பாரம் தூக்கிற பயிற்சி, பஸ்கி, தண்டால் எல்லாம் செஞ்சிண்டிருக்கேன். உடம்பு இளைச்சுத்தான் ‘ஷேப்’ வரணும்.”

“அப்படியா, ரொம்பச் சரி, நீ போயிட்டு வா. நான் கட்டாயம் திங்கக்கிழமை காலையிலே வரேன். அவர்கிட்டேயும் சொல்லிவை.”

கணேசன் சைக்கிளில் கிளம்பிச் சென்ற பிறகு, தள்ளித் தூரத்தில் இருந்த வண்டிக்காரன் வந்து மாடுகளைப் பூட்டினான். ரவுத்தும் வீட்டுக்குப் போனார்.

கணேசன் தோட்டத்திற்குப் போனான். ஜவுளிக்கடைக்காரர் சாப்பிட்டு முடித்து வெளியே செல்லவும் புறப்பட்டிருந்தார். வாசலில் வண்டி நின்றுகொண்டிருந்தது.

“வா, கணேசா, நான் வீட்டுக்கே போகிறேன். நாளைக்கு ஊரில் எதோ கலகங்கள் நடக்குமென்று பேசிக்கொள்கிறார்கள். காங்கிரஸ்காரர்கள் ஹர்த்தால் செய்யப்போகிறார்களாம், நீயும் பத்திரமாய் இரு. ஏன் இத்தனை நேரம்?”

“உள்ளே வாருங்கள் சொல்கிறேன். வண்டியில்தானே போகப்போகிறீர்கள்... ரவுத்துவோடு ரொம்ப நாழி பேசிண்டிருந் தேன்; அவரிடம் நீங்களும் ஏதோ சொன்னீர்களாம். நீங்க ரண்டு பேருமே என்னைப் புரிஞ்சுக்கணுமே, நல்லபடியாக விலகிக்கணு மேன்னு ரொம்பக் கஷ்டப்பட்டேன் நான். ரவுத்து ரொம்ப நன்றாகப்

புரிஞ்சுண்டுட்டார். உங்களுக்கும் புரிஞ்சுட்டதூன்னு தெரிஞ்சுண்டேன். இன்னம் இரண்டொரு நாள்களில் நான் இங்கிருந்து வெளியே போய்விடப் போகிறேன். பிறகு உங்களை வந்து பார்ப்பேன்” என்றான் கணேசன்.

“இந்த ஜாகை இனிமேல் பர்மனெண்ட். நீ எத்தனை நாள் இங்கே இருந்தாலும் எனக்கு ஆட்சேபணை இல்லை. எனக்காக நீ வெளியே போக வேணாம். நீ பாட்டுக்கு இரு. நான் பாட்டுக்கு இருக்கேன். நீ இங்கே சாப்பிடறதனாலே எனக்கொண்ணும் குடி முழுகிடப்போறதில்லை. நான் வரேன், நேரமாகிறது. நாளைக்குக் கொஞ்சம் ஜாக்கிரதையாகவே இருக்கணும். டவுனில்தான் ஏதாவது நடக்கும். இங்கே ஒண்ணும் பயமில்லை. இருந்தாலும், நீங்க ரண்டு பேரும் பத்திரமாப் பாத்துக்கங்க...” அவர் புறப்பட்டுப் போய்விட்டார்.

கணேசன் சாப்பிட்டுப் படுத்தான். உடம்பில் களைப்பிருந்தும் தூக்கம் வரவில்லை. ரவுத்து சொன்ன யோசனை சரிதான். நடக்குமா? வாத்தியாரைக் கண்டுபிடித்துவிடுவதாகவே வைத்துக்கொண்டாலும், அவர் எப்படி இருக்கிறாரோ, அவர் இந்த யோசனைக்கு ஒப்புக்கொள்வாரோ மாட்டாரோ... மாட்டார். ஒரு நாளும் ஒப்புக்கொள்ள மாட்டார். அவர் மஹா மானி; சுதந்திரப் பறவை. இந்த ரவுத்தின் முகத்தில்கூட விழிக்க மாட்டார். பின்னே என்ன செய்வது? வாத்தியாரைத் தேடப் போகாமல், நான் மட்டும் சீகாழிக்குப் போய்... கல்யாணம் செய்துகொண்டு... ரவுத்து சொன்னபடி செய்வாரா, அவருக்குப் பிறகு அது நிலைக்குமா என்றெல்லாம் அவன் சிந்தனை ஓடியது.

□

17

மறுநாள் காலை, ஹைஸ்கூல் விளையாட்டு மைதானத்தில் மாணவர்கள் விளையாட்டுப் பந்தயங்கள் நடப்பதை அறிந்து கணேசன் அங்கே போனான். பன்னிரண்டு மணிவரை பந்தயங்களைப் பார்த்துக்கொண்டிருந்தான். தோட்டத்திற்கு வந்து சாப்பிட்டுச் சற்றே இளைப்பாறிவிட்டு, மாலை நேரப் பந்தயங்களையும் பார்ப்பதற்காக மைதானத்திற்குப் போனான். ஊரில் கலகம் நடப்பதாகவும் ரயில்வே ஸ்டேஷன், முனிஸிபாலிட்டி, கலெக்டர் ஆபீஸ் முதலியவை நெருப்பு வைக்கப்பட்டு எரிவதாகவும் கேள்விப் பட்டு யாவற்றையும் விரைவில் முடித்துக்கொண்டு மாணவர்களையும் அழைத்துக் கொண்டு மாலை நாலு மணிக்குள் கிளம்பிவிட்டார்கள் எல்லோரும். கணேசனும் ஊருக்குள் போய் நடப்பதைப் பார்ப்போமென்று வடக்கே வந்தான். முனிசிபாலிட்டியை நெருங்கியபோது அங்கே போலீஸ்காரர்கள் நின்றிருந்தனர். மாணவர்களை மூன்றாம் தெருவில் திருப்பி, அவரவர்கள் பத்திரமாய் வீட்டிற்குப் போக வேண்டுமென்றும், வடக்கே செட்டித் தெரு, மகிமை சாமி ஐயர் தெரு முதலிய தெருக்களுக்குப்போக வேண்டியவர்கள் கிழக்கே போய் வர வேண்டுமென்றும் சொல்லி அனுப்பினார்கள்.

கணேசன் தெரியாமல் தட்டைப் புள்ளைத் தெருவைத் தாண்டி வடக்கே போனான். அப்போது தட்டைப் புள்ளைத் தெருவிலிருந்து ஒரு பெரிய கூட்டம் சத்தம்போட்டுக்கொண்டு மேற்கே வந்து ஆஸ்பத்திரிப் பக்கம் போக முயன்றது. திடீரென்று எதிர்பாராமல் கூட்டத்தின் மேல் லத்தி சார்ஜ் செய்யப்பட்டது. குண்டாந்தடி வீச்சில் ரத்தம் சிந்துவதைப் பார்த்து கணேசன் குடல் தெறிக்க ஓடினான். கூட்டமும் சிதறி அந்த வழியே ஓடிவந்தது. போலீசும் தொடர்ந்தது. எல்லா வீட்டுக் கதவுகளும் மூடப்பட்டிருந்தன. ஒரு வீட்டில் சற்றே திறந்திருந்த கதவைப் பார்த்துக் கணேசன் அந்த வீட்டிற்குள் புகுந்து கதவை மூடித் தாழிட்டுக்கொண்டான்.

கதவுச் சத்தத்தைக் கேட்டு ஒரு பெண் உள்ளிருந்து ஓடி வந்தாள். கணேசனைப் பார்த்துக்கொண்டே வைத்த கண்ணை வாங்காமல் நின்றாள்.

சிறிது நேரம். பிறகு, "நீங்களும் கலகம் பண்ணும் கூட்டத்தில் சேர்ந்து கொண்டு நெருப்பு வைத்தீங்களா? ஏன் இங்கே வந்து கதவைச் சாத்திக்கிட்டீங்க? போலீசு இந்தத் தெருவுக்குள்ளேயும் வந்துட்டாங்களா?" என்று கேட்டாள். "நான் கலகமும் செய்யவில்லை, எனக்கு ஒன்றும் தெரியவும் தெரியாது. வேடிக்கை பார்க்க வந்தேன். போலீஸ் வீசிய குண்டாந்தடி அடியில் பல பேருடைய மண்டை உடைந்து ரத்தம் கொட்டியதைப் பார்த்தேன். அடித்துக்கொண்டே கூட்டத்தை விரட்டிக்கொண்டு வந்தார்கள். நானும் ஓடி வந்தேன். இந்தத் தெருவிலும் புகுந்து அடித்தார்கள். நான் இந்தக் கதவு திறந்திருந்ததால் ஓடிவந்து கதவைச் சாத்திக்கொண்டேனோ பிழைத்தேனோ" என்றான் கணேசன்.

"வாங்க, உள்ளே வந்து உக்காருங்க" என்று உள்ளே அழைத்துச் சென்றாள். அவள் சின்னப் பெண்போல் நெளிந்து துள்ளி நடந்தாள்; அவளுக்கு வயது என்ன இருக்கும் என்று கணேசனுக்குத் தெரியவில்லை. வயதைப் பற்றி ஏன் அவனுக்கு எண்ணம் தோன்றிற்றோ, ஒன்று மட்டும் தெரிந்தது அவனுக்கு. அவள்மேல் பாய்ந்து கீழே வீழ்த்தும் விலங்கு வெறி வந்துவிட்டது. வீட்டில் வேறு யாரும் இல்லை. சின்னவீடு; ஒரே தாவாரம்தான். பக்கத்துப் பெரிய வீட்டின் தாய்ச் சுவரை ஒட்டிப் போட்டிருந்த ஓட்டுச் சார்ப்பு. பத்துப் பனிரண்டடி அகலம்தான் வாசல் கதவிலிருந்தே, ஒரே ஓட்டம். கிழக்கு மேற்காக ஒரே தாவாரம். அதை மூன்று அறைகளாகத் தடுத்திருந்தது. முன் அறைச் சுவர் ஓரமாக இரண்டு பெஞ்சுகள், அதில் மெத்தை சுருட்டி வைக்கப்பட்டிருந்தது. அதன் மேல் சுத்தமான உறை போட்ட இரண்டு தலையணைகள். அந்தப் பெஞ்சுக்கடியில் குமாஸ்தா டெஸ்க் ஒன்றிருந்தது. இடத்தை அடைக்காமல் இருக்க அப்படி வைத்திருந்தது. எதிர்த்த சுவரில் ஒரு சிறிய நிலைக்கண்ணாடி சாய்த்து வைக்கப்பட்டிருந்தது. அதற்கடியில் இருந்த ஸ்டாண்டில், பவுடர், குங்குமச் சிமிழ், சிவப்புச் சாந்து பாட்டில், தொடுத்த ஜாதியரும்பு ஒரு பெரிய சரம் ஆகியவை இருந்தன. ஒரு ஸ்டூலில் மின்விசிறி இருந்தது. சுவரில் அடிக்கப்பட்டிருந்த சின்ன ஸ்டாண்டில் மிகச் சிறிய அழகான ரேடியோவும் இருந்தது. அதற்குப் பக்கத்தில் இருந்த சிறிய நாலு மூலையான கண்ணாடிக் கதவு போட்ட கடியாரப் பெட்டி காலியாயிருந்தது. நாற்காலியோ மேஜையோ கிடையாது. ஒரு பழைய கேன்வாஸ் ஈஸிசேர் மடக்கி வைக்கப்பட்டிருந்தது.

உள்ளே அழைத்துக்கொண்டு போய் பெஞ்சில் கணேசனை உட்காரவைத்துவிட்டு, மறுபடியும் வாசற் கதவு நன்றாகத் தாழ்ப்பாள் போடப்பட்டதைப் பார்த்தபின் மூன்றாவது அறைக்குச்

சென்றவள், மிக விரைவில் ஒரு டவரா டம்ளரில் காபி கொண்டு வந்து கொடுத்துவிட்டு மறுபடியும் உள்ளே ஓடினாள். மூன்றாவது அறையில் கொல்லைக்கதவு திறக்கப்பட்ட சத்தத்தில் கணேசன் பெஞ்சிலிருந்து எழுந்து வந்து பார்த்தான். கொல்லையில் கிணற்றடிக் குப் போனாள் அவள். காபியை ஆற்றிக் குடித்துவிட்டு, அப்படியே சுருட்டியிருந்த மெத்தை மேல் இருந்த தலையணைகளைக் கால்மாட்டில் போட்டுவிட்டு, மெத்தையில் சாய்ந்துகொண்டான். அவனுக்குப் புழுக்கமாயிருந்தது. சட்டைப் பித்தான்களைப் பிரித்து விட்டுக்கொண்டான். மின் விசிறியை ஓடவிட வேண்டும் என்ற எண்ணம் வந்தது, செய்யவில்லை. வாசற்கதவை திறந்தாலன்றிக் காற்று வர வழியே இல்லை. வாயாலேயே ஊதிக்கொண்டு சாய்ந்து படுத்திருந்தான்.

அவள் முகம் கழுவித் துடைத்துக்கொண்டே வந்தவள் ஸ்டூலை நகர்த்தி வைத்து மின்விசிறியை ஓடவிட்டாள். கண்ணாடிக்கெதிரில் நின்று, தலையைக் கோதிவிட்டு, பவுடர் போட்டுக்கொண்டு, பளிச்சென்று குங்குமம் இட்டுக்கொண்டு, பூச்சரத்தை மடித்துத் தலையில் செருகிக்கொண்டு திரும்பிப் பின்புறத்தைக் கண்ணாடியில் காட்டித் தலையில் வைத்த பூவைச் சரிசெய்து கொள்ளும்போது அவளைப் பார்த்த கணேசன் எழுந்து உட்கார்ந்தான். கட்டு விடாத உடம்பும் களை நிறைந்த முகமும் கொண்ட அவளுடைய பெண்மை அவனைக் கிளர்ச்சிகொள்ளச் செய்தது. ஜாதிப் பூவின் வாசனை அவன் உடம்பை உலுக்கியது. அவள் பெஞ்சுக்கருகில் வந்து எதையோ தேடினாள். பிறகு குனிந்து குமாஸ்தா டெஸ்கை பெஞ்சுக்கடியிலிருந்து மெல்ல வெளியே நகர்த்தினாள். அவள் சூடியிருந்த பூவின் மணம் மட்டுமின்றி அவளுடைய பக்குவமான பெண்மைப் பொலிவும் கணேசனுக்கு மிக மிக நெருக்கத்தில் வந்து பரவியது. அவளுடைய பின்தட்டுகள் மிகவும் வசீகரமாயிருந் தன. அவை கணேசன் மேலே இடிக்க அவள் திரும்பி சிறிய சாய்ந்த டெஸ்கில் உட்கார்ந்துகொண்டாள். சரிந்து விழாமல் இருக்கக் கால்களை மடக்கி ஊன்றிக்கொண்டாள். உட்காரச் சௌரியமாக இல்லை அது.

"நான் அதில் உட்காருகிறேன். நீங்கள் பெஞ்சியில் உட்காருங்கள். அல்லது இருவருமே பெஞ்சியிலோ, தரையிலோ உட்கார்வோம். இதில் உட்கார முடியுமா? ஏன் அப்படிக் கஷ்டப்பட்டுக்கொண்டு அதில் உட்கார வேண்டும்?" என்றான் கணேசன்.

அவள் பெஞ்சியில் வந்து உட்கார்ந்தாள். பொழுது சாயும் நேரம். அந்த வீட்டின் அமைப்பால் வெளிச்சம் குறைந்துவிட்டது. எழுந்து விளக்கைப் போட்டுவிட்டு வந்து மறுபடியும் உட்கார்ந்தாள். ஒரு கோடியில் மெத்தை இடத்தை அடைத்துக்கொண்டிருந்தது. கணேசன் தலையணைகளை மறுகோடியில் கால்மாட்டில் போட்டி ருந்தான். இடையில் இருக்கும் இடத்தில் இருவரும் உட்கார்ந்தனர்.

“ஊரில் கலாட்டா நடந்ததும் எனக்கு நல்லதாப் போச்சு; இல்லாட்டீ நீங்க எப்படி இங்கே வருவீங்க?” என்றாள் அவள்.

இடது புஜத்தில் தன் வலது தோள் இடிக்க உட்கார்ந்த அவளை இன்னும் சற்றே நெருக்கிக்கொண்டு நகர்ந்த கணேசன், தன் இடது கையைத் தூக்கி அவள் முதுகைத் தொட்டுக்கொண்டு இடது புறமாகக் கொண்டு வந்து இன்னும் அவளை இறுக நெருக்கிக்கொண்டான். அவர்களுடைய முகங்கள் நெருங்கின. அவள் கூந்தலில் இருந்த ஜாதிப் பூச்சரத்துடன் தன் முகத்தைச் சேர்த்து மணம் உண்டு மெய்மறந்து நிமிர்ந்து மேலே தொங்கும் விளக்கைப் பார்த்தான் கணேசன். எழுந்து அவனையும் அணைத்துத் தழுவியவாறே போய் விளக்கை அணைத்துவிட்டு மீண்டும் இறுகத் தழுவியவாறே பெஞ்சுப் பக்கம் அவனைத் தள்ளி இழுத்துக்கொண்டு வந்தவள் ஒரே கையால் மெத்தையைப் பிரித்தாள். கணேசன் தலையணைகளை எடுத்துக்கொண்டான். அவள் மெத்தையை விரித்ததும் அதன்மீது போட்டான். அவளையும் அள்ளித் தூக்கி அதில் கிடத்தினான். இருவருமே சட்டைகளைக் கழற்றி எறிந்தனர். ஒருவரை மற்றவர் தின்று பசியாறுவது போன்ற வேகத்துடன் தம் உடல்களையும் உணர்ச்சிகளையும் பரிமாறிக்கொண்டனர். அந்தச் சிறிய மின்விசிறி தந்த காற்றால் மாற்ற முடியாத வெப்பமும் வியர்வையும் சற்றே தணிந்தன.

பின்னிப் பிணைந்தது கிடந்த உடம்புகளின் மார்புகளுக்கு இடையில் அந்த விசிறியின் வெப்பமேறிய காற்றுப் பட்டு இருவரும் சுய உணர்வுக்கு வந்து ஒருவரையொருவர் உற்றுத் தொட்டு நினைவுபடுத்திக்கொண்ட போதுதான் கணேசனுக்குத் தேச கால உணர்வுகள் வந்தன. எழுந்து போய்த் தட்டுத் தடுமாறி அதற்குள் பழைய ஞாபகம் போல் ஆகிவிட்டிருந்த இருட்டில் ஸ்விட்ச் இருக்குமிடத்தை நினைத்துப் பார்த்துக் கொண்டே நிதானமாகப் போய், எதையும் இடிக்காமல் இடறாமல் விளக்கைப் போட்டான். படுத்துக்கொண்டபடியே ஓரளவுக்கு இழுத்துப் போர்த்துக்கொண்ட அவள் முகமெல்லாம் பூவாய் மலர்ந்து கண்ணெல்லாம் இன்பம் தேங்கச் சோம்பலுடன் கண் இமைகளைக் கொட்டிக்கொண்டு கிடந்தாள். ஒரு அரை நிமிஷம் அவளுக்குத் தன்னால் எழுந்திருக்க முடியுமா என்ற சந்தேகமே வந்துவிட்டது. துவண்டு கிடந்த உடம்பை ஒருக்களித்து உடனே எழுந்து உட்கார்ந்து கணேசனைப் பிடித்துக்கொண்டு பெஞ்சியிலிருந்து இறங்கினாள். கடியாரப் பெட்டியைப் பார்த்தாள். “மறந்தே போயிட்டேன், டைம்பீஸ் ரிப்பேருக்கில்ல போயிருக்கு . . .” என்று சொல்லிக்கொண்டே கண்ணாடி ஸ்டாண்டில் இருந்த கைக்கடிகாரத்தை எடுத்துப் பார்த்து “மணி எட்டுப் பத்து” என்றாள். உள்ளே போக நினைத்துத் தன் இடது கையை மடக்கி மார்போடு சேர்த்துத் தன் வலது தோளில் வைத்துக்கொண்டு குனிந்து, சுவரோரத்தில் கிடந்த

ரவிக்கையையும் பாடியையும் எடுத்து உதறிக்கொண்டே இரண்டாவது அறைக்குப் போனாள். அவள் எதிர்பார்க்கவில்லை. கணேசனும் தொடர்ந்து இரண்டாவது அறைக்கு வந்துவிட்டிருந்தான். அவள் சிரித்துவிட்டாள்.

“அதெல்லாமில்லை, நீங்க ஒண்ணு. கிணற்றடிக்குப் போக வேண்டும் . . .” என்றான் கணேசன்.

“போவோமா, இதோ வந்துட்டேன்” என்று கொல்லைக் கதவைத் திறந்து விளக்கையும் போட்டாள். மூன்றுபுறமும் உயரமான சுவர்களுடன் கொல்லைப்புறமும் பந்தோபஸ்துடன் இருந்தது. மேலண்டைச் சுவரில் சின்ன நிலையும் கதவும். கிணற்றடியில் சிறு தரைப்பரப்பு. செடி கொடி ஒன்றும் இல்லை. மேலண்டைச் சுவரின் வட கோடியில் சிறு சுவர்கள் எழுப்பியிருந்தது. அங்கே போகக் காலடி எடுத்துவைத்தான் கணேசன். இதற்குள் கிணற்றி லிருந்து தண்ணீர் இழுத்து வைத்துக்கொண்டு அவள் கைகளால் முகம் கழுவிக்கொண்டு மறுபடியும் இரண்டாவது வாளி இழுக்கக் கயிற்றை உள்ளே விட்டுக்கொண்டிருந்தாள். “அங்கே போகணும்னு அவசியமில்லை, இப்படியே போகலாமே. அங்கே போகணும்னா லும் . . .” அவள் பேச்சில் பிராம்மண வாடை அடித்தது புதிதாக.

கணேசன் திரும்பினான். இதற்குள் இரண்டாவது வாளியில் அவள் மறுபடியும் தன் கைகால்களை முழங்கை முழங்கால் வரையிலும் கழுவிக்கொண்டு, “வாங்கோ, கைகால் அலம்பிக் குங்கோ” என்று கூப்பிட்டாள் ஜலத்துடன். அவளே வாளியைத் தூக்கிக்கொண்டு ஊற்றவும் வந்தாள். “நீங்க உள்ளே போங்கோ, நான் நன்னா நிறைய ஜலம் இழுத்து விட்டுண்டு வரேன்” என்றான் கணேசன். சொன்னானே தவிர, ஒரு நிமிஷத்தில் அவளுடன் உள்ளே போய்விட்டான். தான் துடைத்துக்கொண்ட ஈரத்துடன் துண்டைக் கொடுத்தாள் அவனுக்கு. இருவரும் சேர்ந்து கொல்லைக் கதவைச் சாத்தித் தாழ்ப்பாள் போட்டார்கள்.

“எனக்குப் பசிக்கிறதே ரொம்ப . . .” என்றான். “இன்னுமா . .?” என்று அழுத்திக் கிண்டல் பார்வையுடன் கீழுதட்டைக் கடித்துக்கொண்டு, “என்ன சேதி” என்று கேட்பது போல் முகத்தை நெளித்து அசைத்தாள். “இதோ இன்னம் அரைமணியில் சமைத்து விடுகிறேன். ஒரு வெத்தக் குழம்பு வைச்சு, அப்பளாம் சுட்டாப் போரது? மோர் வேண்டாம். பாலுஞ்சாதமே சாப்பிடுங்கோ” என்று சொல்லி அவனை முன் அறைக்கு அழைத்துப் போய், ஈஸிசேரைப் பிரித்துப் போட்டு உட்காரச் சொல்லி, விசிறியைப் பக்கத்தில் இழுத்துவைத்து ஓட விட்டு, ரேடியோவைத் திருகிவிட்டு, நல்ல பாட்டுப் பாடும் இடத்தில் வைத்துவிட்டு, இன்னிக்கு திருச்சி ஸ்டேஷனில் மதுரை மணி அய்யர் பாட்டு ஒன்பது மணிவரையில் என்று சொல்லிவிட்டு, மேலும் தயங்கிக் குனிந்து, அவன் மோவாயைத் தூக்கி, “பாவம், நல்ல பசி உங்களுக்கு. இதோ ரண்டு ஸ்டவ்

மூட்டிண்டு அரைமணிலே பண்ணிட்டு தட்டை வெச்சிட்டுக் கூப்பிடறேன் ...” என்று உள்ளே ஓடினாள். பாட்டு முடிந்து இங்கிலீஷ் நியூஸ் ஆரம்பித்தபோது வந்து ரேடியோவை நிறுத்தி விட்டுக் கணேசனை மெல்லத் தட்டி எழுப்பினாள். அவன் தூங்கிப் போய்விட்டிருந்தான் அதற்குள். சாதம் போட்டாள். ருசி பார்த்துச் சாப்பிட்டான்.

பாலுஞ்சாதத்திற்கு ஜீனி போடக் குனிந்தாள். “வெல்லக் கட்டி வேணும் தொட்டுக்க, அதுதான் ருசி” என்றான் கணேசன்.

“ஓ, இருக்கே” என்று ஓரமாய்க் கிடந்த ஸ்டூலில் ஏறி, மேலே பலகையில் வைத்திருந்த டப்பாவை எடுத்தாள். அப்போது தான் அவளுடைய சிவந்த மேனியழகும் அமைப்பும், கரவு செறிவுகளும் கணேசன் மனத்தில் பதிந்தன. சாப்பாடு ஆயிற்று. கணேசன் முன்கட்டுக்கு வந்தான். பெஞ்சில் மெத்தை பிரித்தபடியே கிடந்தது. பூ உதிர்ந்து கிடந்தது. மேலே விரித்திருந்த விரிப்பை உதறிப்போட நினைத்தான். விரிப்பை எடுத்ததும் அதை அப்படியே வேண்டா வெறுப்பாய்ச் சுருட்டி வைத்தான். கையலம்பும் அவசியத்தை உணர்ந்து சமையலறைப் பக்கம் போனான். கொல்லைக் கதவு திறந்தே இருந்தது, தண்ணீர் எடுத்துக் கைகளை அலம்பிக்கொண்டு உள்ளே வந்தான். அதற்குள் அவள் சாப்பிட்டு முடித்துப் பாத்திர பண்டங்களை ஒழித்துப் போட்டுவிட்டு எச்சில் இட்டுக்கொண்டிருந் தாள். குந்தி உட்கார்ந்திருந்தாள். கணேசன் அங்கேயே வட்ட மிட்டான். “நீங்க இப்படி ரொம்பப் பொல்லாதவாளா இருப்பேள்னு நினைக்கவேயில்லை நான் ...” என்றாள்.

“நீங்கள் மட்டும் ரொம்பச் சாதுவாக்கும் ...” என்றான் கணேசன்.

இருவரும் முன்கட்டுக்கு வந்தனர். அவன் ஈஸிசேரில் சாய்ந் தான். “ரொம்பத் தொய்யறதோ? நாளைக்கு வேறே புதிசா வாங்கணும். நீங்க வெத்தலை போட்டுப்பேளோ?”

“அவசியமில்லை, எப்போதாவதுதான் போட்டுக்கொள்வேன் ...”

“நாளைக்கு எல்லாம் வாங்கிண்டு வந்துடறேன். இந்தாங்கோ” என்று தான் பிரித்த அசோகா பொட்டலத்திலிருந்து பாதிப் பாக்கை அவன் கையில் உதிர்த்தாள். ஈஸி சேருக்கருகில் அவன் காலடியிலேயே உட்கார்ந்தாள்.

அதை மென்றுகொண்டே, “உம் ... வந்து ... இந்தாத்தில் ... இந்த வீட்டில் ...” என்று ஏதோ கேட்க விரும்பினான்.

“என் பேர் வந்து இல்லை ... சுந்தரி என்ற அழகான பெயர்தான். இந்த ஆத்தில் பேசலாம், நாங்கள்ளாம், எங்கம்மா, நான் எல்லோரும் பிரமாம்மணாதான், எங்கப்பாதான் வேறே ...”

“இங்கே துணைக்கு யாருமே இல்லையா? நீங்க மட்டும்தான் இருக்கேளான்னு ...”

"... இல்ல ... யாருமே இல்லையா, நீங்க மட்டும்தான் இருக்கேளான்னு என் கேள்வி ... நீங்கதான் வந்துட்டேளே துணைக்கு. எங்கம்மா இருந்தா துணையா. இப்பத்தான் சித்திரை மாசத்திலே காலமானாள். இனிமே நீங்கதான் எனக்கு நிரந்தரமான துணை ... நானும் இந்தத் துணைக்காகத்தான் இத்தனை நாள் காத்துண்டு இருந்திருக்கேன் போலிருக்கு. எனக்கு அப்படியொண் ணும் வயசாயிடலை ..."

"பிறந்த தேதி சொல்லுங்களேன் ..."

"ஏன் ஜாதகம் பார்க்கப்போறேளோ ..? நெஜமாவே எனக்கு ஜாதகம் இல்லவும் இல்லை ... உங்களைவிடச் சின்னவளாத்தான் இருப்பேன்."

"அதனாலென்ன, சொல்லுங்களேன் பார்ப்போம்."

"10-1-1917 கரெக்ட் டேட்டு இது; பொய் கிய் இல்லே; முப்பத்து மூணிலே எஸ்.எஸ்.எல்.சி. முப்பத்தாறுலே டிரையினிங் முடிச்சேன். உடனே இந்த ஊர் முனிஸிபல் எலிமெண்டரி ஸ்கூல்லே வேலை கிடைச்சது. நீங்க எங்க பள்ளிக்கூடத்திலே சேர்ந்தது, பள்ளிக்கூடத் தையே நிறைச்சிண்டு வந்தது, எங்களுக்கெல்லாம் ஹெட்மாஸ்டர் அடிக்கடி அட்வைஸ் பண்ண நேர்ந்தது ... அப்புறம் நீங்க படிப்பை விட்டது, அப்புறமும் இந்த ஊரிலேயே இருந்தது எல்லாமே எனக்கு ... ஏன் எங்களுக்குத் தெரியும். பொம்மனாட்டிக் குழந்தை களும் வம்பளப்பதுண்டு; அதுவும் இது மாதிரி சங்கதியெல்லாம் எங்களுக்குப் பிடிச்ச வம்பு. அப்புறம் இப்போ கொஞ்ச நாளா நீங்க சைக்கிள்ளேயும் நடந்தும் கடைத்தெருவிலும் வேறு இடங்கள் ளேயும் வரபோது போறபோது நாங்கள்ளாம் பார்த்திருக்கோம். கல்யாணம் ஆகிக் குழந்தை குட்டிகளோட இருக்கிறவா சில பேருக்கே உங்க மேலே ஒரு கண்ணு ... நல்ல வேளையாய் போச்சு ..."

"எது ...?" என்று குறுக்கிட்டான் கணேசன்.

"போலீஸ் துரத்தினபோது இந்தாத்துக்குள் வந்தேளே ... அது. இந்தத் தெருவிலேயே இரண்டு டீச்சரம்மாக்கள் இருக்கா. எதுவாமே எது. ஐயோ பாவம் ஒண்ணுமே தெரியாது ... பாப்பா. அது சரி, பிறந்த தேதி கேட்டேளே, என்ன ஆச்சு ..?"

"சும்மா ஒரு ரண்டரை வருஷம், அவ்வளவுதான் வித்தியாசம்."

"அவ்வளவுதானா, இருபத்தேழுதானா உங்களுக்கு ...?" என்று சுந்தரி சந்தோஷப்பட்டாள். கணேசன் அவளுடைய அந்தச் சிறிய நிம்மதியைக் கலைக்க விரும்பவில்லை ...

"இப்போ என்ன பண்ணிண்டிருக்கேள்? எங்கே இருக்கேள்? உங்க மனுஷா ... சொந்தக்காராள்ளாம் எங்கே இருக்கா ..?"

“ஏன். பாக்கு வெத்தலை மாத்தி வரதக்ஷிணை பேசி முகூர்த்தம் வைச்சு . . . இங்கேதான் எல்லாம் அதற்குள் . . .”

“புருஷாளே இப்படித்தான் முசுடா இருப்பாளோ, கேட்டாக் கோணங்கி பேசணுமா . .?” சுந்தரியின் சிணுங்கும் முகத்திலும் குரலிலும் ஊடல் சுவை சேர்ந்தது.

“நான் ஓர் தனியாள்” என்றான் கணேசன். அவள் சிரித்துக் கொண்டே, “முன்னாடி இருக்கிறத்தை விட்டுப்ட்டேளே, நான் சொல்லிப்பிடறேன், தாலிகட்டும் பெண்டாட்டி சந்ததிகள் ஏதுமில்லை.” என்று மீண்டும் வசீகரமாகச் சிரித்தாள்.

“கரெக்ட், முழு உண்மை அது. இன்னிக்குச் சாயங்காலம் வரையில். இனிமேல் எனக்கு ஒட்டு உறவு எல்லாமே சுந்தரிதான். நான் வேறே ஒரு வேலைக்கும் இனிமே லாயக்கில்லை . . .” கணேசன் முகம் வாட்டம் கவிந்தது;

“நீங்க எதுக்கு வேலைக்குப் போகணும். நான் பார்க்கிற வேலையும் என் சம்பளமும் வேறே யாருக்கு? மணி ரொம்ப ஆயிடுத்து. நல்லவேளை, நாளைக்கு ஞாத்திக்கிழமைதான். கறி, கூட்டு, சாம்பார், ரசம், பாயாசமெல்லாம் பண்ணிச் சமைக்கறேன் நாளைக்கு. இப்ப உங்க வயறு ரொம்பித்தோ என்னவோ.”

“நிறையாவே சாப்பிட்டுட்டேன். வயறு டம்னு இருக்கு.”

“ஐயோ போறுமே உங்க சாப்பாடு . . . வெடிச்ச சாதம் அப்படியே இருக்கு . . .” என்று எழுந்து போனவள், கீழே கிடந்த படுக்கை விரிப்பை எடுத்துப் பார்த்து, அதை அப்புறப்படுத்திவிட்டு, உள்ளே போய் பெட்ரூம் விளக்கை ஏற்றி அங்கேயே வைத்துவிட்டுச் சலவை செய்த விரிப்பைக் கொண்டுவந்து மெத்தை தலையணை களைத் தட்டிப் போட்டு விரித்தாள். மீண்டும் வந்து ஈஸிசேருக்குப் பக்கத்திலேயே உட்கார்ந்தாள். கணேசன் உடனே எழுந்து வராததால் அவளும் வந்து உட்கார்ந்திருந்தாள். “உங்கப்பாவைப் பத்திச் சொன்னேளே . . .”

“மறுபடியும் இந்த மரியாதை . . .”

“சரி உங்கப்பாவைப் பத்திச் சொன்னையே சுந்தரி, அவர் வேறேன்னு. அதுக்கு என்ன அர்த்தம் . . .”

“ஓகோ, இன்னும் சந்தேகமா உங்களுக்கு நான் பிராம்மணா ளாண்ணு . . .”

“சேச்சே, இதென்ன பைத்தியம் உனக்கு. எனக்கு அதெல்லாம் கிடையாது. நான் பூணூலைக் கயட்டி எறிஞ்சு பத்து வருஷத்துக்கு மேலாச்சு . . .”

“அதெப்படி முடியும்? எங்கம்மாவும் நானும் பிராம்மணாளாத் தான் இருந்திருக்கம் இதுவரையில். அதுக்காத்தான் சொல்றேன், எங்கப்பா முதலியார்; அவர் உள்ளேயே வரதில்லை.”

“இந்தப் பைத்தியம் உன்னை விடாது போலிருக்கே. சுந்தரி இந்த வேண்டாத சிக்கல் உன் மனசை ரொம்பப் பாதிச்சுடும். சொல்றேன் கேளு, தயவு பண்ணி இனிமேல் அதைப்பத்தி நினைச்சே பார்க்காதே. அவர் என்ன பண்ணிண்டிருந்தார்? இதே ஊர்தானா உங்களுக்கெல்லாம் . . .?”

“எங்கப்பா நன்னா பாடுவார், நாடகத்திலே நடிப்பார், தானே பாட்டெல்லாம் இட்டுக்கட்டிப் பாடுவார். அவருக்குத் திருவாலூர். எங்கம்மாவும் பாடுவாள். எங்கப்பா எங்கம்மாவை அழைச்சிண்டு வந்துட்டான்னு எங்கம்மா சொல்லியிருக்கா அவ்வளவுதான். வேறே விவரமா அவளும் சொன்னதில்லை, நானும் கேட்டுண்டதில்லை. எங்கப்பா சினிமா எடுக்கப்போறேன், டிராமா கம்பெனி ஆரம்பிக்கப்போறேன்னு சொல்லிண்டு, நிலத்தை வித்துப் பணத்தை எடுத்துண்டு எங்கம்மாவையும் அழைச்சிண்டு மெட்ராசுக்குப் போனார். எல்லாத்தையும் செலவழிச்சுட்டு, உடம்பும் வந்து ரத்தச் சோகையோடே இந்த ஊருக்கு வந்தாளாம். அப்போ எனக்குப் பன்னன்டு வயசு. ரொம்ப விஷயங்கள் விவரமாவே தெரியாது எனக்கு. அப்புறம் எங்கம்மா இந்த ஊர்லே பாட்டு சொல்லிக்கொடுத்துச் சம்பாதிச்சிண்டிருந்தா, சிரமம்தான். என்னைப் படிக்க வைக்க ரொம்பப் பாடுபட்டிருக்கா எங்கம்மா. இந்த ஊருக்கு வந்த அடுத்த வருஷத்திலேயே எங்கப்பா செத்துப் போயிட்டார். அப்புறம் அவர் இன்ஷ்யூரன்ஸ் பணமோ எதோ கொஞ்சம் வந்தது. வாடகை வீட்டில் குடியிருந்து ரொம்பக் கஷ்டப்பட்டோம். இந்தச் சார்ப்பு ஓட்டத்தை வாங்கினோம். சின்னதா இருந்தாலும் சொந்தமாயிருந்தா, கண்ட கண்ட பேச்சுக்கு இடமிருக்காதோன்னோ. இதே ஓட்டுக் கூரைதான் வாங்கறபோதும். ஆனால் ஒரே ஒழுகல், மூங்கில்லாம் உளுத்துக் கொட்டித்து. கீழே தரை, மண் தரை. நான் வேலைக்கு வந்தப்புறம்தான் கடன் வாங்கி இதைச் சீர் பண்ணிண்டம். கொஞ்சம் வசதியா, அந்தக் கடன்கூட இன்னும் கொஞ்சம் பாக்கியிருக்கு. எங்கம்மா திடீர்னு நாலு நாள் ஜொரத்தில் காலமாகிவிட்டாள். எனக்கு ஏதாவது வழி பண்ணணுமென்னு அவள் ஏதோ ஏற்பாடு பண்ணினாள். நீங்க மறுபடியும் கோச்சுப் பேளோ என்னவோ, எனக்கு நம்மளவாளா இருக்கணும்னு பிடிவாதம். அதுலே எங்கம்மாவுக்கும் எனக்கும் அடிக்கடி சண்டையே வரும். ‘எனக்கப்பறம் தெரியும்டீ உனக்கு . . . ஆம்பிளைத் துணையில்லாமை இருக்க முடியாது, இருக்கவும் கூடாது. எல்லாரையும் தட்டிண்டே வரையே’ன்னு இரைவாள். எனக்குப் பிடிக்கவில்லை, தட்டிக் கழித்துக்கொண்டே வந்தேன். யாரையும் அண்ட விடவில்லை . . . ராஜா மாதிரி நீங்க வரப்போறேள்ன்னுதானோ என்னவோ, என்னையும் ஒரு தினுசாக் காப்பாத்திண்டு இருந்திருக்கேன் . . . சரி, மணி என்ன ஆறது தெரியுமோன்னோ . . .”

மறுநாள் காலையில் கணேசன் கண் விழித்தபோது காலை நேரம் கழிந்து, பகல் வந்துவிட்டது போலிருந்தது. இவன் சுந்தரி

முகத்தில்தான் விழித்தான். எழுந்து போய்ப் பல் விளக்கிவிட்டு வந்தான். உள்ளே சமையல் நடந்துகொண்டிருந்தது.

"நான் எழுந்து மார்க்கெட்டுக்குப் போயிட்டு வந்து, குளிச்சு சமையலும் முடியப்போறது..." என்று சொல்லிக்கொண்டே காபியைக் கொடுத்தாள்.

"என்னை எழுப்பியிருக்கலாமே?"

"எதுக்காக எழுப்பறது? எனக்கு மனசில்லை. வெந்நீர் போட்டிருக்கேன், குளியுங்கள் சாப்பிடலாம். வேஷ்டி அப்படியே கிடக்கட்டுமே. நீங்க போய்க் குளியுங்கள்"

கணேசன் குளித்துவிட்டு வந்தான். புதிய மெல்லிய மில் வேஷ்டியும் புதுப் பனியனும் துண்டும் கொடுத்தவள், ஏக்கத்துடன் கெஞ்சுவதுபோல் அவனைப் பார்த்து, "நான் ஒண்ணு சொல்லு வேன், கோச்சுக்கமாட்டேளே" என்று குழைந்தாள்.

"சும்மாச் சொல்லு..." என்றான்.

"இதையும் போட்டுக்கணும்; எறிந்துவிடக் கூடாது" என்று ஒரு ஜோடி பூணூலையும் கொடுத்தாள்.

"சுந்தரி, இது ரொம்பப் பைத்தியக்காரத்தனம்..."

"இருக்கலாம்... இது இருந்தா எனக்கு ரொம்ப மனசுக்குச் சந்தோஷமாயிருக்குமோன்னு தோன்றது, இதில் என்ன கஷ்டம் உங்களுக்கு"

"இதைப் பிரிச்சுத் தனித்தனியா எடுக்கிறதுதான் கஷ்டம். சிடுக்கு விழுந்துட்டா அப்புறம் அதை ஒண்ணுமே பண்ண முடியாது."

"நான் பிரிச்சுத் தரேன், சுலபமா வருமே அது" அவள் அதை மெல்லத் தனித்தனியே எடுத்துக்கொடுத்தாள்.

"நீயே மாட்டிவிடு. எனக்கு அதை எப்படிப் போட்டுக்கிற தூன்னு கூடத் தெரியாது... கஷ்டம்..." என்றான் கணேசன்.

"கொஞ்சம் குனியுங்கோ..." என்றாள் சுந்தரி. வேண்டுமென்றே எம்பினாள். "ஸ்டூலைப் போட்டுண்டு நில்லேன், கிண்டலா இருக்கு உனக்கு" என்று குனிந்தான். பூணூலை இடது தோளில் போட்டு விட்டு, "கொள்ளையழகு, இப்பதான் நன்னாயிருக்கு. இப்படியே வந்து கண்ணாடியில் பார்த்துக்குங்கோளேன்" என்று அவனை இழுத்துத் தள்ளி இடித்து நெருக்கிக் கண்ணாடியருகில் அழைத்துச் சென்று நிறுத்தினாள்.

○

ஞாயிற்றுக் கிழமை முழுவதும் ஊரில் போலீஸ் ரோந்தும் அடக்கு முறையும் அதிகமாயின. திங்கட்கிழமையன்றும் ஊர் அமைதி நிலை அடையவில்லை என்று பள்ளிகளை மூடிவிட்டார்கள்.

கணேசனுக்குத் தோட்டத்துக்குப் போக வேண்டும் போலிருந்தது. ரவுத்து வந்து தன்னைத் தேடுவாரோ என்ற கவலை கணேசனுக்கு; சுந்தரியிடம் அதை அவன் சொல்லவில்லை. தெற்கே போய்த் தன் பெட்டி முதலியவற்றை எடுத்து வர வேண்டும் என்று மட்டும் சொன்னான். அவள், சாயங்காலம் போய்வரலாம் என்று அவனைத் தடுத்து நிறுத்திவிட்டாள். அன்று காலையில் ஏதாவது காபி கிளப் திறந்திருக்கிறதா என்று தெரிந்து கொள்ளக்கூட அவளே வெளியில் சென்றாள். ஆஸ்பத்திரிக்குக் கீழ்ப்புறம் இருக்கும் பாலக்காடு கிருஷ்ணய்யர் கடை திறந்திருந்தது. ஏகக் கூட்டம் அங்கே. சுந்தரி பம்பரம்போல் எல்லா வேலையும் செய்வாள். துளிக்கூட அலுத்துக் கொள்ளமாட்டாள். ஆனால் அம்மியில் அரைப்பதும் ஆட்டுக் கல்லில் அரைப்பதும் மட்டும் அவளுக்கு முடியாது. பழக்கமும் இல்லை. அவளும் அதை விரும்பவில்லை. கணேசனுக்குக் காலை யில் இட்லி சாப்பிடாவிட்டால் பசி தாங்காது. கிருஷ்ணய்யர் கடையின் ருசியும் சுத்தமும் கணேசனுக்குத் தெரியும். அவன் அங்குதான் காலையில் ஆகாரம் பண்ணுவது வழக்கம். சுந்தரி கூட்டத்தில் போய் இட்லி வாங்கிவர முடியாமல் திரும்பி வந்து சொன்னாள். "இதற்காகவா நீ போனாய், நான் நொண்டியா முடமா" என்றான் கணேசன். கொஞ்சநாள் இலை மறை காயாய் இருக்கட்டுமே என்ற தன் எண்ணத்தைச் சுந்தரி சொல்ல முடியாமல் தவித்தாள்.

கணேசன், தானே போய் ஆகாரம் செய்துகொண்டு அவளுக்கும் வாங்கிக்கொண்டு ஊர்ச் சேதியெல்லாம் தெரிந்துகொண்டு தாமத மாய் வந்தான். அதற்குள் பல தடவை வாசலுக்குப் போய்க் கவலையுடன் பார்த்தாள் சுந்தரி. அண்டை அயல்களில் முணு முணுப்பும் ஊகங்களும் வளர்ந்தன. சுந்தரியே வேண்டுமென்று ஒரு நடுவயதுப் பெண்மணியைக் கூப்பிட்டு வைத்துக்கொண்டு பேசிக்கொண்டிருந்தாள் கணேசன் வரும்போது. அந்தப் பெண்மணி எதிர் வீட்டில் இருந்த சோமுப் பத்தரின் மனைவி. மஞ்சள் குங்குமம் அணிந்தவள். அவன் தயங்காமல் வந்து, சட்டையைக் கழற்றிவிட்டு ஈஸிசேரில் சாய்ந்தான். சுந்தரியுடன் பேசிக்கொண்டிருந்தவள், அவனையும், அவன் அழகான அகலமான மார்பையும் பூணூலையும் பார்த்துப் பார்த்து வியந்து கொண்டிருந்தாள். அவள் வாயே திறக்கவில்லை. சுந்தரிக்கு ஒரே அவசரம். "யாருன்னு பார்க்கிறீங் களா? இவர்தான் எங்கம்மா எனக்குப் பார்த்து முடிச்சிருந்த மாப்பிள்ளை; அப்போ அவசரமா பம்பாய்க்குப் போயிட்டாரு, இப்பதான் வந்திருக்காரு. ஆவணி மாதம் பொறந்ததும் கல்யாணம் பண்ணிக்கப்போறம் . . ." என்றாள்.

"ரொம்பச் சந்தோசம், நல்லா சேமமாயிருக்கணும். காத்திருந்தா லும் கண்ணுக்கு நெறைஞ்சவரை அடைஞ்சிருக்கீங்க. நல்லாயிருக் கணும்" அந்தப் பெண்மணி போய்விட்டாள்.

“இதென்ன நாடகம் . . . நாடகக்காரர் பெண்ணோன்னோ” என்றான் கணேசன்.

“இது இனிமே சத்தே நாழிலே ஊர் பூரா டாம்டாம் ஆயிடும். அப்பறம் இதைப் பத்தி யாருமே நினைக்கவும் மாட்டா. கவலையும் பட மாட்டா. நீங்க இன்னிக்கி எண்ணெய் தேச்சுக்கிறேள். ரெஸ்ட் எடுத்துண்டு சாயங்காலமா உங்க தோட்டத்துக்குப் போய் ராத்திரி தங்கிவிட்டு . . .”

“ஐயய்யோ . . . ஏன் அப்படி?”

“அப்படித்தான், அபசகுனம் மாதிரி ஐயய்யோன்னு சொல்லக் கூடாது. மூணாங்கட்டில் கூடாது. செவ்வாய்க் கிழமை வந்து டுங்கோ, எனக்கும் ரெஸ்ட் வேணுமோன்னா” என்று நமுட்டுச் சிரிப்பு சிரித்தாள். சிங்க ரவுத்துக்கு கடிதம் எழுதி, வாத்தியாரைத் தேடிக்கொண்டு போவதில் பயனில்லை என்றும், தானும் தன் முடிவை மாற்றிக்கொண்டுவிட்டதாகவும், பின்பொருநாள் வந்து அவரை சந்திப்பதாகவும் தெரிவித்துவிட்டான் கணேசன். திங்கட் கிழமை இரவைத் தோட்டத்தில் கழித்தான்.

கணேசன் புறப்பட்டுப் போனதுமே சுந்தரி முதல்நாள் பேசிக் கொண்டிருந்த பெண்மணியை மறுபடியும் அழைத்து வந்து, அவளிடம் தன் தாயார் அணிந்திருந்த திருமங்கல்யங்களைக் கொடுத்துப் பத்தரிடம் சொல்லி மெருகு போட்டுத் தருமாறு கேட்டுக் கொண்டாள். உள்ளே அழைத்துப் போய்க் காபி கொடுத் தாள். வீட்டில் யாரும் இல்லையென்பதைப் பத்தர் வீட்டுப் பெண்மணி தெரிந்துகொண்டாள். “அவரு எப்ப வருவாரு? என்னிக் குக் கல்யாணம்” என்று கேட்டாள் வாயெல்லாம் பல்லாக.

“புதன்கிழமை கல்யாணம். கோவிலில்தான். அவங்கள்ளாம் நாளைக்கு ராவுலே வராங்க. செவ்வாய்க் கிழமைல்லா, அதனாலே பொழுது சாஞ்சு வருவாங்க” என்று சொல்லி அவளை அனுப்பி னாள் சுந்தரி.

புதன் காலை, விடிய இன்னும் நேரம் இருக்கும்போதே கணேசனை எழுப்பினாள் சுந்தரி. விடிவதற்குள் குளித்துவிட்டு இருவரும் ஒத்தைத் தெரு பிள்ளையார் கோவிலுக்குப் போனார்கள். வலம் வந்தார்கள். மஞ்சள் கயிற்றில் கோத்த தாலியை எடுத்து கணேசனிடம் கொடுத்தாள். கணேசன் பேசாமல் அவள் இழுத்த இழுப்புக்கு ஈடு கொடுத்துக்கொண்டிருந்தபடியே அவள் கழுத்தில் தாலியைக் கட்டினான். அவள் கொடுத்த மஞ்சளை அதில் அப்பினான். சுந்தரியும் கணேசனும் சந்நிதியில் வணங்கி எழுந்தனர். அவர்கள் வீட்டிற்கு வந்து ரொம்ப நேரம் ஆனபிறகுதான் பொழுது விடிந்தது.

கணேசன், “இதெல்லாம் என்ன . . . எதுக்கு . . .” என்று அலுத்துக்கொண்டான்.

"எனக்கு வேண்டும்போல் இருக்கிறது. ஊரறியச் செய்யும் சடங்குக்கு வழியில்ல. என் மனத் திருப்திக்கு நான் செய்து கொண்டேன். ஊருக்கு இனிமேல் என் கழுத்தே பதில் சொல்லும். அதைவிட எனக்கு இது ரொம்ப நிம்மதியைத் தருகிறது" என்றாள் சுந்தரி. பொழுது விடிந்ததும் பத்தர் வீட்டுப் பெண்மணி வந்து கல்யாணம் விசாரித்தாள். தாலிக் கயிற்றைச் சரியாக முடிந்து ஆசி கூறினாள். அன்று பிள்ளையார் கோவில், காமாக்ஷியம்மன் கோயில், காளியம்மன் கோயில், கனகாம்பா கோயிலுக்கெல்லாம் அர்ச்சனைக்கும் அபிஷேகத்திற்கும் பணம் கொடுத்தாள். வண்டி வைத்துக்கொண்டு அக்கரை பாப்பார மாரியம்மன் கோயிலுக்குப் போய் அபிஷேகம் செய்யச் சொல்லித் தயிர்சாதம் பிரசாதம் வாங்கி வந்தாள். கணேசன் பிடிவாதமாய் மறுத்துக் கொண்டு எந்தக் கோயிலுக்கும் போகாமல் அவளையும் பரிகாசம் செய்து கொண்டு வீட்டிலேயே இருந்தான். சாயங்காலம் பெரிய கோயிலுக் காவது வரக் கூடாதா என்று கெஞ்சினாள். அதுவும் கோயில்தானே என்றான் கணேசன்.

◻

18

கணேசன் மிகவும் சந்தோஷமாக வாழ்ந்தான். உடற்பயிற்சி நின்று போய்விட்டது. வெளியில் சில நண்பர்கள் ஏற்பட்டனர். சுந்தரிக்கும் தெருவிலும் பள்ளிக்கூடத்திலும் கௌரவம் உயர்ந்தது. கணேசன் சுந்தரியின் கடன்களைத் தீர்த்தான். தன் நகைகளை அழித்து மேலும் பவுன் வாங்கி அவளுக்குச் சில நகைகள் செய்தான். வீட்டு வேலைகளுக்கு வயதான கிழவி ஒருத்தியை வைத்துக்கொண்டார்கள். காலையும் மாலையும் கிருஷ்ணய்யர் கடையில் கணேசன் போய்ச் சிற்றுண்டி சாப்பிட்டுவிட்டு அவளுக்கும் வாங்கி வருவான். அரையல் இல்லாதவற்றை விடுமுறை நாள்களில் சுந்தரியே செய்வாள். கணேசன் மிகவும் தாராளமாகவே செலவு செய்தான். சுந்தரியும் தன் சம்பளத்தை அவனிடமே கொடுத்தாள். நாள்களும் மாதங்களும் இன்பம் நிறைந்து ஓடின. ஒருவருக்கொருவர் அலுக்காப் பணியாரம்போல் சுவை தந்தனர். கணேசனுக்கு அடுப்பென்றால் என்னவென்றுகூடத் தெரியாது. மாதம் மூன்று நாள் அவனே சென்று பஞ்சாவையர் கிளப்பிலிருந்து இரண்டு வேளையும் சாப்பாடு எடுத்துவந்து அவளுக்கு வைப்பான். அழாத குறையாக அதைப் பொறுத்துக்கொண்டாள் சுந்தரி. பஞ்சாவையரும் முணுமுணுத்துக் கொண்டேதான் கொடுப்பார். அவர் ரொம்ப ஆசாரக்காரராம். வீட்டு வேலை செய்யும் கிழவி, தான் சுத்த சைவமென்றும், ஏதோ அந்த மூன்று நாள்களுக்கு ஆக்கிப் போடுவதாகவும் சொன்னாள். கணேசனுக்கும் அது நல்லதென்று பட்டது. ஆனால் சுந்தரி அதற்குச் சம்மதிக்கவில்லை. அவளும் ஆசாரக்காரியல்லவா? கிழவி ஒருநாள் வேடிக்கையாக "நீங்க நினைச்சா அம்மா உக்காராமையே பண்ணிடலாமே" என்றாள். "உனக்கு வேறே வேலை கிடையாதா, போ, பாட்டி..." என்று பொய்க் கோபம் காட்டி வெட்கிக் குமைந்தாள் சுந்தரி.

கணேசனுக்கு ஒன்றுமே புரியவில்லை. “நானா மாட்டேங்கறேன். எனக்கு இந்த ஆசாரமெல்லாம் பிடிக்கறதே இல்லை. அவ பாட்டுக்கு உள்ளே வந்து சமையல் பண்ணட்டுமே . . .” என்றான்.

அவன் யதார்த்தமாகப் பேசியது கிழவிக்கு வெகண்டையாகப் பட்டது. ஆனால், சுந்தரி அவனுடைய தூய அறியாமையில் மேலும் மயங்கிக் கட்டுண்டாள். “போறுமே . . . ரொம்ப வழியறதே சமத்து” என்றாள்.

அந்தத் தடவை குளித்த பிறகு சுந்தரி மிகத் தீவிரமாய் முயன்று, பாலக்காடு கிருஷ்ணய்யரிடம் போய்ச் சொன்னாள். அம்மாவுக்கு அவர் மிகவும் வேண்டியவர். அந்தத் தெருவில் அம்மா ஒரு வீட்டில் பாட்டு சொல்லிக் கொடுத்துக்கொண்டிருந்தாள். சுந்தரிக்குக் கிருஷ்ணய்யரைப் பார்க்கும்போதெல்லாம் ஒரு ஆச்சரியம், அவர் கறுப்பு நிறத்திற்கும் பருத்த உடலுக்கும் கைகால்களில் தெரியும் வலிமைக்கும் அவருடைய சாந்த குணத்திற்கும் அவர் காட்டும் பரிவுக்கும் பொருத்தமே இல்லாமல் இருந்ததுதான் அந்த வியப் புக்குக் காரணம். அவருடைய அந்தப் பாலக்காட்டுப் பேச்சில் சுந்தரிக்கு ஒரு பிரமை. ‘ஏண்டி குட்டி, உன்னோடே ஒருத்தன் . . . ஓ . . . உன் ஆம்படையான் பிராம்மணனோ, அதனாலேதான் பிராம்மணச் சமையற்காரி தேடறையாக்கும்” என்று கேட்டார் அந்தரங்கமாய்.

“ஆமாம் மாமா. அவருக்காக மட்டுமில்லை, எனக்கும் மத்தவா செஞ்சா சாப்பிடப் பிடிக்காது” என்றாள் சுந்தரி.

“கொஞ்சம் சிரமமுண்டு, சுலபத்தில் யாரும் வந்துடறத்துக் கில்லை. ஆட்டும் . . . நான் சொல்றேன். நீ கவலையொண்ணும் படவேண்டாங் கேட்டியா . . .” என்று அவர் சொன்னது ஆறுதலா யிருந்தது சுந்தரிக்கு.

இரண்டொரு நாளில், கணேசன் ஆகாரம் பண்ணப்போன போது அவனைத் தனியே அழைத்துக்கொண்டுபோய், “எனக்கு நன்னாத் தெரிஞ்சவாளாக்கும், ரொம்ப நல்லவளுமாக்கும் ஒரு அம்மாவை உங்காத்துக்குச் சமைக்கக் கேட்டு முடிச்சிருக்கேன். ரெண்டு வேளையும் நீங்க கேட்டதைச் சமையல் பண்ணி வைச்சிடு வாள் அவள். அங்கே சாப்பிடவும் மாட்டாள். சமையல் ஏக்கிளாசா யிட்டிருக்கும். மாசம் இருவது ரூபாயாக்கும் சம்பளம். கொடுக்கலாம் நன்னா. அதொண்ணும் அதிகம் இல்லை. நானும் சுந்தரியோடே சொல்றேன். நாளைக்குக் காத்தாலை வருவள் அந்த அம்மா.”

சுந்தரிக்கு அந்த அம்மாளும் அவள் சமையலும் மிகவும் பிடித்துவிட்டன. அந்த அம்மாளும் மிகவும் அனுசரணையாகவும் பரிவு பாசத்துடனும் பழகினாள். இட்லி தோசைக்கு அரைத்தும் வைப்பாள். சுந்தரி வீட்டு ஆசாரமான பழக்கவழக்கங்களும் சுத்தமும் அந்த அம்மாளுக்கும் மிகவும் பிடித்துவிட்டன.

சுந்தரி அடிக்கடி கருத்தரிப்பதும் அது அரைகுறையாய்ப் போவதுமாய்ப் பல தடவைகள் நேர்ந்துவிட்டன. அப்போதெல்லாம் அந்த அம்மாள் பெற்ற தாயைவிட அதிகமாகப் பணிவிடை செய்து சுந்தரியைத் தேற்றுவாள். பிறகு தன் வீட்டுக்கே போகாமல் சுந்தரி வீட்டிலேயே தங்கும்படி நேர்ந்தது. அந்த அம்மாளுக்கும் சம்பளத்தைவிட அதிகமாகவே கொடுக்கவே ஆரம்பித்தனர். தீபாவளிக்குப் புடவை எடுத்துக் கொடுத்தனர். பத்து வருஷங்கள் போல அவர்களுடனேயே தங்கியிருந்தாள். அந்தம்மாளின் மாப் பிள்ளை ஒரு காபி கிளப்பில் வேலை செய்கிறவர். சம்சாரி. வேறு யாருமில்லை அந்தம்மாளுக்கு. கடைசியில் சுந்தரி வீட்டிலேயே அந்த அம்மாள் இறந்துபோய்விட்டாள். மாப்பிள்ளையை அழைத்து வந்து பணம் காசெல்லாம் கொடுத்து அவளுக்கு ஈமக்கடன்களைச் செய்யச் சொன்னார்கள் சுந்தரியும் கணேசனும்.

சுந்தரி எலும்பும் தோலுமானாள். வேலைக்கும் போக முடியவில்லை. அவளுடைய வைத்தியத்திற்காக அடிக்கடி கவர்ன் மெண்ட் ஆஸ்பத்திரிக்குப் போவான் கணேசன். அங்கே சுந்தரிக்கு வைத்தியம் செய்த லேடி டாக்டர் கணேசனிடம் எல்லையில்லாத மோகம் கொண்டாள். அவளுக்கு வயது முப்பத்தைந்திருக்கும். மணம் ஆகாத மிஸ் அவள். அவ்வளவாக நல்ல பெயர் இல்லை அவளுக்கு. பெரிய அதிகாரிகளுக்கும் மந்திரிகளுக்கும் மிகவும் வேண்டியவளாம் அவள். ஒரு ஊருக்குப் போனால் மாற்றலே இல்லாமல் பல வருஷங்கள் இருப்பாள். சகல வசதிகளுடனும் வாழ்வாள். ஊரில் உள்ள பெரிய மனிதர்கள் வீட்டுப் பெண்களுக் கெல்லாம் அவள்தான் வைத்தியம் செய்வாள். கணேசனை வளைத்துப்போட வலை வீசினாள். சுந்தரிக்கும் கணேசனுக்கும் உள்ள உண்மையான உறவையும் அது ஏற்பட்ட விதத்தையும் விசாரித்து அறிந்துகொண்டிருந்தாள் அவள். சுந்தரியின் உடல்நிலை மிகவும் மோசமாகிவிட்டது. அவள் பிழைப்பதே அசாத்தியம் என்ற நிலை வந்தபோது, கணேசனிடம் இருந்த பணமெல்லாம் செலவழிந்துபோயிருந்தது. சுந்தரி, தன் வீட்டை விற்றாள். கணேசன் தடுத்தும் அவள் கேட்கவில்லை. ஒரு டீச்சரம்மா வாங்கிக்கொண் டாள். அன்றிருந்த மதிப்பிற்கு அதிகமாகவே கொடுத்தாள் அவள் மனமுவந்து. அவள் உயிருடன் இருக்கும்வரையில் அவளைக் காலி செய்யச் சொல்லக் கூடாது என்ற நிபந்தனையுடன், மாதம் பத்து ரூபாய் வாடகையும் பேசி அதில் சுந்தரி இருந்துவந்தாள்.

கணேசன் இதற்குள் டாக்டர் அம்மாவின் ஏகாந்த நண்பன் ஆகியிருந்தான். ஏற்கெனவே டாக்டர் அம்மாவுடன் பழகிவந்த இரண்டொரு பெரிய மனிதர்கள் - நாடு சுதந்திரம் பெற்றுவிட்ட தால், தாங்களாகவே பல பெருஞ்சுதந்திரங்களைப் படைத்துக் கொண்டு அட்டகாசம் செய்துவந்த அந்தப் பெரிய மனிதர்கள் - ஆத்திரப்பட்டனர். சில மாதங்களில் சுந்தரி காலமாகிவிட்டாள்.

கணேசன் கூடவே இருந்தான். வீட்டை விற்றதில் பாக்கியிருந்த பணமும் வீட்டிலிருந்த பொருள்களுக்காக வீட்டை வாங்கியவர்கள் கொடுத்த சிறிய தொகையும் கணேசனிடம் சேர்ந்தன.

கணேசன் டாக்டர் அம்மாவின் வீட்டில் குடி புகுந்தான். எல்லா சுகங்களும் வசதிகளும் கிடைத்தன. ஆனால் பகலில் வெளியே போகக் கூடாதென்ற கடுமையான உத்தரவுடன்தான். ரவுத்தின் சிறையைவிடக் கொடிய சிறை இது. ஆனால், வாழ்வு ராஜ சுகபோகம். அவனைப் பகலிலும் சில சமயம் வந்து கொஞ்சிக் குலாவிவிட்டுப் போவாள் டாக்டர் அம்மா. அவள் உடற்பசி அசுரப்பசி. ஆனால் அதைத் தணிக்கும் அசுர வெறியும் பலமும் உடம்பும் இருந்தன கணேசனுக்கு. அவள் கொடுத்த ஊட்டமும் ஊண் உணவும் அவனை மதம்பிடிக்க வைத்தன. அவர்கள் இருவரும் இரவில் அசுரர்களாக மாறிக் காமத்தின் ஆழ்ந்த இருளின் பாழில் திளைப்பார்கள். அதற்காகவே அவனை அவள் மன்றாடியார்ப் பண்ணையின் பயங்கரமான பொலிகாளை போலத் திமிரூட்டி வளர்த்துவந்தாள். அவளுடைய போஷணையில் இருந்தபோதுதான், பல வருஷங்களாக அவன் உடம்பில் ஊறியிருந்த தொழுநோயின் சின்னங்கள் ஓரிரவில் தெரிந்தன. அன்றிரவேதான் நடுநிசியில், வெறிநாய்களைக் கொண்டு போய் விடுவதுபோல் அவனைத் தஞ்சாவூரில் விட்டுவரச் செய்தாள் அந்த டாக்டரம்மா.

□

19

கிட்டத்தட்ட பதினோரு வருஷங்கள் காரைக்குடிச் செட்டியாரிடம் டிரைவராயிருந்த கிட்டா அவரிடம் மிகவும் அந்தரங்கத்துடன் பழகினான். அப்படியொருவன் தனக்குக் கிடைத்ததில் செட்டியாருக்கு மிகவும் நிம்மதி. அவனுக்கு நிறையப் பணம் தந்தார். கிட்டாவிடம் ரொக்கம் நிறையச் சேர்ந்திருந்தது.

தன் சொத்துகள் விஷயமாக முடிவான சில ஏற்பாடுகள் செய்துவிட்டுத் தான் காசிக்குப் போய், அங்குள்ள நகரத்தார் மடத்திலேயே தங்கித் தனது வாழ்நாளைக் கழித்துவிடும் எண்ணத் துடன் கே.வி.யிடம் ஆலோசனை கலந்துகொண்டிருந்தார் செட்டி யார். கே.வி.யின் தூர உறவுக்காரர் ஒருவர் இரண்டு மூன்று பெண்களைப் பெற்றுவிட்டுக் குடும்பத்திற்கு ஒரு வழியும் செய்யாமல் அவர்களைத் தன் வறுமைக்கு வாரிசாக்கிவிட்டு இறந்துபோய்விட் டார். எல்லாருமே வயதான பெண்கள். அவர்களில் ஒருத்தியைக் கிட்டாவுக்குக் கல்யாணம் செய்து கொடுத்து அவனைத் தன்னுடனே வைத்துக்கொள்ள ஆசைப்பட்டார் கே.வி. அவருடைய டிரைவர் நாயுடுவுக்கு வயதாகிவிட்டது. ஓய்வுபெற விரும்பினார். கிட்டாவும் அந்தப் பெண்களைப் பல தடவை பார்த்திருக்கிறான். வயதிலும் வடிவத்திலும் கிட்டாவுக்கு மிகவும் பொருத்தமானவள் இரண்டா மவளே. இதைத் தெரிந்துகொண்ட கே.வி. மூத்தவளுக்கு வேறு வரனை முடிவு செய்துவிட்டார். இளையவளைக் கூப்பிட்டுக் கேட்டபோது அவள் சொன்ன பதில் எல்லோரையுமே அதிர்ச்சிக்கு ஆளாக்கியது; அதிலும் கிட்டாவுக்கு அந்த அதிர்ச்சி உள் மனம்வரை தாக்கிப் புண்படுத்தியும்விட்டது. ஏற்கனவே அவன் உள்ளத்தில், தான் பல வகையில், பல இடங்களில் சிறுமைப்படுத்தப்பட்டதால் பட்டிருந்த ஊமைக் காயங்கள், இந்த அடியால் முகம்கொண்ட புண்களாகக் கிளைத்தெழுந்தன. "போயும் போயும் ஒரு டிரைவருக்கு, அதிலும் இந்தக் காட்டாளுக்கு வாழ்க்கைப்பட வேண்டுமா? உங்கள் உதவிக்கு நன்றி மாமா. என்னை மன்னித்துவிடுங்கள்"

என்று சொல்லிவிட்டாள். அவளுடைய தாயார் கே.வி.யிடம் மன்னிப்புக் கேட்டு அழுதாள். மூத்த பெண், தனக்குப் பார்த்திருக்கும் வரனைத் தன் தங்கைக்கு விட்டுக்கொடுக்க முன்வந்தாள். தான் கிட்டாவை மணக்க மனப்பூர்வமாக விரும்புவதாகவும் சொன்னாள், அது அவளுடைய நீண்டநாள் ஆசையென்றும் சொன்னாள். ஆனால், அதற்குக் கிட்டாவோ, இளைய பெண்ணோ, மூத்தவளுக்குப் பார்த்த மாப்பிள்ளையோ யாரும் சம்மதிக்கவில்லை. அதன் பிறகு கிட்டா மதுரைக்கு அதிகம் போகவில்லை. போனாலும் அந்தப் பெண்களைச் சந்திப்பதில்லை; சந்திக்க நேர்ந்தாலும் தவிர்த்து விடுவான்.

செட்டியார் காசிக்குப் புறப்பட ஏற்பாடுகள் நடக்கின்றன. காசியில் உள்ள அந்த மடத்திற்கும் சத்திரத்திற்கும் இந்தச் செட்டியாருடைய முன்னோர்கள் நிறையச் செய்திருந்தார்கள். ஆகவே இவர் அங்கு போய் இருப்பதில் அதிக சிரமம் இல்லை. மாதாமாதம், அவர் கேட்கும்போது பணம் அனுப்பும் ஏற்பாடு செய்யப்பட்டது. ஆச்சி ஆக்ஷேபிக்கவே இல்லை. மூன்றாவது மனிதரோ, முப்பதாவது மனிதரோ போலத்தான் வழியனுப்பப்பட்டார் ஆச்சியால். கிட்டா ஒருவன்தான் அப்போது கண்ணீர்விட்டுக் கலங்கியவன்.

கிட்டா நிறையப் பணத்துடன் திருச்சிக்கு வந்தான். டாக்ஸி வாங்கி அதைத் தானே ஓட்டிச் சம்பாதிக்கலாம் என்பதுதான் அவனுக்குக் கே.வி. சொன்ன ஆலோசனை. மன்னார்குடிக்கு வந்து ராசுவையரைப் பார்த்தபோது அவரும் அதைத்தான் சொன்னார். ஆனால் கிட்டாவுக்கு அது பிடிக்கவில்லை. “ஏம்ப்பா, நீயே இது மட்டமான தொழில் என்று நினைக்க ஆரம்பித்துவிட்டாயோ” என்று கடுமையாகவே கேட்டார் ராசு. கிட்டா மழுப்பிவிட்டான். ராசு அவனுடன் திருச்சிக்கு வந்து, அங்கு தனக்குத் தெரிந்த ஒரு நண்பரின் இங்கிலீஷ் மருந்துக்கடையில் அவனுக்கு வேலை போட்டுத்தரச் சொன்னார். வேலை கற்றுக்கொள்ளும்வரையில் சம்பளம் இல்லை என்பது ஒப்பந்தம். அப்போது மிகவும் முடைப் பட்டுக்கொண்டிருந்த அந்த முதலாளி அதிக வட்டி தருவதாகப் புரட்டலுக்கென்று கிட்டாவிடமிருந்து கணிசமான ஒரு தொகையைக் கடனாகவும் வாங்கிக்கொண்டார். கிட்டா அந்த மருந்துக் கடையில் சேர்ந்தான். ஆரம்பத்தில் மருந்துகளின் பெயர்களையும், கடையில் அவை வைக்கப்பட்டிருந்த இடங்களையும் தெரிந்துகொண்டு முன்பக்கத்தில் இருப்பவர்கள் மருந்தின் பெயரைப் படித்துச் சொன்னதும் அதை எடுத்துக்கொண்டுவந்து கொடுக்கும் வேலை தரப்பட்டது கிட்டாவுக்கு. பிறர் ஏவ, தான் வேலை செய்யும் அந்த நிலை அவனுக்குப் பிடிக்காவிட்டாலும் அந்த வியாபார சம்பந்தமான நுட்பங்கள் தெரியும்வரை அதைப் பல்லைக் கடித்துக் கொண்டு பொறுத்துக்கொள்ள முடிவு செய்தான். அவன் தங்குவதற்கு இடம் தேடியபோது கடைக்குக் காவலாய் அங்கேயே படுத்துக்கொள்ளும் வகையில் அவனுக்கு ஆலோசனை கூறினார்

முதலாளி. அதுவரை கடையைக் காத்துக்கொண்டிருந்த பையன், முதலாளிக்கு உறவுக்காரன், இப்போது கல்யாணம் செய்துகொண்டிருக்கிறான். ஆகவே அந்த இடத்திற்கு ஆள் தேவைப்பட்டது அவருக்கு. தன்னிடம் வியாபாரத்திற்குப் பணமும் வாங்கிக்கொண்டு தன்னை தன் இஷ்டப்படியெல்லாம் ஆட்டிவைக்க விரும்பும் அந்த முதலாளி தேனொழுகப் பேசுவதும் அவனுடைய நலத்தில் மிகவும் அக்கறை கொண்டவரைப்போலப் பேசுவதும் கிட்டாவுக்கு ஆத்திரமூட்டின. இருந்தாலும் அதை வெளியில் காட்டிக்கொள்ள வில்லை. தான் தனியே எங்காவது ரூம் எடுத்துக்கொள்வதையே விரும்புவதாகச் சொல்லிவிட்டான். இவ்வளவையும் பார்த்துக் கொண்டு உட்கார்ந்திருந்த அந்தக் கடையின் வேலைக்காரர்களில் ஒருவர், அன்று கடை கட்டிவிட்டுப் போகும்போது தன்னுடன் தன் வீட்டுக்கு வரவேண்டுமென்று அவனைக் கேட்டுக்கொண்டார். அவர் பெயர் சீமா அய்யங்கார். கிட்டா அப்போது தற்காலிகமாகச் செட்டியாருக்குத் தெரிந்த ஒரு வக்கீல் வீட்டில் தங்கியிருந்தான். விரைவில் ரூம் தேடிக் குடிபெயர வேண்டும் அவன். வெங்கடா லாட்ஜ் சாப்பாடு அவனுக்கு மிகவும் பிடித்துவிட்டிருந்தது; அங்கேயே இடம் கேட்டுக்கொண்டிருந்தான், கிடைக்கவில்லை.

அன்றிரவு சீமா அய்யங்கார் வீட்டுக்குப் போனான் கிட்டா. அது மிகவும் சிறிய வீடு. ஓட்டுக் கட்டிடம். கோனார் சந்துக்குள் சென்று மற்றொரு சந்தில் திரும்பி அந்த வீட்டிற்குச் செல்ல வேண்டும். குறைந்த வாடகை, சிறிய இடம்தான். ஆனால் மேலே மாடியில் ஓர் அறை இருந்தது. பெரிய வீடாயிருந்து பாகப் பிரிவினைகளின் விளைவாய்க் குறுகிவிட்டிருந்தது அந்தத் தனி வீடு. மாடியறைக்கு வீட்டின் வாசற்புறத்திலேயே படிக்கட்டு இருந்தது. அந்த அறையை அவர்கள் வாடகைக்கு விடுவதுண்டாம். அந்த அறையைக் காட்டத்தான் அவனைக் கூப்பிட்டதாகக் கூறினார் சீமா. சாப்பிட்டுவிட்டே போயிருந்தான் கிட்டா. ஆகவே நீண்ட நேரம் பேச முடிந்தது. நேரம் கழித்து வக்கீல் வீட்டிற்கு போய்த் தொந்தரவு கொடுப்பது உசிதமில்லையென்று அன்றிரவு மாடியறையில் படுத்துக்கொண்டான் கிட்டா. அது மறுநாள் தொடங்கியே வசதியான ஜாகை ஆகிவிட்டது. அவர்கள் வீட்டிலேயே அவன் சாப்பிடுவதாகவும் முடிவாயிற்று. சாப்பாட்டிற்கென்று அவன் அலைவதை அவர்கள் இருவருமே விரும்பவில்லை. "எங்காத் துத் தளிகையெல்லாம் உங்களுக்குப் பிடிக்குமோ என்னவோ" என்று கேட்ட சீமா அய்யங்கார் மனைவி பூமாவின் புன்சிரிப்பிலும் முகவெட்டிலும் சகஜமான கலகலப்பிலும் கிட்டாவுக்கு அழைப்புக் குரல்கள் கேட்டன.

சீமா ஒரு இரட்டை நாடி மனிதர்; மஞ்சளை நெருங்கும் வெளுப்பு உடம்பு; மடிப்பு விழுந்த சதைப் பற்றுகள். கை கால்களில் மார்பில் உரோமமே முளைக்காத வழவழப்பு. மார்புச் சதைப்

பிண்டங்கள் தொங்கும் வயிறு. பூனைக்கண். சிறு குடுமி. வெள்ளைக் கடுக்கண். தரிசு முகம். அங்கொன்றும் இங்கொன்றுமாகப் பெய ருக்குப் பூனை மயிர் முளைப்பு. இருவரும் பேசிக்கொண்டிருந்த போது, எட்டிப்பார்த்துப் பிறகு பேச்சில் கலந்துகொள்ளவே வந்து விட்ட அவருடைய மனைவி பூமா, "சாப்பிட்டுத்தான் இங்க வரணும்னு நீங்க சொன்னீகளோ இவரை ..." என்று சீமாவைக் கேட்டாள், "என்னோடையே வான்னுதான் கூப்பிட்டேன். இவன் போய்ச் சாப்பிட்டு வந்திருக்கான் ..." சீமாவின் அந்த ஒருமை கிட்டாவைக் கூசவைத்தது. கடையில் தனக்கிருந்த இடத்தால் வந்த வினை இது. ஆரம்பத்திலேயே அதை மாற்ற முடியாமல் போய்விட்டது. இனிமேல் அதை எப்படி மாற்றுவது? எல்லாருமே தன்னை நீ என்று ஒருமையிலேயே பேசுகிறார்களே. தன் வாழ்நாள் முழுவதுமே தான் எல்லோருக்கும் நீதானோ என்று கிட்டாவுக்கு வேதனை.

மறுநாள் மாடியறைக்குக் குடிவந்துவிட்டான் கிட்டா ... பூமா வின் வரவேற்பு கிடைத்தது. சீமா கடைக்குப் போய்விட்டிருந்தார். பூமாவின் உடற்கட்டும் புடவைக் கட்டும் கிட்டாவைக் கட்டிப் போட்டுவிட்டன. அவள் பெரிய அழகி இல்லை. அதற்காக அவளை மீண்டும் மீண்டும் பார்க்கத் தூண்டும் வசீகரம் இல்லாதவள் என்றும் சொல்ல முடியாது. மாநிறத்தில் சேர்க்க வேண்டும். குறையில்லாத வளர்ச்சி, ஒற்றைநாடி. குழந்தை குட்டிகள் இல்லாமல் நிழலிலேயே நாள் முழுவதும் இருந்ததாலும் அதிக உழைப்புக்கு இடம் இல்லாததாலும் ஏற்பட்டிருந்த புஷ்டியின் நிறைவு. வேண்டு மென்று செய்யாமலேயே ஒரு தளுக்கு அவளுடைய பேச்சிலும் நடையிலும் நிறைந்திருந்தது. அவளுடைய கண்களின் அகல நீளங்களிலும் குறுகுறுப்பிலும் பாற்கவர்ச்சி நடனமாடியது. அன்று தாமதமாகவே கடைக்குச் சென்றான் கிட்டா; அவன் போன உடனே சீமா, ரகசியமாக அவனிடம், அவன் ஜாகை மாறித் தன் வீட்டு மாடியறைக்கு வந்துவிட்ட விஷயம் மிகவும் ரகசியமாக இருக்கட்டும் என்று வற்புறுத்திக் கூறினார்.

அன்றிரவும் சீமாவும் கிட்டாவும் பூமாவும் சேர்ந்து உட்கார்ந்து ஆலோசனைகள் செய்தார்கள். இருபத்தைந்து வருஷமாக உழைத்து முதலாளிக்குப் பல ஆயிரங்கள் சேர்த்துத்தந்து வியாபாரத்தை நடத்தியிருக்கிறார் சீமா. அவர் முறைப்படி படித்து மருந்துக்கடை நடத்துவதற்கான பயிற்சி பெற்றவர். அவர் பெயரில்தான் லைசென்ஸ் எடுத்து வியாபாரம் ஆரம்பிக்கப்பட்டது. ஆனாலும் சீமா மாசச் சம்பளக்காரர்தான். அவருடைய அந்தஸ்தும் ஆஸ்தியும் உயரவே இல்லை. குடியிருக்கும் வீடுதான். குழந்தை குட்டிகள் இல்லையே தவிர வருங்காலக் கவலை இருக்கிறதே. முதலாளியிடம் கடன் கொடுத்த தொகையை வாங்கி அவனிடம் இருப்பதையும் போட்டு ஒரு புதிய வியாபாரம் ஆரம்பித்தால் பத்தே வருஷத்தில் அதைப் பெருக்கிவிடுவதாகக் கூறினார் சீமா. மொத்தம் பத்தாயிரம்

போதும் ஆரம்பத்துக்கு. பிறகு முதல் போடப்போட லாபமும் அதிகமாகும். மற்ற சிறிய பெரிய கடைகளைவிடக் குறைந்த விலையில் மருந்துகளை விற்கும் வகையில் மொத்தமாக வரவழைக்க லாம். புதிதாகச் சிறிய முதலுடன் இரண்டொரு கடைகள் வைக்க முயற்சி நடந்துகொண்டுவருகிறது; அவர்களுக்கு நாமே சப்ளை செய்யலாம். மருந்துக் கம்பனிகளைப் பற்றிய விவரங்களும் இந்த வியாபாரத்தின் பெரிய நுட்பங்களும் எனக்குத் தெரிந்ததைவிட இந்தத் திருச்சிராப்பள்ளியில் வேறு யாருக்குமே தெரியாது என்று சீமா மிகவும் ஆர்வத்துடனும் அனுபவபூர்வமான ஆதாரங்களுட னும் விளக்கிச் சொன்னார். கிட்டா ஒப்புக்கொண்டான்.

நாற்பதைத் தாண்டிவிட்ட சீமா அந்தக் காலத்து அண்டர் கிராஜுவேட். ஸெய்ன்ட் ஜோஸப் மாணவர். கடிதப் போக்கு வரத்தில் அபாரமான சாமர்த்தியம் உள்ளவர். அவருடைய ஆங்கிலம் எவனையும் இழுத்துவிடும் இங்கிதம் நிறைந்தது. கிட்டா அண்ட் கோ என்பது பெயர். நியூமராலஜி பார்த்து நிச்சயம் செய்தார்கள். "தாமதமே கூடாது. முதலில் லெட்டர் ஹெட்டும் ஒரு டைப்ரைட்டிங் மெஷினும் வேண்டும். ஓரே மாதத்தில் வியாபாரம் ஆரம்பித்துவிடலாம். மேலப்பொலிவார் ரோடில் ஒரு பெரிய கட்டிடம், நீளமான வீடு வாடகைக்கு வருகிறது. அந்த வீட்டுக்காரனுக்கு முன்பணமாகக் கொஞ்சம் அதிகமாகவே கொடுத்தால் நாளைக்கே வாடகைப் பத்திரம் எழுதிக்கொள்ளலாம். கடைக்காகச் சில மாறுதல்கள், கொத்து வேலை, தச்சு வேலைகள் செய்ய வேண்டுமென்று சொல்லி வாடகையையும் கொஞ்சம் குறைத்து முடித்துக்கொள்ளலாம்" என்றார் சீமா. நாலைந்து நாள், நிர்ப்பந்தமாகக் கேட்டும் பணம் வாங்கும் வரையில் கிட்டா கடைக்குப் போய்க்கொண்டிருந்தான். பிறகு வீட்டிலேயே இருந்தான். இரவு முழுதும் சீமா லெட்டர்கள் டைப் செய்வார். பொலிவார் ரோடு வீட்டுக்காரனும் இவர்கள் சொன்னபடியே கட்டுப்பட்டு ஒப்பந்தம் செய்து கொண்டான். அங்கேயும் கொத்து வேலை, தச்சு வேலைகள் மும்முரமாக நடந்தன. சீமா தன் முதலாளியிடம் தான் விலகப்போவதாகவும் கௌரவமாகத் தனக்கு ஏதாவது தொகை கொடுத்து அனுப்ப வேண்டும் என்றும் அறிவித்து விட்டார். முதலாளி பெரிதாய் ஒன்றும் தர முன்வரவில்லை. ஆனால் அதை மனஸ்தாபத்திற்குக் காரணமாக்கிக்கொள்ளாம லேயே விலகிவிட்டார் சீமா.

வியாபாரம் ஆரம்பிக்கப்பட்டது. பணம் போதவில்லை. சீமாவின் செல்வாக்காலும் சாமர்த்தியத்தாலும் மருந்துகள் நிறையவே வந்தன. போட்டா போட்டியில் விலை குறைத்து விற்றதால் வியாபாரம் பெருகிற்று. அப்பொழுது புதிதாய் ஒருவனைச் சேர்த்துக்கொண்டனர் வேலைக்கு. அவன் திருச்சியில் உள்ள பெரிய டாக்டர் ஒருவரிடம் இருந்த கம்பௌண்டர். விசேஷமான தகுதிகள் உடையவன். நல்ல

செல்வாக்கும் உள்ளவன். அதிகப்படியான சம்பளம் பேசி அவனைச் சேர்த்துக்கொண்டார் சீமா. கிட்டா பணத்திற்காக ஊருக்குப்போய் அம்மாவின் நிலத்தை விற்றுவிட்டு, முடிந்தால் அவளையும் அழைத்துக் கொண்டு வந்துவிடலாம் என்று திட்டம் போட்டான். அம்முவும் தன் தாயாரோடு இருந்தாள். ஆனால் அண்ணன் சாமாவையும் அவன் பெண்டாட்டியையும் என்ன செய்வதென்று புரியவில்லை. அப்போது பூமா காட்டிய பரிவும் சொன்ன ஆலோசனைகளும் அவனை வியப்பிலும் மகிழ்விலும் மூழ்கச்செய்தன. "கட்டின பெண்டாட்டிகூடச் செய்யமாட்டாளே" என்று இதுபோன்ற சந்தர்ப்பங்களில் பலர் சொல்லக்கேட்டிருக்கிறான் கிட்டா. ஆனால் கட்டாத பெண்டாட்டி அவனுக்காகச் செய்யும் இந்தத் தியாகத்தின் அருமை புரிந்தது. மனித வாடையே அதுவரை வீசாத கன்னித்தன்மை வாய்ந்த புதிய மண்ணைப் போல் அவனுக்குப் பூமா முழு உரிமையுடன் கொடுத்திருந்த அவளுடைய உடம்பும் நலம் குன்றாத பெண்மையும் அவனை ஆழ்த்தியிருந்த வியப்பையும் மகிழ்ச்சியையும் விட, ஆழமும் அழுத்தமும் கொண்ட வியப்பும் மகிழ்ச்சியும் தந்த தியாகம் இது. சீமா அடிக்கடி சொல்கிறார்: "இவ எப்பவும் சிடுசிடுன்னு இருப்பாள் முன்னெல்லாம். இவ்வளவுக்கும் அவ எங்கே போறாள் போயிருந்தாள் என்றெல்லாம்கூட நான் கேக்கறதில்லை. இப்ப, நீ வந்ததுலேந்து எங்கிட்டேயும் பிரியமாயிருக்கா. எப்பவுமே 'ட்ரிம்மா' டிரஸ் பண்ணிண்டு ஒரு 'ஸ்பர்டி'லேயே நிக்கிறா. கிட்டா, நீ எங்காத்திலேயே தங்கி இருக்கிறதிலே முதல் லாபம் இது எனக்கு . . ." என்று அடிக்கடி சொல்கிறார். இரவுகளில்கூட பூமாவுக்கும் தனக்கும் இடையில் சீமாவின் திரை விழுவதில்லை. எப்போதாவது அவர்களைக் காண வரும் உறவினர்களுக்கிடையிலும் அவள் அநாவசியமான ஒதுக்கம் காட்டுவதில்லை. "இவரும் எங்காத்துக்காரரும் கூட்டுச் சேர்ந்து வியாபாரம் ஆரம்பித்திருக் கிறார்கள். இவர் தங்கக்கம்பி, நாம் இழுத்த இழுப்புக்கு வரக்கூடியவர். என்னவோ இத்தனை நாள் கழித்தாவது எங்காத்துக்காரரும் ஒரு முதலாளிங்கிற ஸ்தானத்துக்கு வந்திருக்கிறார்" என்று அவர்களிடம் பெருமையோடு சொல்லிக்கொள்வாள்.

பூமாவின் ஆலோசனை, கிட்டாவுக்கு மிகவும் இதமாகவும் அனுபவத்திற்குப் பொருத்தமாகவும் பட்டது. "நீங்க இப்ப அவசரப் பட்டுண்டு ஒண்ணும் செஞ்சுடக் கூடாது, அம்மா கிட்ட போய் நிலத்தை விக்கணும்னு சொன்னா வீண் தகராறுதான் வரும். அண்ணா குடும்பத்தையும் அழைச்சிண்டு வர இது சரியான சந்தர்ப்பம் இல்லை. இப்போதைக்கு உடனடியாய்ப் பணம் புரட்ட நான் ஒரு வழி சொல்றேன், இவரும் சம்மதிப்பார் கட்டாயம். என் வைரத்தோடு, சங்கிலி வளையல்களையெல்லாம் அடகு வைத்துப் பணம் வாங்கிப்பம் இப்போதைக்கு. போறாதூன்னா சிலதை விற்றுக்கூடப் பணமாக்கலாம். பவுன் விலை இப்போ ஏறியிருக்கு.

வெள்ளிப் பாத்திரம் எங்கிட்டே நிறையவே இருக்கு, இங்கே என்ன பிள்ளையா குட்டியா? முக்கியப்பட்டதை வெச்சிண்டு மத்ததை வித்துடலாம். இவரையும் கூட்டாளியாகவே சேர்த்துண்டா இவருக்கும் சந்தோஷமாயிருக்கும்" என்றாள் பூமா.

இதைக் கேட்டுச் சற்று நேரம் பேசாமலிருந்த கிட்டா, "இப்பவே அவரும் 'பார்ட்னர்'தான். நீங்க என்னை நம்பி, எம் மேலே இவ்வளவு பிரியம் வைச்சு..." என்று தழுதழுத்தான். "இனிமே நமக்குள்ள எந்த வேற்றுமையும் சந்தேகமும் இல்லவே இல்லை" என்றாள் பூமா. அந்த நிமிஷத்தில் அவர்கள் இருவரும் புதியதோர் ஒப்பந்தமே செய்துகொண்டதுபோல் உடம்புக்கப்பால் சென்று சிறிது நேரம் ஒன்றிக் கிடந்தனர். காமம் மறைந்து, கலக்கமும் தெளிந்து மனங்கலந்த அந்தச் சிறிது நேரம் உயிர்களையே இணைத்து விட்டிருந்தது. பூமாவின் யோசனையை ஏற்றுக்கொண்டான் கிட்டா. ஆனால் அதை உடனே செயற்படுத்த அவசியமில்லாமற் போய்விட் டது. புதையல் கிடைத்துவிட்டது அவனுக்கு. ஆமாம் புதையல்தான்.

அவன் அண்ணா சாமாவிற்கு உடம்பு மிகவும் அதிகமாயிருப்ப தாகத் தகவல் வந்தது அம்மாவிடமிருந்து. உடனே ஊருக்குப் போனான். அங்கே சாமா படுத்த படுக்கையாய்க் கிடந்தான். முடிந்தவரை வைத்தியமும் செய்து பார்த்தார்கள். இனிமேல் தன்னால் எழுந்து நடக்கமுடியாதென்று தெரிந்துகொண்ட சாமா, தான் இருபத்தைந்து வருஷங்களுக்கும் மேலாகச் சம்பாதித்துச் சேர்த்துவைத்திருக்கும் தன் புதையல் இருக்குமிடத்தை வெளியிட் டான். ஒரு பௌர்ணமி நிலவில், இரவில் யாருக்கும் தெரியாமல் கிட்டாவும் அவனுடைய அம்மாவும் சேர்ந்து அந்தப் புதையலை எடுத்துவர வேண்டும் என்றும், சுடுகாட்டில் வேப்பமரத்தடியில் இருப்பதாகவும், சூட்டுக்கோல் ராமலிங்கம் ராமலிங்கம் என்று கத்திக்கொண்டே இருந்தால் பயமே தோன்றாதென்றும், அதில் தேள் பாம்பு ஏதாவது இருந்தால் அதுகளை அடித்துக் கொல்லக் கூடாதென்றும், சூட்டுக்கோல் ராமலிங்கம், சாமா சொல்லித்தான் இதை எடுக்கிறோம் என்று சொல்லிக்கொண்டு இரைந்து சூட்டுக் கோல் ராமலிங்கம் பெயரைப் பல தடவை சொன்னால் அவை போய்விடுமென்றும், தன் குரலில் பயம் தோன்ற விவரம் சொன்னான் சாமா. அம்மா பிள்ளை இருவருக்குமே பயமாயிருந்தது; இருந்தாலும் போய்விடுவதென்று தீர்மானித்தனர். சோற்றுக்கும் வருஷம் இரண்டு புடவைக்கும் பஞ்சம் இல்லையென்ற ஒரே எதிர்பார்ப்போடுதான் சாமாவுக்கு ஒரு பெண் வாழ்க்கைப்பட்டிருந்தாள். சித்தப்பிரமையோ பைத்தியமோ இல்லையே தவிரப் பொதுவான அறிவு வளர்ச்சி இல்லாத ஜீவன் அவள். உண்பாள், தின்பாள், உறங்குவாள். ஆனால் வேறு எந்த வகையிலும் தன் வாழக்கைக்குப் பொருள் உண்டு என்பதை அறியாதவள். புடவை கட்டிக்கொள்வதிலிருந்து தொடங்கி, வீட்டு வேலைகளைச் செய்ய அவளை மிகவும் பிரயாசைப்பட்டுப்

பயிற்றினாள் பாலாம்பாள். கடந்த சில வருஷங்களில் அவற்றில் நல்ல தேர்ச்சி பெற்றுவிட்டாள். அதிலும் உடலுழைப்பே தவிரச் சற்றேனும் அறிவு கலந்த பாங்கே இருக்காது. ஆனால் பெண்மையும் உடற்பசியும் இருந்தது. சாமாவை வீட்டிலேயே இருந்து குடித்தனக் காரனாக, இல்லறத்தானாக மாறும்படி வற்புறுத்தித் தன்னால் ஆனதையெல்லாம் செய்தாள் பாலாம்பாள். அவனையும் தன் மாட்டுப் பெண்ணுக்கு எல்லாம் சொல்லித் தந்து தனக்குப் பேரன் பேத்திகளைப் பெற்றுத்தர ஆக வேண்டிய கலைகளையெல்லாம் போதித்தாள். ஓரளவு வெற்றி கிடைத்தது. ஆனால் சாமாவுக்கு உடம்பு வந்துவிட்டது. மாட்டுப்பெண் கர்ப்பவதியாகி மகிழ்வித்தாள். ஆனால் அது குறையில் சிதைந்து போயிற்று. அவளுக்கும் சேர்த்து வைத்தியச் செலவு நேர்ந்ததுதான் மிச்சம். இந்த இரண்டு ரெண்டும் கெட்டான்களுடன் பாலாம்பாள் மிகவும் கஷ்டப்பட்டாள். சுடு காட்டிற்குப் போய்ப் புதையல் எடுத்துவரும் இரவை எதிர்பார்த்துக் கொண்டிருந்தார்கள் இருவரும்.

சாமாவுக்கு நோய் அதிகமாயிற்று. தனக்குத்தானே சிரித்துக் கொண்டும் சூட்டுக்கோல் ராமலிங்கம் என்று அடிக்கடி கத்திக் கொண்டும் கிடந்தான். அப்போதுகூட அவன் காற்றும் வெளிச்ச மும் வராத அந்தத் தாவாரத்து உள்ளை விட்டு வெளியே வரச் சம்மதிக்கவில்லை. சாமா வெளியூர்களுக்குப் போகும்போதெல்லாம் அந்தத் தாவாரத்து உள் பூட்டித்தானிருக்கும். பெரிய பூட்டு. அதன் சாவி சாமாவின் அரைஞாண் கயிற்றில் தொங்கிக்கொண்டி ருக்கும். அவன் வீட்டில் தங்கியிருக்கும்போதும் அந்த உள்ளில் யாருமே வரக் கூடாது. இரவு கூடத்துக் காமிரா உள்ளுக்கு அவனை நிர்ப்பந்தப்படுத்தி அழைத்துக்கொண்டு போவார்கள் அவனுடைய மனைவியும் தாயாரும். நூறு தடவை இழுத்துப் பார்ப்பான் பூட்டை. சாமா சுடுகாட்டில் இருக்கும் தன் புதையலைப் பற்றிக் கூறியதைக் கிட்டாவால் நம்ப முடியவில்லை. தாயாரோ அதை நம்பினாள். கிட்டாவுக்குத் திருச்சியை விட்டு விலகி அதிக நாள் இருக்க முடியவில்லை. கடை நினைவும் மற்ற நினைவும் வந்துவிடும். ஒரு வாரத்திற்குள் இரண்டு தடவை திருச்சிக்குப்போய் வந்தான். அம்மு மாத்தூரில் அக்கா மாச்சியுடன் இருந்தாள். அங்கும் ஒரு தடவை போய்விட்டு வந்தான். அம்மு இவன் கண்ணிலேயே படாமல் ஓடி ஒளிந்தாள். மாத்தூர் அசடு, தன் குடியானவர்கள் மிகவும் ஏமாற்றுவதாகவும், கிஸான் கட்சி வைத்துக்கொண்டு எதற்கும் எதிர்ப்புத் தெரிவிப்பதாகவும் இனிமேல் நிலம் வைத்துக் கொண்டு ஊரில் காலம் தள்ள முடியாதென்றும் சொல்லி வருத்தப் பட்டார். ஊரில், முக்கியமாக அக்ரஹாரத்து நிலங்கள், அநேகமாக விற்கப்பட்டுவிட்டனவாம். நாச்சியார்கோவில் முஸ்லிம்கள் பலர் மாத்தூர் மிராசுதார்களாகிவிட்டார்களாம். நல்ல விலை வந்தால் தானும் நிலங்களை விற்றுவிடப்போவதாகவும் தன்னை மற்றவர்கள்

ஏமாற்றிவிடாமல் பார்த்துக்கொள்ள வேண்டுமென்றும் கிட்டாவைக் கேட்டுக்கொண்டார். அந்தப் பொம்மனாட்டி ஆண் பிள்ளையை, தவறிப்போய் ஆணாகப் பிறந்துவிட்ட அசட்டையும் மாச்சியையும் பார்த்துப் பார்த்துத் தவித்துத் தண்ணீராய் உருகினான் கிட்டா. அந்தப் பாவி சந்துரு, இந்த அசட்டிடம் பணம் வாங்கிக்கொண்டு பட்டத்தரசி மாதிரிப் பளபளவென்று, நிகுநிகு வென்று நிற்கும் மாச்சியை அதற்கு அடிமைப்படுத்திவிட்டுப்போன வயிறெரிச்சலை நினைத்து நினைத்துப் பொறுமினான். மாச்சி முகத்தில் படர்ந்திருந்த சோகக்களையும் கதை சொல்லத் துடிக்கும் அவளுடைய கவர்ச்சியான உதடுகளும் அவனை வாட்டி எடுத்தன. தன் அண்ணன் காரியங்கள் முடிந்ததும், மாத்தூர் விஷயமாய்த் தான் செய்ய வேண்டிய காரியங்களைப் பற்றித் திட்டம் போட்டுக் கொண்டான். அவசரப்பட்டுக்கொண்டு யார் பேச்சையும் வைத்துக்கொண்டு, எதுவும் பேச வேண்டாம் என்றும், தான் வந்து நல்ல விலைக்கு விற்றுக்கொடுத்து, அவர்கள் இருவருக்குமே ஒரு ஏற்பாடு செய்வதாகவும் சொல்லிவிட்டுத் தோப்பூருக்கு வந்தான்.

சாமா சம்பந்தமே இல்லாமல் ஏதேதோ பிதற்றிக் கொண்டிருந்தான். அவனைப் பார்த்துக்கொண்டே இருந்தான் கிட்டா. இதற்கு முன் அண்ணனும் தம்பியும் சேர்ந்தும் இருந்ததில்லை. பேசிக் கொண்டிருந்ததும் இல்லை. சாமா ஓர் நாடோடி; ஊர் சுற்றி; அசடு; அழுக்கு; மானவமானம் தெரியாதவன். பைத்தியமும் இல்லை; ஆனால் பைத்தியம் போலவும் இருப்பான். சுற்று வட்டாரத்தில் பல மைல்களிலும் உள்ள எல்லா ஊர்களுக்கும் கால்நடையாகவே போவான். எந்த ஊரில் யார் வீட்டில் கல்யாணம் கருமாதி நடந்தாலும் அங்கே அவனைப் பார்க்கலாம். நிறையச் சாப்பிடுவான். தன் அழுக்குத் துணியில் உணவுப் பொருள்களைக் கட்டித் தூக்கிக்கொண்டு அலைவான். நினைத்தபோதில் அதைத் தின்பான். அடித்துப் பிடித்து வீட்டிற்கு இழுத்துக்கொண்டு வருவார்கள். அரைநாள் இருப்பான்; இரவோடிரவாய்ச் சொல்லாமல் கொள்ளாமல் கிளம்பிப் போய்விடுவான்.

முழங்காலுக்கு மேல் ஒரு வேஷ்டி. மடித் தலைப்புப் பெரியதாய் விட்டுக் கட்டியிருப்பான். அந்த மடி நிறைய என்னனென்னவோ வைத்துச் சுற்றி மடக்கி இடுப்பில் கெட்டியாய்ச் செருகி இருப்பான். அதற்கு மேல் மேல்துண்டுபோல் மற்றொரு அழுக்குத் துணியைக் கட்டிக்கொள்வான். போகும் ஊர்களில் எங்காவது உட்கார்ந்து மடியை அவிழ்ப்பான். அப்போதெல்லாம் அவனைச் சுற்றிச் சிறு குழந்தைகள் கூடிவிடுவார்கள். குழந்தைத்தனம் நீங்காமலேயே பெரியவர்கள் ஆகிவிட்ட சிலரும் அந்தக் கூட்டத்தில் இருப்பார்கள். சத்தம் இல்லாமல் சிரித்துக்கொண்டே, கடைவிரிப்பதுபோல் தன் மடியிலிருந்து சாமா ஒவ்வொன்றாய் எடுத்து வைப்பான். ஒரு விபூதிப் பை, ஒரு நீளமான சுருக்குப் பை, ஒரு மழுங்கிய

பேனாக்கத்தி, பழைய குங்குமம், வாடி வதங்கிய எலுமிச்சம்பழம். துரு ஏறிய ஒரு பெரிய இரும்பு ஆணி. அந்த ஆணியில் சந்தனம் குங்குமம் இட்டு வாடிய பூவும் சுற்றியிருக்கும். ஒரு தகர டப்பாவைத் திறந்துவைப்பான். அதற்குள் செத்துப்போய் நாறும் தேள்களும் ஒரு பாம்பின் தோலும் துண்டு துண்டாய்க் கிடக்கும் பாம்புச் சட்டைகளும் இருக்கும். மத்தாப்புச் செப்புக் கம்பிகளை வளையங் களாகச் செய்து கோத்த ஒரு சங்கிலி, எல்லாவற்றையும் எடுத்து வைத்தபிறகு, ஒரு மூங்கில் கம்பில், அந்த ஆணியை நூற் கயிற்றினால் கட்டிக் கீழே தரையைத் தோண்டிப் புதைத்துவைப்பான். பூஜை மாதிரி ஏதோ செய்வான். கத்தியால் எலுமிச்சம் பழத்தை நறுக்கி ஒரு மூடியை ஆணியில் செருகிவிட்டு, மற்றொன்றைக் குங்குமத்தோடு சேர்த்துப் பிழிவான். குங்குமம் சேர்ப்பதை மட்டும் மறைத்துச் செய்வான். பிறகு விபூதி அபிஷேகம். பூஜை நடக்கும்போது இரைந்து சூட்டுக்கோல் ராமலிங்கம் என்று ஆவேசம் வந்ததுபோல் கத்துவான். சிறுவர்களுக்கு விபூதி கொடுப்பான். அவர்களே மிகுந்த தயக்கத்துடன்தான் கையை நீட்டுவார்கள். இதற்குள் கூட்டத்தி லிருக்கும் இரண்டொரு வயதானவர்கள் “எலே, விபூதியெல்லாம் வாங்கி இட்டுக்காதங்கடா, என்னவாவது செய்துடப் போறது அது” என்பர்.

“ஏண்டா சாமா இதெல்லாம் எதுக்குடா உனக்கு, இழவு தேளையும் பாம்பையும் வச்சிண்டு, மந்திர தந்திரமெல்லாம். நாம்பள்ளாம், பிராம்மணாள்ளாம் வெச்சிக்கப்படாதேடா” என்பார்கள்.

வீராவேசம் வந்ததுபோல் சூட்டுக்கோல், சூட்டுக்கோல் என்று கத்திவிட்டு “எத்தனை பாம்புகள் பலிகொடுத்திருக்கிறேன் தெரியுமா சாமிக்கு, எல்லாம் எதுக்கு? இதோ பார், என் கையில் என்ன தெரிகிறது?” என்று உள்ளங்கையை எல்லோரிடமும் நீட்டுவான்.

“ஒன்றும் தெரியவில்லையே . . .” என்பார்கள்.

“நன்னாப் பாரு, வேல் தெரியலை? வேல், சூலம் . . .” என்பான் சாமா. அவன் போடும் இரைச்சலில் பையன்கள் நடுநடுங்கி, கையில் ஒன்றுமே தெரியாவிட்டாலும் “ஆமாமாம் வேல் தெரி யறது . . .” என்பார்கள்.

“பாத்தியா, அதுதான் சூட்டுக்கோல், என்ன செய்யணும் உனக்கு. எதை வேணும்னாலும் செய்யலாம் இதாலே. பேய் பிசாசு, பில்லி, சூன்யம் எதையும் விரட்டி விரட்டி அடிப்பேன். எத்தனை நாள் சுடுகாட்டிலே உக்காந்து நடுராத்திரியிலே ஜபம் பண்ணியிருக்கேன் தெரியுமா . . .” என்று கேட்பான் கண்களைச் சுழற்றி விழித்துக்கொண்டு.

"ஐயோ, சுடுகாட்டிலா..." என்று பயந்து கேட்டுக்கொண்டே ஓடுவார்கள். பழையபடி மூட்டையைக் கட்டி மடியில் வைத்துக் கொண்டு புறப்பட்டுவிடுவான்.

சாமா தூரத்தில் வரும்போதே சிக்கு நாற்றமும் வியர்வை நாற்றமும் அடிக்கும். ஒரே அழுக்கு வேஷ்டி. அவனைப் பந்தியில் உட்காரவைக்க மாட்டார்கள். அவனுக்குத் தெரிந்த சமையற்காரர் களும் உக்ராணக்காரர்களும்கூட அவனைத் துரத்தி அடிப்பார்கள். அவர்களில் யாருடைய பெயரையாவது சொல்லி, நாளைக்கு ராத்திரி அவன் அப்படியே துடிக்கப்போறான் பாரு, அப்போ எங்கிட்டத்தான் வரணும், வரட்டும் வரட்டும்..." என்று சிரிப்பான். ஒரு நாள் இருந்த ஊரில் மறுநாள் இருக்கமாட்டான். எந்த ஊரில் சாவு நடந்தாலும் கல்யாணம் நடந்தாலும் சாப்பிடவும் தக்ஷிணை வாங்கவும் தானங்கள் வாங்கவும் என்றே சுற்றிக்கொண்டிருக்கும் கங்காளிகள்கூடச் சாமாவை வெறுப்பார்கள். ஆனால் அந்தந்த ஊரில் இருக்கும் பெரிய மனிதர்களுக்கு அவனைத் தெரியும். பந்தியில் உட்காரவைக்க மாட்டார்களே தவிரச் சோறு நிறையப் போடுவார்கள். ஊருக்கு வரும்போது அவனுடைய தாயார் கட்டாயப்படுத்திக் கண்டித்து வைது, திட்டிக் குளத்திற்கு இழுத்துக்கொண்டு போனாலொழியச் சாமா குளிக்கவே மாட்டான். அப்படி அம்மா கட்டாயப்படுத்தும்போதுகூட அவன் தன் வீட்டுத் தாவரத்துள்ளைத் திறந்து உள்ளே போய்த் தாழ்ப்பாள் போட்டுக்கொண்டு தன் மூட்டை, சுருக்குப் பை முதலிய சாமான் களைவைத்துப் பூட்டிக்கொண்டு, பல தடவை இழுத்துப் பார்த்து விட்டுக் குளத்திற்குக் கிளம்ப ரொம்ப நேரமாகும். அந்த உள்ளில் என்ன இருக்கிறது, இவன் என்ன செய்கிறான் என்பது யாருக்குமே தெரியாது. அவன் அம்மாவோ வேறு யாருமோ அந்த உள்ளில் புகுந்ததுமில்லை. அதைச் சாமாவுக்கென்று ஒழித்துக் கொடுத்தபிறகு அவனும் அங்கே யாரையும் அனுமதித்ததில்லை. குளிக்கும்போது கூட அந்தச் சாவி அவனுடைய அரைஞாண் கயிற்றில்தான் தொங்கும். வெளியூர்களில் அவன் குளிக்கவே மாட்டான். சாவி யோடு வேஷ்டித் திரை மறைவில் வலது புறத்தில் பெரிய கனமான சுருக்குப் பையும் தொங்கும். நடக்கும்போது இடித்து இடித்து நகர்ந்து ஒதுங்கும்போதெல்லாம் விகாரமாக, வெட்கமேபடாமல் வேஷ்டியை ஒதுக்கி அதைப் பக்கத்தில் இழுத்து விட்டுக்கொள் வான். கால், அரை, ஒரு ரூபாய் நாணயங்கள் நிறைந்தவை அது. அவனுக்கு தக்ஷிணை கொடுப்பவர்கள் சிரித்துக்கொண்டே, "சாமா, ஏராளமாச் சேர்த்துப் புதைச்சு வைச்சிருக்கையாமேடா, அதிலே ஏதாவது செல்லாக் காசு, செல்லாமல் காலாவதியாகி விட்ட காசுகள் இருந்து தொலைக்கப்போறது. பாவிப்பயலே, அடிக்கடி எடுத்து மாத்தியாவது வெச்சுக்கோடா" என்று கிண்டல் செய்து கொண்டேதான் கொடுப்பார்கள்.

சாமா நிறையச் சேர்த்து வைத்திருப்பது உண்மை. எப்படி, எங்கே வைத்திருக்கிறான், எவ்வளவு என்பது யாருக்குமே தெரியாது. சின்னப் பயலாய் இருந்த காலத்திலிருந்து, பூணூல் போடுவதற்கு முன்பிருந்தே ஆரம்பித்து இருபது இருபத்தைந்து வருஷங்களாகச் சேர்த்து வைத்திருக்கிறான். அவன் வாங்காத தானம் இல்லை செத்த வீடுகளில். அது அவனுக்கு லாபகரமானதாகவும் ஆயிற்று. தானம் வாங்குவதிலும் சிலர் சில தானங்களை வாங்குவதில்லை. எள்ளு, உப்பு, கரும்பினால் செய்த ஓடம் இவற்றை வாங்க மாட்டார்கள். இவற்றிற்கு இரு மடங்கு நான்கு மடங்கு தக்ஷிணைகள் உண்டு. இதைத் தவிர இரும்புச் சட்டி தானம். இது ஒரு லக்கி சான்ஸ் சாமாவுக்கு. எல்லா இடங்களிலும் இவனுக்குத்தான் அது ஏகபோகம். இதுக்கு நிறையத் தக்ஷிணை. இத்துடன் இதைக் கொடுப்பவர்கள் கட்டிக்கொண்டிருந்த புதிய இடுப்பு வேஷ்டியும் கிடைக்கும். கடைசியில் இரும்புச் சட்டியில் எண்ணெய் வைத்து அதில் முகம் பார்த்துத் தன் பாவம், நோய்நொடிகள், அகால மரணம் எல்லாவற்றையும் இறக்கிவிட்டு அதை வாங்கும் சாமாவை எமனைக் காலால் உதைத்த சிவபெருமானாக வரித்துக் கொடுத்துத் திரும்பிப் பார்க்காமல் வேறுபுறம் திரும்பிக்கொண்டு, அவனுடைய சாப்பாட்டிற்கென்று அரிசி, பருப்பெல்லாம் கொடுத்து விரட்டுவார்கள். குளத்திற்குப் போய் ஒரு சீசாவில் எண்ணெய்யை ஊற்றிக்கொண்டு, இரும்புச் சட்டியையும் தேய்த்து எடுத்து மூட்டையில் வைத்துக்கொண்டு முகத்தை இஷ்டமில்லாமல் கழுவிக்கொண்டு பட்டை பட்டையாய் விபூதி இட்டுக்கொண்டுவந்து சோற்றையும் தின்றுவிட்டுத்தான் போவான் சாமா.

மனமறியக் காலணாக் கூடச் செலவழிக்கமாட்டான். காடாக மண்டிக் கிடக்கும் தலையையும் தாடி மீசையையும் பார்த்துக் கண்ணீர் விடாத குறையாய்க் கெஞ்சியும், அதட்டி மிரட்டியும் கூடவே இருந்து அவனுடன் மன்றாடி க்ஷவரம் செய்து கொள்ளச் சொல்வாள் தாயார். அதற்கும் அவளே காசு கொடுத்து விடுவாள். அன்றோ மறுநாளோ, அழுக்கே இல்லாத வேஷ்டி கட்டிக்கொண்டு, சட்டையும் போட்டுக்கொண்டு கும்பகோணத்திற்கோ, மன்னார் குடிக்கோ போய்வருவான். எதற்காகப் போகிறான் என்பது சிதம்பர ரகசியம். அன்று அவனைப் பார்க்க அம்மாவிற்கும் ஊரில் உள்ள அத்தனை பேருக்கும் மிகவும் சந்தோஷமாயிருக்கும். "எப்பவும் இப்படியே இரேண்டா சாமா" என்பார்கள். சட்டை வேஷ்டியுடன் வெளியூர் போய்விட்டு வந்த நாள்களில் அவன் முகமெல்லாம் மலர்ந்திருக்கும். தாவாரத்து உள்ளிலேயே இருப்பான். இரவு வெகுநேரம் சென்றதும் ஊரில் சந்தடி இல்லாத நேரத்தில் எங்கோ போய்ச் சுற்றிவிட்டு வருவான். ஊருக்கு வெளியே சுடுகாட்டில் தன் பணத்தைப் புதைத்து வைத்திருப்பதாக ரகசியமாய்த்தான் தாயாரிடம் சொல்வான். "யாராவது கொண்டுபோய் விட மாட்டார்களாடா

சாமா, எனக்குத் தரக் கூடாதா" என்று எத்தனையோ தடவை கேட்டிருக்கிறாள் பாலாம்பா. அதற்குப் பதில் சொல்லாமல், "பாம்பு படமெடுத்துக்கொண்டு அங்கே இருக்கும், சூட்டுக்கோல் ராமலிங்கம் ஆணை. ஒரு பயலும் கிட்டக்கூடப் போக முடியாது" என்பான்.

சில வருஷங்களுக்குமுன் சாமாவுக்கு வலுக்கட்டாயமாகக் கல்யாணம் செய்துவைக்க முயன்றபோதும் கல்யாணம் நிச்சயமான பிறகும் கெஞ்சிக் கூத்தாடிக் கேட்டிருக்கிறாள் அவனை. சாமா மறுத்துவிட்டான். "இன்னம் நிர்ப்பந்தம் செய்தால் வீட்டுக்கே வராமல் ஓடிப்போய் விடுவேன் ..." என்றும் பயமுறுத்தினான். அம்மா அதோடு அதை விட்டுவிட்டாள். எடுக்கும் வழிகளையும் சொல்கிறான். பாம்பு என்கிறான். சுடுகாடு, இரவு, பாம்பு ... பயமாகவும் இருக்கிறது. பல வருஷங்கள் சேர்த்த புதையல் எவ்வளவு இருக்குமோ. குறைந்த பக்ஷமாகப் பார்த்தாலும் ஒரு ஐயாயிரத்துக்குக் குறையாது என்று கணக்குப் போட்டார்கள் கிட்டாவும் அம்மாவும்.

சாமாவைக் கூடத்தில் படுக்கவைத்திருந்தார்கள். ரொம்பச் சிரமப்பட்டுச் சிறுகளத்தூர் டாக்டரை அழைத்துக்கொண்டு வந்து காட்டினார்கள். "குடல் முழுவதும் புண்ணாகிவிட்டது. இத்தனை நாள் கழித்து என்னிடம் வந்திருக்கிறீர்கள். சாமா பிழைப்பது இனிமேல் ஈசுவர ஸங்கல்பம் இருந்தால்தான்" என்று சொல்லிவிட்டுப் போனார் அந்த டாக்டர். ஊரில் இருப்பவர்கள் வந்து பார்த்தார்கள். சாமாவுக்குக் கல்யாணம் ஆகியிருந்ததால் எல்லாருமே எப்படி யாவது அவன் பிழைத்துக்கொள்ள வேண்டுமே என்று தெய்வத்தை வேண்டிக்கொண்டார்கள். சாமாவுக்குக் கல்யாணம் ஆகி, அவன் மனைவியை முதன்முதலில் தோப்பூருக்கு அழைத்து வந்தபோது ஊரில் உள்ளவர்களும் பக்கத்தூர்க்காரர்களும் குடியானவர்களும் அவர்கள் வீட்டுப் பெண்களும் எல்லாருமே, "யார் இது? சாமாவின் பெண்டாட்டியா!" என்று திறந்தவாய் மூடாமல், கண்களை விரித்துக்கொண்டு கேட்டார்கள். பார்த்துப் பார்த்து மலைத்தார்கள். அத்தனை பேருடைய கேள்வியிலும் வியப்பிலும் அந்தப் பெண் சாமாவுக்கு வாழ்க்கைப்பட்டு மாமியார் வீட்டில் வாழவும் வந்துவிட்ட செயலின் பொருத்தமின்மை வெளிப்பட்டது. முதல் ஆச்சரியம் அந்தப் பெண்ணின் சிவப்பு நிறம். அவள் உடம்பு சற்றே பருத்து அவளுடைய உயரமின்மையை அதிகமாகக் காட்டி அவளைக் குள்ளமாக்கியது. களை இல்லாவிட்டாலும் குறை தென்படாத முகம். மசமசவென்று சோம்பல் தளும்பும் இடுங்கிய கண்கள். குறுகலான நெற்றி, துவளாத விரைத்த காதுகள். மழுங்கிய, உயரமில்லாத, அமுங்கிய மூக்கு, தடித்த சின்னப் புருவங்கள், அதிக நீளமில்லாத இளம் செம்பட்டைக் கூந்தல். அடர்த்தியும் இல்லை. உடம்பின் மேடுகள்கூட எடுப்பானவை; சற்றே பெண் மையை வலியுறுத்துபவையும்கூட. இன்னும் சற்று உயரமிருந்து,

இப்போது அணிந்துள்ள மலிவான காக்காப்பொன் சங்கிலியும் கண்ணாடி வளைகளும் பழைய சிவப்புத் தோடுமான நகைகளுக்குப் பதிலாகத் தங்கமும் வைரமும் பூட்டிவிட்டால், பெரிய இடத்துப் பெண்மை தோன்றிவிடலாம் அவள் உடம்பில். அவளைப் பார்க்கும் போது சாமாவுக்கு எதுவும் நேராமல் இருக்க வேண்டுமே என்ற கவலை எல்லார்க்குமே அப்போது ஏற்பட்டது.

◻

20

ஒரு நாள் காலை நேரம். சாமா முகத்தில் ஒரு தெளிவும் உயிர்க்களையும் திடீரென்று தோன்றிப் பரவியது. அம்மாவையும் தம்பியையும் கூப்பிட்டான் தன் அருகே. "அவள் எங்கே..." என்று கேட்டான்.

"அவள் ஆத்தில் இல்லை, கொல்லையில் இருக்கிறாள்..." என்று குழப்பத்தோடு சொன்னாள் பாலாம்பா.

"அடாடா... அந்தக் கஷ்டம் வேறையா..." என்றான் சாமா. சிரமப்பட்டுச் சிரித்தான். தன்னை உட்காரவைக்கச் சொன்னான். "இன்றுதானே பௌர்ணமி. நீங்கள் புதையல் எடுக்கச் சுடுகாட்டுக்குப் போக வேண்டிய நாள். போக வேண்டாம். நான் போய்க் கொள்கிறேன் அங்கே..." என்று சொல்லிச் சிரமத்துடன் சிரித்துக் கொண்டே, தன் அரைஞாணிலிருந்து தாவாரத்து உள்ளின் சாவியை அவிழ்க்க முடியாமல் அவிழ்த்து இருவர் கைகளையும் சேர்த்து சாவியைக் கொடுத்தான். "அவளுக்கும் கொடுங்கோ கொஞ்சம். அம்மா நம்ம நெலம் அவளுக்கு வேணும். நீங்க இதை எடுத்துங்கோ" என்றான். சிரிப்பு மறைந்தது. மெல்லப் படுத்துக்கொண்டான். கண்கள் மேலே செருகின. சுவாசம் இழுக்கத் தொடங்கியது. படுத்துக்கொண்டான். சாமாவின் பிரக்ஞை மறைந்துவிட்டது. அவனை இருவரும் மெல்லத் தூக்கி ரேழிக்குக் கொண்டுவந்தார்கள். சுவாசம் ஓடிக்கொண்டிருந்தது. அந்தப் பெண்ணை வாசற்பக்கம் வரச்சொல்லிச் சாமாவைக் காட்டினார்கள். அவளுக்கு அழக்கூடத் தெரியவில்லையே என்று எல்லோரும் பரிகாசம் செய்தார்கள். ஊரில் யாருமே ஆண்பிள்ளைகள் கிடையாது. சமையற்கார முத்து அப்பொழுதுதான் அயலூர் போய்விட்டு வந்தான். சாஸ்திரிகளுக்குச் சொல்லி அனுப்பினார்கள். மாத்தூருக்கு ஆள் அனுப்பினார்கள். கணக்குப்பிள்ளை சீனியும் தன் பிள்ளையை அனுப்பிக் கிட்டாவுக்குக் கூட நின்று ஆக வேண்டிய காரியங்களைக் கவனிக்கச்

சொன்னார். முத்து, கிட்டாவையும் பாலாம்பாளையும் தன் வீட்டில் சாப்பிடும்படி வற்புறுத்தினான். "சின்ன வயசுப் பிராணன்; விட்டுப் போக மனமில்லாமல் தவிக்கிறது. சாமாவின் மனசில் என்னென்ன எண்ணங்களோ, இன்னம் நேரமாகும்போல் இருக்கிறது. அதற்குள் ஒருவாய் சாப்பிட்டு விடுங்கள்" என்றான் முத்து. இலையில் உட்கார்ந்தார்களே தவிரக் குத்திப் பிடுங்கிற்று. சாப்பிட்டதாகப் பெயர் செய்துவிட்டு வந்தனர். சாமாவின் வாயில் பாலைத் துணியில் நனைத்துப் பிழிந்து பார்த்தார்கள்; உள்ளே போகாமல் வழிந்தது. பக்கத்தூரிலிருந்து பாலாம்பா மாமிக்கு மிகவும் வேண்டிய ஓரிருவர் வந்தனர். கிட்டாவுக்கு முன்பு பணம் கொடுத்து உதவியவர் இப்போது அவனிடம் மிகவும் பிரியமாகவும் கௌரவப் புத்தியுடனும் பழகிக்கொண்டிருந்தார். பிற்பகல் மூணு மணிக்கு சாமாவின் உயிர் பிரிந்தது. மாத்தூரிலிருந்து மாச்சியும் அம்முவும் மாச்சியின் கணவரும் வந்து சேர்ந்தார்கள். எல்லாம் நடந்தன. கிட்டாவே சாமாவுக்கு ஈமக்கடன்களைச் செய்தான்.

சந்துருவையர் வீட்டுச் சாவி கணக்குப்பிள்ளை சீனியிடம் இருந்தது. கிட்டாவின் வீடு புழங்குவதற்குப் போதாதென்று சீனி அய்யங்காரே சந்துருவையர் வீட்டுச் சாவியைக் கொடுத்தனுப்பி னார். இஷ்டமில்லாவிட்டாலும் மாச்சியும் மற்றபடி வந்தவர்களும் அங்கு தங்கினார்கள்.

மறுநாள் தாவாரத்து உள்ளைத் திறந்து பார்க்கச் சொன்னாள் பாலாம்பாள். இருவரும் உள்ளே சென்று தேடினார்கள், ஒன்றும் தென்படவில்லை. பைத்தியம் ஏதோ உளறிவிட்டதாக நினைத்துக் கொண்டு, துக்கமும் வேதனையும் கொண்டு பாலாம்பாள் வெளியே வந்து உட்கார்ந்து அழ ஆரம்பித்துவிட்டாள். அவளுக்கு தன் மூத்த மகன், மாட்டுப் பெண்ணையும் வைத்துவிட்டுப் போய்விட்டானே என்ற துக்கத்தில், காசு பணம் பற்றிய எண்ணமே மறைந்துவிட்டது. கிட்டா அரிக்கன் லைட்டை ஏற்றிக்கொண்டு போய்த் தேடினான். அங்கே முன்பு சாமா படுத்துக்கொள்ளும் இடத்தின் தலைமாட்டில், கீழே பறித்து மூடியதைப் போல் இருந்தது. பக்கத்தில் பழைய இரும்புத் துடுப்பு ஒன்றும் கிடந்தது. அல்வா கிளறும் துடுப்பு அது. அதை எடுத்து அந்தத் தரையைக் கொத்திப் பறித்துப் பார்த்தான் கிட்டா. ஒரு பழைய சிக்கும் அழுக்கும் பிடித்திருந்த தலையணை உறையில் மடித்து வைத்திருந்த கனமான முடிச்சு இருந்தது. எடுத்துக் கீழே கொட்டினான். பழைய பஞ்சுத் தூசி ஒட்டியிருந்த பவுன்கள் பளபளவென்று கொட்டியதைப் பார்த்த கிட்டா, மூர்ச்சை போட்டதுபோல் ஆகிவிட்டான் ஒரு நிமிஷம். ஏதாவது பாம்பு இருக்கிறதா என்றுகூடப் பயப்படும் உணர்ச்சி ஏற்பட்டது அவனுக்கு. கண்களையே நம்ப முடியவில்லை. சத்தப்படுத்தாமல் கையால் தடவிப் பார்த்தான். அந்தத் தலையணை உறையிலேயே எண்ணிப் போட்டான் மெல்ல. இருநூறு பவுன்கள். அன்றைய விலைக்கு கிட்டத்தட்டப் பதினாயிரம் ரூபாய்கள். அந்தப் பையோடு

கொண்டு போய்த் தன் பெட்டியில் வைத்து பூட்டிவிட்டு வந்து தாவாரத்து உள்ளையும் பூட்டினான். அழுது கொண்டிருக்கும் தாயாரிடம் போகும்போது அவனும் அழுதுகொண்டிருந்தான். "அம்மா, அண்ணா நிறையவே சேர்த்து வெச்சிட்டுப் போயிருக்கான் அம்மா. அவன் உயிருடன் இருந்தால் அவனை ராஜா மாதிரி வைத்துக்கொள்வேனே அம்மா. மன்னியையும் விட்டுட்டு இத்தனை செல்வத்தையும் விட்டுட்டுப் போயிட்டானே அம்மா . . ." என்று அழுதான்.

சாமாவை அண்ணாவென்றும் அவன் மனைவியை மன்னி யென்றும் அவன் முதல் தடவையாக அப்பொழுதுதான் குறிப்பிட் டான். பாலாம்பாவின் அழுகைக் குரல் முன்னிலும் வலுத்தது.

"அவன் வாங்காத தானம் இல்லை, திங்காத பொணச் சோறும் இல்லை. இந்தப் பரம்பரைக்கே இல்லாத தலையெழுத்து இது. அவனுக்குத் தான தர்மமெல்லாம் நிறையச் செய்யணும். பசுமாடு உள்பட தானம் குடுக்கணும்டா. நான் கோவிலுக்கு நூறு குழி எழுதி வைக்கப்போறேன். சாஸ்திரிகள் கிட்ட சொல்லி நிறைய வைதீகாளை வரவழைக்கணும். சாமாவைத் தெரியாத கங்காளி களும் இல்லை; அதனாலே, சாம்பல் கரைக்கிற நாள்ளேந்து பதிமூணு நாள் கிரேக்கியம் வரை எத்தனை பேர் வந்தாலும் சாப்பாடு போடணும். பழம் நெல்லாவோ இல்லே அரிசியாகவோ பார்த்து நிறைய வாங்கிப்போடு. உனக்கும் பீடா பரிகாரமாயிருக்கும்" என்றாள் பாலாம்பா.

அப்படியே செய்தான் கிட்டாவும். திருச்சியிலிருந்து பணம் வந்தது. அவன் ரொம்பப் பணக்காரனாய்விட்டிருந்ததாக அம்மு வுக்கு எடுத்துக்காட்டிக் கரையாகக் கரைத்தாள் பாலாம்பா. மாச்சியும் சொன்னாள். "அப்படி என்ன வயசாயிடுத்து நம்ம மாமா வுக்கு? முப்பது இருந்தா ஜாஸ்தி; உனக்கும் பதினைஞ்சாயிடுத்து; காத்திரமாகவும் இருக்கே. இளையாளா வாக்கப்படறது கிடையாதா என்ன? நம்ம அப்பா நம்மை எப்படி வெச்சிட்டுப் போயிருக்கார். வேறே யார் இருக்கா நமக்கு. ஒரு சமையற்காரனைக் கிளப்பிலே வேலை செய்யறவனைப் பார்த்தாக்கூட ஆயிரக்கணக்கிலே பணம் வேணுமே. கொஞ்சம் வயசு கூடங்கிறதைவிட மாமாவுக்கு என்ன குறைச்சல்? அவன் கிட்டே நாலு பேர் வேலை பார்க்கிறாளாம். பெரிய வியாபாரமாம். கார் வாங்கிக்கப்போறானாம். மகராசியா வாழப்போறே; பேசாம ஒத்துக்கோ. நான்தான் இப்படி ஒரு ரண்டாங்கெட்டானுக்கு வாக்கப்பட்டுட்டுத் திண்டாடறேன். சோத்துக்கு வழியில்லாத பயலா எவனாவது சின்னப்பிள்ளையா வருவான்னு நப்பாசைப்படாதே. கை நிறையச் சம்பாதிக்கிறான் நம்ம மாமா. கண்ணுக்கும் நிறைஞ்சவனாத்தான் இருக்கான். நம்ம அம்மாவும் செத்துப்போயி, அப்பாவும் நம்மை சந்தியிலே விட்டுட்டுப்போன கஷ்டம் நமக்குத் தெரியாம, நம்ம பாட்டி

தானே நமக்குத் துணையாயிருந்தா. உன்னை எப்படித் தாங்கி யிருக்கா பாட்டி. அவள் மனசு நோக அடிக்கலாமா?" என்றெல்லாம் மாச்சி நல்ல வார்த்தை சொல்லி உபதேசம் செய்தாள். அம்முவுக்கும் சம்மதம் வந்துவிட்டது. மாத்தூரில் வைத்துக்கொள்ளலாம் கல்யாணத்தை என்று முடிவு செய்யப்பட்டது.

சாமா பவுன்களாகவே வாங்கிச் சேர்த்துவைத்திருந்தான். அவன் வெள்ளை வேஷ்டி கட்டிக்கொண்டு கும்பகோணத்திற்கும் மன்னார்குடிக்கும் போய் வந்த ரகசியமும் தாவாரத்து உள்ளைப் பூட்டிப் பூட்டி வைத்துக்கொண்டிருந்த ரகசியமும் இப்போதுதான் விளங்கின. ஊராருக்கு அவன் காட்டிய சூட்டுக்கோல் ராமலிங்கம் விளையாட்டையே தன் அம்மாவுக்கும் தம்பிக்கும் காட்டியிருந்தான். பாலாம்பாவும் கிட்டாவும் அந்த ரகசியத்தை மேலும் பரம ரகசிய மாக்கி விட்டிருந்தார்கள். அது கிட்டாவுக்கும் அநுகூலமாயிற்று. பவுன் பதினைந்து ரூபாய்க்குக் குறைவாகவும், பதினைந்து ரூபாய்க் கும் விற்ற காலத்திலிருந்தே சாமா பவுன் வாங்கிச் சேர்த்திருந்தான். படிப்படியாய் ஏறிவந்த காலத்திலும் வாங்கினான். காலம் மாற மாற அவனுக்குக் கிடைக்கும் பிணக் காசுகளும் கல்யாணக் காசுகளும் கூடுதலாயிருந்தன.

கிட்டாவை யாருமே கட்டிப் பிடிக்க முடியாது இனிமேல். அவன் பலே பேர்வழி இல்லையா . . . நிறைய இருப்பதாகச் சொன் னானே தவிர, உண்மையில் எவ்வளவென்று அம்மாவிடம்கூடச் சொல்லவில்லை. தன் நிலத்தைக் கேட்காமல் அவன் விட்டதே போதுமென்று நினைத்துக்கொண்டாள் பாலாம்பா. கிட்டா இந்தப் பத்துப் பன்னிரண்டு வருஷங்களில் அனுப்பிய பணத்தில் அவள் இன்னும் கொஞ்சம் நிலம் வாங்கிச் சேர்த்திருந்தாள். எல்லாமே தன் பேரில் இருப்பது நல்லதென்று அவள் நினைத்ததும் இப்போது சரியெனவே பட்டது. சாமாவின் பெண்டாட்டி உள்ள வரையில் இந்த வீடும் நிலமும் அவள் சொத்தாயிருக்கும். அதற்குப் பிறகு கிட்டாவும் அவன் வாரிசுகளும் அடைய வேண்டுமென்று ஒரு ஸெட்டில்மெண்ட் எழுதிவிட்டார் சீனி அய்யங்கார். கிட்டா அதைச் சிறிதும் மறுக்கவில்லை. அவனுக்குக் கிடைத்த புதையலை வைத்து அவன் பல மடங்காகப் பெருக்கிவிடுவான். சட்ட பூர்வமாகச் சீமாவைக் கூட்டாளியாக்கிக்கொள்ளும் நிர்ப்பந்தமும் நீங்கிவிட்டது அவனுக்கு.

பாலாம்பாவும் மாத்தூருக்குப் போய்க் கல்யாண காரியங்களில் ஈடுபட்டாள். கிட்டா பதினைந்து பவுன் நகை செய்து அனுப்பி னான் அம்முவுக்கு. திருச்சியில் தன் கடைக்குப் பின்புறம் இருந்த வீட்டின் பகுதியைப் பல வசதிகளுடன் தன் ஜாகையாக மாற்றி அமைத்துவிட்டான்.

சீமா அய்யங்காரும் பூமாவும் கல்யாணத்திற்கு வந்தார்கள். பூமா அப்போது மிகவும் நேர்த்தியாகவும் நாகரிகமாகவும் நடந்து

கொண்டாள், யாருக்கும் இம்மிகூடச் சந்தேகம் தோன்ற இடமில்லா மல் இருந்துவிட்டுப் போனாள். அவள் மாத்தூரில் ஐந்தாறு நாள் தங்கியிருந்தாள். சீமா கல்யாணத்தன்று இரவே கிளம்பிவிட்டார். கடையை வேறு யார் பார்த்துக்கொள்வார்கள்? நாளுக்கு நாள் வளர்ந்து வரும் வியாபாரம். சாமாவின் புதையல் கிட்டாவின் வியாபாரத்தை மிகவும் விஸ்தாரமாக்க உதவியிருந்தது. ஆகவே சீமா பறந்துகொண்டு போனார். பூமா, மாச்சிக்கும் அம்முவுக்கும் தாய்போல இருந்தாள் மாத்தூரில். மாச்சியின் புருஷரைப் பார்த்துத் தான் கேட்டிருந்த கதையையும் ஒப்பிட்டு வருத்தப்பட்டாள். மாச்சியின் தோற்றமும் காரியங்களும் பூமாவை அயரவைத்தன. அவளை மனைவியாகப் பெற முடியாமற்போன கிட்டாவின் ஏக்கம் புரிந்தது அவளுக்கு. அம்முவுக்குத் தன் கையால் அலங்காரம் செய்து அனுப்பினாள் கிட்டாவிடம். அந்தத் தாய்மை உணர்வில் பூமாவுக்கும் ஒரு நிறைவு வந்தது. தான் அதுவரை, மாச்சியின் ஸ்தானத்திலோ அம்முவின் ஸ்தானத்திலோ இருந்து பெற்ற பேறு போதுமே என்ற நிறைவை உணர்ந்தாள். தான் ஒன்றும் அப்படி மாசுண்டு விட்டதாகக்கூடத் தோன்றவில்லை அவளுக்கு. யாருக்கும் இடைஞ்சல் இல்லாமல் தான் சில காலம் தனக்குரியதைப் பெற்று மகிழ்ந்ததில் தவறு காணாத மனப்போக்கை அடைந்தாள். தனக்குத் தானே சமாதானம் செய்துகொள்ளும் தாபமாகக்கூட இது தோன்ற வில்லை அவளுக்கு.

கிட்டா, இளமையில் அம்முவைத் தூக்கி விளையாடியவன். ரப்பர் பொம்மை போல் இருப்பாள் அம்மு. தோள்மேல் போட்டுத் தட்டித் தூங்கப் பண்ணுவான். கொழுகொழுவென்றிருக்கும் அவளைத் தூக்கி மேலே எறிந்து பிடித்துத் தழுவிக் கொஞ்சியிருக் கிறான். அம்முக்கண்ணு இல்லே, அம்முக் கொழுக்கட்டை என்று முத்தமிட்டுப் பொய்க் கவ்வு கவ்வி விளையாடியிருக்கிறான். அவளுடைய பெண்மை வளர்ந்து வந்த ஒவ்வொரு பருவமும் அவள் உடலில் சுவைகள் ஊறிவந்த ஒவ்வொரு கணுவும் அவனுக்குத் தெரியும். அவன் கண்ணிலும் மனத்திரையிலும் அவளுடைய அழகு கூடிவந்த ஒவ்வொரு படியும் பதிந்திருந்தது. அவனுக்கு வாழ்க்கைப் படுவதைத் தவிர வேறு வழியே இல்லையென்ற நிலையில் அம்மு கிட்டாவுக்கு உடமைப் பொருள் ஆனாள். அவளுக்குப் பதினைந்தோ பதினாறோதான் வயது. கிட்டா முப்பதைத் தாண்டியவன். அம்முவைத் திருச்சிக்கு அழைத்துக்கொண்டு வந்தான். அவளுக்குத் துணைக்கா வும் வீட்டு வேலைகளைச் செய்யவும் தன் அண்ணன் மனைவியை யும் கூட அனுப்ப வேண்டும் என்று அவன் கேட்டபோது பாலாம் பாவுக்கு அது முதலில் இஷ்டப்படவில்லை. பிறகு கிட்டா அதிகாரத் தோரணையில் சொன்னபோது மறுக்காமல் அனுப்பிவிட்டாள். அம்முவும் அந்தப் பெண் தன்னுடன் இருப்பது சற்றே ஆறுதலாக இருக்கும் என்று நினைத்தாள்.

அம்மு செல்வச் சீமாட்டி ஆனாள். பெரிய மாமாவின் மனைவி யந்திரம்போல வீட்டு வேலைகளைச் செய்தாள். வேறு வேலைக்காரி யும் வேலைக்காரர்களும் அமர்த்தப்பட்டனர். கிட்டா சொந்தமாகக் கார் வாங்கிவிட்டான்.

பூமாவும் வந்து குடித்தனத்திற்கான யோசனைகளைச் சொல்லி வந்தாள். கிட்டாவின் வீட்டுக்கு வரும்போதெல்லாம் பூமா அவனிடம் அதிகம் பேசிப் பழகாமல் ஜாடையாக இருந்துவிடுவாள். இரவு ஏழு ஏழரை மணிக்குக் கிட்டா பூமாவைத் தேடிக்கொண்டு போவான். சில மாதங்கள் இப்படிக் கழிந்த பிறகு, பூமா கிட்டாவுக்கு எடுத்துச் சொல்லித் தாங்கள் இருவருமே இனிமேல் பழைய இன்ப நினைவு களை நினைத்துக் கொண்டு திருப்தியடைய வேண்டுமே தவிரத் தொடர்ந்து முன்போலவே பழகுவது நல்லதல்ல, கிட்டாவின் ஆண்மைச் செல்வம் இனிமேல் அம்மு ஒருத்திக்குத்தான் சொந்த மாக வேண்டும் என்று கண்டித்துவிட்டாள்.

அம்மு, கிட்டாவைத் திருப்திப்படுத்துவதில் மனப்பூர்வமாக இஷ்டமுள்ளவளாகத்தான் இருந்தாள். தாலிக்குக் கழுத்தை நீட்டிய க்ஷணத்திலிருந்து அவனைத் தெய்வமாக, தன் காவலனாக ஏற்றுக் கொண்டுவிட்டாள் என்று சொல்வதைவிட அவள் நெஞ்சில் அது எப்போதுமே உறுத்தியதில்லை என்றுதான் சொல்ல வேண்டும். ஆனால் அவள் உடம்பு வாகும் அவள் உடல் இயற்கையும் ஊற்று நீர் ஊறுவது போன்ற, மென்மையான நிதானமான வேட்கையைத் தான் அவளுக்கு அளித்திருந்தன. கிட்டா விரும்பிய, அவன் திளைக்க விரும்பிய காட்டாற்றுப் பெருக்காக அம்முவின் வேட்கை எதிர் விளைவைத் தராததால், கிட்டாவுக்கும் அவளுக்கும் இருக்க வேண் டிய அந்த ஏகாந்த அந்தரங்கத்தில் விரிசல் விழுந்தது. அந்தரங்கங்கள் அவள் மனத்திற்கு அச்சமும் எதிர்ப்பும தரத் தொடங்கின. மூன்று நாள் 'கெடுக்'களை அவள் ஏங்கி எதிர்பார்க்கத் தொடங்கியிருந்தாள்.

கிட்டாவுக்கு வருமானம் பெருகியது. முத்து, தங்கவேலு என்ற இருவர் கார் டிரைவர்கள், கிட்டாவின் நம்பிக்கைக்குப் பாத்திரமானவர்களாக இருந்துகொண்டு டாக்ஸியாக ஓட்ட வென்று ஒரு காரை வாங்கச் சொன்னார்கள். காரைக்கால் பாண்டிச்சேரி யிலிருந்தும் பெங்களூரிலிருந்தும் விஸ்கி, பிராண்டி சரக்குகள் கொண்டுவந்து விற்கும் வியாபாரம் கிட்டாவைப் பெரிய பணக்காரன் ஆக்கியதோடு மேலும் மேலும் முதல் போடும் ஆசையையும் வளர்த்தது. அகலக்கால் மேலும் அகலமாய் விரிவாய் வளர்ந்துகொண்டே போயிற்று. அப்படிப் பல விதத்திலும் பணம் சேரும் அந்தச் சந்தோஷத்தை மட்டும் அனுபவிப்பது போதவில்லை கிட்டாவுக்கு. அதை அம்முவுடன் பகிர்ந்துகொள்ளும் சாக்கில் இன்பமான வெறி நிமிர்ந்த நெஞ்சோடு அவன் போனபோதெல்லாம், அவனுக்கு அம்முவின் ஊற்று நீர் போதவில்லை. காட்டாற்று வெள்ளப் பெருக்குக் கிடைக்காத ஏமாற்றம் அவனை என்ன வெல்லாமோ

செய்தது. பூமா அறவே விலகிவிட்டாள். கூண்டில் உறுமும் புலிபோல் குமைந்தான் கிட்டா.

தான் வீட்டில் இல்லாமல், கொல்லையில் இருந்த ஒரு சந்தர்ப்பத்தில் கிட்டா மன்னியைப் பல தடவை அலங்கோலப்படுத்தி விட்டதை ஊகித்தறிந்தாள் அம்மு. அந்த மன்னி எல்லாம் ஆன பிறகு அழுதது, முட்டிக்கொண்டது. அம்முவுக்கும் அழுகைதான் வந்தது. மன்னியைத் தோப்பூருக்கு உடனே அனுப்பாவிட்டால் நான் என்ன செய்வேனோ தெரியாதென்று கத்தினாள். மன்னியும் அலறிப் புடைத்துக்கொண்டு கிளம்பிவிட்டாள். சமையலுக்கும் மற்ற உதவிக்காகவும் யாரும் வேண்டாம் என்று சொல்லிவிட்டாள் அம்மு.

பூமாவிடம் போனான் கிட்டா, நடந்ததை அரைகுறையாகச் சொன்னான். தனக்குப் பைத்தியம் பிடித்துவிடும்போல் இருப்பதாகவும், உடம்பை விட்டு உயிரே பறந்து போய்விடுவதுபோல உடம்பு முழுவதும் ஒரு வெலவெலப்பும் பரபரப்பும் பரவுவதாகவும் சொல்லிக்கொண்டே அவள் மடியில் சாய்ந்தான். கிட்டாவுக்கு எதுவும் நேர்ந்துவிடக் கூடாதென்ற அக்கறை உண்டு பூமாவுக்கு. காசு பணத்தையும் மீறிய அக்கறை அது. கிட்டாவின் கொதிப்பை ஆற்றிக் குளிர்வித்தாள். அந்தக் குளம் இன்னும் தூர்ந்துவிடவில்லை. வற்றியும்விடவில்லை. கிட்டாவின் தாபம் இனி எப்போதும் தணியாமல் இருக்காது.

சிறுதாகம் தணிய அம்முவின் நீரூற்றும் சுவை தந்தது. அம்மு கருத்தரித்தாள். அம்மாவும் மாச்சியும் மாத்தூர் அசடும் வந்தார்கள். மன்னி வரவில்லை. வளைகாப்பு சீமந்தக் கல்யாணங்களை மிகவும் நன்றாக, நிறையச் செலவழித்து நடத்தினார்கள். திருச்சியில் ஒரு பெரிய ஆளாகியிருந்த கிட்டா, இந்தக் கல்யாணத்தின் மூலம் இன்னும் பெரியவன் ஆனான். பலதுறைப் பிரமுகர்களும் வந்து கலந்துகொண்டு சிறப்பித்தனர். முக்கியமாகத் திருச்சி சாஸ்திரிகள் உலகம், வைதீக தர்மத்திற்கு ஒரு புதிய ரக்ஷகர் கிடைத்துவிட்டதாகவே ஊர் முழுவதும் பிரசாரம் செய்து புகழ் தேடித்தந்தது. ஆஸ்திக சமாஜம், பக்தஜன சங்கம், அத்வைத சபை, திருப்பணி கமிட்டிகள் முதலிய ஸ்தாபனங்கள், கடவுளுக்கும் பக்தி மார்க்கத்திற்கும் ஞானயோகத்திற்கும் துணையாகக் கிட்டாவை இழுத்துப் போட்டுக்கொண்டன. கடவுளைக் காப்பாற்ற முயலும் மும்முரத் தோடு ஊரில் நடக்கும் எல்லாக் காரியங்களிலும் கிட்டாவின் பெயர் அடிபட்டது. கிட்டா அன் கோ வியாபாரம் நாளுக்கு நாள் வளர்ந்தது. கிட்டா தர்ம காரியங்களுக்கு நிறையச் செலவு செய்தான். உண்மைப் பெரிய மனிதனுக்கு இருக்க வேண்டிய அத்தனை அங்கங்களும் நிறைந்துவிட்டன. பணக்காரக் கோயில்கள் முதல் ஏழைப் பிள்ளையார் கோயில்வரை உள்ள அத்தனை தெய்வங்களும் மலைக்கோட்டை அய்யனார் பிடாரிகள் உட்படக் கிட்டாவுக்குத்

துணையாய் நிற்க, கிட்டா விசுவரூபமெடுத்து வளர்ந்தான். அவன் ஆரம்பத்திற்குத் தகுந்த அளவுக்கு அது விசுவரூபம். பாலாம்பாவுக்குத் தன் பிள்ளையின் செல்வமும் செல்வாக்கும் கசக்குமா? துளியும் கசக்கவில்லை. ஆனால் அவள் அடித்தொண்டையில் சற்றே காறிற்று; கரணைக் கிழங்கின் காறல் போல். அவள் விரைவாகவே மாச்சியுடன் ஊருக்குப்போய்விட்டாள். பூமா உதவிக்கென்று வந்தாள். இரவுவரை இருந்துவிட்டுப் போவாள். சிறிதுகூட அலுத்துக்கொள்ளாமல் சமையலும் பிற உதவிகளும் செய்வாள். மிகவும் பிரியமாகவும் பாசத்துடனும் அம்முவுக்குத் துணைநின்றாள்.

அம்முவின் பிரஸவம் நெருங்கிற்று. தலைச்சன் ஆயிற்றே, ராஜ சௌக்கியங்கள் செய்யப்பட்டன. டாக்டர் அவளை நடமாட வேண்டுமென்றும், குனிந்து நிமிர்ந்து வேலைகள் செய்ய வேண்டு மென்றும் சொன்னார். பூமா விடவில்லை. காரில் டவுனுக்கு வெளியே போய்ச் சிறிது தூரம் நடக்கலாம் என்று யோசனை சொன்னார் டாக்டர். அம்முவைத் தனியே அனுப்பக் கிட்டா சம்மதிக்கவில்லை. சில நாள் தானே கூடப் போனான். ஆனால் அது நீடிக்க முடியவில்லை. அவனுக்கு எத்தனையோ அலுவல்கள். தன்னைத் தனியே போகவிடாத கிட்டாவின் எண்ணத்தில், தன்னிடம் அவனுக்குள்ள கரிசனத்தைக் காணவில்லை அம்மு. சில சமயங்களில் அவன், அதிலும் கோயில்களில், திருவிழாக்களில், கடை கண்ணிகளில் அவன் தன்னை நடத்திய விதத்தில், தான் ஏற்கெனவே அறிந்து வேதனைப்பட்ட ஞாபகம்தான் வந்தது அவளுக்கு. தன்னை வேறு ஆண்பிள்ளைகள் கண்ணால் பார்ப்பதைக்கூடப் பொறுக்காதவன் கிட்டா. பொறுக்காதவன் என்று கூடச் சொல்லக் கூடாது. பிறர் தன் மனைவியைப் பார்ப்பதை வெறுத்து ஒதுக்கும் அளவுக்குச் சின்னத்தனமான சந்தேகம் இது. இந்த ஞாபகம்தான் வந்தது அம்முவுக்கு. பூமா இந்தச் சிக்கலுக்கும் பரிகாரம் கண்டாள். அம்முவுடன் தான் சென்றுவருவதாக வற்புறுத்திக் கூறி அவளுடன் போய்வரும் கடமையையும் மேற் கொண்டாள்.

பிள்ளைப்பேற்றுக்கு உதவ பாலாம்பாள் வந்தாள். பூமா அன்றே விடைபெற்றுச் சென்றாள். அம்முவுக்கு ஆண் குழந்தை பிறந்தது. பெரிய குழந்தை. மிகவும் சிரமப்பட்ட பிரஸவம். பாலாம்பாள் எல்லா வேலையையும் செய்து மிகவும் களைப் படைந்தாள். திருச்சி அவள் உடம்புக்கு ஒத்துக்கொள்ளவில்லை. அவள் மருந்தும் சாப்பிடுவதில்லை. வயது முதிர்ந்தவள், கண்டதைத் தின்பானேன், குடிப்பானேன் என்று மருந்துகளை ஒதுக்கினாள். கிட்டா தடுத்தும் கேட்காமல், குழந்தைக்கு ஆண்டு நிறைவு ஆனதும் தோப்பூருக்குப் போய்விட்டாள்.

திடீரென்று ஒரு நாள், பிளந்த குறிப்பத்தாறு பஞ்சகச்சமும், பன்னிரண்டு திருமண் காப்பும், சட்டையில்லாத திரு மேனியுமாய் வந்தார் சீமா அய்யங்கார்.

“என்ன ஸார் இது? மன்னிச்சிக்கணும் என்ன ஸ்வாமி இது? திவ்விய சேவையாயிருக்கே!” என்று ஆச்சரியப்பட்டான் கிட்டா.

“ஆமாம், இனிமேல் இப்படித்தான். எங்க ஆசார்ய ஸ்வாமி ஏளினார். பிரபத்தி பண்ணிண்டோம். தங்கமணிதான் இனிமேல் ‘கேஷ்’ பார்ப்பான். நான் தினம் இரண்டு மூன்று தடவை வந்து கவனித்துக்கொள்வேன். அவனே உட்கார்வான் என் ஸீட்டில். நாங்க இனிமேல், திருவாராதனம், பிரபந்த பாராயணம், பெருமாள் சேவிக்கிறது, இது தவிர லௌகிகத்தில் ஈடுபடப்போவதில்லை” என்றார்.

“ஆகா, அப்படியே செய்யறது. அடியேனுக்கு இதைவிட வேறே சந்தோஷம் ஏது ஸ்வாமி? தேவருக்கு தாசன் எல்லா விதத்திலும் கடமைப்பட்டவன். என்றும் அப்படியே இருப்பேன்” என்றான் கிட்டா. கிட்டா சீமாவின் வீட்டுக்குப் போனபோது பூமா புதிய தோற்றத்துடன் மடியாய் வரவேற்றாள். “இனிமே எல்லாமே போதுமே . . .” என்றாள்.

“சரி, தேவிகள் சொன்னதுக்குத் தாசன் மறுக்கமாட்டேன்” என்றான் கிட்டா.

மூத்த குழந்தைக்கு இரண்டு வயது முடிவதற்குள் சின்னவனும் பிறந்துவிட்டான். பாலாம்பா வர முடியவில்லை. பூமாதான் முயன்று அனுபவமுள்ள ஒரு வயதான அம்மாளை ஏற்பாடு செய்தாள். இந்தத் தடவையும் அதிக சிரமமான பிரஸவம். இனிமேல் இது நேரக் கூடாது என்ற அளவுக்கு லேடி டாக்டர் வற்புறுத்திவிட்டுச் சென்றாள். அவளுக்கு நிறையப் பணம் கொடுத்து அடிக்கடி வந்து கவனித்துக்கொள்ள ஏற்பாடு செய்தான் கிட்டா. குழந்தையை வளர்ப்பதற்கே மிகவும் சிரமமாயிருந்தது. அம்முவின் உடம்பு தேறப் பல மாதங்கள் ஆயின. ஆனால் அந்த லேடி டாக்டர் மிக நன்றாய் வைத்தியம் செய்துவந்ததால் உடம்பும் தேறிப் பழைய அழகும் புஷ்டியும் பெற்றுவந்தாள் அம்மு. கடைசியில், இனி வைத்தியம் தேவையில்லை என்று சொல்லிவிட்டு விடைபெறும்போது, “மிஸ்டர் கிட்டா, அம்மு, இனிமேல் உங்களுக்குச் சகோதரி; ஜாக்கிரதையாய் இருங்கள்” என்று சொல்லிவிட்டுப் போனாள்.

மூத்தவனுக்கு நான்கு வயது. கிடந்தால் கிடந்த இடத்திலேயே கிடந்தான். நடந்தால் நடந்துகொண்டே இருந்தான். ஆகாரமோ பாலோ எதுவானாலும் மிதமே இல்லாமல் சாப்பிட்டான். ஒத்தாசைக்கு வந்திருந்த அம்மாவால் குழந்தைகளைக் கவனிக்க முடியவில்லை. அவள் போய்விட்டாள். அம்முதான் இரண்டு குழந்தைகளுடனும் மன்றாடினாள். “மாச்சிக்குக் கடிதம் எழுதி வரவழைக்கலாமா?” என்று கிட்டா கேட்டபோது அம்மு அதிர்ச்சி அடைந்தாள். “அந்த அசட்டை விட்டுட்டு அவ எப்படி இங்கே

இருக்க முடியும்" என்று கேட்டாள். சில மாதங்கள் சென்றன. சென்னையில் மைலாப்பூரில் ஒரு மருந்துக்கடை, கட்டிடத்தோடு விலைக்கு வருவதாகக் கேள்விப்பட்டான் கிட்டா. அதற்குப் பணம் வேண்டும். சீமாவுடன் கலந்து ஆலோசித்தான். அவர் பூமாவிடம் கேட்டார். திருவல்லிக்கேணியில் இவர்களுடைய ஆசார்ய ஸ்வாமிகளிடம் கிரந்த காலக்ஷேபம் செய்ய அது வசதியா யிருக்குமென்று அவளுக்கு எடுத்துச் சொன்னார். அவள் "அழகிய மணவாளனையும் ரங்கநாதனையும் விட்டுவிட்டு, அங்கே போறது எதுக்கு" என்று தடுத்துவிட்டாள். தானே அதை நிர்வகிக்க முடியும் என்று தோன்றிற்று கிட்டாவுக்கு.

சரியான ஆளாகப் போட்டுவிட்டால் பிரமாதமாக நடக்கும். திருச்சி கடையிலிருந்து நம்பிக்கையான இருவரை அங்கு வைக்க லாம் என்ற முடிவு செய்தான். தோப்பூருக்குப் போய் நிலத்தை விற்றுவிட்டால் பணம் கிடைக்கும். அம்மாவுக்கும் வயசு ஆயிடுத்து. வரவரக் குடியானவர்களும் ஒழுங்காக அளப்பதில்லை. நிலம் எதற்கு என்று யோசித்தான். தோப்பூருக்குப் போக யோசனை செய்துகொண்டிருந்தபோதே அங்கிருந்து தந்தி வந்தது. அம்மாவுக்கு உடம்பு அதிகம். புறப்பட்டான். அங்கே போகும்போது அம்மாவுக்கு ஞாபகம் எல்லாம் நன்றாயிருந்தது. கிழிந்த நார் போலக் கிடந்தாள். மாச்சியும் வந்திருந்தாள். இவன் நிலத்தைப் பற்றிப் பேச்சு எடுத்த போதுதான் நிலம் சாமாவின் பெண்டாட்டி பேரில் இருப்பது தெரிந்தது. முன்பு எழுதிய ஸெட்டில்மெண்ட் பத்திரத்தை மறந்து விட்டிருந்தான் கிட்டா.

"ஏண்டா, உனக்கு ஏன் ஞாபகம் வந்தது, மயிர் சுட்டா கரியாகப் போறது? அப்படி என்ன இங்கே பெரிய எஸ்டேட்டா பாழாப்போறது? இந்த எட்டு மாவும் பத்து மாவும் வித்து எவ்வளவு தேறும்? பொறந்த ஊர்லே கொஞ்சம் சொத்து சொதந்திரமும் இருக்கணும்டா. அதுதான் கௌரவம்" என்றாள் பாலாம்பா. நாலைந்து நாள் இருந்து பார்த்துக்கொண்டு போகலாம் என்று கிட்டாவின் பிரயாணத்தைத் தடுத்துவிட்டாள். கிட்டாவுக்கு எப்படியாவது பணம் புரட்டி மைலாப்பூர்க் கடையை வாங்கிவிட வேண்டுமென்ற எண்ணம். அவன் அவசரப்பட்டான். நாட்டுக்குச் சுயராஜ்யம் வந்துவிட்டதால், முத்துவும் தங்கவேலும் சம்பாதித்துக் கொடுத்த பணம், விஸ்கி பிராண்டி வருமானம் நின்றுவிட்டது. அதுதான் முக்கியச் சம்பாத்தியமாய் இருந்தது அவனுக்கு. இப்போது மருந்து வியாபாரத்தை விஸ்தரிப்பதைத் தவிர வேறு வழியில்லை. இதுவரை அவன் கடன் வாங்கியதே இல்லை. கடன் வாங்கக் கூடாதென்பது அவன் செய்திருந்த சபதம். யோசித்துக்கொண்டே இருந்தான்.

பாலாம்பாள் காலம் ஆயிற்று. அவளுக்குச் செய்ய வேண்டிய காரியங்களை மிகவும் விரிவாகவே, நிறையச் செலவு செய்து நடத்தினான். ஊராரும் உறவினர்களும் பெரிய மனிதர்களும்

பிராம்மணர்களும் வாயாரப் புகழ்ந்தார்கள். பதினைந்து நாள் கிட்டாவுக்கு வேறு நினைவே வரவில்லை.

மாத்தூரில் கிஸான் கக்ஷி பலமாக இருப்பதால் தனக்கு யாருமே ஒழுங்காக நெல் அளக்கவில்லையென்றும், வாய்தாப் பணமே கடன் வாங்கிக் கட்டியிருப்பதாகவும் மாச்சியின் புருஷர் வருத்தப்பட்டார். நல்ல விலைக்குப் போகின்றனவாம் நிலங்கள். ஏதாவது ஒரு வழியாக எல்லாவற்றையும் விற்றுவிட்டு எங்கேயாவது டவுனில் இருக்க வேண்டும் என்று சொன்னார்.

கிட்டா நேரில் மாத்தூருக்குப் போய் விசாரித்தான். நாச்சியார் கோவில் முஸ்லிம் ஒருவர் நல்ல விலை கொடுத்து எத்தனை வேலி இருந்தாலும் நிலம் வாங்குவதாகச் சொன்னார் அந்த ஊரின் கணக்குப்பிள்ளை. தரகு பேசிக்கொண்டு வந்து ஒரே வாரத்தில் சாஸனம் பண்ணிக்கொள்ளும் வகையில் முடித்துவிட்டார். வீட்டையும் அந்த முஸ்லிமே வாங்கிக்கொள்வதென்று முடிவாயிற்று. அதற்கு விலை சற்று அதிகமாகவே கிடைத்தது. ஆக, கிட்டத்தட்ட பத்தாயிரம் ரூபா தேறும். மாச்சியையும் அவள் புருஷரையும் தன்னுடன் அழைத்துக்கொண்டு, அவர்கள் வீட்டுப் பாத்திரம் பண்டங்கள் தட்டுமுட்டுச் சாமான்களுடன், திருச்சிக்கு வந்தான் கிட்டா. அம்முவுக்குத் திக்கென்றது.

அந்த திகில் நிலைத்தும் விட்டது. மாச்சி நிரந்தரமாகவே தன்னுடன் இருக்க வந்துவிட்டாள் என்பதை ஏற்றுக்கொள்ளவே இல்லை அவள் மனம். சங்கடப்பட்டாள். தன் உடம்பு நிலையை நினைத்துக்கூட அவளால் ஆறுதல் செய்துகொள்ள முடியவில்லை. நோயை நாம் வரவேற்பதில்லை, வந்த நோய்க்கு மருந்து பலமாகத் தந்தால் தீரும். மருந்துக்குத் தீராத நோய்களும் உண்டு, உயிருள்ள வரை அதனுடன் போராடிக்கொண்டே இருக்கும் நோயும் உண்டல்லவா?

○

மைலாப்பூர்க் கடையை வாங்கிவிட்டான் கிட்டா.

வருஷங்கள் நிற்பதில்லையே. மாச்சியும் வந்து பத்துப் பன்னிரண்டு வருஷங்களுக்குமேல் ஆகிவிட்டது. பெரியவனும் சின்னவனும் அவளுடைய பாசத்தாலும் பரிவினாலும் வளர்ந்து பெரியவர்கள் ஆனார்கள். சின்னவன் கெட்டிக்காரன். அவனைப் பற்றிக் கவலை இல்லை. பெரியவனைப் பற்றித்தான் அவள் மிகவும் கவலைப்பட்டாள். அவன் இன்னும் பெரியவனாகி இப்படியே இருந்தால், எவ்வளவுதான் பணம் காசு இருந்தாலும் அவன் பாடு கடைசி வரையில் மிகவும் கஷ்டமாயிருக்குமே என்று மிகவும் அங்கலாய்த்தாள்.

◻

21

ஆடி அமாவாசையன்று ஆடி விழுந்துவிட்ட தன் பதவியையும் தன் பவிசையும் எப்படி மறுபடியும் ஊன்றி நாட்டலாம் என்று யோசித்து யோசித்துக் கிட்டா உலர்ந்து உருக்குலைந்துவிட்டான். இனிமேலும் இந்த வீட்டில் தனக்கு மட்டும் மரியாதையும் கிடைக்குமென்ற சிறு நம்பிக்கையும் இல்லை அவனுக்கு. தன்னைத் தானே ஊக்குவித்துக்கொண்டு நிமிரப் பார்த்தான்; முடியவில்லை. இன்று மிகவும் சுத்தம் பேசும் மாச்சி நேற்றிரவுவரை என்னைத் தன் உயிராகத்தானே நினைத்துப் பழகினாள். இந்தப் பயல் சின்னவன் எவ்வளவு பிரியமாய் மரியாதையாய் இருப்பான் என்னிடம். இப்போது என்ன ஆய்விட்டது? இவர்கள் இருவர் மட்டும் இல்லை எல்லோருமே, சீமா, பூமா உள்பட தம் நலத்திற்காகத் தங்களுடைய திருப்திகளுக்காகத்தான் என்னை நேசித்தார்களோ? எனக்காக யாருமே என்னிடத்தில் பிரியம் வைத்ததில்லையோ? என்னுடைய குற்றங்களும் குறைகளும் இன்றைக்குத்தான் திடீரென்று இவர்களுக்குப் பட்டனவோ. இவர்களை உதறிவிட முடியாமல் தூக்கி எறிந்துவிட முடியாமல் நான் இவ்வளவு கஷ்டப்படுகிறேனே, இது ஏன்? யாருக்கு எந்த வகையில் கட்டுப்பட்டவன் நான்? இவர்களுக்கு நான் யார்? இந்த உறவுகளை விரும்பி ஏற்றுக்கொண்டு சந்தோஷப்பட்டுக்கொண்டிருக்கிறேன். இன்று ஏன் இத்தனை பேரையும் எனக்குப் பிடிக்கவில்லை? இத்தனை நாள், ஏன், எப்படிப் பிடித்திருந்தது? முடிந்தால் இவர்கள் எல்லாரையும் உதறிவிட முடியும் என்றும் தோன்றுகிறதே. நானாகப் பார்த்து இவர்களுக்குக் கொடுத்த இடம்; நானாகவே நீக்கிவிடவும் முடியுமே கட்டாயம். ஏன் இப்படித் தோன்றுகிறது? இவ்வளவு பேரும் இன்று என்னை அறவே நீக்கிவிட்ட தோரணையில் வெறுத்தும் இகழ்ந்தும் பேசுகிறார்கள். ஏன் நான் பிடிக்காதவன் ஆகிவிட்டேன். எனக்காக நான் அவர்களிடம் பிரியம் காட்டினேன். என்னிடம் அவர்களும் தமக்காகவே பிரியம் வைத்துப் பழகியிருக்

கிறார்கள். என்னை மகிழ்வித்துக்கொள்ள எல்லாரையும் எல்லா வற்றையும் இழுத்துப் போட்டுக்கொண்டேன். இது, இவர்களால் ஏற்பட்ட பந்த பாசங்களும் அவற்றால் விளைந்து முதிர்ந்திருந்த மகிழ்ச்சியும் நிலவும் போலிச்சரக்கு. நான் இவர்களையும் இவற்றை யும் வைத்துக்கொண்டு உண்மையான மகிழ்ச்சியில் களித்தல் இயலாதோ? இந்த வேஷங்கள் இப்படிக் கலைந்துவிடும் என்று தெரிந்திருந்தால் ... கிட்டாவின் நினைவுகள் காலத்திரையிலும் மனத்திரையிலும் அலைபாய்ந்துகொண்டிருந்தன.

காவேரிக்குப் போயிருந்த சின்னவனும் பெரியவனும் மாத்தூர் அசடும் வந்து சேர்ந்தனர். வீடு முழுவதும் ஒரே அமைதி. சமையல் வேலை மிக வேகமாகவே நடந்தது. கலகலப்பாய்ப் பேசி அதிர்ச்சி யின் வேகத்தைக் குறைக்கவும் அமைதியின் அவலத்தைத் தணிக்க வும் நினைத்துக் குரல் எழுப்பிய மாச்சி, சிறிதும் எதிர் விளைவின்றிப் பிரமை பிடித்தது போலிருந்த அம்முவின் தலை குனிந்த மௌனத் தால் குரலை இழந்துவிட்டாள். மாத்தூர் அசடு, ஒவ்வொருவராக எல்லாரையும் பார்த்துப் பார்த்துப் பேந்தப் பேந்த விழித்தது. வாயடைத்துக் கிடந்தது. சாப்பாடும் முடிந்தது. ஒருவரும் ஒரு வார்த்தைகூடப் பேசவில்லை. மாச்சி தன்னுடைய துணிகளையும் சாமான்களையும் பெட்டிகளில் எடுத்து வைத்துக் கொண்டாள். தன் கணவருடைய துணிகளைக் கொண்டு வரச்சொல்லி மடித்துப் பெட்டியில் வைத்தாள். “என்னடீம்மா இந்தக் கூத்து? காத்தாலே அம்மு, இப்ப நீயா ...” என்றது மாத்தூர். தூங்காமலும் தூங்கிக் கொண்டும் ஸோபாவில் உட்கார்ந்திருந்த கிட்டா, மாச்சி ஊருக்குக் கிளம்பும் பாவனையில் எல்லாம் செய்வதைப் பார்த்துக்கொண்டு தானிருந்தான். அவளே வந்து சொல்லும்போது பார்த்துக்கொள்ள லாமென்று நினைத்தான். மாச்சியும் அம்முவும் உள்ளே ஏதோ சிறு குரலில் தழுதழுத்துப் பேசிக்கொண்டிருந்தார்கள். இருவரும் கண்ணைத் துடைத்துக்கொண்டே வெளியே வந்தார்கள். மாச்சி அம்முவை அணைத்துக்கொண்டு வந்தாள். அப்பொழுது அங்கே வந்த சின்னவன், பெட்டி, படுக்கை, மூட்டைகளைப் பார்த்துவிட்டுப் பெரியம்மாவைப் பார்த்தான்; அவள் கண்கள் கலங்கியிருந்தன. அம்மாவைப் பார்த்தான்; அவள் அழுதுகொண்டிருந்தாள். கிட்டா கல்லாய்ச் சமைந்துபோயிருந்தான். பெரியப்பா சட்டையெல்லாம் போட்டுக்கொண்டு நின்றிருந்தார். அவன் தூங்கியெழுந்து வந்திருந் தான். “இப்போ யாரு ஊருக்குப் போறா?” என்று சற்றே அதட்டும் குரலில் கேட்டான்.

“கொழந்தே! நீ உண்மையாவே சின்னவனா லக்ஷணமா அப்பாவும் அம்மாவும் சொல்றபடி கேட்டுண்டு சமத்தாயிருக்கணும்; நன்னா படிக்கணும். என்னிக்கிருந்தாலும் எனக்கும் பெரியப்பாவுக் கும் உங்க ஆம் சொந்தமாயிடாது பாரு ... நாங்களும் வந்து ரொம்ப வருஷமாச்சு. நாங்க தோப்பூருக்குப் போய் இருக்கலாம்னு

போறோம். உங்க அப்பா அந்த வீட்டை நன்னாக் கட்டி வெச்சிருக்கிறான். அங்கே இருக்கிற உங்க பெரியம்மாவும் தனியா இருக்கப் பயப்படறா. ஊரிலேயும் வரவர மனுஷாளே இல்லையாம், அந்தப் பெரியம்மாவுக்குத் துணையா இந்தப் பெரியம்மாவும் பெரியப்பாவும் இருக்கப்போறோம். நீ லீவுக்குப் பெரியவனையும் அழைச்சிண்டு அங்கே வருவையாம்; உனக்கும் தோப்பூர் பழக்கம் வேணும்டா கொழந்தே, நிலம் நீச்செல்லாம் இருக்கோன்னோ. தங்கவேலுவை யாவது முத்துவையாவது கூப்பிட்டு இதெல்லாத்தையும் கொண்டு போய்க் காரிலே வைக்கச் சொல்லு. ரயிலுக்குத்தான்னு சொல்லு" என்றாள் மாச்சி.

"அவசியம் போய்த்தான் ஆகணுமா பெரியம்மா, எங்களையும் அம்மாவையும் தனியா விட்டுட்டா ..." என்று சின்னவன் அழுதான்.

"இன்னிக்குத்தான் நல்ல நாள். நிறைஞ்ச நாள். நீ போய்த் தங்கவேலுவைக் கூப்பிடேன்" என்றாள் மாச்சி.

அவன் போனதும், "மாமா, ஒண்ணும் யோசிக்காதே, நெல்லு, நீர் இருக்கு. நிழலும் இருக்கு தோப்பூரிலே. மன்னிக்கு அனுப்பற தோடே எனக்கும் சேத்துப் பணம் அனுப்பு. இப்போதைக்கு ஓடட்டும் கொஞ்சம் நாள். கணக்கு வழக்கெல்லாம் அப்புறம் பார்த்துக்கலாம். எங்க ரண்டு பேருக்கும் என்ன வேணும், இருக்கிற வரைக்கும் ரண்டு வேளை காபியும் சோறும். வயிறு இருக்கே இழவு ... தின்னு தொலைக்கணுமே. நீ தடைகிடை பண்ணாதே, சொல்லவும் சொல்லாதே ... எல்லாம் கொஞ்சம் ஆறட்டும். எனக்கும் கொஞ்சம் பணம் கொடு இப்போ ... கெட்ட சொப்பனம் மாதிரி எல்லாத்தையும் மறந்துட்டுக் கொழந்தை அம்முவை நன்னா வெச்சிக்கோ. இனிமேலாவது நீ உனக்கு நெஜமாவே நல்லது எதுன்னு யோசிச்சுத் தெரிஞ்சுண்டு நன்னாயிருக்கணும். இனிமே அகலக்கால் வெக்காதே. இருக்கிறதைக் காபந்து பண்ணிக்கோ. இந்த முத்துவையும் தங்கவேலுவையும் அவனுகளுக்குச் செய்ய வேண்டியதைக் கையும் மெய்யுமாச் செய்யறதோடே, ஒரு முடிவாவும் செஞ்சிப்பிடு. சீமா மாமாவுக்கு நீ செஞ்சிருக்கிறது யதேஷ்டம். பூமா மாமியே இதை எங்கிட்ட மனப்பூர்வமாச் சொல்லிட்டா. உனக்கோ அம்முவுக்கோ, இந்தப் பெரியவன் குறை தீராக்குறையாப் போயிடுத்து. பாவம் மாமா, நாம் செஞ்ச பாவம், பெரிய மாமா சம்பாதிச்ச காசு, பாபக் காசு, பொணக் காசுன்னு பாட்டி சொல்லிண்டே இருந்தா ... அது இப்படி இந்தச் சொரூபத்துலே வந்திருக்கு. ஆனால் ஜோஸ்யர் சொல்றாப்போல இருபத்திரண்டு வயசுக்கப்புறம் அவன் கொஞ்சமாவது தேறலாம்னு தோணறது. எனக்கும் இவருக்கும் அவன் செய்யட்டும் எல்லாத்தையும். எங்களுக்குன்னு நீயாப் பார்த்து வெக்கிறதைப் பெரியவன் தனியா அடையட்டும். ஜாக்கிரதை ஜாக்கிரதை; சுயபுத்தியைத் தவற விட்டுடாதே ..." என்று மாச்சி புறப்பட்டாள். அம்மு மஞ்சள்

குங்குமம் வைத்துக் கொடுத்தாள், கிட்டா பணம் கொடுத்தான். மாத்தூர், ஒருவரிடமும் சொல்லிக்கொள்ளாமல் புறப்பட்டது. சின்னவனைத் தழுவிக் கொண்டது. அவருடன் சேர்ந்து மாச்சியும் அவனைத் தழுவி முத்தமிட்டாள். முன்புறத்து வழியாகவே புறப்பட்டார்கள். "இப்போ நம்மூர்க்கே நேரில் கார் போகும். இல்லாவிட்டால் ரோடில் நிறுத்திவிட்டு, ஊரிலிருந்து வண்டி கொண்டுவந்து சாமான்களை எடுத்துண்டு போகலாம்" என்றான் கிட்டா. "ராத்திரி ஆயிடும், அதெல்லாம் வேண்டாம். நாங்க ராத்திரி கும்மாணத்திலே தங்கிட்டு காத்தாலை போறோம். குடவாசல்லே வண்டியும் கிடைக்கும்" என்றாள் மாச்சி.

கடைசி நிமிஷத்தில் கிட்டா மாத்தூரைத் தட்டிக்கொடுத்து, "நீங்க ஊரில் பொழுதுபோகலேன்னா இங்கே வந்துடுங்கோ. இங்கேயும் அங்கேயுமா இருக்கலாம். கிழக்கே, கொளத்து மேட்டுத் திடலில், தென்னம்பிள்ளை வெச்சோம் அம்மா இருந்தபோது. அதைக் கொஞ்சம் கவனியுங்கோ. நம்ம வடிவேலுதான் இப்போ நமக்குப் பயிர்ச் செலவு பண்றான். அவனிடமும் சொல்லி அதை கவனியுங்கோ" என்றான்.

மாச்சி மூட்டை முடிச்சுடனும் மாத்தூருடனும் புறப்பட்டுக் காரில் ஏறியதைக் கடையில் இருந்த எல்லோருமே நன்கு கவனித்தார்கள். மாச்சியை வழியனுப்பச் சின்னவன்தான் கார் வரைக்கும் போனான். வேறு யாருமே வாசலுக்கு வரவில்லை.

◻

22

ஆடி அமாவாசை கணேசனைத் தொழுநோய் பிச்சைக்
காரனாகவே ஆக்கிவிட்டது. அந்தக் குருடியின் பக்கத்தில் அவளு
டைய அந்த ஐந்தாறு வயதுக் குழந்தை விரித்த துணிக்கெதிரே
உட்கார்ந்தான் கணேசன். பக்கத்தில் இருந்த கிழவி பழைய
சழக்கை மறந்து, “அடடே, உனக்கு தெரிஞ்சவருதானா இவரு?”
என்று கேட்டபோது, “ஆமாம் அக்கா. ரொம்பப் பழக்கமான
வருதான்” என்று சொல்லிக்கொண்டே சிரித்த அந்தக் குருடியின்
பொறியிலாக் கண்கள் மதர்த்து மலர்ந்து விரிந்ததைப் பார்த்து
நீர்ப் பிண்டமாய் உருகிவிட்டிருந்த கணேசன், அவள் சொன்னதை
அப்படியே ஒப்புக்கொண்டு அம்மா மண்டபப் படித்துறையில்
கூட்டம் குறையும்வரை உட்கார்ந்திருந்தான். வெய்யிலின் தாபம்
தெரியாமல் அவனுடைய உள்ளே பரவிய குளிர்ச்சி அவனைப்
புறத்திலும் குளிர்வித்தது.

பக்கத்திலிருந்த கிழவியின் மனத்தில் குருடி சொன்ன பதில்
ஆத்திரத்தையும் ஆற்றாமையையும்தான் விளைவித்திருக்க வேண்
டும். கணேசன் எதிரே விழும் காசுகளும் குருடிக்கே சேர்கின்றன.
அவளுடைய இளம் வயதையும் அழகான அந்தக் குழந்தையையும்
பார்த்துவிட்டுப் புண்ணியம் செய்யும் மகராசிகள் எல்லாரும்
குருடியையே நாடி வந்தனர். காவேரியில் நீராடிவிட்டுப் பாவத்தைக்
கழிக்கும்போது அந்தப் பாவம் கழிந்ததற்கு முழு அடையாளமாகத்
தாம் நீராடும்போது கட்டியிருந்த பழைய ஈரச் சேலையைப்
பிச்சைக்காரிகளுக்குப் போடுவது வழக்கம். குருடிக்கு ஐந்தாறு
நல்ல புடவைகளே வந்து விழுந்தன. சாயம் போகாத, புதுக்
கருக்குக்கூட அழியாத உருப்படிகளாகவும் இருந்தன அவை.
அவற்றைக் குழந்தையின் உதவியுடன் மெல்லப் பிழிந்து
சேகரித்துவைத்துக் கொண்டாள் குருடி. அநேகமாகக் கூட்டம்
குறைந்துவிட்டது. குழந்தை தன் தாயாருக்கு வழிகாட்டிக்கொண்டே

அழைத்துச் சென்றது. "அவரும் வர்றாராடா . . ." என்று கேட்டுக் கொண்டே நடந்தாள் அவள். கணேசன் மெல்லிய குரலில், "இதோ கூடவே வந்துக்கிட்டிருக்கேன்" என்றான்.

படித்துறை தாண்டிச் சிறிது தூரம் சென்றதுமே, கரையிலிருந்து தெற்கே இறங்கும் ஒரு பாதையில் சென்று படுகையில் இருந்த தென்னந்தோப்புக்குப் பக்கத்தில் இருந்த ஐந்தாறு குடிசைகளில் ஒன்றில் புகுந்தார்கள். முன்புறத்தில் திண்ணை இருந்தது. களைப் புடன் அதில் உட்கார்ந்தான் கணேசன். குழந்தை உள்ளே சென்றதும் அடுப்பைப் பற்றவைத்துக் கொடுத்தது. சுத்தமான சட்டி பானைகள் இருந்தன. இரண்டொரு அலுமினியப் பாத்திரங்களும் இருந்தன. குழந்தையின் உதவியுடன் குருடி சமையல் செய்தாள். சோறாக்கிக் குழம்பு வைத்தாள். மூவரும் சாப்பிட்டனர். கீற்று நெருக்கமாகப் போட்டிருந்த கூரை, கீழே சிமெட்டுத் தரை. சிறிய சுவர்கள் மீது போட்டிருந்த கூரைதான். வாசற்புறம் மட்டும்தான் கதவு. அந்தக் கதவுக்கு வெளியே திண்ணை. திண்ணைக்கும் கீற்றையே இரட்டையாகச் சேர்த்துப் பின்னிய தட்டி மறைவு இருந்தது. ஒரு ஈஸி சேரும் இருந்தது. ஆனால் அதில் உட்காரும் கித்தான் இல்லை.

அந்தக் குடிசைகளில் இருந்தவர்கள் யாரும் பிச்சைக்காரர் கள் இல்லை. ஏதோ தொழில் செய்கிறவர்கள். கீழ்த்தரைக்கு மட்டும், பகுதி என்ற பேரில் ஸ்ரீரங்கநாதர் தேவஸ்தானத்திற்கோ தாதாசாரியாருக்கோ சீட்டெழுதிக் கொடுத்தார்கள். மாதாமாதம் அல்லது வருஷக் கடைசியில் ஏதோ சிறிய தொகை கொடுப்பார் களாம். மேல்கூரைதான் இவர்களுக்குச் சொந்தமாம். "எனக்குச் சொந்த ஊரே சீரங்கம்தான். நான் தெலுங்கு பேசும் வைஷ்ணவ பாகவதர் வீட்டுப் பெண். எங்க தாத்தா, அப்பா எல்லாரும் பெருமாளுக்குத் திருத்துளாய்க் கைங்கரியம் பண்றவங்க. கோவில் தந்த, நந்தவன நிலமும் கோவிலில் பிரசாதக் கட்டளையும் உண்டு எங்களுக்கு. எங்க பங்காளிங்கள்ளாம் இன்னும் அந்தக் கைங்கரியம் செஞ்சுக்கிட்டிருக்காங்க. எங்கப்பாரும் எங்களை விட்டுட்டு ரொம்ப அல்பாயுசிலே போயிட்டாரு. நாங்க நாலு பசங்க, எல்லாம் பொட்டைப் பசங்க. நான் நிஜமாவே பொட்டை. நான் ரண்டாவது. எனக்கு முன்னே ஒருத்தி, பின்னாலே ரண்டு பேருங்க. மூத்தவளைக் கட்டிக் கொடுத்தாங்க. அடுத்தவங்களுக்கு கிராக்கி வந்தது நிறைய. எங்க குலத்திலேயே நாங்கள்ளாம் நல்ல அழகுன்னு சொல்லிக்கு வாங்க. அதனாலேதான் கிராக்கி அதிகம். நான் இருந்தது அவங் களுக்கு இடைஞ்சலாயிருந்திச்சு. எங்களவங்கள்ள இது ரொம்பக் கடினமான சட்டம். என்ன ஆனாலும் மூத்த பெண்ணுக்குக் கண்ணாலம் ஆவலேன்னா உயிரே போனாலும் அடுத்த பெண்ணைக் கட்ட மாட்டாங்க. இந்தச் சம்பிரதாயத்தை யாருமே மீற மாட்டாங்க. என்னை யாரும் கட்டிக்க வரலை, எங்கம்மாவே

என்னைக் கண்டு காஞ்சு கரிச்சிக்கிட்டிருந்தா. இந்த அம்மா மண்டபத்திலே டீக்கடை வச்சிருந்தாரு ஒருத்தர். எங்கத் தெருப்பக்கம் பால் வாங்க வருவாரு. என்னைப் பாத்துட்டு ஆசைப்பட்டாரு, தனியா எங்கிட்ட சொல்லி என்னை ரொம்ப நல்லா வெச்சிக் கிறேன்னு கையடிச்சுக் கொடுத்தாரு, எங்கம்மாவைக் கேளுங்கன்னு சொன்னேன். எங்கம்மா சம்மதிக்கலை. அவரு எங்க சாதிக்காரரு இல்லையாம். நானும் ரொம்பக் கெஞ்சிக் கேட்டேன். எங்கம்மா என்னை அடிச்சு உதைச்சு தொந்தரவு பண்ணினா. அதிலேந்து எனக்குச் சோறு தண்ணிக்கும் வம்பு செய்ய ஆரம்பிச்சாங்க. நான் இவரோடே வந்துட்டேன். இந்தக் குடிசையை வாங்கிச் சீர் செஞ்சாரு. கடையும் மண்டபத்திலே நடந்துச்சு. ரொம்பச் சந்தோசமாயிருந்தோம். இந்தப் புள்ளே பெறந்தது. அப்பனை உருட்டிடுச்சு. எங்கம்மா செத்துப்போனதைக்கூட எனக்குச் சொல் லலை. என் தங்கச்சிகளும் அக்காவும் அவங்க மூணு பேரும் நல்லாவே வாழ்ந்துகிட்டிருக்காங்க.

"நான் போனேன் தேடிக்கிட்டு. மூஞ்சிலே காறி உமியறாப்பலே பேசினாங்க. திரும்பி இங்கேயே வந்துட்டேன். அவருக்கு உறவுக் காரங்கன்னு வந்தவங்களும் இங்கே ஒண்ணும் பசையில்லேன்னு தெரிஞ்சதும் செத்த மாட்டை உண்ணி விட்டுட்டுப் போற மாதிரிப் போயிட்டாங்க. அப்போ இந்தப் புள்ளைக்கு ரண்டு வயசுகூட ரொம்பலை. டீக்கடையை எடுத்துக்கிட்டவரு ஏழெட்டு மாசம் எதோ குடுத்துக்கிட்டிருந்தாரு. அப்புறம் கோவில்காரங்க வந்து கடையைக் கலைச்சிட்டாங்களாம் அங்கே இருக்கக் கூடாதூன்னு. அதனாலே எனக்கு வந்துக்கிட்டிருந்த ரண்டு காசும் போயிடுச்சு. அப்புறம் இட்லி சுட்டு வியாபாரம் பண்ணினேன். கண்ணில்லாத தனாலே எல்லாரும் ஏமாத்திட்டாங்க, எப்படியோ மானமாக் காய்ச்சிக் குடிக்கணுமேன்னு பிச்சை எடுக்கறேன். அமாவாசை, கிருத்திகைகள்ளே இங்கே வந்து குந்திப்பேன். கொஞ்சம் கிளக்கே அமலாசிரமம் இருக்குப் பார்த்திருக்கீங்களா, மாதா கோயில். அங்கே வாரத்திலே ரண்டு மூணு நாள் போறதும் உண்டு. இந்தப் பிச்சைக் காசை வெச்சிக்கிட்டு வயத்தை வளர்த்துக்கிட்டிருக்கேன். நீங்க பேசின வார்த்தைங்கள்ளாம் கேட்டேன். எனக்கு ஆம்பிள்ளைத் துணை வேணும். இந்தப் புள்ளையைப் பிச்சைக்கு விடாமை இருக்கணும். பெருமாள் நிச்சயமா இதைத் தப்புன்னு கொள்ள மாட்டான்னு தோணிச்சு; உங்களைக் கூட்டியாந்திருக்கேன். நீங்க யாரு என்னங்கிறதெல்லாம் நான் கேட்டுக்கப்போறதில்லை. என்னோடே இருங்க. ரண்டு பேரும் சேந்து எதாவது சின்ன வியாபாரம் பண்ணிப் பொளைச்சிப்பம். நீங்க வெளியே கவனிச்சுக் குங்க, நான் இட்லி இடியாப்பம் செஞ்சு தரேன். வியாபாரம் பண்ணுவம். இந்தப் புள்ளையை ஆளாக்கப் பாடுபடுவோம். பக்கத்திலே உள்ளவங்க எதனாச்சும் சொல்லுவாங்க கொஞ்ச நாளைக்கு. அப்புறம் தானா வாயடைச்சுப்போயிடுவாங்க.

அங்கங்கே அவுங்க அவுங்க குடிசையிலும் எத்தனையோ இருக்கு ஓட்டையும் ஓட்டும். நம்ம மனசு ஒத்துப்போயிட்டா, வேறே ஒண்ணுக்கும் நாம பயப்படவே வேண்டாமே. எனக்கும் துணை வேணாமா, எல்லாத்துக்கும்தான் சொல்றேன். எனக்கும் ஆசை இருக்கக் கூடாதா என்ன, சும்மா இருங்க என்னோடே" என்றாள் குருடி. கணேசனும் இருந்துவிட்டான்.

"பிச்சையும் வேணாம், வியாபாரமும் வேணாம். வேண்டியதை நான் வாங்கி வரேன், எங்கிட்ட பணம் இருக்கு. அதைப் பத்திக் கவலையேபடாதே, ஆனா . . . ஆனா . . ." என்று தயங்கினான் கணேசன்.

"ஆனா . . . ஆனா. என்னங்க . . . சும்மாச் சொல்லுங்க" என்றாள் அவள்.

"அதைச் சொல்றதுக்கு நேரம் வரும், இப்போ வேணாம்" என்றான் அவன்.

நாள்கள் நிம்மதியாகக் கழிந்தன. வரிசையில் கடைசிக் குடிசை அவர்களுடையது. அதிகத் தொந்தரவு இல்லை. வீட்டுக்குக் காவல் வேண்டாம். மூவரும் எப்போதும் வீட்டில் இருந்தார்கள். இருந்தாலும், மூங்கிற் கதவு போதாது. பாத்திரம் பண்டங்கள் வாங்கினார்கள். சற்றே நல்ல துணிமணிகள், பாய் படுக்கைகள் சேர்ந்துவிட்டன. கணேசன் சாப்பாட்டு வழக்கங்களைத் தெரிந்துகொண்டாள். பால், தயிர், மோர், நெய், கறிகாய், வெங்காயம், பெருங்காயம், மிளகாய்ப் பொடியெல்லாம் வந்தன. குருடியின் சமையற் கலைத் தேர்ச்சி கணேசனுக்கே ஆச்சரியமாயிருந்தது. கண் தெரியாமல் அப்படியொரு பக்குவமும் ருசியும் நிறமும் கொண்ட உணவுப் பொருள்களைச் சமைத்தாள் அவள். பக்கத்துக் குடிசைகளின் வாசனைகளும் நாற்றங்களும் சில சமயம் கணேசன் குடலைக் குழப்பும். வெகு தூரம் விலகிச் சாய்ந்துகொண்டும் ஆற்றங்கரையில் உட்கார்ந்தும் எப்போதும் எதையாவது ஆழமாகச் சிந்தித்துக்கொண்டிருப்பான்.

குருடி எல்லா வகையிலும் பொருத்தமான இல்லக் கிழத்தியாய் இருந்தாள். பக்கத்தில் இருப்பவர்கள் வம்பு பேசுவார்கள் என்று அவள் எதிர்பார்த்து அதற்கும் தன்னைத் தயார் செய்துகொண்டிருந்தாள். ஆனால் அந்த வம்பில், ஒரு நாள் கணேசன் தொழுநோய்க்காரன் என்பதைக் கேட்டபோது, தனக்கு அது தெரிந்ததுதான் என்ற தோரணையில் அடித்துப் பேசிச் சமாளித்துவிட்டாள். கணேசனுடைய நெருக்கத்திலும் முயற்சியிலும் தனக்குப் பட்டிருந்த ஒரு சந்தேகம் அவர்களுடைய பேச்சில் உறுதியாயிற்று. ஆனால் பலமுறை ஏற்றுக்கொண்டு கலந்தும் போய்விட்ட அந்த இன்ப உறவை இனிமேல் மாற்றிக்கொள்ளவா முடியும்? மேலும், ஒரு முழுமையான குடும்ப வாழ்வும் சமைந்து விட்ட நிலையில்,

நிறையப் பணமும் காசும் செலவழித்துவிட்டிருந்த நிலையில் கணேசனுக்கு எந்த வகையிலும் சிறு இடையூறும் நேர்ந்துவிடக் கூடாதென்ற முடிவுக்கு அவள் வந்திருந்தாள். ஆகவே அது தனக்கு முற்றிலும் சம்மதமான உறவு என்பதை அடித்துப் பேசிச் சமாளித்து விட்டாள். ஆனால் அந்தப் பிஞ்சை, பூவை, தன் குழந்தையை அந்த நோய் தொத்திக் கொள்ளுமோ என்ற எண்ணம் வந்ததும் அவளுக்குத் திக்கென்றது. அடக்கியும் முடியாமல் அழுதுவிட்டாள். அழுதுகொண்டே இருந்தாள். அவள் மடியில் இருந்த குழந்தையும் அழுதுகொண்டிருந்தது.

சாயங்காலம் ஐந்து ஐந்தரை மணி இருக்கும். மழைத்தூற்றல் தூறிக்கொண்டிருந்தது. காவேரிக்கரைப் பக்கம் சென்றுவிட்டுத் திரும்பி வந்த கணேசன், அவள் அழுவதைக் கவனித்துக்கொண்டே குடிசைக்குள் வந்தான். அவனுக்கும் அந்த வம்புகள் எல்லாம் காதில் விழுந்திருந்தன முன்னமேயே. அவன் யாருக்கும் பதில் சொல்ல வில்லை. யாருடனும் அவன் கோபித்துச் சண்டைக்கும் போகவில்லை. கணேசன் எதிரே அழக் கூடாதென்று கண்ணைத் துடைத்துக் கொண்டு சுமுகமாகச் சிரித்தாள் அவள். அந்த நேரத்தில் போலீஸ் காரர் பசுபதி கணேசனைத் தேடிக்கொண்டு வந்தார். அதற்குமுன் இரண்டொரு தடவை அவர்கள் சந்தித்துப் பேசியிருந்தனர். கணேசன் தான் இருக்கும் இடத்தையும் மற்ற விவரங்களையும் பசுபதிக்குச் சொல்லியிருந்தான். வாழைப்பழமும் சாத்துக்குடியும் கொண்டுவந்தார் பசுபதி. "சாமீ..." என்று கூப்பிட்டுக்கொண்டே குடிசையில் புகுந்தார். அப்போது அவர் போலீஸ் உடையில் இருந்தார். குழந்தை அவரைப் பார்த்துவிட்டு ஓடிப்போய் அம்மாவின் முதுகில் மறைந்து கொண்டு பயத்துடன், நடுங்கிக்கொண்டே ஒரு போலீஸ்காரர் மாமாவைத் தேடிக்கொண்டு வந்திருப்பதைச் சொன்னான். அவளுக்குப் போலீஸ் என்றால் பயப்பட வேண்டும் என்று மட்டும்தான் தெரியும். அவளும் பயப்பட்டாள். குழந்தைக்குப் போலீஸ் உடையும் தெரியுமாதலால் அது அப்படியே நடுங்கி வியர்த்து விழி பிதுங்கி நின்றது.

"இங்கே வா, இந்தா பழம். பயப்படாதே" என்று கூப்பிட்டான் கணேசன். அது அழுது சாம்பிற்று. அந்த வேதனை தாங்கவில்லை கணேசனுக்கு. தாயுடன் ஒட்டிக்கொண்டிருந்த குழந்தையை உரிமையோடு தழுவித் தூக்கிக்கொண்டு வந்து, மடியில் போட்டு மார்பில் சாத்திக்கொண்டு தட்டிக்கொடுத்துக் கண்ணைத் துடைத்து ஆசுவாசப்படுத்தினான். வாழைப்பழத்தை உரிக்கச் சொல்லிப் பசுபதியிடமிருந்து அதை வாங்கி வாயில் ஊட்டினான் கணேசன். குழந்தையும் பயம் தீர்ந்து சகஜ நிலைக்கு வந்து பழத்தைத் தின்றான். சாத்துக்குடியை உரித்துக் கொடுத்தார் பசுபதி. அதிலும் நாலைந்து சுளை தின்றான் குழந்தை. பெண்மையின் அடக்கமும் தாய்மையின் பரிவும் தோன்ற நின்றிருந்த குருடி நடந்ததையெல்லாம்

தன் நுண்ணறிவாலும் காதாலும் உற்றறிந்து புன்னகையுடன் அந்தக் குடிசையையே நிறைத்துக்கொண்டிருந்தாள். பசுபதி இன்னும் உட்காரவில்லை. பக்தியின் அடக்கத்துடன் நின்றுகொண்டிருந்தார். பழத்துடன் குழந்தை அம்மாவிடம் ஓடியது. அதன் முகத்தில் பழைய களிப்பும் மகிழ்ச்சியும் துள்ளின. 'இவரை, நம்ம கிட்டே இருக்கிற இவரை, சாமி சாமின்னு கூப்பிடறாரே வந்த போலீசு; சாமின்னா, இவரு ஐயரா, இல்லே பரதேசியா, போலீசின் குரல் பக்தியாயிருக்கிறதே' என்று யோசனை ஓடிற்று அவளுக்கு.

"இவனுக்கு இதுவரையில் பெயரே வைக்கவில்லையோ" என்று கேட்டான் கணேசன்.

"இல்லையே ... அதைப் பற்றி நெனைக்கக்கூடக் கொடுத்து வைக்கலை எனக்கு" என்றாள் அவள்.

"உன் பெயர்?" என்று கேட்டான் கணேசன்.

"எனக்கே என் பெயர் மறந்துபோயிடுச்சு. குருடின்னுதான் எனக்குப் பேருன்னு நானே நினைச்சுக்கிட்டிருக்கேன். கோதை என்று எங்க வீட்டிலே எனக்குப் பெயர் வைச்சாங்க." பசுபதிக்கு முகமெல்லாம் கண்ணாயிற்று. பல நாள்கள் ஆய்விட்டன இவர் இவளுடன் கூடி வாழத் தொடங்கி. இப்போதுதான் பெயர் கேட்டுக்கொள்கிறார். எதிலுமே பற்றுக்கொள்ளாத ஞானி என்பதற்கு இதைவிட என்ன சான்று வேண்டும் என்று யோசித்துக் கொண்டிருந்தார் போலீஸ்.

"இவனுடைய தகப்பனார் பெயர்?" என்றான் கணேசன். அவள் சற்றே தயங்கிவிட்டுக் கூட்டி விழுங்கிக்கொண்டு வாயைத் திறப்பதற்குள் "எங்கப்பா பேரா, ராமானுஜம்" என்று கம்பீரமாய்ச் சொன்னான் குழந்தை.

"இவன் பெயர் வனமாலி. கொழந்தே உன் பெயர் இனிமேல் வனமாலி. எங்கே, நீ சொல்லு" என்றான் கணேசன்.

"என் பெயர் வனமாலி, வனமாலி, ரொம்ப நல்லாயிருக்கே பேரு ... வனமாலி ..." என்றான் அவன். "அம்மா, இனிமேல் நான் வனமாலி மாமா சொல்றாரு," என்று அம்மாவிடம் ஓடினான் குழந்தை. ஈஸி சேரில் இருந்த கணேசன் வியாதியின் உக்ரம் குறைந்து முகமெல்லாம் தெளிவுபெற்றுக் கண்களில் அன்பு பொங்கி வழிவதை உணர்ந்தார் பசுபதி. இருவரும் சிறிதுநேரம் ஒருவரையொருவர் கண்ணாரக் கண்டு களித்துக்கொண்டிருந்தனர்.

இரண்டு கிளாஸ் டம்ளர்களில் காபி கொண்டுவந்து வைத்தாள் கோதை. இருவரும் சாப்பிட்டனர்.

"இவரு எனக்கு ரொம்ப வேண்டியவரு. ராத்திரி நம்ம வீட்டிலேயே சாப்பிடப்போறாரு. வனமாலி, போயி ஏதாவது காய்கறியும் இலையும் வாங்கிட்டு வரையா" என்றான் கணேசன்.

“இதோ போறேன், ஒரே ஓட்டம்...” என்றான் வனமாலி.

“ஓட வேண்டாம், மெதுவாப் போ” என்றான் கணேசன்.

பசுபதியும் கணேசனும் வெளியே சென்று கிழக்கே நடந்தார்கள். கருட மண்டபத்திற்கு அருகே போய் உட்கார்ந்துகொண்டனர்.

“புதுசா இப்படி ஒரு கால்கட்டு...” என்றான் கணேசன்.

“கட்டாவது கயிறாவது; கட்டு மாதிரி கயிறு மாதிரி. ஆனா எரிந்துபோன கயிறுதானே” என்று சிரித்தார் பசுபதி.

“பொஞ்சாதி புருசனாயிட்டம் ரெண்டு பேரும். நான் வியாதிக் காரன்னு பக்கத்திலே இருக்கிறவங்க பரிகாசம் பண்றாங்க. நீ வரப்போ அவ அழுதுக்கிட்டிருந்தா. எனக்கே என்னவோ போல ஆயிடுச்சுப்பா. நீ என்னடான்னா, இன்னும் என்னை நம்ப மாட்டேங்கறே, சாமி பூதம், ஞானி யோகின்னு என்னைச் சொல்லி அழவெக்கறே.”

“சாமி, நீங்க விளையாடறதெல்லாம் புரியாதவன் இல்லை நான். அக்ஞானிதான் நான், ஆனா எனக்கு இதெல்லாம் நல்லாப் புரியும். உங்க வியாதியும் பொய். வேஷம்... இந்தக் காம விளையாட் டும் உங்களுக்காக இல்லே, இது ஒரு அருள் விளையாட்டு. இது ஒண்ணுமே உங்கமேலே படாதுங்களே. நீங்க அறுபது நாளியும் காமத்திலேயே ஊறிக்கிட்டுக் கெடந்தாலும் உங்க மேலே எதுவுமே படாது. உங்க உள்ளேயும் ஒண்ணும் ஒட்டாது சாமி. நீங்க எங்கே எப்படியிருந்தாலும் கங்கை. நாங்க எங்கே எப்படியிருந்தாலும் சாக்கடைங்கதான். உடலைத் தாண்டி இங்க உள்ளே போயிட்டீங்க. இப்போ பேசறதும் செய்யறதும் சாப்பிடறதும் போகம் பண்றதும் எல்லாம் நீங்களா? சத்தியமாச் சொல்றேன், இதெல்லாம் உங்க உடம்பும் அதிலே சுத்திக்கிட்டிருக்கிற உசிரும்தான். நீங்க எங்கோ இருக்கீங்க. நீங்க இருக்கிற இடம் இதோ ரொம்பக் கிட்டன்னு சொல்லலாம், ரொம்ப ரொம்பத் தூரம்னு சொல்லலாம். அகண்ட வெளின்னா, அப்புறம் கிட்டம் தூரம்கிறதெல்லாம் வெறும் பேச்சு. காலத்தை முழுக்கத் தாண்டிச் சுருட்டிக் கக்கத்திலே வெச்சாச்சு நீங்க. அப்புறம், இப்போ இன்னிக்கு, சத்தெ முன்னே, ஆயிரம் வருஷத்துக்கு முன்னே, நாளைக்கு, யுகக் கடைசியிலேங்கறதெல்லாம் சும்மா பொரளிதானே சாமி...”

“பசுபதி, உனக்கு எப்படிப் புரிய வைக்கிறது? என் உடம்பு அழுகிப்போனது போறாதுன்னு மனசையும் அழுக்கா அசிங்கமாப் பண்ணிக்கிட்டு இவளோடே இங்கே இருந்தேன். தயவுசெஞ்சு என்னைப் புரிஞ்சுக்க. இனிமேல் நான் உன்னை, உங்களை, ஐயா, பசுபதி போலீஸ்காரரே, என்றெல்லாம் பேசறதுதான் நியாயம். நம்முடைய சிநேகிதம் எனக்கு ரொம்ப நல்லது செஞ்சி ருக்கு. என் கதையெல்லாம் சொல்லித்தான் புரிய வைக்கணும் போலிருக்கு, சொல்றேன். சொல்லத்தான்போறேன் ஆனா...”

சாமி தன்னை ஏமாற்றவே பேசுவதையும், அதைத் தான் புரிந்துகொண்ட உண்மையையும் காட்டச் சிரித்தார் பசுபதி. சற்றுநேரம் கணேசனை உற்றுப் பார்த்தார். அவனும் அவரை உற்றுப் பார்த்தான்.

"சாமி, பாருங்க, நல்லாப் பாருங்க இந்த அக்ஞானியை. கண்ணால் வரும் ஞானம் பொன்னாலும் வராதும்பாங்க. ஆகா, என்ன பார்வை, ஊடுருவிக்கிட்டு உள்ளே பாயற ஒளி வீசற பார்வை . . .! சாமி, கொடுத்து வெச்சேன், உங்களைப் பார்த்தேன். நான் படிச்சதும் எங்கப்பாரு சொல்லிவச்சதும் அப்படியே எழுத்துக் கெழுத்து உண்மையாத் தெரியுது சாமி. சந்யாசி ஆனவருள் மூடருண்டு, சம்சாரம் செய்பவருள் ஞானி உண்டு. மனத்தகத்து அழுக்கூறாத மாந்தர், ஞானி யோகியாய் வனத்தகத்து இருப்பினும், மனத்தகத்து அழுக்கு அறார், மனத்தகத்து அழுக்கறுத்த மாந்தரான ஞானியார், முலைத்தடத்து இருப்பினும் பிறப்பறுத்து இருப்பரேன்னு தெளிவாச் சொல்வாரு எங்கப்பாரு சாமீ, சற்குருவே" என்று கணேசன் காலில் விழுந்தார் பசுபதி.

வீட்டிற்கு வந்து சாப்பிட்டார்கள். "பசுபதி, இந்த வீட்டுக்கு இந்த மூங்கில் கதவு போறாது. மரக்கதவு போடணுமே, மழைக் காலம் வருது. சாரல் அடிக்காம ஏதாவது பண்ணினாத் தேவலை. ஒரு ஆசாரி வேணுமே" என்றான் கணேசன்.

"நாளைக்கே வேலை ஆரம்பிச்சுடுவோம். நான் ஆசாரியை அழைச்சிட்டு வரேன்" என்று புறப்பட்டார் போலீசு.

வனமாலி தூங்கிவிட்டான். அவனுக்கு நன்றாய் இழுத்துப் போர்வை போர்த்திவிட்டு, ஈஸிசேரில் கூரையைப் பார்த்துக் கொண்டு உட்கார்ந்திருந்தான் கணேசன். கதவை சாத்தி நாதாங்கியில் ஒரு ஆணியை மாட்டிவிட்டு, விளக்கையும் அணைத்துவிட்டு வந்தாள் கோதை. "விளக்கை ஏத்து கொஞ்சம்" என்றான் கணேசன். அவளை உடனே தொடவும் சரசமாடவும் செய்யாமல், உடனே படுக்கைக்கும் வராமல் அவன் ஈஸி சேரிலேயே உட்கார்ந்திருந்தான். இந்தப் புதுமையை அவள் எதிர்பார்க்கவில்லை. அவன் மனத்தில் ஏதோ வித்தியாசமாக நினைத்துக்கொள்ளும்படி என்ன நடந்தது, தான் அழுத அழுகையோ என்று யோசித்துக்கொண்டே விளக்கை ஏற்றினாள்.

"கோதை, அன்னிக்கு நீ சொன்னபோது நான் ஆனால் ஆனால் என்று பாதியில் நிறுத்தினேன். அந்த ஆனாலுக்கு அர்த்தம் சொல்ல நேரம் வரும், அப்போ சொல்றேன், இப்ப வேணாம்னு சொன்னேனே ஞாபகமிருக்குல்ல. அதுதான் இந்த விஷயம். என் உடம்பு" என்றான் கணேசன்.

"நான் அதைப் பத்தி வெத்தியாசமா நினைக்கவே இல்லை. எனக்கு இதுவே ஒண்ணும் கொறையாவும் தெரியலை. அதோடே

எனக்கிருந்த அஞ்சாறு வருசத்துப் பட்டினியே தெரியாம செஞ்சிட்டீங்க இந்தக் கொறைஞ்ச நாளுகளுக்குள்ளே. இனிமே என் உசிருள்ளவரைக்கும் நீங்க இல்லாம என்னாலே இருக்கவும் முடியாது. இன்னொரு ஆம்பிள்ளை என்மேலே படக்கூட விட மாட்டேன்."

"கோதை, வனமாலிக்கும் வியாதி வந்துடுமோன்னு நீ பயந்தே, அந்த பயம் தப்பு இல்லை. ஆனா ஒண்ணு, நான் இதைப் பத்தி ரொம்பத் தெரிஞ்சுண்டிருக்கேன். இது தொத்து வியாதி இல்லே சத்தியமா. ஜனங்க சும்மா பயப்படறாங்க, பாக்கிறதுக்கு விகாரமா இருக்கிறதனாலேதான் அந்த பயமும் அருவருப்பும் தோண்றது. தவிர, என்ன ஆனாலும் எது எப்படிப் போனாலும் உன்னையும் வனமாலியையும் விட்டுடப்போறதில்லை நான். நீ சொன்னாப்பல, இந்தக் கொறைஞ்ச நாளுகளுக்குள்ளே எனக்கும் ரொம்ப நெறைஞ்சுபோச்சு நீ குடுத்தது. நான் இங்கேயே இருக்கேன். இது மாதிரியே நாம இருப்போம் இந்த வீட்டிலேயே. ஆனா நான் இனிமே திண்ணையோடே சரி. சாப்பாடுகூட வீட்டுக்கு வெளியிலே, திண்ணையிலேதான். நிலைக் கதவைத் தாண்டி உள்ளே வரப்போறதில்லை. அதைச் சொல்லத்தான்..."

"முடியாது, முடியாது. என்னாலே இதை விட முடியாது. இது நான் தேடிக்கிட்டது இல்லே. வலியத்தான் வந்திருக்கு. ஆனா வேண்டியதாத்தான் வந்திருக்கு. தொத்திக்கிடாதூன்னு நீங்க சத்தியமாச் சொல்றப்போ, நிச்சயமா உங்களை விட மாட்டேன்..." என்றாள் குருடி.

□

23

கதவு போட்டார்கள். வேறு சில வசதிகளும் செய்து கொண்டார்கள். போலீஸ்காரர் அடிக்கடி வந்து போவதாலும் கணேசனிடம் மிகவும் மரியாதையாக நடந்துகொள்வதாலும் பக்கத்துக் குடிசைக்காரர்கள் அந்தக் குடும்பத்திடம் மிகவும் கௌரவமாக நடக்கத் தொடங்கினர். கோதையின் இதமான பணிவிடைகளுடன் அவன் நாள்கள் ஓடின. வனமாலிக்கு ஸ்லேட் புத்தகங்கள் வாங்கி வந்து, தமிழும் ஆங்கிலமும் கணக்கும் சொல்லிக் கொடுக்க ஆரம்பித்தான் கணேசன். வாய்ப்பாடுகள் கற்பித்தான். மனப்பாடமாகச் சொன்னான் வனமாலி. ஆங்கிலப் பாடமும் ஏறியது. ஆனால் பள்ளிக்கூடத்தில் இப்போதெல்லாம் ஆங்கிலமே கிடையாதாம். கணேசனுக்கு வியப்பாய் இருந்தது. கோதைக்குச் சந்தோஷம் பிடிபடவில்லை. புரட்டாசி மாதம் விஜயதசமியில் குழந்தையைப் பள்ளிக்கூடத்தில் சேர்க்க வேண்டும். இரண்டாவது வகுப்பில் சேர்க்க என்னென்ன தெரிய வேண்டுமோ அதற்கு மேலாகவே போதித்தான் கணேசன். வனமாலி பள்ளியில் சேர்ந் தான். சற்று அதிக தூரம் நடக்க வேண்டி இருந்தது. அது நல்லதுதான். ஆரோக்கியத்திற்கு நடை வேண்டும் என்றான் கணேசன். குடை வாங்கிக் கொடுத்தான். பக்கத்தில் இருந்த எல்லாக் குடும்பங்களும் தங்கள் சண்டை சச்சரவுகளில் பஞ்சாயத்துப் பேசி மத்யஸ்தம் செய்துவைக்கக் கணேசனையும் கோதையையும் கூப்பிடும் அளவுக்கு அவர்களுடைய கௌரவம் உயர்ந்துவிட்டது.

அந்த வீடுகளில் இருபது வயதுப் பையன் ஒருவன், பெரியசாமி என்பது அவன் பெயர். தேங்காய் திருடுவான்; அடிபடுவான். போக்கிரி. ஒரு வேலையும் செய்யாமல் ஊர் சுற்றிக்கொண்டிருந் தான். கணேசன் அவனுக்கு அம்மா மண்டபத்திற்கருகில் ஒரு வெற்றிலை பாக்குக்கடை வைத்துக் கொடுத்தான். கடை வாடகை போக, விற்று வரும் லாபத்தில் தினந்தோறும் கணக்குப் பார்த்துப் பாதியைக் கணேசனுக்குத் தருவதென்று பேச்சு. முதல் போட்டு

ஆரம்பத்தில் வாங்கிய சாமான்களுக்குச் சிறுகச் சிறுகக் கொடுத்துத் தீர்ந்துவிட்டது. பிறகு ஆளுக்குப் பாதி போட்டுச் சாமான்கள் வாங்கி வருவார்கள். கணேசனும் சில சமயம் கடைக்குப் போய்க் கவனித்துக்கொள்வான். தொட்டு வியாபாரம் செய்வதில்லை. தினம் இரண்டு மூன்று ரூபாய்களுக்குக் குறையாமல் லாபம் வந்தது. அந்தப் பையனும் முன்னுக்கு வந்துகொண்டிருந்தான்.

தீபாவளி வந்தது. கணேசன், கடையைப் பார்த்துக்கொள்ளும் பெரியசாமிக்குத் தன் சொந்தச் செலவில் வேஷ்டி சட்டையெல்லாம் எடுத்துக்கொடுத்தான். கோதைக்கும் வனமாலிக்கும் நல்ல துணி களாக வாங்கினான். தீபாவளி முடைக்குப் பக்கத்தில் உள்ள இரண்டொருவருக்குக் கடன் கொடுத்து உதவினான். வனமாலி அதிகம் வேண்டாமென்று சொன்னதையும் கேட்காமல் பட்டாசு வகைகள் வாங்கி வந்தான். கணேசன் முகத்தில் மட்டும், அதிலும் காதுகளின் தடிப்பில் மட்டும்தான் சற்றே விகாரம் இருந்தது. கைகால்களில்கூட அவ்வளவாக வியாதி முற்றாமல் கட்டுப்பட்டு குறைந்து விட்டாற்போலிருந்தது.

வனமாலியின் அரை வருஷப் பரீக்ஷை மார்க்குகள் கணேசனை மிகவும் மகிழ்வித்தன. அவன் படிப்பில் நல்ல சூடிகையாயிருந்தான். கணேசன் பேச்சை மிகவும் குறைத்துக்கொண்டு சதா சர்வகாலமும் யோசித்துக்கொண்டே காலம் கழித்தான். அடிக்கடி பசுபதி வந்து தானறிந்த வேதாந்த விசாரங்களைச் சொல்வார். சந்தேகம், விளக்கம் எல்லாம் அவரே சொல்லிவிட்டுக் கணேசன் சிரிப்பில் அவை அவனால் ஒப்புக்கொள்ளப்பட்டதாக நினைத்துக்கொண்டு மலர்ச்சியுடன் போவார் பசுபதி. அவர் சென்ற பிறகு கணேசன் அவர் சொன்ன அத்தனையையும் நினைத்து நினைத்துப் பார்ப் பான். உண்மையில் பசுபதி தனக்கு நல்ல குருநாதன் என்றுகூட அவன் நினைத்தான்.

பொங்கல் வந்தது. அந்த ஐந்து வீட்டுக்காரர்களும் சேர்ந்து கொண்டாடினர். வனமாலி எல்லா வீட்டுக்கும் செல்லக் குழந்தை யானான். எல்லாப் பெண்களும் கோதைக்குப் பல வகையிலும் உதவி செய்தார்கள். கோடை வந்தது. எல்லா வீட்டு வாசல்களிலும் பந்தல் போட்டுக்கொண்டனர். இரவு நேரங்களில் கயிற்றுக் கட்டில்களில்தான் எல்லோரும் படுத்துக்கொள்வார்கள். ஒரு நாள் இரவு ஒரு மணிக்கு கணேசன் குடிசையில் யாரோ புகுந்துவிட் டான். அங்கே கோதை மட்டும் படுத்திருந்தாள். யாரோ வந்து உள்ளே நடமாடுவது தெரிந்தது அவளுக்கு. கணேசன் வந்திருப்பதாக நினைத்துக்கொண்டாள். வந்த ஆண் தன்னைத் தாண்டிய பொழுது, அவன் கணேசன் இல்லையென்று தெரிந்தது. உதறியடித்துக் கொண்டு எழுந்து சத்தம் போட்டாள். வாசலில் படுத்துக்கொண் டிருந்த ஆண்கள் அத்தனை பேரும் எழுந்து வந்து சேதி கேட்டுத் தேடினார்கள். ஒருவனும் அகப்படவில்லை. ஒன்றும் திருட்டுப்

போகவில்லையே என்று பார்த்ததில் எல்லாம் சரியாக இருந்தன. சந்தடி ஓய்ந்து எல்லோரும் படுத்தபிறகு, கோதைக்குத் துணையாகச் சிறிது நேரம் பேசிக்கொண்டிருந்தான் கணேசன். அப்போது கோதை ஒரு மூலையில் அடுக்காய் வைத்திருந்த பழைய சட்டி பானைகளை எடுத்துவைத்து, ஒன்றில் கைவிட்டு எதையோ தேடி எடுத்தாள். அது ஒரு சின்ன துணிப்பை. அதற்குள் முக்கால் பவுன் அல்லது ஒரு பவுன் எடையுள்ள பழைய மைனர் சங்கிலி இருந்தது. இரண்டு மூன்று துண்டுகளாக அறுந்திருந்தது அது. கோதை அதைக் கொண்டுவந்து கணேசனிடம் கொடுத்தாள். அதைப் புதிதாகச் செய்து வனமாலிக்குப் போட வேண்டும் என்றும் சொன்னாள். பிறகு, அவனருகில் உட்கார்ந்து, "நான் பார்ப்பதற்கு எப்படியிருக்கேன் இப்ப? அழகாயிருக்கேனோ? முன்பிருந்ததைவிட இப்போது சதைப்பத்து ஏறியிருக்கா ..." என்று கேட்டுக்கொண்டே தன் உடம்பின் பல உறுப்புக்களையும் தொட்டும் பிடித்தும் காட்டினாள். அப்போது அவள் அழுதுகொண்டிருந்தாள்.

"ஏன் இப்படிக் கேட்கிறாய்? அழுவானேன்?" என்றான் கணேசன். அவளை அப்படியே தன் மீது சாய்த்துக்கொண்டு அவள் தொட்டும் பிடித்தும் காட்டிய சதைகளின் நலத்தைக் கண்டான் அவன். ஆனால் அது முன்போல் அவனுக்குச் சுவைக்கவில்லை. ஆகவே உண்டானில்லை.

"இன்னிக்கு இந்த வீட்டுக்குள்ளே வந்தவன் நிச்சயமாகத் திருட வரவில்லை. என்னைத் தீண்டத்தான் வந்திருக்கிறான். நான் அப்படி உப்பி ஊறி ஊரைக் கவர்ந்திருக்கேன்போல் இருக்கு."

"உன்னைத் தொட்டானா வந்தவன், என்ன செய்தான் கோதை? அவன் யாரென்று உன்னால் சொல்ல முடியுமோ ..."

"நிச்சயமாகச் சொல்ல முடியவில்லை. அந்தப் பய பெரியசாமி வரும்போது அடிக்கிற வாடை அடிச்சுது. பெரிய உடம்பு, கரணை கரணையாக் கையும் விரல்களும் ..."

"அப்படியா, வாலிபப் பருவம் ..."

"நிச்சயமாவும் சொல்லத் தெரியலை. இனிமே ஜாக்கிரதையா இருந்துப்பேன்."

"அவனுக்கு ஒரு கல்யாணம் பண்ணிவைத்துவிட வேண்டும். கடை வியாபாரம் ஜாஸ்தி ஆயிருக்கு. நமக்கே இப்ப தினம் அஞ்சாறு ரூபா கிடைக்குது. அவனுக்கு இன்னும் கொஞ்சம் கூடவே கிடைக்கணும். போது விடியட்டும், அவனுடைய அப்பா அம்மாவைக் கேட்டு விசாரிப்போம்."

"அதெல்லாம் நீங்க ஒண்ணும் கேட்க வேணாம். நமக்கேன் வம்பு? அவன் ஒண்ணு பேசினா என்ன பண்றது? நீங்க ஒண்ணும் கேட்க வேணாம். நான் இனிமே ரொம்ப ஜாக்கிரதையாகவே இருப்பேன்."

வந்தவன் பெரியசாமிதான் என்று நிச்சயமாகத் தெரிந்தது கணேசனுக்கு. இல்லாவிட்டால் அவள் திருப்பித் திருப்பி அதைப் பற்றி மேலே விசாரிப்பதைத் தடுக்க மாட்டாள். உண்மையிலேயே பெரியசாமியே கோதையை நாடி வந்திருந்ததாக நிச்சயம் தெரிந்தால் கூட அது தனக்கு எத்தகைய மாறுபட்ட உணர்ச்சியையும் உண்டாக் காது என்று தோன்றிற்று கணேசனுக்கு. அப்போதிருந்த நிலையில் கோதையுடன் இருப்பதில் மகிழ்ச்சியும் இல்லை, மகிழ்ச்சியின்மை யும் இல்லை. அவளுடன் இல்லாமல் இருப்பதும் பெரிய மகிழ்ச்சிக் குறைவை உண்டாக்கிவிடாது என்றும் தோன்றிற்று. இந்த முடிவு இவன் மிகவும் யோசித்துச் செய்த முடிவென்று எடுத்த எடுப்பி லேயே இதைச் சொல்லிற்று இவனுடைய மனஸ்ஸாக்ஷி.

மறுநாள் காலையில், பெரியசாமி கடைக்குக் கிளம்பிக்கொண் டிருந்தான். கணேசன் அவனிடம் போய், "தம்பி இன்னிக்குக் கடையைக் கொஞ்சம் மெதுவாத் தொறக்கலாம், என்னோடே வா. உங்கிட்டக் கொஞ்சம் பேசணும்" என்றான்.

பெரியசாமியின் முகம் சின்னதாயிற்று. அவனுடைய கண்கள் ஒளியிழந்தன. தயக்கத்துடன் கணேசனைத் தொடர்ந்தான். யாரும் இல்லாத ஓரிடத்தில் நின்று, "தம்பி நீ உண்மையாகவே கோதை மேலே விருப்பம் வச்சிருக்கையா, எத்தனை நாளா, இதுக்கு முந்தி அவளைத் தொட்டிருக்கையா?" என்று நேரிடையாகக் கேட்டான் கணேசன். அவன் குரலில் கோபமோ, தாபமோ, கண்டிப்போ எதுவும் இல்லை. பெரியசாமி பதில் சொல்ல முடியாமல் தவித்தான்.

"சும்மா, பயப்படாம சொல்லு. நீ நேத்திக்கு எங்கக் குடிசைக் குள்ளே போனது யாருக்கும் தெரியாது. எனக்கும் அவ சொல்ற வரையில் தெரியாது. நான் கேட்டதுக்குப் பதில் சொல்லு சும்மா . . ."

"இதை ஏன் இப்படிக் கேக்கிறீங்க? கோதை என்னை உதறிடு வான்னு எதிர்பார்க்கலை நான். அவ புருசன் செத்தப்பறம் ஒரு அஞ்சாறு மாசத்துக்கப்புறம் நான் போனேன். அப்ப அவ ஒண்ணும் தடை பண்ணலை. அந்த ஒரு தடவைதான். அப்புறம் சந்தர்ப்பப்படலை. எங்கப்பா அம்மாவும் என்னைக் கண்டிச்சிண்டி ருந்தாங்க. நேத்துப் போனது தப்புத்தான், உங்க கால்லே விழறேன். இதை இப்படியே இதோடே விட்டுடுங்க, உங்களுக்குத் துரோக மாச்சே இதுன்னுகூடத் தோணலை எனக்கு. வெறி புடிச்சாப்பல நடந்துக்கிட்டேன். என்னைப் பெரிய மனசு பண்ணி மன்னிச்சுடுங்க. எனக்கு என்ன சொல்றதுன்னே தெரியலேங்க . . ." கெஞ்சினான் பெரியசாமி.

"அதெல்லாம் சரி . . .; அவளைக் கடைசிவரையில் வைச்சுக் காப்பாத்துவேன்னு சத்தியம் பண்றையா சொல்லு; இதுக்கு ஒங்க வீட்டுலே அம்மா அப்பாவெல்லாம் சம்மதிப்பாங்களா சொல்லு. நீ அவளைப் பார்த்துப் பெருமூச்சு விட்டதையெல்லாம்

ரொம்ப நாளா நானும் பார்த்துக்கிட்டுத்தான் இருந்தேன். உன்னை விட அவளுக்கு வயசும் கொஞ்சம்கூட. கண்ணில்லாதவ ... நான் வேறே வந்து சேர்ந்திருக்கேன். இந்த நிலையிலே. எதோ சமயத்துக்கு ... அப்பப்ப தாகத்துக்குத் தண்ணி மாதிரி நீ நினைச்சிருந்தா அது தப்பு; தகாத காரியம், உன்னை நான் தண்டிக்க ஏற்பாடு பண்ணிடு வேன். அப்படியில்லாம, உங்க வீட்டுச் சம்மதத்தோட நீ அவளை வச்சுக் காப்பாத்தறேன்னு உறுதியாச் சொல்லு. சும்மாச் சொன்னாப் போறாது. எழுதியே வாங்கிப்பம் நாங்க. நானே அவகிட்ட சொல்லி முடிக்கவும் முடிக்கறேன். அதற்குப் பிறகு நீ எனக்குத் தினம் லாபப் பணமும் தர வேண்டாம். இன்னும் ஏதாவது உதவி வேணும்னாலும் செய்யறேன். என்ன சொல்றே, சொல்லு ..."

"என் வீட்டுக்காரங்களைப் பத்தி எனக்குக் கவலை இல்லை, இது என் இஷ்டம்னா அவுங்க குறுக்கே நிக்க மாட்டாங்க. ஆனா அவ சம்மதிக்கணுமே, அவளைக் கேட்டீங்களா, என்ன சொல்றா?"

"வயசுப்பிள்ளை நீ, வேண்டாம்னா சொல்லுவா அவ? அவ சம்மதிச்சா நீ ஊரறிய எளுதிப் பதிஞ்சு அவளை ஏத்துப்பியா? நல்லா, தீர யோசிச்சு சாயங்காலம் சொல்லு எங்கிட்ட."

"அதெல்லாம் வேணுங்களா கட்டாயம்?"

"கட்டாயம் வேணும். போலீஸ்காரய்யாவும் நானும் சேர்ந்து ஸாக்ஷி கையெழுத்துப் போடணும். அதுக்கு இஷ்டமில்லேன்னா இப்பவே கடைச் சாவியை எங்கிட்டே குடுத்திட்டு நடையைக் கட்டு. கடை வாடகைப் பத்திரமும் மத்ததும் என் பெயரிலேதான் இருக்குது தெரியும்லே?"

"நாளைக்கு ராத்திரி வரையிலே டயம் கொடுங்களேன் எனக்கு. அர்ஜெண்ட்டுன்னா, இதெல்லாம் அப்படிச் சொல்ற சேதியா..."

"சரி, நாளை ராத்திரி சொல்லு போறும். ஆனால் டிமிக்கி கொடுத்துடலாம்னு மட்டும் நினைக்காதே, அப்புறம் நான் ரொம்பப் பொல்லாதவனாயிடுவேன். ஆமாம் ..."

மறுநாள் இரவு பெரியசாமி கடையை மூடிக் கட்டிக்கொண்டிருந்தபோது கணேசன் அங்கே போனான். பெரியசாமி கடையைக் கட்டிப் பூட்டிவிட்டுச் சாவியைக் கொண்டுவந்து கணேசனிடம் கொடுத்துவிட்டுக் கைகூப்பித் தொழுதான். காலில் விழுந்து கும்பிடவும் முயன்றான். கணேசன் அவனைத் தடுத்து நிறுத்தினான்.

"ஐயா, உங்களாலே நானும் மனுசன் ஆனேன். இந்த உடம்பு உங்களுக்குச் சொந்தம், என் தோலை உங்க காலுக்குச் செருப்பா தைச்சுப் போடணும், போலீசுக்காரய்யா சொல்றாப்பல நீங்க பெரிய ஞானியாருதான். குருடி குடும்பத்தை நீங்க ஏத்துக்கிட்டு நடத்தறது உங்க அருள் விளையாட்டுன்னு விளக்கிச் சொன்னாரு

அந்தப் போலீஸ்காரரு. இந்த அஞ்சு வீட்டுக்காரங்க மேலேயும் நீங்க காட்டின அன்பை இந்த உலகத்து மேலேயே காட்ட முடியுமாம் உங்களாலே. நீங்க குருடியைக் கோதையாக்கினீங்க, குருடி மவனை வனமாலி ஆக்கினீங்க. கோதையைக் குடித்தனப் பொம்புளையா, வீட்டுக் குடித்தனப் பொம்புளையா ஆக்கிட்டீங்க, இது ஒண்ணுமே உங்களுக்காக இல்லையாமே. ஐயா, சாமீ, விழுந்து கும்பிட்டுக் கிறேன். இனிமே அந்தப் பக்கம் தலையைத் தூக்கிக்கூடப் பார்க்க மாட்டேன், இது சத்தியம். இதெல்லாம் எதோ மறுபடியும் உங்க கடையிலேயே இருந்து காசு சம்பாரிக்கணும்னு சொல்ற வார்த்தை இல்லை. உங்க புண்ணியத்திலே வியாபார சூச்சுமம் என்னன்னு புரிஞ்சுக்கிட்டேன். எங்கேயாச்சம் வேறே கடையிலே வேலை செஞ்சாலும் சம்பாரிக்கலாம்னு தைரியமும் வந்திருக்கு. நான் பண்ணின குத்தத்தை மன்னிச்சிப்பிடுங்க . . ." என்று கீழே விழுந்து வணங்கினான் பெரியசாமி.

"சாவியை நீயே வச்சிக்க தம்பி, இதுவும் எனக்கு ரொம்பச் சந்தோஷந்தான். இப்படிச் சொல்லாமை கோதையை ஏத்துக் கிறேன்னு சொல்லியிருந்தாலும் சந்தோஷந்தான் பட்டிருப்பேன். எனக்கு ரண்டுமே ஒண்ணுதான். ரண்டு மட்டுமில்லை. எல்லாமே எனக்குச் சந்தோஷந்தான். இப்ப எனக்கு எல்லாமே ஒண்ணாத்தான் தெரியுது. மத்தது, மத்தவங்கறதெல்லாம் திடீர் திடீர்னு மறந்தும் மறைந்தும் போயிடறது. வீட்டுக்குப் போவோம் வா . . ." என்று அவனுடன் வீட்டுக்கு வந்தான் கணேசன். பெரியசாமியின் கையைப் பிடித்துத் தன் குடிசைக்கு அவனை இழுத்து வந்தான். முதல் நாள் இரவில் வீசிய வாடை மறுபடியும் வீசியதை உணர்ந் தாள் கோதை. வனமாலியுடன் சிரித்துப் பேசிக்கொண்டிருந்தவள், அவனை அப்படியே விட்டுவிட்டு உள்ளே ஓடி ஒளிந்துகொண் டாள். "பெரியசாமிக்குக் கொஞ்சம் குடிக்க ஏதாவது கொண்டுவா. தண்ணி, மோரு எதுவானாலும் கொண்டுவா" என்றான் கணேசன்.

மோர் கொண்டுவந்து வைத்தாள். பெரியசாமி தயங்கினான், கணேசன் அவனை அதை குடித்துவிட்டுப் போக வற்புறுத்தினான்; அவனும் குடித்துவிட்டு எல்லாத் தாகமும் தணிந்து எழுந்து சென்றான். அவன் போனதும், "அந்தப் பையன் திருந்திவிட்டான். இனிமேல் இந்தப் பக்கம் நீட்டும் அவன் தலையிலும் முகத்திலும் கெட்ட எண்ணமே துளியும் இருக்காது, நீயும் எப்பொழுதும் போல் சகஜமாக இருக்கலாம்" என்றான் கணேசன்.

○

கோடை விடுமுறைக்குப் பிறகு பள்ளிக்கூடம் திறந்தது. வனமாலி நிறைய மார்க் வாங்கித் தேறி மூன்றாம் வகுப்பில் சேர்ந்தான். புதுப் புத்தகங்களும் நோட்டுகளும் வாங்கிக் கொடுத்தான் கணேசன்.

முதல் ஒரு மாதத்தில் அந்தப் புத்தகங்களைப் படித்து முடித்துவிட்டான் வனமாலி. கணேசனும் அவனுக்கு ஆங்கிலம் கற்பித்தான். எத்தனையோ வருஷங்கள் கழிந்த பிறகும் தான் கற்ற ஆங்கிலம் அப்படியே நினைவுக்கு வந்தது கணேசனுக்கு. தோப்பூர் வாத்தியார் போட்ட அஸ்திவாரம் அது. மூன்றாம் வகுப்பில் படிக்கும் வனமாலிக்குக் கணேசன் கற்பித்த ஆங்கிலம் எட்டாவது ஒன்பதாவது படிக்கும் குழந்தைகளின் ஆங்கில அறிவைவிட அதிக அறிவைத் தந்தது. கணேசன் திருச்சிக்குப் போய் விசாரித்து, சில நல்ல ஆங்கிலப் புத்தகங்களையும் சின்னச் சின்னக் கதைப் புத்தகங்களையும் ஒரு பெரிய டிக்ஷனரியும் வாங்கி வந்தான். தன் வகுப்புப் பாடங்களுக்காக அதிக நேரம் செலவிட அவசியம் இல்லாதிருந்த வனமாலி 'டிக்ஷனரி'யின் உதவியோடு ஆங்கிலத்தில் நல்ல தேர்ச்சி அடைந்தான். தன் மகனும் கணேசனும் ஆங்கிலத்திலேயே பேசி உரையாடுவதைக் கேட்ட கோதை பரவசமானாள்.

பெரியசாமி கடையை விரிவுபடுத்தினான். வியாபாரமும் வளர்ந்தது, வஞ்சனை இல்லாமல் கணேசனுக்குப் பணம் கொடுத்து வந்தான். தினம் பத்து ரூபாய் கொடுக்க ஆரம்பித்தான் எல்லாச் செலவும் போக. ஒரு நாள் கணேசன், "தம்பி, இனிமேல் எனக்கு ஆறு ரூபாய் கொடுத்தால் போதும். ஆனால் எனக்குக் கொடுப்பதாகவே நினைத்துக்கொண்டு தினம் நாலு ரூபாய் பேங்கில் கட்டிக்கொண்டுவா. வியாபாரம் ஒரே மாதிரி இருக்காது. கொஞ்சம் மந்தமானால் சமாளிச்சுக்க முதல் வேணும்ல, இப்படியே நடந்தாலும் உனக்கு முதல் கொஞ்சம் சேரட்டுமே" என்று சொன்னான்.

பசுபதி சீருடையுடனும் சீருடை இல்லாமலும் அடிக்கடி வருவார். படித்துறையிலும் மணலிலும் உட்கார்ந்தும் நடந்துகொண்டும், கடைகண்ணிகளுக்குப் போகும்போதும் வரும்போதும் ஒரே வேதாந்த சிந்தனையும் சர்ச்சையும் செய்துகொண்டிருந்தார்கள் இருவரும். பசுபதி கற்றும் கேட்டும் அறிந்துகொண்ட பல கருத்துகளும் முடிவுகளும் கதைகளும் தத்துவங்களும் கணேசனுக்குப் பல தடவை கேட்டுக் கேட்டு அத்துப்படியாயிருந்தன. பசுபதிக்கு உத்யோகம் இருந்தது. அவர் கணேசனிடம் வரும் நேரங்களில் மட்டுமே வேதாந்த விசாரம் செய்வார். கணேசனுக்கோ நிறைய நேரம் இருந்தது. ஏகாந்தமாக உட்கார்ந்து சிந்திக்க நல்ல இடங்களும் இருந்தன. சிந்திக்கச் சிந்திக்க அவனையுமறியாமல் சில தெளிவு நிலைகள் அடிக்கடி தோன்றி மறைந்தன. அவற்றை அப்படித் தோன்றி உடனே மறையாமல் சற்று நேரம் தன் உணர்வில் தேக்கி நிறுத்தப் பல தடவை முயன்று சிறிது வெற்றியும் பெற்று வந்தான். அரை நிமிஷம் ஒரு நிமிஷம் தான் உள்பட எல்லாமே மறைந்துவிட்டது போலவும், தன் உணர்வு மட்டும் விழித்து விரிந்து எங்கும் பரவி நிற்பதைப் போலவும் உணர்ந்த ஆனந்தமான நிலைகளை நினைத்துப் பார்த்துக்கொள்ளும்போது தூங்காமலே

தூங்கி, கனவு காணாமலே கனவு கண்டு, பின் அதை நினைத்துக் கொள்வது போல் தோன்றும் அவனுக்கு. தனிமையில் மட்டுமின்றி அந்த அஞ்சு வீட்டு ஜனங்களுடன் இருந்த சில நேரங்களிலும் இது நிகழ்வதுண்டு அப்போதெல்லாம் மெய்சிலிர்த்துக்கொள்வான். கண்ணைத் திறந்துகொண்டு எல்லாரையும் எல்லாவற்றையும் பார்த்துக்கொண்டும் பல்வேறு குரல்களையும் ஒலி ஓசைகளையும் கேட்டுக்கொண்டும் இருக்கும்போதே திடீரென்று கண்ணும் காதும் இல்லாதனபோல் ஆகி எல்லாமே பார்வையில், காதில், தெரியாமலும் கேட்காமலும் ஆகிப்போனதைப் போலவும் நேர்ந்தது சில நேரங்களில். பிரக்ஞை வந்து மறுபடியும் எல்லாம் கண்ணுக்குத் தெரியவும் காதுக்குக் கேட்கவும் ஆரம்பித்ததும், பசுபதி சொன்ன ஏதாவது நினைவுக்கு வரும். "அறிவை அறிவால் அறிதல், பிறகு அந்த அறிவும் அறுதல். நான் எனும் பொய்யை நடத்துவோன் நான்" என்று சொல்கிறானே அவனைக் கண்டுபிடித்துக் கட்டிப் போட வேண்டும். ஸஹாதேவன் கண்ணனைக் கட்டிய கதையைப் பசுபதி மிகவும் தெளிவாக விளக்குவான். ஸஹாதேவன் என்றால் எப்போதும் நம்முடனேயே, நம்மை விட்டுப் பிரியாமலே இருக்கும் ஞானமாம். அந்த ஞானம் இருந்தால் அந்த உண்மையை – உணர்வை – அழகான, அழுக்கே இல்லாத ஆனந்தத்தைக் கட்டிவிடலாமாம். கட்டுதல் என்றால் அடைதலாம். அடைதல் என்றால் அதாக ஆகிவிடுவதாம். நமக்கு நேரும் இந்த அரை நிமிஷங்களை இன்னும் தூய்மைப்படுத்தி நிலைக்க வைத்துக்கொள்ள முடியுமானால்... என்றெல்லாம் கணேசன் சிந்தனையில் ஆழ்ந்து கிடப்பான் மெய்ம்மறந்து.

நாள்களும் மாதங்களும் ருதுக்களும் வருஷங்களும் புதுப்புதுப் பெயருடன் பிறந்து மறைகின்றன. எல்லாமே வெறும் பெயர்கள். மறக்கும் பெயர்கள், மறையும் பெயர்கள். பசுபதி ரிடைர் ஆகிவிட்டார். எல்லா ஏற்பாடுகளும் செய்துவிட்டாராம், எல்லாப் பொறுப்புகளையும் முடிந்தவரை நிறைவேற்றிவிட்டாராம். இனி இவரை எதிர்பார்க்கும் எதுவும் யாரும் இல்லையாம் குடும்பத்தில். கிளம்பிவிடப் போகிறாராம் வீட்டை விட்டு.

வனமாலி ஹைஸ்கூலுக்குப் போய்விட்டான். ஆறாம் வகுப்பு. அவன்தான் வகுப்பில் எல்லாவற்றிலும் முதல். அந்த அஞ்சு குடிசைகளில் கணேசன் குடிசையும் பெரியசாமி குடிசையும் ஓட்டு வீடுகள் ஆகிவிட்டன. கணேசன் வீட்டுக் காரியங்களையும் கடைகண்ணிக்குப் போகும் வேலைகளையும் பெரியசாமியே கவனித்துக்கொள்கிறான். கோதையை அவன் தன் யஜமானிபோல் நினைத்துப் பழகுகிறான். கணேசனைத் தெய்வமாக வைத்து நடத்துகிறான். வனமாலி, பள்ளிக்கூடத்து நூல்நிலையத்திலிருந்து நிறையத் தமிழ்ப் புத்தகங்களும் ஆங்கிலப் புத்தகங்கள் சிலவும் கொண்டுவந்து படித்துக்கொண்டிருக்கிறான்.

பசுபதியோடு கணேசனும் கிளம்பிவிடுவதாகக் கூறுகிறான். பசுபதிக்கு அது விருப்பம்தான். ஆனாலும், "சாமி, நீங்க தேடி அடைஞ்சிட்டீங்க. எப்படி வேணுமானாலும், எங்க வேணுமானாலும் இருந்துக்கலாம். நான் இப்பத்தான் தேட ஆரம்பிச்சிருக்கேன். நீங்க ரொம்பச் சூச்சுமமாச் சொன்னதை நான் மறக்கலை. 'ஞானமெல்லாம் ஒத்தர் மத்தவனுக்குக் கொடுக்கிற விஷயம் இல்லை. அவனவன் தேடி அடைய வேண்டியது' என்று நீங்க சொன்னதைத் தலைப்புலே முடிஞ்சிக்கிட்டிருக்கேன்" என்றார் பசுபதி. தான் அடைந்திருப்பது என்னவென்றுதான் கணேசனுக்குப் புரியவில்லை. ஆனால் எதையோ அடைந்திருப்பதைப் போலவும் தோன்றிற்று மனத்திற்கு. தன்னைக் கடத்தத் தொடங்கியிருப்பது தானோ அது. தன்னை விட்டுவிட முடிகிறது; ஆனால் தன்னைக் கடந்து அடைய வேண்டியது இன்னும் தெளிவாகக் கிடைக்கவில்லை.

கோதைக்குத் தாங்க முடியாத காய்ச்சல். அந்த அஞ்சு வீட்டுக்காரர்களும் கவலைப்பட்டார்கள். கணேசன் வீட்டுக்கு வெளியே ஈஸிசேரில் உட்கார்ந்திருந்தான். ஒன்றும் பேசவில்லை. கவலை தோன்றிற்று. ஆனால் அந்தக் கவலை அவனை வாட்டிவிடவில்லை, அனுதாபம் மிகுந்தது. ஆனால் அந்த அனுதாபம் அவனை அழவைத்துவிடவில்லை. காய்ச்சல் வரும்போதே கடுமையாய் வந்திருந்தது. கோதைக்குத் தன் நினைவே இல்லை. படுத்த மறுகணத்திலிருந்து. பெரியசாமி டாக்டரை அழைத்து வந்தான் கார் வைத்து. மருந்துகள் ஊசிகள் எல்லாம் வாங்கி வந்தான். டாக்டர் காலையும் மாலையும் வந்தார். எல்லாம் பெரியசாமியின் செலவு. கணேசன் தருவதாகச் சொன்னான். தேவைப்பட்டால் வாங்கிக்கொள்வதாகச் சொன்னான் பெரியசாமி. வனமாலி அம்மாவை விட்டு நகரவில்லை. ஆறாவது நாள் இரவு ஜ்வர வேகம் அதிகமாயிற்று. அதே ஆடி மாதம், காவிரியில் வெள்ளப் பெருக்கு, காற்றும் அதிகம். ரப்பர் பையில் ஐஸ் போட்டுத் தலையில் வைக்கச் சொல்லிவிட்டுப் போய்விட்டார் டாக்டர். ஏழாவது நாள் காலை மாம்பழச் சாலையில் ஏகப் போக்குவரத்து. கார்களும் வண்டிகளும், ஒரே இரைச்சல். காவிரியில் முழுக வந்த பசுபதி கணேசனைப் பார்க்க வந்தார். அங்கே ஒரே கூட்டம். அவர் கேட்டுச் செய்தி தெரிந்துகொள்வதற்குள் உள்ளே பெண்பிள்ளைகளின் அழுகைக் கிடையில், வனமாலியின், "அம்மா, அம்மா . . ." என்ற சோகம் நிறைந்த தீனக்குரல் கேட்டது. அவன் சாப்பிட்டு இரண்டு நாள்கள் ஆகின்றன. மூர்ச்சை போட்டு விழுந்துவிட்ட வனமாலியைப் பெரியசாமி தூக்கிக் கயிற்றுக் கட்டிலில் கிடத்தினான். யாரோ காபி கொண்டுவந்து குடிக்க வைத்தார்கள். கண்ணைத் திறந்ததும், "அம்மா அம்மா" என்று கதறிக்கொண்டு உள்ளே ஓடினான். கணேசன் உள்ளே போகவில்லை. கண்ணை

மூடிக்கொண்டு நின்றிருந்தான். பசுபதியும் பெரியசாமியும் காரியங் களைக் கவனித்தனர். ஐந்து வீட்டுக்காரர்களும் இணைந்து நின்றனர். கோதைக்கு மஞ்சளும் குங்குமமும் பூவும் புடவையுமாய் அலங்காரம் செய்தார்கள். அந்தத் துக்கம் அவர்கள் சொந்தத் துக்கமாகிவிட்டது.

○

இரண்டு வாரம் கழித்து வனமாலியுடன் கணேசனும் பசுபதியும் வனமாலி படித்த பள்ளிக்கூடத்தின் தலைமையாசிரியர் கொடுத்த சிபார்சுக் கடிதத்துடன் சென்னைக்குச் சென்றார்கள். அங்கே அடையாற்றில் பசுபதியின் மைத்துனர் வேலை பார்க்கும் ஒரு பள்ளிக்கூடத்தில் மாணவர்களுக்கு இலவசச் சாப்பாடும் கல்வியும் தரப்படுவதாய் அறிந்த பசுபதி சொன்ன யோசனைப்படி அதில் வனமாலியைச் சேர்த்துவிடவே அவர்கள் சென்றார்கள். அது முற்றிலும் ஆங்கில வழியே பாடங்கள் நடத்தப்படும் பள்ளி. வனமாலியின் ஆங்கிலத் தேர்ச்சியைப் பற்றியும் பிற பாடங்களின் திறமை பற்றியும் நிறைய எழுதி, அவன் ஓர் அனாதை என்பதையும் வற்புறுத்தி எழுதியிருந்தார் தலைமையாசிரியர். வனமாலியைக் கேள்விகள் கேட்டுப் பரிக்ஷையும் நடத்தியபோது அவனுடைய தகுதியை அறிந்துகொண்ட அந்தப் பள்ளியின் தலைமையாசிரியர் அவனைச் சேர்த்துக்கொண்டார். அவனுக்கு எல்லாமே இலவசமாய்க் கிடைக்குமென்றும் அவன் எத்தனை ஆண்டுகள் எந்தப் படிப்புப் படித்தானாயினும் அதற்கான உதவிகள் தரப்படும் எனவும் கூறினார். இதெல்லாம் முடிந்தபிறகு கணேசன் அந்தப் பள்ளியின் தலைவரி டம் சென்று நாலாயிரம் ரூபாய்களைக் கொடுத்து, அதை அவர் களுடைய ஸ்தாபனத்தின் தர்மநிதியில் சேர்த்துக்கொள்ளுமாறு கேட்டுக்கொண்டான். அதற்கும் வனமாலியைச் சேர்த்துக்கொண்ட தற்கும் எந்தவகைத் தொடர்பும் இல்லையென்றும் சொல்லி அதைக் கொடுத்தான். லீவு விடும்போது அம்மா மண்டபத்துக்கு வரச்சொன்னான் வனமாலியை. அம்மாவை நினைத்துக்கொண்டு அழுவது கூடாதென்றும் செலவுக்குப் பணம் வேண்டுமென்றால் எழுதவேண்டுமென்றும் சொல்லிவிட்டு வந்தான் கணேசன்.

திருச்சிக்குப் போய்ச் சில காரியங்களைச் செய்துவிட்டு மேலே என்ன செய்யலாமென்று யோசிக்கலாமென்று பசுபதியுடன் கிளம்பி வந்தான். தனக்கும் பசுபதிக்கும் டிக்கட் வாங்கிவிட்டு மீதியிருந்த பணத்தைப் பசுபதியிடம் கொடுத்துவிட்டுச் சிரித்தான் கணேசன். வெறும் மணிபர்ஸை விட்டெறிந்தான். பசுபதி கேள்விக்குறியோடு பார்த்தான். "இனி காசு பணத்தைத் தொடுவது கிடையாது" என்று சொல்லி மீண்டும் சிரித்தான் வாய்விட்டு. பசுபதிக்கு ஒரே வியப்பா யிருந்தது. ஆனால் கணேசன் எதையும் செய்வான் என்ற எதிர்பார்ப் பும் இருந்ததால் புதியது கண்ட வியப்பு இல்லை அது. கணேசனுடைய விளையாட்டுகளின் உயரத்தை எண்ணிப் பார்த்தார் பசுபதி.

அந்த ஐந்து வீட்டுக்காரர்களும் கணேசனை வெளியே விடுவதா யில்லை. பெரியசாமி குறுக்கே விழுந்து தடுத்தான். தன் உயிருள்ள வரை கணேசனை விடுவதாயில்லை அவன். கணேசன் அதே வீட்டில் இருந்தான். வேளாவேளைக்கு அவனுக்குப் பெரியசாமி வீட்டுச் சாப்பாடு வரும். திரும்பி வந்ததிலிருந்து கணேசன் பணம் வாங்கிக்கொள்ளவில்லை. அதைச் சேர்த்து வைத்து வனமாலிக்கு அவ்வப்போது பணம் அனுப்ப வேண்டுமென்றும் அவன் லீவுக்கு வரும்போது அவனிடம் கொடுக்க வேண்டுமென்றும் திட்டம் செய்தான்.

பெரியசாமிக்குக் கல்யாணம் ஆயிற்று. அவன் பெற்றோர்கள் இப்பொதெல்லாம் வேலைக்குப் போவதில்லை. கணேசன் அங்கே அதே வீட்டில் இருந்ததாகப் பெயர்தானே தவிரப் பெரும்பாலும் அவன் வீட்டுக்கு வெளியேதான் இருப்பான். வீட்டைப் பூட்டாம லேயே எங்காவது போய்விடுவான். யாராவது வந்து பார்த்துக் கதவைச் சாத்திவிட்டுப் போவார்கள். வரவரச் சாப்பாட்டையும் குறைத்துவிட்டான் கணேசன். பகல் ஒரு வேளைதான்; மிகவும் குறைவாகவே சாப்பிட்டான். உப்பையும் காரத்தையும் குறைத்துப் போடும்படிச் சொன்னான். பலநாள் வெறும் தயிரும் சோறும் மட்டும் போதும் என்பான். வெளியே போய்விட்டால் இரண்டு மூன்று நாள்கள் கழித்து வருவான். அவன் வந்ததும் வனமாலி ஆங்கிலத்தில் எழுதிய கடிதங்களைக் கணேசனேதான் படிக்கவேண்டி யிருந்தது. அவற்றைத் தானே படிக்கும்போது எதோ சிறிது சங்கடம் போல் தோன்றிக்கொண்டிருந்தது. இனிமேல் தமிழிலேயே கடிதம் எழுத வேண்டுமென்று வற்புறுத்தி எழுதினான் வனமாலிக்கு. பிறகு வந்த தமிழ்க் கடிதங்களைப் பெரியசாமியோ வேறு யாரோ படிக்கக் கேட்பான். அவர்களையே கொண்டு இரண்டு வரியில் பதிலும் எழுதச் செய்வான். வனமாலி செப்டம்பர் லீவுக்கு வரவில்லை. அடையாறு நூல்நிலையத்தில் படிக்கப் போகிறானாம். ஹாஸ்டல் அப்போதும் இருக்குமாம். கணேசனுக்கு நிம்மதி தந்தது அந்தச் செய்தி. ஆனால் அங்கே இருக்கும் எல்லோரும் வனமாலியைப் பார்க்க விரும்பினார்கள்.

"ஆச்சு, இன்னும் இரண்டு மாசம் போனதும் லீவு நாள் அதிகமாயிருக்கும். அப்போ வருவான்" என்று அவர்களுக்குச் சொன்னான் கணேசன்.

அந்த வருஷம் மழை மிகவும் அதிகமென்று பேசிக்கொண்டார் கள். ஒவ்வொரு வருஷமும் இப்படித்தான் சொல்லிக்கொண்டிருக் கிறோம். மழைக்காலத்தில் மழை பெய்கிறது, கோடைக்காலத்தில் வெய்யில் காய்கிறது. ஈரமும் காய்ச்சலும் மாறிமாறி வருவதுதான் இயற்கை. இயற்கையுடன் ஒத்துப்போவதுதான் நாம் செய்ய வேண்டியதே தவிர அதைக் குற்றம் சொல்லக் கூடாது என்று சென்றது கணேசன் சிந்தனை.

பசுபதி வீட்டை விட்டுக் கிளம்ப முடிவு செய்துவிட்டு கணேசனிடம் சொல்லிக்கொள்ள வந்தார். அவருக்கு க்ஷேத்ரங்களிலும் சாமிகளிலும் சாமி கும்பிடுவதிலும் மிகுந்த ஆவல் உண்டு, கணேசனுக்கு அந்த வாஸனையே கிடையாது. இது இவனுக்கு இளமை முதலே படிந்திருந்த பழக்கம். அந்தப் பக்குவம் தனக்கு வரவில்லையென்றும் தான் உருவமும் பெயரும் உள்ள கடவுளை வணங்குவதும் வழிபடுவதும் தன் மனத்துக்கு அமைதியும் தூய்மையும் தருவதாகவும் சொல்லிக்கொண்டார் பசுபதி. ஒன்றுமே இல்லாததும் எதுவுமே அல்லாததுமான ஒன்றை வழிபடுவது கணேசனைப் போன்ற பெரிய ஞானிகளுக்குத்தான் முடியுமென்றும் சொன்னார். கணேசன் அதை விளக்கமாகச் சொல்லும்படி கேட்டான்.

"சாமி, உங்க புண்ணியத்திலே, உங்களோடே பழகினதாலே, உங்க கண்பார்வை பட்டதாலே, நீங்க காட்டிய எல்லாத் தத்துவங்களும் எனக்கு நல்லா வெளங்கியிருக்கு. நீங்க செய்யற பரீச்சை இது. சொல்லட்டுமா ... ஒப்புக்கிட்டு எனக்கு விடை குடுங்க சாமி, அறிபவன் நான். அறிய நிறையப் பொருள்கள் கிடக்கின்றன. அவை எனக்குத் தெரிந்த பொருளாகவும் ஆகியுள்ளன. இந்த மூணுமே உண்மையிலே கிடையாது. வெறும் பெயர்கள், பொய் வடிவங்கள், பேச்சும் எண்ணமும் ஓடியாடுகிற உடம்பும் உள்ளவரையில்தான் இவை உண்டு. இந்த மூன்றும் இல்லாமல் போய்விட்டால், அந்த மூன்றும் அழிந்துவிடும். சரிதானுங்களா சாமி ..." பசுபதி வெளியே கிளம்பிப் போய்விட்டார்.

தான் எங்கே போவது என்ற யோசனை கணேசனுக்கு. எங்கே போய் என்னதான் செய்யப்போகிறோம்? இங்கேயே இருப்பதிலும் என்ன நஷ்டம் வந்துவிடப்போகிறது? பசியையும் தாகத்தையும் பொருட்படுத்தாமல் இருக்கப் பயின்றான். பெரியசாமி வற்புறுத்தியும் கேட்காமல் எங்காவது வெளியில் போய்ச் சுற்றிக்கொண்டிருப்பது, நடப்பது, உட்காருவது, படுப்பது, பேசாமல் நின்றுகொண்டிருப்பது. எதையும் ஊன்றிப் பார்ப்பதில்லை. மனத்தில் பதியும் வகையில் பார்ப்பதில்லை, அதேபோல எதையும் மனத்தில் பதியாமலேயே கேட்பது என்று பயின்றான். மிகவும் சௌகரியமாயிருந்தது. எந்தவிதமான பாரமும் பொறுப்பும் இல்லாமல், எந்தவிதமான எண்ணங்களும் எண்ணச் சிக்கல் சிடுக்குகளும் இல்லாமல் ஓடின நாள்கள். பசியும் தாகமும் ஏற்படும்போதுதான் உடம்பு ஞாபகம் வரும் அளவிற்குத் தன்னை மறந்து திரிந்தான், கிடந்தான், நடந்தான், நின்றான். இரண்டு மூன்று நாள் இப்படியே கழியும். அப்படிப் பசி வரும்போது தான் எங்கே இருக்கிறோமென்ற சுற்றுப்புற நினைவும் வரும். ஒரு சமயம் கருட மண்டபத்திற்கு அருகே வரும் நினைவு. மற்றொரு சமயம் கொள்ளிடக்கரையில் தான் முன்பு எப்போதுமே போகாத இடமாயிருக்கும். பேசாமல் யாரிடமும் எதுவும் கேட்காமல் நடந்து அம்மா மண்டபம் வந்து

சேர்வான்; பெரியசாமியின் மனைவியோ பெற்றோர்களோ உடனே ஓடி வந்து பணிவிடை செய்யத் தொடங்குவார்கள். "குளிக்கிறீங்களா, வேறே துணி மாத்திக்கிறீங்களா, முதல்லே கொஞ்சம் தாகத்துக்குச் சாப்பிடுங்க, அப்புறம் என்ன சாப்பிடுறீங்க இன்னிக்கு" என்று கேட்டு எல்லாம் செய்வார்கள்.

பெரியசாமி வருவான். வனமாலியியின் கடிதத்தைப் படிப்பான். கணேசன் அதைச் சரியாகக்கூடக் கேட்டுக்கொள்ள மாட்டான். பணம் அனுப்பியதாகச் சொல்வான். ஏதோ கணக்கெல்லாம் சொல்வான். கணேசன் கையைக் காட்டி நிறுத்தச் சொல்லிவிடுவான். கோடை லீவுக்கு வருவானாம் வனமாலி. நன்கு படித்துவருகிறானாம். அங்கே எல்லோருமே அவனிடம் மிகவும் பிரியமாயிருக்கிறார்களாம். அடிக்கடி உங்கள் நினைவு வருகிறதாம். முடிந்தால் உங்களைச் சென்னைக்கு வரச் சொல்லி எழுதியிருக்கிறான் என்று அடுக்கும் பெரியசாமிக்கு கணேசனுடைய மௌனமே பதில். வாயைத் திறக்காமல் கண்கள் மலரச் சிரிப்பான் சில சமயம். மழையோ, பனியோ, புழுக்கமோ, காற்றோ, கணேசன் அந்த வீட்டிற்குள் நுழைவதில்லை. வெளிப்பந்தல் அல்லது திண்ணை. இப்பொழுதெல்லாம், வெறுந்தரையில்தான் படுத்துக்கொள்கிறான். விரிப்போ தலையணையோ கிடையாது. வெளியில் படுத்தாலும் வெறும் கட்டில்தான். பேச்சு அறவே குறைந்துவிட்டது.

ஒருநாள் காலையில் எட்டு எட்டரை மணிவரை எழுந்திருக்கவில்லை கணேசன். வெய்யில் தாக்கிக்கொண்டிருந்தது. வியர்த்த வியர்வை வழிந்து ஓடிக்கொண்டிருந்தது. என்னவோ ஏதோவென்று யாரோ பெண்கள் வந்து பார்த்தார்கள். கணேசன் தூங்கவே இல்லை. விழித்துக்கொண்டுதான் இருந்தான். கண்களும் அடிக்கடி இமைத்துப் பார்த்துக்கொண்டுதானிருந்தன. ஆனால் அவன் கட்டைபோலக் கிடந்தான். துணிகள்கூட விலகி இருந்தன. ஆண்களெல்லாம் வெளியே வேலைக்குப் போய்விட்டிருந்தார்கள். கணேசனைப் பார்த்த பெண்கள், பெரியசாமியின் வீட்டிற்குப் போய்ச் சொன்னார்கள். அவர்கள் வந்ததோ, கசமுசவென்று பேசிக்கொண்டதோ எதுவுமே கணேசனுக்குத் தெரியவில்லை என்றும் கண்கள் மட்டும் இமை கொட்டிக்கொண்டு இருப்பதாகவும், ஆனால் அவருக்குச் சுய நினைவு இருப்பதாகத் தெரியவில்லை என்றும் பரபரப்போடு அவர்கள் சொன்னதைக் கேட்ட பெரியசாமியின் மனைவியும் தாயாரும் ஓடிவந்து கட்டில் அருகே நின்றுகொண்டு "சாமீ சாமீ..." என்று கூப்பிட்டார்கள். அவனுடைய துணியை இழுத்த அந்த ஸ்பர்ச உணர்வு பாய்ந்த ஒரே கணத்தில், மெல்ல எழுந்து உட்கார்ந்துகொண்டான் கணேசன். ஒவ்வொரு வராகப் பார்த்துச் சிரித்தான்.

"என்ன சாமி, பயமுறுத்திட்டீங்களே, நீங்க கெடந்த கெடையைப் பார்த்துட்டு என்னவோ ஏதோன்னு தோணிச்சு. பயந்தேபோயிட்

டோம், பெரியசாமிக்கும் சொல்லியனுப்பிச்சுட்டேன் சாமி ...” என்றாள் பெரியசாமியின் தாயார்.

“அதெல்லாம் ஒண்ணுமில்லை. நீங்கள்ளாம் போங்க” என்றான் கணேசன். பல் விளக்கத் தண்ணீரும் பற்பொடியும் கொண்டுவந்தார்கள். பல் விளக்கி முகம் கழுவிக்கொண்டான். பெரியசாமி வரும்போதே காபி வாங்கிவந்தான். கணேசனுக்குக் காலைக் காபி அவசியம். வாங்கிக் குடித்தான். பழையபடி சிரிப்புத்தான். அன்றிலிருந்து கணேசன் புதுமாதிரியாக மாறிவிட்டான்; எல்லோரையும் கூப்பிட்டுப் பேசினான். ரொம்ப நாளாய் உள்ளே போகாமலிருந்த வீட்டுக்குள்ளே போனான். ஐந்து வீடுகளில் ஏதோ ஒரு வீட்டில் யாரோ இல்லையென்பதை அறிந்து அந்த வீட்டுக்காரப் பெண்பிள்ளையைக் கூப்பிட்டு, “உங்க வீட்டிலே ...” என்று ஆரம்பித்தான்.

தன் புருஷன் இறந்துபோனபோது கணேசன் அதைக் கண்டுகொள்ளாமலேயே இருந்ததில் சற்றே வருத்தம் உண்டு அந்தப் பெண்ணுக்கு. இப்போ, இத்தனை நாள் கழித்து, வருஷக்கணக்கில் காலம் கழிந்தபின் தன்னைக் கூப்பிட்டு விசாரித்தபோது அவளுக்கு ஒன்றுமே புரியவில்லை. பலநாள் படுத்த படுக்கையாய்க் கிடந்தான் அவள் புருஷன். அப்போதும் கணேசன் எதுவும் கேட்டதில்லை. இப்போ விசாரிக்கிறான். இருந்தும் அவள் வருத்தப்படாமல், “எங்க வீட்டுக்காரரு ரொம்பக் கிடந்தாருங்க சாமி ... கடைசியிலே செத்தும்போயிட்டாரு. நீங்க அப்பல்லாம் இங்கேதான் இருந்திருக்கிறீங்க ...” என்றாள்.

“அடேடே, எனக்குத் தெரியாமயே போயிடுச்சே ... இன்னிக்குப் பார்த்தேன், அவரைக் காணலையேன்னு உங்களைக் கேட்டேன். வருத்தப்படாதீங்க ...” என்றான்.

பெரியசாமி வனமாலியின் கடிதம் வந்ததென்று கொண்டு வந்தான். கோடை லீவுக்கும் வர முடியாதுபோல் இருக்கிறதாம். அங்கே யோகாசனம் கற்றுத் தருகிறார்களாம். நடுவில் நிறுத்தக் கூடாதாம். ஸம்ஸ்கிருத வகுப்பில் சேர்ந்திருக்கிறானாம். படித்துச் சொன்னான்.

“முடிஞ்சா ஒரு நாள் ரண்டு நாள் இருந்துட்டு உடனே போறாப்பல வரச் சொல்லி எழுது. இதுக்கே அதைப் பார்த்தால் தேவலை போல இருக்கு” என்றான் கணேசன்.

பெரியசாமிக்கு ஆச்சரியமும் சந்தோஷமும் தாங்க முடியவில்லை. கணேசன் இவ்வளவு தூரம் பட்டுக்கொண்டு பேசியதே கிடையாது ரொம்ப நாளாய்.

கணேசன் முன்னைப்போல் நாள்கணக்கில் வராமல் இருப்பதில்லை. பகலில் வராவிட்டாலும் இரவில் கட்டாயம் வந்துவிடுவான். சாப்பிட்டுப் படுப்பான். தூக்கம் குறைந்துவிட்டது. சூழ்நிலை

மறந்து, எண்ணங்களே இல்லாமல் இருக்கும் நேரம் அதிகமாயிற்று. இந்த வீடுகளுக்கு அருகில், மாம்பழச் சாலையில் ஒரு நாளிரவு பெரிய அடிதடிச் சண்டை. இருபது முப்பது பேர் கூட்டம். ஒரே சத்தம், ரகளை, எல்லோரும் போய் மேட்டில் ஏறி நின்று சண்டையைத் தடுத்தும் ஓயவில்லை. பக்கத்துக் கிராமம் ஒன்றின் கக்ஷிச் சண்டை. மாரியம்மன் கோயில் திருவிழாவைப் பற்றிய தகராறு முற்றி அடித்துக்கொண்டார்கள். ரத்தம் சிந்திய அமளி. இரவு வெகுநேரம் கழித்து அவரவர்கள் திரும்பிவந்து படுக்கும்போது கணேசன் உட்கார்ந்தபடியே இருந்தான். சண்டையைப் பற்றிய விவரங்களை இரைந்து பேசிக்கொண்டே படுக்கையில் படுத்தார்கள் எல்லோரும். அந்தச் சத்தத்தில்கூட கணேசன் நிலை சிறிதும் கலையவில்லை. பெரியசாமி வந்து "சாமீ, சாமீ" என்று கூப்பிட்டான். ஏனென்று கேட்கவில்லை. பிறகு மெல்லத் தொட்டுத் தட்டினான். கணேசனுக்கு நினைவு வந்தது. "படுத்துக்கலையா, ரொம்ப நேரமா உக்காந்தே இருக்கீங்களே" என்றான் பெரியசாமி.

"அதனாலென்ன . . ." என்று படுத்துக்கொண்டான்.

"சாமி, அடிக்கடி இப்படி ஒண்ணுமே தெரியாம, எதையுமே கண்டுக்கவோ கேட்டுக்கவோ செய்யாமை மரத்துப்போனாப்பல ஆயிடிறீங்களே, இதென்ன அசதியா, இல்லே மறதியா? சண்டையும் கூச்சலும் கலகமும் களேபரமுமாக் கெடந்திருக்கு இங்கே இத்தினி நேரம். நீங்க என்னடான்னா ஒக்காந்த இடத்திலேயே நகராம, அசையாம இருந்திருக்கீங்களே . . . இதைப் பார்த்தா ஏதோ அலச்சியம்னும் சொல்ல முடியல்லையே சாமி, இந்த மாதிரி சில சமயம் ஒங்களைப் பார்க்கிறப்போ உடம்புலே உசிரு இருக்கோ இல்லியோன்னுகூட பயமாயிருக்குங்களே . . ." என்று உருகினான் பெரியசாமி.

வனமாலி உட்பட எதுவுமே நினைவில் வராத கணேசனுக்குப் பசுபதியின் நினைவு வந்தது. அவன் மனத்தடத்தில் வனமாலியின் நினைவு போன்ற கடந்த காலச் செயல்களின் சுவடுகூட இல்லை இப்போதெல்லாம். இது மறதியன்று, அவற்றுடன் தனக்குத் தொடர்பு உண்டா இல்லையா என்று பல நாள், பல தடவை, நீண்ட நெடுநேரம் நினைத்து நினைத்துப் பார்த்துத் தொடர்போ துய்ப்போ இல்லாதவையே அவை என்ற முடிவால் மறைந்த மறைவே இது. ஆனால் பசுபதியின் நினைவு மட்டும் மறக்கவும் இல்லை மறையவும் இல்லை. அதாவது மண்ணில் கால் பாவிய தன் உடல் நினைவு ஏற்படும்போது, பசுபதியின் சில சொற்களும் அவற்றின் தத்துவங்களும் நினைவில் எழும்போது அவர் நினைவும் வரும். 'செத்தாரைப் போலத் திரிதல், சாவாமல் செத்து இருத்தல்' என்றெல்லாம் சொல்வார் பசுபதி. ஞானம் சமைந்து, தன்னையே தான் கடக்கும்போது அந்த ஞானம் தீயைப் போலக் கொழுந்துவிட்டு எரியுமாம். அந்தத் தீயில் நெஞ்சத்து நினைவுகளும் நெடுங்காலத்து

இன்ப துன்ப உணர்வுகளும் எரிந்து சாம்பலாய்விடுமாம். ஓடியாடிக் கிளைத்துக் களைத்த பூத உடம்பும் காலத்தால் பிணமாகி காலத்தில் கலந்துவிடுமாம். 'ஆக, எதுவுமே பசையில்லாமல் ஒட்டாது' என்பார் பசுபதி. பசை இருந்தால் ஒட்டிக்கொள்ளும். ஒட்டினால் நினைவு, நினைத்தால் நீளமான தொடர்பு. மறையும் பெயர்களும் மறையும் வடிவங்களும்தாமே எல்லாம்.

விடிந்து சற்றே நேரம் கழித்துத்தான் அன்று காலையில் அந்த ஐந்து வீட்டுக்காரர்களும் எழுந்தார்கள். கணேசன் படுத்திருந்த கட்டில் காலியாயிருந்தது. இது எப்போதும் நிகழும் ஒன்றுதான். ஆகவே யாரும் கவலைப்படவில்லை அப்போது. ஆனால் அன்றும் மறுநாளும்கூட கணேசன் வரவில்லை.

திருவானைக்காவில் கண்டதாகச் சிலர் சொன்னார்கள். கோட்டை ஸ்டேஷனில் இருப்பதாகச் சொன்னவர்களும் உண்டு.

மூன்றாம் நாள் இரவிலும் கணேசன் வராவிட்டால் தேடி அழைத்துவர வேண்டுமென்று முடிவு செய்திருந்தார்கள் அந்த ஐந்து வீட்டுக்காரர்களும்.

◼

24

கிட்டாவின் மருந்துக்கடையில் வேலை செய்யும் பையன் ஒருவன் திருச்சியிலிருந்து தோப்பூருக்குக் கடிதம் கொண்டுவந்தான். மாச்சி அந்தக் கடிதத்தைப் படித்துவிட்டு என்ன செய்வதென்று புரியாமல் கலங்கினாள். சாமாவின் மனைவியோ தன் கணவரோ தன் கவலையையும் கலக்கத்தையும் புரிந்துகொள்ள மாட்டார்கள். யாரிடம் சொல்லி யோசனை கேட்பது என்றும் புரியவில்லை. கடிதத்தை மறுபடியும் படித்தாள்.

"அக்கா மாச்சிக்கு அநேக நமஸ்காரம். உபயக்ஷேமம். நீ எதையும் நினைத்துக்கொள்ளாமலும் அலக்ஷ்யம் செய்யாமலும் உடனே புறப்பட்டு வரவும். இங்கே இவருக்கும் சின்னவனுக்கும் வெட்டுப்பழி குத்துப்பழியாய்ச் சண்டை முத்திப்போய், சின்னவன் இவரைக் கண்மூஞ்சி தெரியாமல் அடித்து மாடி ரூமில் தள்ளிப் பூட்டிவிட்டான். சீமா மாமா இப்போதெல்லாம் கடைக்கே வருவதில்லை. அவர்கள் ஊரிலும் இல்லையாம். இவர் சாப்பிட்டு ரண்டுநாள் ஆகிறது. 'ஒண்ணு அவன் இருக்கணும் அல்லது நான் இருக்கணும்' என்று கருவிக் கருவிண்டு சின்னவனை அடிக்கப் போனார் இவர். இவருக்கு உடம்பும் சரியில்லை. காலில் வாயு வீக்கம்; வலியும் இருக்கிறது. சாப்பாடும் சரியாயில்லை. உப்பில்லாப் பத்தியமும் புளியில்லாப் பத்தியமும் ஆயுர்வேத வைத்யம் நடந்தது. இங்கிலீஷ் மருந்தும் ஊசியும் இவருக்குப் பிடிப்பதில்லை. அந்தக் கஷ்டம் போறாதுன்னு இந்தத் தத்தாரி சின்னவன் அவரை இப்படிச் செய்கிறான். அடிக்கடி அவரை அவன் வாயில் வந்தபடி பேசுவதால்தான் இந்தச் சண்டையே வரது அடிக்கடி. அவா ரண்டு பேரையும் பார்க்கவே பயமாயிருக்கு எனக்கு. சின்னவன் படிப்பைப் பாதியில் நிறுத்திவிட்டுக் கடையில் உட்கார்ந்துகொண்டு அட்டகாசம் பண்றான் அக்கா. நீ உடனே வந்து, இன்னும் யாரையாவதுகூட வெச்சிண்டு இவா ரண்டு பேரையும் ஏதாவது பண்ணினாத்தான் என் உசிரு நிக்கும். மாடி ரூமில் அவர் இதோ

இப்போதே தூக்குப்போட்டுப்பேன், பட்டினியிலேயே பாதி உயிர் போயிடுத்தூன்னு கத்தறார். இந்தச் சின்னவன் இருக்கானே மகா ராக்ஷஸன். எங்க வயத்திலே பெறந்தே எங்களைக் கொல்றதுக்கு வந்திருக்கான்போல இருக்கு. என்னையே அதட்டறான். அடிக்க வரான். அக்கா, பெத்தவ நான், சொல்லப்படாது, நீ குடுத்த ஊட்டமும் செல்லமும் அவனை அவன் அப்பாவைவிடக் காட்டாளா வளத்துவிட்டிருக்கு. தடியன் மீசை வேறே வெச்சிண்டிருக்கான். என்னை வெளியே விடுவதில்லை. இந்த முத்துவையோ தங்கவேலு வையோ நான் பார்க்க முடிஞ்சாலும் தேவலை, கொஞ்சம் தைரியமாயிருக்கும். அவனுகளையும் பார்க்க முடியலை. உடனே வா. உடனே வா. வேணும் அநேக நமஸ்காரம்."

இப்படிக்கு
அம்மு

மாச்சிக்குக் கண்ணீர் சுரந்தது, அவள் கடிதம் கொண்டுவந்த பையனை, "ஏம்பா, அங்கே என்ன சேதி, உங்கிட்ட நேரே ஏதாவது சொன்னாளோ அம்மு ... அதான் உங்க முதலாளி பொண்டாட்டி?" என்று கேட்டாள்.

"மாமி முகத்துலே ஈ ஆடலே. நான் ஏதோ எடுப்பதற்காக உள்ளே போனேன். மறுபடியும் அரைமணி கழித்துச் சின்னவருக்குத் தெரியாம வந்து பார்க்கச் சொன்னா. அவர் காபி சாப்பிடப் போனார். அந்தச் சமயத்திலே நான் உள்ளே போனேன். அப்போ தான் அவசர அவசரமா இந்த ஊருக்கு வரும் வழியைச் சொல்லிப் பணமும் கொடுத்து என்னை அனுப்பினா. சின்னவருக்குத் தெரிய வேண்டாமென்றும் மாமி சொன்னா. ரொம்பக் கெஞ்சினா ... அதெல்லாம் அப்படிச் செய்யாதேங்கோன்னு சொல்லிட்டு, ராத்திரி கடை கட்டறபோது சின்னவர்கிட்ட போய் மறுநாளுக்கு லீவு கேட்டேன். அவர் ரொம்பக் கடுமையா முடியாதுன்னார். என்ன ஏதூன்னு சொன்னாத்தான் லீவு தருவேன்னார். நான் வெளி யூர்க்குப் போகணும் ரொம்ப அர்ஜண்டுன்னு சொல்லிப்பிட்டு வந்துட்டேன்."

"அதெல்லாம் சரி, அங்கே ஆத்திலே ஏதாவது சண்டை நடந்துதோன்னு கேக்கறேன் நான்."

"எனக்கொண்ணும் தெரியலெ மாமி. ஆனா முதலாளி ரண்டு மூணு நாளா வெளியிலே வல்லை. வெளியூர் போனதாகவும் தெரியலை."

"சரி, நீ சாப்பிடு, புறப்பட்டுப் போவோம். நீ சைக்கிள்ளே வந்திருக்கையே ... எங்கேந்து?"

"கொடவாசல்லேந்து வாடகை சைக்கிள்ள வந்தேன். மாமி சொன்னா, மொதலாளி பேரைச் சொல்லிக் கேட்டா சைக்கிள்

கடைக்காரன் தருவான்னு. நான் முன்னாடி போறேன். சைக்கிள் வாடகை ஏறிண்டிருக்கு மணிக்கு மணி."

"நீ என்னோடே திருச்சினாப்பள்ளிக்கு வரப்போறை யோன்னோ?"

"அவசியம் வரணும்னா வரேன். ஆனால் இந்தக் கடையிலே ஞாயித்திக்கிழமைகூட லீவு கிடையாது. இந்தச் சின்னவர் வந்ததிலேந்து ரொம்பக் கெடுபுடி. கும்மாணத்திலே எங்க மாமா இருக்கார், அங்கே போய்விட்டு ராத்திரி வண்டியிலே வரலாம்னு நினைச்சேன். இந்தாங்கோ பணம், உங்களிடம் கொடுக்கச் சொல்லி மாமி குடுத்தா ..." என்று பத்தோ பதினைந்தோ பணம் கொடுத்தான் பையன்.

"அப்போ நீ சாப்பிட்டுட்டுப் புறப்படு. நான் நேரே திருச்சினாப் பள்ளிக்குப் போறேன்."

மாச்சி திருச்சி ஜங்ஷனில் வந்து இறங்கும்போது மாலை நாலரை ஐந்து மணி இருக்கும். ஒரே ஒரு பை மட்டும்தான் எடுத்து வந்தாள். அவள் வருவதைப் பார்த்துவிட்டு, அங்கே நிறுத்தியிருந்த பல டாக்ஸிகளில் ஒன்றிலிருந்து தங்கவேலு இறங்கி வந்து "பெரியம்மாவா, வாங்க நம்ம வீட்டுக்குத்தானே, வாங்க வண்டியிலே போவம்" என்று சொல்லிவிட்டுப் போய் வண்டியை எடுத்துக் கொண்டுவந்து அவளை ஏற்றிக்கொண்டான்.

"தங்கவேலு உங்கிட்ட கொஞ்சம் பேசணும், கொஞ்ச நாழிதான். வண்டியை வெளியிலே கொண்டுபோய் நிறுத்திக்கோ" என்றாள் மாச்சி. அவன் அப்படியே செய்தான். மரியாதையாகக் கீழே இறங்கி வந்து நின்றுகொண்டு, "ஏன், என்னம்மா சங்கதி? நீங்க ரொம்பக் கலவரப்பட்டாப்பலே இருக்கீங்களே ..?"

"நீ இப்பல்லாம் நம்ம வீட்டுப் பக்கம் போறதே இல்லையா?"

"இல்லீங்க, இப்ப நம்ம சின்னவரு அதிகாரத்திலே இருக்கு எல்லாமே. அய்யரும் எதோ எக்கச்சக்கமா தன் மகன்கிட்ட மாட்டிக்கிட்டாரு போல இருக்கு. என் மவன் அவுங்க வீட்டு டிரைவராயிருந்தான், சின்னவரு அவனையும் நிறுத்திட்டார். இப்ப யாருமே டிரைவர் இல்லையாம். எங்களை யாரையுமே அவரு அங்கே அண்டவிடறதில்லை. அவரு வாயிலேயே சனிங்க, ரொம்பப் பேசறாரு. நம்ம அய்யரு குணத்துக்கும் மகராஜி நம்ம அம்மா குணத்துக்கும் இந்தப் புள்ளை எப்படி வந்துச்சோ, அது கிடக்கு. இப்போ என்ன சங்கதி ... சொல்லுங்க ..."

"அய்யரைச் சின்னவன் ரூமுலே போட்டுப் பூட்டி வெச்சிருக்கானாம். அவர் சாப்பிட்டு ரண்டு நாள் ஆறதாம். அம்மா கடுதாசு எழுதிக் கடைப் பையனை அனுப்பிச்சாங்க, நான் ஓடி வந்திருக்கேன். நீ என்னோடே வா, வீட்டுக்கு. என்னோட உள்ளேயும் வா. சின்னவன் ஏதாவது முண்டினா நீ பார்த்துக்கோ. முதல்லே ரூமைத்

தொறந்து அய்யரைச் சாப்பிடச் சொல்லுவம். ஐயோ பாவம், நம்ம அய்யருக்கு நிறையச் சாப்பிடணும், நினைச்சபோது சாப்பிடுவாரு, எப்படித்தான் பொறுத்துண்டிருக்காரோ இந்தப் பட்டினியை. அவரு சாப்பிடட்டும் முதல்லே. அப்புறம் கடுமையாவே இருந்து சின்னவனை அடக்கி ஏதாவதொரு முடிவு செஞ்சுப்பம். நம்மை மீறிப் போயிடுவனா அந்தச் சின்ன பய, இது ரொம்ப அக்கிரமம் இல்லே . . ."

"சீமா அய்யங்காரையும் கடையிலே கால் எடுத்து வைக்காம செஞ்சுட்டாராம் சின்னவரு."

"ஆமாம் அதுவும் தெரிஞ்சுது."

"வாங்க போவம். எங்க அய்யருக்காக நான் எதுக்கும் தயாருங்க."

சின்னவன் எழுந்து வந்து பார்ப்பதற்குள் மிக விரைவாக மாச்சியும் தங்கவேலுவும் உள்ளே போய்விட்டார்கள். அவன் அதிவேகமாய் உள்ளே வந்து, "உங்களை யார் வரச்சொன்னது? தங்கவேலு, யாரைக் கேட்டுண்டு நீ உள்ளே வந்தே" என்று கத்தினான்.

"நான் யாரைக் கேட்டுக்கிட்டும் இங்கே வர வேண்டாம்; எனக்கு உடனே அய்யரைப் பார்க்கணும். நீங்க ரூமைத் தொறக்கிறீங்களா, இல்லே போலீசை அளைச்சிண்டு வரட்டுமா? சந்தி சிரிச்சுப்போயிடும். இந்தக் கடை, வீடு, இங்கே இருக்கிற ஒவ்வொரு காசும் எங்கய்யா சொந்தமாச் சம்பாரிச்சது. சுயார்ச்சிதம். உங்களை இந்த நிமிசமே வெளியே தொரத்த அதிகாரமுண்டு அய்யாவுக்கு. அவரை நீங்க இப்படிப் பண்ணி இருக்கிறதுக்கு ஜெயில் தண்டனை உண்டு தெரியுங்களா? போயி ரூமைத் திறக்கணும் மொதல்லே."

"முடியாது, நீ யார்ரா இதைக் கேட்க, பொறுக்கித்தின்ன நாய்தானே நீ."

"மரியாதைக் குறைவாப் பேசறீங்க. அப்புறம் நான் யாரூங்கிறத்தைக் காட்டினேன்னா . . . ஆமாம் . . ."

"அவனை நாலு வைச்சுக் கட்டிப்போடு தங்கவேலு. சாவியைப் பிடுங்கு. அரணாக்கயத்திலே வெச்சிண்டிருக்கான் சாவியை. பாவி, ராக்ஷஸன், பெத்த தாயார் தகப்பனாரை இப்படி பண்ற மஹா பாவி . . ." என்று அழுதாள் அம்மு.

"அம்மு, உன் வாயாலே அவனை ஒண்ணும் சொல்லாதேடி, இதெல்லாம் கிரஹக் கோளாறு, நம்ம பாவம்" என்றாள் மாச்சி.

"ஆமாம், கிரஹக் கோளாறு, மசுருக் கோளாறு. பாவி யாரு? நினைச்சுப் பார்த்துக்குங்கோ, இன்னம் இவரோடே வாழணும்னு நெனைக்கிறையே அம்மா, உனக்குப் புத்தி எங்கே போயிருக்கு?

இவ ஒத்தி வந்துட்டா பெரிசா, வெக்கமில்லாம. பாவமாம் . . . இவ சொல்லித்தான் தெரிஞ்சுக்கணும் பாவம் எது, புண்ணியம் எதுன்னு.”

“எலே, எலே தத்தாரி, வாய் அழுகிப்போயிடும். பாவி, எங்க வயத்திலே பொறந்துட்டு, எங்களையே . . .”

“அம்மா, நீங்க உள்ளே போங்க கொஞ்சம். இவரை நான் கொஞ்சம் கவனிக்கணும் . . .” என்று சட்டென்று சின்னவனைக் கட்டிப்பிடித்துப் பக்கத்தில் கிடந்த துண்டை எடுத்து அவன் கைகள் இரண்டையும் கட்டிவிட்டுக் கீழே கிடத்திவிட்டான் தங்கவேலு.

“ஐயோ அவனை ஒன்றும் செய்யாதே தங்கவேலு” என்று கண்ணீர் விட்ட மாச்சியை இழுத்துக்கொண்டு போனாள் அம்மு. “அவனை ரண்டு துண்டா வெட்டணும் தங்கவேலு” என்று சொல்லிக்கொண்டே சமையலறைக் கதவைச் சாத்திக்கொண்டாள் அம்மு.

“தண்ணீ கிண்ணி போட்டிருக்கையா சின்னய்யா, வாயிலே வந்தபடியெல்லாம் பேசறையே? கடையிலே இருக்கிறவங்க என்ன நினைச்சுப்பாங்க. ஒழுங்கா மாடிக்கு வந்து ரூம் கதவைத் தொறக்கப் போறையா, இல்லே கை கால் வெளங்காம அடி வாங்கிக்கப் போறியா? இந்தத் தங்கவேலுவைத் தெரியாது உனக்கு. நான் தூக்கி வளத்த புள்ளை நீ. எதுக்கும் ஒரு எல்லை உண்டு. என்ன சொல்றே. வா என்னோடே மாடிக்கு.”

“முடியாது, நீ யார்ரா இதிலே தலையிட?”

“நான் யாரா, யாருன்னு காட்டட்டுமா?” என்று கேட்டுக் கொண்டே கன்னத்தில் பளார் பளார் என்று நாலு விட்டான் தங்கவேலு. “எழுந்திரு, வா என்னோடே மாடிக்கு.” என்றான். சின்னவன் கேட்கவில்லை. அவனை அப்படியே அலக்காத் தூக்கிக் கொண்டு மாடிக்குப் போனான் தங்கவேலு. கீழே போட்டுக் கால்களையும் கட்டிவிட்டுச் சாவியை எடுத்துக் கதவைத் திறந்தான். கிட்டா பாய்ந்து வந்தான். சின்னவன் மென்னியைப் பிடிக்கக் கைகளை நீட்டிக்கொண்டு வந்தான், தங்கவேலு கிட்டாவைத் தழுவிக் கட்டிப்பிடித்தான்.

“ஐயா, கொஞ்சம் பொறுமையா இருங்க . . .” என்ற தங்கவேலு அழுதுவிட்டான்.

“தங்கவேலு நான் . . . எனக்கு . . . நீ . . .” என்று தழுதழுத்தான் கிட்டா. மயக்கம் போட்டதுபோல் சாய்ந்தான் தங்கவேலுவின் மேல். அவனை அப்படியே மடிமேல் சாத்திக்கொண்டு உட்கார்ந் தான் தங்கவேலு. சின்னவன் எழுந்திருக்க முயன்று உதைத்துக் கொண்டான்; முடியவில்லை. பெரியவன் அடுத்த ரூமிலிருந்து

எட்டிப்பார்த்தான். "அப்பா, அப்பா" என்று ஓடிவந்தான். "நீங்களே போயிக் கொஞ்சம் காபியாவது ஏதாவது கொண்டுவரச் சொல் லுங்க அவசரமா" என்று பெரியவனைக் கீழே அனுப்பினான் தங்கவேலு.

பதறிக்கொண்டு ஓடி வந்தாள் அம்மு. அடுத்த நிமிஷம் காபியோடு வந்தாள் மாச்சி. அம்முவின் மடியில் கிட்டாவைக் கிடத்திவிட்டுச் சின்னவன் கட்டுக்களை அவிழ்த்துக்கொண்டிருந்தான் தங்கவேலு. அம்மு மெதுவாகக் காபியைக் கொடுத்தாள். பாதி குடித்ததும் கண் விழித்தான் கிட்டா. சற்றே நிமிர்ந்து மறுபடியும் அவள் மீது சாய்ந்துகொண்டே மீதியிருந்த காபியைக் குடித்தான்.

"இவனை நான் இருந்த ரூமில் தள்ளிப் பூட்டு" என்றான் மிகவும் பலஹீனமான குரலிலும் கோபம் சீற.

"அதெல்லாம் ஒண்ணும் வேணாம், அவரு இனிமே பொட்டிப் பாம்பு; கவலைப்படாதீங்க . . ." என்றான் தங்கவேலு.

"போடா, போயி மூஞ்சி அலம்பிண்டு கடைக்குப் போ. யாராவது ஒரு பையனை வரச் சொல்லு" என்றாள் மாச்சி.

சின்னவன் கடைக்குப் போனான். அவன் அனுப்பிய பையனிடம் இட்லியும் ரவா தோசையும் வாங்கிவரச் சொன்னாள் அம்மு.

மாச்சி கீழே போய் சமையல் செய்ய ஆரம்பித்தாள். கிட்டாவும் தங்கவேலுவும் அம்முவும் பெரியவனும் கீழே வந்தார்கள். கிட்டா ஸோபாவில் உட்கார்ந்தான்.

"உன் மகன் இப்போ எங்கே இருக்கான்?" என்று கேட்டாள் அம்மு தங்கவேலுவிடம்.

"சும்மாத்தான் இருக்கான். என் வண்டியை அவன்தான் ஓட்டிக்கிட்டிருக்கான். நான் போறதே இல்லை. இன்னிக்குன்னு நான் யதேச்சையாப் போயிருந்தேன் ஜங்ஷனுக்கு. நல்ல வேளையாப் போச்சு."

"நீ இங்கேயே எங்களோடே இரு. உன் பிள்ளையே டாக்ஸியைப் பார்த்துக்கட்டும்" என்றாள் அம்மு.

பெரியவன் உள்ளே போய்ப் பெரியம்மாவை, "எப்போ, வந்தேள், எல்லாம் தெரியுமோன்னோ, சின்னவன் வரவர எப்படியோ ஆயிட்டான் பெரியம்மா. அப்பாவையே அடிச்சுட்டானாம். பாவம், அப்பாவை உள்ளே போட்டுப் பூட்டி . . . அப்பா சாப்பிடவே இல்லை. நாங்களும் நன்னாவே சாப்பிடலை பெரியம்மா. நன்னா சமையல் பண்ணுங்கோ" என்றான். அப்போது தான் அவனைப் பார்க்கிறாள் மாச்சி, நன்கு வளர்ந்து ஆளாகி விட்டிருந்தான்.

மீசை தாடியெல்லாம் இருந்தது; தலையில் குடுமி வைத்திருந்தான். காதில் வைரக் கடுக்கன் ஜொலித்தது. பட்டை பட்டையாய் விபூதி. பேசும்போது கொஞ்சம் குளறும். வாயிலிருந்த எச்சில் கீழே விழுவது தவிர, வேறு குறையே தெரியவில்லை. தங்கவேலுவும் கிட்டாவும் அந்தரங்கமாக மனம் விட்டுப் பேசிக்கொண்டிருந்தார்கள்.

அம்மு உள்ளே வந்தாள். பெரியவனைப் பார்த்துச் சந்தோஷப் பட்டுக்கொண்டிருந்த மாச்சியிடம், "அக்கா, நீ முன்னே சொன்னாப்பலேயே இவனுக்குப் புத்தியும் வந்துடுத்து, சுத்தமும் வந்துடுத்து. சாஸ்திரிகளை ரண்டு மாசம் தினம் வரச்சொல்லி சந்தி ஜபம் மந்திரத்தையெல்லாம் ஸ்பஷ்டமா கத்துண்டான். மூணு வேளையும் தவறாம செய்யறான். நிறைய ஜபமும் பண்றான், ஆசாரமாவும் இருக்கான். என் திருஷ்டியே விழுந்துடும்போல இருக்கு. உடம்பும் நன்னாயிருக்கோன்னோ. நம்ம தாத்தா, எங்க மாமனார் இப்படித் தான் இருப்பராம் இவர் சொல்றார்; அப்படியே உரிச்சு வெச்சிருக் காம் நம்ம தாத்தாவை. நல்ல இடமா, ஏழையாத்துப் பொண்ணா பார்த்துக் கல்யாணம் பண்ணிடணும் அக்கா. வர வர என்னாலே முடியலை . . ." என்று சொல்லிக்கொண்டே இருந்தாள் மேலும் மேலும்.

கடையைக் கட்டிவிட்டுச் சின்னவன் உள்ளே வந்தான். சாவியை வைத்துவிட்டுக் குழாயடிக்குப் போய் கைகால் கழுவிக்கொண்டு வந்தான். விபூதியை எடுத்துப் பூசிக்கொண்டான். நேரே உள்ளே வந்து, "பெரியம்மா என்னை மன்னிக்கணும் . . ." என்று அழுது கொண்டே நமஸ்காரம் பண்ணினான். அவனை அப்படியே தழுவி அழைத்துக்கொண்டு கிட்டாவிடம் போனாள் மாச்சி. அம்முவையும் வந்து கிட்டாவுக்கு அருகில் நிற்கவைத்து, "அப்பாவுக்கும் அம்மாவுக்கும் நமஸ்காரம் பண்ணு. அவாளைக் கெஞ்சிக் கேளு மன்னிக்கணும்னு."

சின்னவன் நாலைந்து தடவை விழுந்து விழுந்து நமஸ்காரம் செய்தான். "இனிமேல் மறதியாகக்கூடத் தவறான வார்த்தைகளைப் பேச மாட்டேன் அப்பா. பிறத்தியார் சொல்லிக் கொடுத்த கெட்ட யோசனையாலே என்னென்னவோ பண்ணிவிட்டேன், என்னை மன்னிச்சுடுங்கோ. தங்கவேலு, உன்னையும் கேட்டுக்கறேன், தயவு பண்ணி இதையெல்லாம் மறந்து என்னை மன்னிச்சுக்கோ. இனி மேல் நான் உன்னிடமும் சரியாவே நடந்துப்பேன்" என்றான்.

"எனக்குத் தெரியும் சின்னய்யா, உங்களை யாரு இப்படியெல் லாம் செய்யத் தூண்டினதுன்னும் தெரியும் எனக்கு. ஐயா கிட்ட அதுதான் பேசிக்கிட்டிருந்தேன். நாளைக்கே அந்த ஆளைச் சீட்டைக் கிளிச்சுப்புட்டு, மேலே ஆக வேண்டியதைப் பார்ப்போம். இனிமே யார்கிட்டேயும் குடும்பச் சமாசாரத்தைப் பேசாதீங்க சின்னையா, எல்லாரும் ஒரே மாதிரியா இருக்க மாட்டாங்க" என்றான் தங்கவேலு.

சாப்பாடு ஆயிற்று. தங்கவேலுவும் அங்கேயே தங்கிவிட்டான்.

கிட்டாவுக்கு மட்டும் மனம் நிம்மதிகொள்ளவில்லை. ஒரு வகையாய் எல்லாவற்றிற்குமே ஒரு முடிவான நிரந்தரமான ஏற்பாடு செய்துவிட வேண்டும் என்று நினைத்தான். உள்ளுக்குள் அவமானம் அவனைச் சிதைத்துக் குலைத்துக்கொண்டிருந்தது. அந்த நேரத்தில் அவனுக்கு எதுவுமே பிடிக்கவில்லை. எல்லாவற்றையும் உதறி எறிந்துவிட்டு எங்கேயாவது ஓடிப்போய்விடலாம் என்றுகூடத் தோன்றியது.

மாச்சிக்குப் பெரியவனைப் பற்றிய வியப்பு இன்னும் தீரவில்லை. என்ன அழகாகப் பரிசேஷணம் பண்ணி, ஆபோசனம் வாங்கிக் கொண்டு சாப்பிடுகிறான். ஒரு பருக்கை இறையாமல் துடைத்துத் துப்புரவாய்ச் சாப்பிடுகிறானே குழந்தை. இரண்டு குழந்தைகளுக்கும் ரொம்ப ஆடம்பரமாய்ப் பூணூல் போட்ட பழைய நிகழ்ச்சியை நினைத்துக்கொண்டாள். எத்தனையோ வருஷங்கள் ஆகிவிட்ட போதிலும் இன்றைக்கும் பசுமையாய் நினைவிருக்கும் நிகழ்ச்சி அது. தானும் மாத்தூரும் பெரியவனுக்குப் பூணூல் போட்டு பிரம்மோபதேசம் பண்ணினதும் கிட்டாவேகூட விளையாட்டாக 'அசட்டுக்கு அசடு பொருத்தம்' என்று சொன்னதும் அதற்காகக் கிட்டாவுடன் தான் பல நாள் பேசாமல் இருந்ததும் ஞாபகம் வந்தது அவளுக்கு. பெரியவன் பூணூல் கல்யாணத்தன்று சாயங் காலமே பூணூலைக் கழற்றி எறிந்துவிட்டான். சின்னவன் கழற்ற வில்லையே தவிர ஒரு நாளைக்காவது சந்திஜபம் பண்ணினது இல்லை. இப்போ பெரியவனைப் பார்க்கும்போது தாங்கள் செய்த பிரம்மோபதேசம் நல்லமுறையில் பயன் தந்திருப்பதைப் பார்க்கும்போது அவளுக்கு மிகவும் திருப்தியாயிருந்தது. "அவனுக்கு ஏதாவது படிப்புச் சொல்லித்தர ஏற்பாடு செய்யக் கூடாதோ?" என்று அம்முவைக் கேட்டாள்.

"இங்கிலீஷும் ஸமஸ்கிருதமும் படிக்கிறான். தினம் இரண்டு மணிநேரம் ரண்டு வாத்தியார்கள் வருகிறார்கள். ரொம்பப் படித்த வாத்தியார்கள். கொஞ்சம் மெதுவாத்தான் வரது" என்றாள் அம்மு.

இரண்டு நாள் கழித்துக் கிட்டா மெட்ராசுக்குக் கிளம்பினான். அங்கே சில முக்கியமான காரியங்களைப் பார்த்துக்கொண்டு அதிகமாகப் போனால் மூன்றுநாள் இருந்துவிட்டுத் திரும்பி விடுவதாகவும் உடனே எல்லாவற்றிற்கும் ஏற்பாடுகள் செய்துவிட லாம் என்றும் சொல்லிவிட்டுப் போனான். திருச்சியில் தனக்குத் தெரிந்த ஒரு பெரிய வக்கீலை வீட்டுக்கு அழைத்துக்கொண்டு வந்து கலந்து ஆலோசனைகள் செய்திருந்தான். சீமா அய்யங்காரும் வந்திருந்தார். பூமா இன்னும் ஊரிலிருந்து வரவில்லையாம்.

கிட்டா சென்னைக்குச் சென்ற மறுநாள் மாச்சியும் அம்முவும் கோயிலுக்குப் போய் வரலாமென்று பெரியவனையும் அழைத்துக்

கொண்டு காரில் போனார்கள். சாயங்கால நேரம். சமயபுரம் போய்விட்டு வரும்போது திருவானைக்காவிலும் தரிசனம் செய்து விட்டு வரும் நோக்கத்துடன் சற்றே முன் நேரத்தில் புறப்பட்டார்கள். சின்னவனைக் கூப்பிட்டார்கள், ஆனால் அவன் வரவில்லை. கடையில் ரொம்ப வேலை இருப்பதாகச் சொல்லி அவர்களை வாசலுக்கு வந்து வழி அனுப்பினான். "தங்கவேலு, மெதுவாவே போங்க, விரட்ட வேண்டாம்" என்றும் சொன்னான்.

"பயப்படாதீங்க சின்னையா; இப்போல்லாம் வேகமாவே ஒட்டறதில்லை நான்" என்றான் தங்கவேலு.

திருவானைக்காக் கோயிலிலிருந்து புறப்பட்டார்கள். தெரு விளக்குகள் மங்கலாய் எரிந்துகொண்டிருந்தன. ஏகக் கூட்டம். வண்டிகள் வேறு. இடது பக்கத்திலும் வலது பக்கத்திலும் கால் வைக்க இடமில்லாமல் வாழைப்பழ வண்டியும் கடலை வண்டியும் தின்பண்டங்கள் விற்கும் வண்டியுமாய் இருந்தன. பஸ் போக்கு வரத்து வேறு. தங்கவேலு மிகவும் ஜாக்கிரதையாகத்தான் ஓட்டிவந் தான். முன் ஸீட்டில் உட்கார்ந்திருந்த பெரியவன் அடிக்கடி ஜாக்கிரதைப்படுத்திக்கொண்டுவந்தான். அவனும் கார் ஓட்டப் பழகிக்கொண்டிருந்தான், நன்றாகவே ஓட்டுவான் என்று தெரிந்து கொண்டு சந்தோஷப்பட்டாள் மாச்சி.

ரங்கன் ரெட்டியார் சத்திரத்து வாசல். இடது புறமாகப் போக முடியாத கூட்டம். கூடுமானவரை நடுரோடிலேயே மிக மெதுவாக வந்த தங்கவேலு சற்றே வேகத்தை அதிகப்படுத்தினான். சத்திரத்திலிருந்து குறுக்கே ஒருவர் திடீரென்று பாய்ந்தார். 'ஹான்' அழுத்தமாய்க் கொடுத்தான். அவர் நகரவில்லை; ஒதுங்கி ஓரமாகவும் போகவில்லை. எதிரே வரும் காரைப் பார்த்துக்கொண்டே முன்னேறுகிறார். செவிடாயிருந்தால்கூடக் கண்ணால் பார்ப்பவர் நகர மாட்டாரா என்றுதான் எண்ணினான் தங்கவேலு. "ஆகா . . ." என்று பெரியவன் சத்தம் போடவும் கார் குலுங்கி நிற்கவும் சரியாயிருந்தது. பார்த்துகொண்டே காரில் விழ வந்தவர்மேல் ஆத்திரம் வந்தது தங்கவேலுவுக்கு. இந்தப் பக்கத்திலிருந்து பெரியவனும் குதித்ததுபோல் இறங்கி அந்த ஆளின் முன்னே போனான். இதற்குள் அந்த ஆளை பக்தியுடன் தொட்டுக் கும்பிட்ட சிலர், "சாமி . . . காரு . . ." என்று கோயிலில் சுவாமியிடம் வேண்டிக் கொள்வதைப்போல் தெரிவித்தனர். தங்கவேலுவிடமும் பெரியவனிடமும், "அவரு ஒரு ஞானிங்க, திடீர்னு தன்னையே மறந்துடுவாருங்க. விழித்துக்கொண்டே இருப்பார். கண் தெரியாது. கேட்டுக்கொண்டேதான் இருப்பார். காதில் விழாது" என்று விளக்கினார்.

தங்கவேலுவும் பெரியவனும் பக்தியுடன் கும்பிட்டார்கள். "அடே, காரா . . . இவனுக்குத் தெரியாமை போயிடுச்சா" என்று

சொல்லிச் சிரித்தார் சாமியார். அந்தச் சிரிப்பில் எல்லாருமே ஈடுபட்டனர். அவருடைய கண்களில் அப்போது ஒளி வீசியது போலவும் அதில் எல்லார் கண்களுமே கூசியது போலவும் இருந்ததாம். பின்னால் சொன்னார்கள் தங்கவேலுவும் பெரியவனும்.

"அக்கா, அந்த ஆடி அமாவாசைக் காத்தாலே அஞ்சு வருஷத்துக்கு முன்னாலே இவனைத்தான் பார்த்தோம் நானும் மாமாவும். அந்த வினை வெடித்துத்தான் நம்மையெல்லாம் இத்தனை நாள் ஆட்டி அலைக்கழித்துவிட்டது" என்றாள் அம்மு.

சற்றே கூட்டம் கலைந்து சாமியாரும் காரைத் தாண்டிச் சென்ற நேரம் அது. காரில் விளக்கு எரிந்துகொண்டிருந்தது. அம்மு மறுபடியும், "அக்கா இதேதான் . . ." என்றாள் பரபரப்புடன்.

மாச்சி இறங்கிக் காரைத் தாண்டிச் சென்றுவிட்ட சாமியைப் பின்தொடர்ந்து போய்த் திரும்பி அவர் முகத்தைப் பார்த்தாள். அவர் சட்டென்று "மாச்சியா . . . மாச்சியா இது" என்று கேட்டார்.

"ஆமாம், நீங்க யாருன்னு தெரியலையே."

"தெரியாது, எப்படித் தெரியும்? அவன் இல்லையே இது. இது தோப்பூர் கணேசனாயிருந்தது . . . பாவம், மாச்சி, இன்னொண்ணு யாரு? அம்முதானே, ரொம்ப நாளைக்கு முன்னே பார்த்தது. கிட்டா வல்லையா" என்றார் சாமி.

தங்கவேலு வண்டியையே பின்னால் கொண்டுவந்திருந்தான். அம்முவும் பெரியவனும் இறங்கி வந்தார்கள்.

"இவன் கிட்டா மாமாவின் மூத்த பிள்ளை. இதோ அம்மு" என்று மாச்சி அறிமுகப்படுத்தினாள். "தங்கவேலு, கொஞ்சம் கோயிலுக்குள்ளேபோய் மண்டபத்திலே உக்காந்து இவருடன் பேசிவிட்டுப் போவோமே. நீயும் வா. இவர் தோப்பூர் . . . எங்களுக்கெல்லாம் மிகவும் வேண்டியவர்" என்று அவள் சொன்னதற்கு தங்கவேலு சம்மதித்தான்.

"கணேசனிடம் நம்ம கதையைச் சுருக்கமாகச் சொல்லப் போறேன். சாமின்னு எல்லாரும் கொண்டாடறதைப் பார்த்தால், இந்த சாமி நமக்கும் நல்ல வழிகாட்டட்டுமேன்னு தோன்றது. நீ என்ன சொல்றே அம்மு?" என்று கேட்டாள் மாச்சி.

கணேசன் சிரிப்பு ஓயவில்லை. மண்டபத்தில் போய் உட்கார்ந்தனர். நாற்பது வருஷத்துக் கதையையும் ஒன்றுவிடாமல் அழுகையும் சிரிப்பும், கிண்டலும் கேலியும் நிறைத்துச் சொல்லி முடித்தாள் மாச்சி. அன்றைய தினம் வரையில் வந்துவிட்டது கதை. கடைசியில், "எல்லாம் இருக்கு, திங்கறம், தூங்கறம், ஆனால் எல்லாமே குமட்டிக் குமட்டி வாந்தியெடுக்கவராப்பல ஆயிடறது, புளிச்சேப்பம். எதுவுமே ஜீர்ணம் ஆகாம கஷ்டப்படுத்துமே அதுமாதிரி ஆயிடுத்து எல்லாமே." என்று சொல்லி முடித்தாள் மாச்சி.

"ரொம்பச் சரி. நாம் சாப்பாட்டைச் சாப்பிடறம்; சாப்பாடு நம்மைச் சாப்பிடறது. தன் வாலைத் தானே முழுங்கும் பாம்பின் கதைதான். சாப்பாடு தூக்கம், சாப்பாடு சாவு. கிட்டா என்னிக்கு வருவான்? எங்கிட்டே ஏன் வரப்போறான் அவன்? சரி கிளம்புங்கோ. இருட்டிப்போய் ரொம்ப நாழியாயிடுத்தே" என்று அவன் கிளம்பிவிட்டான்.

இவர்களும் காரில் ஏறிக்கொண்டு கிளம்பினர். "பைத்தியமாகத் தோண்றதோ?" என்று பொதுவில் கேட்டாள் மாச்சி.

"அதெல்லாமில்லை ..." என்றான் பெரியவன்.

"எனக்கும் அப்படித் தெரியலையே." என்றாள் அம்மு.

"அவரு ஞானிதாங்க ... நான் கேள்விப்பட்டிருக்கேன் முன்னாடியே; இன்னிக்குத்தான் நேரே பார்க்கிறேன்" என்றான் தங்கவேலு.

வரும் வழியிலும் வீட்டுக்கு வந்த பிறகும் அவர்கள் கணேசனைப் பற்றித்தான் பேசிக்கொண்டிருந்தார்கள். கிட்டா வந்ததும் எல்லோரும் போய்க் கணேசனைத் தேடிப்பிடித்து வீட்டுக்கு அழைத்துக் கொண்டுவர வேண்டுமென்றும் தீர்மானித்துக் கொண்டார்கள்.

மறுநாள் காலையில் கிட்டா வந்துவிட்டான். அவனிடம் கணேசனைப் பற்றிச் சொன்னார்கள். கிட்டாவுக்கு அதில் ஆர்வமே தோன்றவில்லை. கணேசன் ஞானியென்று நிரூபிக்கும் வகையில் விவரம் சொன்னார்கள். "அதற்கென்ன அப்படியிருந்தால் அழைத்துக்கொண்டு வருவோம். ஆனால் கணேசன் தொழு நோயாளியாய் ஏன் ஆனான்? எப்படி ஆனான்?" என்று கேட்டுவிட்டு, உடனே அவனே, "சேச்சே, இதென்ன கேள்வி, சுத்த அபத்தம். நோயும் மத்ததும் நம்மைக் கேட்டுக்கொண்டா வரும்?" என்று தானே பதில் கேள்வியும் கேட்டுக்கொண்டான்.

சீமா அய்யங்காரும் வக்கீலும் வந்தார்கள். மாச்சி, அம்மு, பெரியவன், சின்னவன் எல்லாரையும் கூப்பிட்டு வைத்துக்கொண்டு, "மைலாப்பூர் கடையும் நானாகப் பார்த்துக் கொடுக்கும் ரொக்கமும் சின்னவனுக்கு. இந்தக் கடையும் வீடும் கொஞ்சம் ரொக்கமும் பெரியவனுக்கு. மாச்சிக்கு நிறையப் பணம் சேர்ந்திருக்கிறது பேங்கில். அதை அவள் பெரியவனுக்குக் கொடுப்பாள். இப்போதைக்கு மாச்சியும் மாத்தூரும் சென்னையில் சின்னவனுடன் ஒரு ஜாகை வைத்துக்கொள்வது. விரைவில் சின்னவனுக்குச் சென்னையில் ஒரு வீடு வாங்கித் தருவேன். நானும் அம்முவும் இங்கே இருப்போம். பெரியவனுக்குக் கல்யாணத்திற்கான ஏற்பாடுகள் செய்து கொண்டிருக்கிறேன். இந்த ஏற்பாட்டுக்கு எல்லாரும் ஒப்புக்கொள்ள வேண்டும். என்னிடம் என்ன பாக்கியிருக்கிறது என்றெல்லாம் அநாவசியமான கேள்விகளை யாரும் கேட்கக் கூடாது. நான்

எதையும் வீண் செலவு செய்துவிட மாட்டேன். எனக்குப் பிறகு அதைச் சின்னவனும் பெரியவனும் பிரித்துக்கொள்வார்கள்" என்று கிட்டா தன் ஏற்பாட்டைச் சொன்னான்.

எல்லாருமே ஒப்புக்கொண்டதைப்போல் இருந்தது ஆரம்பத்தில். பிறகு அம்மு ஒன்றைக் கேட்க மாச்சி ஒன்றைக் கேட்க, வியவஹாரம் வலுத்தது. பேச்சு வார்த்தைகளும் நீண்டன. காரசாரமும் கலந்தது. இரைச்சல் வந்தது. அவனையுமறியாமல் சின்னவன் சில கேள்விகளைக் கேட்டான். வக்கீலும் சீமாவும் ஏதோ மழுப்பினார்கள். சமாதானம் ஆகவில்லை. இருந்தாற்போலிருந்து சண்டை சூடுபிடித்துவிட்டது. தெளிந்து வந்த மனங்கள் கலங்கிக் குழம்பிவிட்டன. நீ, நான் என்று அவரவர்கள் கிளம்பிப் பழைய குப்பை கூளங்களைக் கிளறிவிட்டனர். சின்னவன் எல்லாரையும் மறந்துவிட்டுச் சாக்கடையைக் குத்தினான், நாறிப்போய்விட்டது மறுபடியும். "சரி, இன்னும் சற்று யோசித்து மாற்றங்களும் செய்து இன்னொரு நாள் பேசிக்கொள்வோம். எல்லாரும் முன்போலவே சமாதானமாயிருக்க வேண்டும்" என்று சொல்லிவிட்டு வக்கீலும் சீமாவும் கிளம்பிப் போனார்கள். அவர்களுடன் கிட்டாவும் புறப்பட்டான்.

அவர்கள் போன பிறகு, வீட்டில் இருந்தவர்கள், யாரால் இன்று பேச்சுவார்த்தைகள் முறிந்தன என்று தமக்குள் பேசிக்கொண்டதில் ஒவ்வொருவரும் நான் காரணமில்லையென்று சாதித்தனர். சரி கிட்டா வந்ததும், எல்லாரும் சேர்ந்து, இனிமேல் தங்களைக் கலந்துகொள்ளவே தேவையில்லையென்றும் அவன் செய்யும் எந்த முடிவையும் ஒருமித்து ஒரு மனதாக ஏற்றுக்கொள்வோமென்றும் சொல்லிவிட வேண்டும் என்று தீர்மானித்துக்கொண்டார்கள்.

◻

25

சீமாவையும் வக்கீலையும் கொண்டு போய்விட்டுவிட்டு வரும்போது தெப்பக்குளத்திற்கருகில் கணேசனைப் பார்த்தான் தங்கவேலு. காரை மெதுவாக உருட்டிக்கொண்டே; "இதோ பாருங்க மொதலாளி, இவர்தான் அந்த ஞானி. அன்னிக்கு நாங்க பார்த்தவரு... தோப்பூர் கணேசன் இவர்தானாம்" என்று காட்டினான். கணேசனைப் பார்த்ததுமே கிட்டாவுக்குப் புல்லரித்தது. ஒரு ஞானியின் களை அந்தக் கண்களில் வழிந்தோடுவது புரிந்தது. காரை விட்டு இறங்கி கணேசன் அருகில் சென்றான் கிட்டா. அன்பும் அருளும் பொங்க அனைத்தையும் அனைவரையும் பார்த்துப் பார்த்து மகிழ்ந்துகொண்டிருந்த அந்த முக மலர்ச்சியைக் கண்டான். அந்த ஞானிக்குச் சுய உணர்வே இருந்ததாகத் தெரிய வில்லை. கணேசனுடன் கிட்டாவுக்குத் தெரிந்த ஒரு கல்லூரிப் பேராசிரியர் நின்றிருந்தார். அவர் கணேசனைக் கூர்ந்து கவனித்துக் கொண்டிருந்தார். கிட்டா பெரிய பணக்காரன், ஊரில் பெரிய பிஸினஸ்மன் என்பது அந்தப் பேராசிரியருக்குத் தெரியும். இவ்வளவு பெரிய மனிதரான கிட்டா நிறையப் படித்தவராகத்தான் இருப்பாரென்ற முழு நம்பிக்கை அவருக்கு. அதற்கேற்றாற்போல் சிறிதும் கௌரவம் பார்க்காமல் தன்னைப் போலவே நடுத்தெருவில் ஞானியைத் தரிசிக்கவும் வந்துவிட்ட கிட்டாவை அவர் பெரிய அறிவாளியாகத் தன்னைப் போலவே ஆர்வமுள்ள அறிவாளியாகவே நினைத்துக்கொண்டார். கிட்டா அவரிடம் மெல்ல, "இவருக்குச் சுய உணர்வே இருக்காதல்லவா?" என்று கேட்டு வைத்தான்.

அதற்கு அவர், "இது சுய உணர்வில்லாத நிலையென்று நமக்குத் தோன்றும்; ஆனால் இது சுய தர்சன உணர்வு. தனக்கு அப்பால், தன்னைக் கடந்து இருக்கும் உலகம்தானே தான் என்பதை அறிவது இதுதான். நல்ல பிரக்ஞை... அதாவது விழிப் புள்ள உணர்வு நிலை யாருக்கு இருக்குமோ, அப்படிப்பட்ட

மனிதன் இந்தச் சுய தர்சனத்தைப் பெறுவான் சில நேரங்களில். அது நிலைத்து நிற்க வேண்டுமென்ற அவசியமில்லை. மறுபடியும் உலகியல் நினைவுக்கு வந்தாலும் இப்படிப்பட்டவர்களுடைய ஞானம் தவறு செய்யாது. மிகவும் அபூர்வமான நிலை இது. அபூர்வமான மனிதர் இவர்" என்று மிக நிதானமாகப் பதில் கூறினார்.

"எனக்கு இவரைத் தெரியும்; நல்ல பரிச்சயம் உண்டு" என்றான் கிட்டா. பேராசிரியரை ஏமாற்றவோ குட்டவோ நினைக்கவில்லை அவன். தன் மூஞ்சியைக் காப்பாற்றிக்கொள்ளத்தான் இதைச் சொன்னான்.

"அடே அப்படியா, நீங்கள் பெரிய பாக்கியசாலி" என்று சொன்ன பேராசிரியருக்குப் பொறாமையாக இருந்தது. பணம், பிஸினஸ், ஞானியின் பரிச்சயம் எல்லாமே ஒருவருக்கே இருப்பதை அவரால் சஹித்துக்கொள்ள முடியவில்லை.

கிட்டாவுக்கு இரட்டை லாபம். "கணேசன், மிஸ்டர் கணேஷ்" என்று கூப்பிட்டுக்கொண்டே முதுகைத் தொட்டான் அழுத்தி.

கணேசன் சிரித்தான். சில நொடிகள் கழிந்தது, "யாரது, கிட்டாவா, கிட்டா" என்று அவன் கையைப் பிடித்தான் கணேசன்.

"நம்ம வீட்டுக்குப் போகலாம்" என்று அவனைக் காரில் ஏற்றிவிட்டு, "வாங்களேன் ஸார் நீங்களும்" என்று பேராசிரியரை அழைத்தான்.

"ரொம்ப தேங்க்ஸ். நான் காலேஜுக்குப் போகணும். உங்க ளோடேயே இன்னொரு சமயம் அவரைப் பார்க்கிறேன்" என்று அவர் கிளம்பினார். கார் கிளம்பிற்று. கிட்டா ஒருக்களித்துத் திரும்பி கணேசனைப் பார்த்தான். பழைய சிரிப்புடன், பழைய விரிந்த பார்வையுடன் கணேசன் சாலையில் நின்றிருந்த பழைய நிலைக்கே போய்விட்டிருந்தான். இரண்டு மூன்று நிமிஷங்களில் கார் நின்றது. "கணேசா . . ." என்று அவனைத் தொட்டு அழைத்தான் கிட்டா. தங்கவேலு இறங்கி வந்து கதவைத் திறந்தான். கிட்டா இறங்கிக் கைகொடுத்தான்.

"இங்கேயா, எங்கே?" என்று இறங்கிக் கிட்டாவோடு சென்ற கணேசன், கடையில் ஏறிச் சுற்றுமுற்றும் பார்த்தான். உள்ளே போனான். கணேசன் சகஜநிலையில் எல்லாரையும் பார்த்துச் சிரித்தான். பெரியவன் பழைய பரிச்சயத்தோடு நமஸ்காரம் செய்தான். மாச்சி சின்னவனைக் காட்டி, "அன்னிக்கு இவன் வல்லை எங்களோடே. இவன் அம்முவின் சின்னப் பிள்ளை. இரண்டே குழந்தைகள்தான் இவர்களுக்கு" என்று அவனையும் நமஸ்காரம் செய்யச் சொன்னாள். கிட்டா கணேசனை ஸோபாவில் உட்கார வைத்து மின்விசிறியை ஆடவிட்டான். தானும் அருகில்

உட்கார்ந்தான். அருமையான காபி வந்தது. இருவரும் சாப்பிட்டார்கள். கிட்டா குசலப் பிரச்னமெல்லாம் செய்தான், கணேசன் இத்தனை வருஷம் என்ன செய்தான், எங்கிருந்தான் என்றெல்லாம் கேட்டான். கணேசன் பதில் சொல்லாமல் சிரித்தான். கிட்டாவின் நிர்ப்பந்தம் அதிகம் ஆயிற்று. "கிட்டா, அந்தக் கணேசன் செத்துப் போய்விட்டான். இது வேறு யாரோ என்று நினைத்துக்கொள்ளேன்" என்றான்.

"அப்போ என் கதையையும் நான் சொல்ல வேண்டாங்கிறியா?"

"மாச்சி நிறையச் சொன்னாள் ஒரு நாள். எனக்கு ஒண்ணுமே ஏறலை. போன கதை என்னத்துக்கு இப்ப?"

"நீ நடுச்சாலையிலே அப்படி நின்னுண்டிருந்தையே, எல்லாத்தையும் பார்க்கிறாப்பலேயும் இருந்ததே. ஆனால் பார்க்கலையே, இது என்ன? தூங்கிண்டிருந்தையா?"

"தூங்கவே இல்லை நான்."

"பின்னே விழிச்சிண்டிருந்தையா?"

"இல்லே விழிச்சிண்டிருந்தா எல்லாம் தெரியணுமே, அப்ப எனக்கு ஒண்ணுமே தெரியரதில்லை. நானே இருக்கிறதில்லை அப்பல்லாம்... ஆனா சந்தோஷம் பொங்கிண்டிருந்தாப்பலே தோணும் பின்னாடி."

"என்னது? நீயே இருக்கிறதில்லையா ஒருகால் கனவு கண்டுண்டிருந்தையோ?"

"கனவுன்னா, இடம், பொருள் மனுஷாள்ளாம் உண்டே, இங்கே இதெல்லாம் ஒண்ணுமில்லை. தூங்காம கனவு எப்படி வரும்? குடி தின்னுன்னு சொல்றபோது ஞாபகமும் வந்துடறது. இந்த உடம்பைச் சுமந்துண்டு அலையறமோன்னோ; இழவு, உசிருன்னும் ஒண்ணு இருந்து தொலைக்கிறதே... இதுகளுக்கு வழி..? எனக்கு அதைப்பத்தியெல்லாம் பன்னிப்பன்னிச் சொல்லத் தெரியலே. ஆனா எனக்கு வரவரத் தூக்கம், முழிச்சிண்டிருக்கிறதுங்கிற சங்கதியெல்லாம் மறந்துண்டும் மறைஞ்சிண்டும் வரது. யாராவது என்னைத் தொடறபோது பசி தாகமெல்லாம் உண்டுன்னு ஞாபகப்படுத்தறாப்பலே எனக்கு எதையாவது குடுக்கிறபோது தான் உங்களைத் தெரியறது."

"என்னடா இது ஆச்சரியம். விழிச்சிண்டும் இல்லை. தூங்கவும் இல்லை. கனவும் காணலேன்னா, அதென்ன அது! அப்போ உன் முகத்திலேயும் கண்ணிலேயும் பொங்கி வழிஞ்ச சந்தோஷம், ஏன் இப்பவும் நீ சிரிக்கிறபோதும், சாதாரணமாப் பார்த்துண்டு இருக்கிறபோதும்கூட, சிரிக்காட்டாலும் சந்தோஷமும் பதட்டமோ பரபரப்போ இல்லாத ஒரு நிம்மதியும் ரொம்ப அழகாவும் ஆனந்தமாவும் இருக்கே... அது எப்படி?" என்று ஏங்கினான் கிட்டா.

"எனக்கும் தெரியலை ... அதாவது சொல்லத் தெரியலை. நீ ஒத்தரைக் கூப்பிட்டையே, என்னோடு நின்றிருந்தாரே ..?"

"ஆமாம், புரொபஸர் அவர் ..."

"அவர் ஒரு நாள் என்னைத் தொட்டு எழுப்பி நினைவுக்கு இழுத்தார். அப்புறம் கேட்டார் நீ கேட்டது மாதிரி. எனக்குச் சொல்லவே தெரியலை. என் சிநேகிதர் ஒருத்தர் இருந்தார் பசுபதீன்னு ஒரு போலீஸ்காரர். நன்னாப் படிச்சவர்போல் இருக்கு. இதையெல்லாம் அவரைக் கேட்டா, ஆதாரத்தோடே பேரெல்லாம் சொல்லி விளக்குவார். என்னைக் கேக்கறையே ..?"

"சரி, என்ன பண்ணிண்டிருக்கே இப்போ?"

"என்ன பண்ணணும்? ஒண்ணும் பண்ணலை. சும்மா இருக்கேன்."

"சும்மாத் தொழில் சோறு போடுமா?"

"போடறபோது போடறது. போடாட்டாலும் நான் கவலைப் படறதில்லை ... நீ என்ன பண்ணிண்டிருக்கே இப்போ?"

"அவஸ்தைப்பட்டுண்டிருக்கேன், அழுதுண்டும் இருக்கேன். ஒண்ணுமே பிடிக்கலை. மனுஷாளைக் கண்டா அடியோடே பிடிக்கலை."

"அப்படின்னா என்ன அர்த்தம் தெரியுமோ? உனக்கே உன்னைப் பிடிக்கலேன்னு அர்த்தம்."

"உனக்குப் பிடிக்காதவாளே கிடையாதா?"

"எனக்கு என்னை ரொம்பப் பிடிச்சிருக்கு. அதனாலே, எல்லாரையும் எனக்குப் பிடிச்சிருக்கு. கிட்டா, இன்னொரு ரகசியம் தெரியுமோ உனக்கு. தனியா உக்காந்து இதை நினைச்சுப் பாரு. முன்னேல்லாம் எல்லாரையும் எல்லாத்தையும் உனக்குப் பிடிச்சுதூன்னு வெச்சிண்டு இருந்தையோன்னோ, அதுக்குக் காரணம் அவாளையும் அதுகளையும் நீ உன்னுடைய சொந்தப் பிரியத்துகாகத்தான் அவ்வளவு பிரியமா வெச்சிண்டிருந்தே. அதே மாதிரிதான் அவாளும் அதுகளும் உனக்காக இல்லவே இல்லை, தங்களுக்காகத் தங்கள் பிரியத்துக்காக உங்கிட்டே பிரியமா இருந்ததுகள். இங்கே, இந்த உலகத்துல யாருக்குமே தங்களைவிட வேறு எதுவுமே பிரியமாக இருக்க முடியாது. நீ அதையும் இழந்துட்டு, உன்னையே உனக்குப் பிடிக்கலேன்னு சொல்ற விபரீத நிலைக்கு வந்திருக்கையே. இப்படி வீணாப் போயிட்டையே கிட்டா; தற்கொலையைவிட இது இன்னும் கொடுமை. உயிரை அழிக்கிறேன்னு உடம்பைக் கொன்னுக்கிற பைத்தியக்காரத்தனம் தான் தற்கொலை."

"நானா, வீணாப்போயிட்டேன்? என்னவெல்லாம் செஞ்சிருக்கேன்."

“என்னவெல்லாமோ செஞ்சிருக்கே, இப்ப என்ன மிச்சம்?”

“ஏகப்பட்ட மிச்சம் . . . லக்ஷங்கள்னு வெச்சிக்கெயேன்.”

“சீச்சீ . . . சனி, அந்தப் பணத்தைக் கேக்கலை நான். உன் மனசிலே என்ன மிச்சம்னு கேட்டேன். இந்த வெறுப்புத்தானே, வறட்சி குத்திக் குதறும் பசுமை காணாத பாலைதானே மிச்சம்?”

“அப்படித்தான் சொல்லணும் . . . ஆனால் . . .”

“வெறுப்போடே ஒரு சந்தேகம், நிறையப் பயம்.”

“வாஸ்தவம், பயமாத்தான் இருக்கு. எங்கிட்டேயேகூட எனக்குப் பயம் தோண்றது சில சமயம் . . . சங்கடமாயிருக்கு.”

“வெறுப்பு, பயம் எல்லாமே ஒண்ணுதான். ஒண்ணு செய்யேன் . . .”

“என் மனசுக்கு நிம்மதி வராப்பல இருந்தா ஒண்ணு என்ன ஒன்பது வேணுமானாலும் செய்வேன்.”

“எல்லாத்தையும் விட்டுட்டு, அதுகளிடம் அதைத் தொலைச்சுப்பிட்டு, அக்கடான்னு கிடக்க முடியுமோ உன்னாலே.”

“சும்மா கிடக்கணுங்கிறியா?”

“ஆமாம். சும்மா கிடந்துண்டு, நான் முதல்லே கேட்ட கேள்வியை நீயே கேட்டுக்கணும். அடே, பசிச்சது. சாப்பிடறம். முதல்லே பசி. அது கஷ்டம்; சாப்பிட்டதும் அந்தக் கஷ்டம் அப்போதைக்குப் போய்விடுகிறது. அதே மாதிரி தாகம். இது இரண்டுமே சில சமயம் வேளையில் கிடைக்காதபோது வேதனைப் படறம் சத்தெ நாழி . . . சாப்பிட்டதும் குடிச்சதும் அப்பாடான்னு இருக்கு. இந்த இரண்டும் . . . அதாவது முதல்லே பட்ட வேதனை, அப்புறம் வந்த திருப்தி இரண்டுமே யாருக்குன்னு கேட்கணும். கஷ்டம் வந்தால் அதைத் தாங்காமை செத்துப்போயிடறதுன்னு இருந்தா, உலகத்திலே ஜீவன்கள் ரொம்பக் குறைச்சலாத்தான் இருக்கும். பஞ்சம் பசின்னெல்லாம்கூட இருக்காது. ஏன், போட்டி பொறாமையெல்லாம்கூட இருக்காது. அப்படி இல்லையே இப்போ. இந்த உயிர் கஷ்டப்பட மண்மேலே ஒரு ஆசை. மண்வாடையிலே ஒரு ஈடுபாடு இருக்கோன்னோ, அந்த விசை . . . வேகம் . . . அதாவது உயிர்வெறி அதை நினைச்சுண்டே இரு. நினைச்சு நினைச்சுப்பாரு. அதாவது அதுதான் நம்மை இது எல்லாத்தையும் செய்ய வைச்சது, செஞ்சோம். மிச்சமென்ன? பூஜ்யம். ஏன் தெரியுமா? இத்தனையும் செஞ்சோமே . . . இந்த நம்ம உடம்பாலேதானே செஞ்சோம். அந்த உடம்பு எத்தனை நாள் இருந்தாலும் கடைசியிலே ஒரு நாள் மண்ணாகப்போறது . . . இல்லே சாம்பலாகட்டும் . . . இரண்டும் ஒண்ணுதான். அதனாலே அந்த ஞாபகத்தை விட்டுட்டு, உயிர்வெறியை நினைச்சுண்டே இரு. செஞ்சது ஒண்ணும் மிச்சம் இல்லை, பூஜ்யம்தான்னு தெரியும். இதெல்லாம் எனக்கு என்

சிநேகிதர் போலீஸ்காரர் சொல்லிக் கொடுத்தார். எனக்கு ஒண்ணுமே தெரியாது... சரி அப்ப நான் வரேன்."

கணேசன் கிளம்பிவிட்டான்.

"ஒரு வாய் சாப்பிட்டுவிட்டுத்தான் போகணும்" என்றார்கள் மாச்சியும் அம்முவும்.

கணேசன் சிரித்தான். "சரி ஆகட்டுமே..." என்றான். தனக்குள்ளேயே "சாப்பிடணும்... சின்னத் தூக்கம் தூங்கணும், அப்புறம் பெரிய தூக்கம்" என்று முணுமுணுத்துக்கொண்டான்.

"என்ன...?" என்று கேட்டான் கிட்டா.

"ஒண்ணுமில்லேயே; சாப்பாட்டை நினைச்சா என் சிநேகிதர் சொல்றது ஞாபகத்துக்கு வரது. நாம் எதையெதையோ சாப்பிடுகிறோம், நம்மையும் எது எதெல்லாமோ முழுங்கி ஏப்பம் விடுகிறதுகள். தானும் எதையும் சாப்பிடாமை, தன்னை எதுவுமே சாப்பிடவிடாமை... இந்த உலகம் அத்தனையிலும் பரவி ஊடுருவி இருக்கிறதுதான் நாமாம். போலீஸ்காரர் சொல்வார் இப்படி..." என்று சிரித்தான் கணேசன்.

◻

ஆசிரியரின் பிற நூல்கள்
(காலச்சுவடு வெளியீடு)

எது நிற்கும்?
(தமிழ் கிளாசிக் சிறுகதைகள்)
(தொ—ர்): அரவிந்தன்
ரூ. 275

சுகவாசிகள்
(குறுநாவல்கள்)
ரூ. 170